തോൽവിയിലെ വിജയവും വിജയത്തിലെ തോൽവിയും

"നായകൻമാരും വില്ലൻമാരും സ്വഭാവ കഥാപാത്രങ്ങളും അതിലേറെയും പങ്കുവഹിച്ചതാണ് എന്റെ കഥ. ഇതെന്റെ യഥാർത്ഥ ജീവിതകഥയാണ്. എനിക്കൊരുപാട് അനുഭവങ്ങൾ സമ്മാനിച്ച ഒന്ന്, ഒരുപാട്ടു നരച്ച മുടി, യഥാർത്ഥ സുഹൃത്തുക്കളും അഭ്യുദയകാംക്ഷികളും ആരാണെന്നതിനെക്കുറിച്ചുള്ള കൂടുതൽ ഉൾക്കാഴ്ച; ദോഗ്ലാപൻ-നെക്കുറിച്ചുള്ള കൂടുതൽ അറിവ് – തോൽവിയിലെ ജയവും, ജയത്തിലെ തോൽവിയും; ജീവിതത്തിൽ ശരിക്കും പ്രാധാന്യമുള്ള കാര്യങ്ങളെക്കുറിച്ച് ആഴത്തിലുള്ള ധാരണ; കൂടാതെ ജീവിതയാത്രയിലെ നിരവധി കൊടുംവളവുകളെ സമചിത്തതയോടെ സ്വീകരിക്കാൻ ഇതെനിക്ക് മതിയായ അവസരങ്ങൾ നൽകി എന്നു പറയേണ്ടതില്ല."

ഇന്ത്യൻ വ്യവസായി **ആഷ്നീർ ഗ്രോവർ** ഇന്ത്യൻ ഫിൻടെക് കമ്പനി ഭാരത്പേയുടെ സഹസ്ഥാപകനും മുൻ മാനേജിംഗ് ഡയറക്ടറുമാണ്. *ഷാർക്ക് ടാങ്ക് ഇന്ത്യ* എന്ന ടിവി റിയാലിറ്റി ഷോ സീസൺ ഒന്നിലെ ഷാർക്ക് (നിക്ഷേപകൻ) ആയിരുന്നു ഗ്രോവർ.

ഓൺലൈനിൽ ആഷ്നീറിനെ ലഭിക്കാൻ
X @ Ashneer-Grover
LINKEDIN @in/Ashneer
INSTAGRAM @ashneer.grover

AF622071

ദോഗ്ലാപൻ

ജീവിതത്തെയും സ്റ്റാർട്ടപ്പിനെയും
കുറിച്ചുള്ള കഠിനമായ സത്യം

ആഷ്നീർ ഗ്രോവർ

വിവർത്തനം : എസ് . ജയകൃഷ്ണൻ

MANJUL

മഞ്ജുൾ പബ്ലിഷിങ് ഹൗസ്

First published in India by

MANJUL

Manjul Publishing House

Corporate and Editorial Office

• 2nd Floor, Usha Preet Complex, 42 Malviya Nagar, Bhopal 462 003 – India

Sales and Marketing Office

• C-16, Sector 3, Noida, Uttar Pradesh 201301 – India

Website: www.manjulindia.com

Distribution Centres

Ahmedabad, Bengaluru, Bhopal, Kolkata, Chennai,
Hyderabad, Mumbai, New Delhi, Pune

Malayalam translation of
Doglapan: The Hard Truth about Life and Start-Ups by *Ashneer Grover*

Copyright © Ashneer Grover 2022
All Rights Reserved.

Malayalam translation copyright © Manjul Publishing House Pvt. Ltd.

This edition first published in 2024

ISBN 978-93-5543-458-6

Translation by S. Jayakrishnan

Printed and bound in India by Repro India Limited

All rights reserved. No part of this publication may be reproduced, stored in or introduced into a retrieval system, or transmitted, in any form, or by any means (electronic, mechanical, photocopying, recording or otherwise) without the prior written permission of the publisher. Any person who does any unauthorized act in relation to this publication may be liable to criminal prosecution and civil claims for damages.

ഈ പുസ്തകം എന്റെ ഭാര്യ, മാധുരി ജെയിൻ ഗ്രോവർ,
എന്റെ മാതാപിതാക്കൾ, നീരു-അശോക് ഗ്രോവർ,
എന്റെ മക്കൾ അവ്യക്ത്, മന്നത്ത് എന്നിവർക്ക് സമർപ്പിക്കുന്നു.
എന്നെ ഇന്നായിരിക്കുന്ന ഞാനാക്കിയതിന് നന്ദി!

ഉള്ളടക്കം

ആമുഖം

25 ജനുവരി 2022, വൈകുന്നേരം 4 മണി

"ഫെബ്രുവരി ഒന്നിന് തിരികെ ജോലിയിൽ പ്രവേശിക്കുന്നു." ജനുവരിയിലെ ആ തണുത്ത സായാഹ്നത്തിൽ ഡയറക്ടർ ബോർഡിനയച്ച ഇമെയിൽ സന്ദേശത്തിന്റെ വിഷയസൂചിക അതായിരുന്നു. ആ മാസം ആദ്യം, സ്ഥാപകനും മാനേജിംഗ് ഡയറക്ടറും എന്ന നിലയിൽ കഴിഞ്ഞ മൂന്നര വർഷമായി അത്ഭുതപൂർവ്വമായ വേഗതയിൽ ഞാൻ കഠിനാധ്വാനം ചെയ്ത 3 ബില്യൺ യു.എസ് ഡോളറിന്റെ (20,000 കോടി രൂപയ്ക്കുമുകളിൽ) ആസ്തിയുള്ള ഭാരത്പേ എന്ന കമ്പനിയിൽ നിന്ന് സ്വമേധയാ അവധിയിൽ പ്രവേശിക്കാൻ നിർബന്ധിതനായി.

ജനുവരി മുഴുവൻ കഷ്ടകാലമായിരുന്നു – ഒന്നിനുപിറകെ ഒന്നായി വിവാദങ്ങൾ എന്നെ നിരന്തരം ഉലച്ചു. മോചനദ്രവ്യ വിളിയിൽ തുടങ്ങിയത് ചോർന്ന ഓഡിയോ ആയി മാറി. തുടർന്ന് നിയമപരമായ നോട്ടീസുകളുടെ ചോർച്ചയും കോട്ടക് ബാങ്കിന്റെ ധാർഷ്ട്യം നിറഞ്ഞ പ്രസ്താവനകളും. രാജ്യം *ഷാർക്ക് ടാങ്ക് ഇന്ത്യ* റിയാലിറ്റി ഷോ ആസ്വദിച്ചുകൊണ്ട് എല്ലാ വാരാന്ത്യത്തിലും രാത്രി ഒമ്പതു മുതൽ പത്തുവരെ രാജ്യത്തെയും ദശലക്ഷക്കണക്കിന് ടെലിവിഷൻ സ്ക്രീനുകളെയും പ്രകമ്പനം കൊള്ളിച്ച സംരംഭകത്വത്തിന്റെ പുതുതരംഗം ആഘോഷിക്കുമ്പോൾ, ഞാൻ ഭാരത്പേയുടെ നിയന്ത്രണം എന്നിൽനിന്ന് തട്ടിയെടുക്കാനുള്ള രക്തരൂഷിതമായ ബോർഡ് യുദ്ധത്തിൽ വ്യക്തിപരമായി പോരാടുകയായിരുന്നു. മാസത്തിലെ അവസാനത്തെ ആഴ്ചയിലുടനീളം, എന്റെ സ്വന്തം സഹസ്ഥാപകനും വാടക മാനേജ്മെന്റും ഭാരത്പേയിലെ നന്ദികെട്ട നിക്ഷേപകരും ചേർന്ന നടത്തിയ വഞ്ചനയും, ഒറ്റും, രാഷ്ട്രീയവും കൈകാര്യം ചെയ്യുന്ന തിരക്കിലായിരുന്നു ഞാൻ.

നിർബന്ധിത അവധിയിലേക്കു കടന്നതോടെ, ഭാരത്പേയുടെ മാളവ്യനഗറിലെ ഓഫീസിന്റെ പൂട്ടു മാറ്റിയതായും സിസി ടിവി കാമറകൾ ഓഫാക്കിയതായും എന്റെ ഓഫീസ് മുറിയും കംപ്യൂട്ടറുമെല്ലാം തകർത്തതായും അവിടെയെല്ലാം സുരക്ഷാഗുണ്ടകളെ നിയോഗിച്ചതായും

ഞാൻ കണ്ടെത്തി. സംഭവങ്ങൾ തികച്ചും വിചിത്രമായിരുന്നുവെന്നു മാത്രമല്ല, ഈ അങ്ങേയറ്റത്തെ അതിക്രമത്തിനു വിശദീകരണം ചോദിച്ചു ബോർഡിനയച്ച കത്തിന് പൂർണ്ണ നിശ്ശബ്ദതയായിരുന്നു മറുപടി. വ്യക്തമായും, എനിക്കൊരുപാട് വിഷയങ്ങൾ കൈകാര്യം ചെയ്യാനുണ്ടായിരുന്നു. എന്നാൽ, കോട്ടക്കുമായുള്ള പ്രശ്നം കൂടുതൽ വഷളായില്ല എന്നതും തന്നിഷ്ടക്കാരായ മാധ്യമങ്ങൾക്ക് അതിൽ താത്പര്യം നഷ്ടപ്പെട്ടതും തൽക്കാലത്തേക്ക് എനിക്ക് ആശ്വാസമായി. ഓഫീസ് ജോലികൾ പുനരാരംഭിക്കാനും ബിസിനസ്സിന്റെ വളർച്ചയുടെ അടുത്ത ഘട്ടത്തിലേക്ക് ശ്രദ്ധ കേന്ദ്രീകരിക്കാനുമുള്ള സമയമായിരുന്നു അത്, അഥവാ, തിരികെ ജോലിയിൽ പ്രവേശിക്കുന്നതായുള്ള കുറിപ്പയച്ചപ്പോൾ ഞാനങ്ങനെ കരുതി.

25 ജനുവരി 2022, വൈകുന്നേരം 4.52

ജനുവരിയിലെ ഇളംവെയിലിന്റെ തഴുകലേറ്റ് വീട്ടിൽ എന്റെ മേശയ്ക്കു മുന്നിലിരിക്കുമ്പോൾ പരിഹരിക്കാനുള്ള അനേകം പ്രശ്നങ്ങളെക്കുറിച്ചായിരുന്നു ചിന്ത. വിശേഷിച്ചും, യൂണിറ്റി എസ്എഫ്ബി-ക്ക് പുതുതായി ലഭിച്ച ബാങ്കിംഗ് ലൈസൻസ് പ്രാവർത്തികമാക്കുന്നതെങ്ങനെയെന്ന്. റിസർവ് ബാങ്ക് ഓഫ് ഇന്ത്യ (ആർബിഐ) ഒരിന്ത്യൻ ഫിൻടെക് കമ്പനിക്ക് നൽകുന്ന ആദ്യത്തെ ലൈസൻസായിരുന്നു അത്. മാത്രമല്ല, പ്രതിസന്ധിയിലായ പഞ്ചാബ് ആൻഡ് മഹാരാഷ്ട്ര സഹകരണ (പിഎംസി) ബാങ്കിന്റെ ഏറ്റെടുക്കൽ പൂർത്തിയാക്കേണ്ടതുമുണ്ട്. വിഎസ്എസ്, സച്ചിൻ ബൻസാലോ അല്ല ആഷ്നീർ ഗ്രോവറാണ് ഒരു ഫിൻടെക്കിനു ലഭിച്ച ആദ്യത്തെ ബാങ്ക് ലൈസൻസിനുടമയെന്നതു ചെറിയ നേട്ടമല്ല. എനിക്കുറപ്പാണ്, അത് കമ്പനിയെ കൂടുതൽ ഉയരങ്ങളിലെത്തിക്കും. എന്നാൽ ഇത് വലിയൊരു ഉത്തരവാദിത്വം കൂടിയായിരുന്നു. കാരണം, ഞങ്ങൾക്കാദ്യംതന്നെ പത്തുലക്ഷം നിക്ഷേപകർക്ക് രണ്ടുവർഷമായി അവരുടെ പിഎംസി ബാങ്ക് അക്കൗണ്ടുകളിൽ കുടുങ്ങിക്കിടക്കുന്ന നിക്ഷേപത്തിലേക്ക് പ്രവേശനം നൽകേണ്ടിയിരുന്നു.

ഇൻബോക്സിൽ വന്നുവീണ ഒരു ഇ-മെയിൽ സന്ദേശത്തിന്റെ അറിയിപ്പ് എന്റെ ചിന്താധാര മുറിച്ചു. 'പതിനൊന്നാമത് ബോർഡ് മീറ്റിംഗിനായുള്ള ഹ്രസ്വ അറിയിപ്പ്' എന്നതായിരുന്നു അതിന്റെ വിഷയസൂചിക. അത്ഭുതമെന്നു പറയട്ടെ, ഞാൻ ജോലിയിൽ തിരിച്ചു കയറുകയാണെന്ന സന്ദേശം ബോർഡിനയച്ച് ഒരു മണിക്കൂറിൽ താഴെ സമയമായിട്ടേയുള്ളൂ. അപ്പോഴേക്കും ഭാരത് പെയുടെ കമ്പനി സെക്രട്ടറി ഹ്രസ്വ അറിയിപ്പിൽ ബോർഡ് മീറ്റിംഗ് ചേരുന്നതായി അറിയിച്ചിരിക്കുന്നു- അതും അടുത്ത മൂന്നു മണിക്കൂറിനുള്ളിൽ. അതേ ദിവസം രാത്രി എട്ടുമണിക്കാണ് സൂം മീറ്റിംഗിൽ ഞങ്ങൾ ചേരേണ്ടത്. 'അജണ്ട' എന്നു

രേഖപ്പെടുത്തിയ ഫയലിൽ ക്ലിക്ക് ചെയ്യവേ, മറ്റൊരു വലിയ ആഘാതം എന്നെ കാത്തിരുന്നു. അജണ്ടയിലെ അഞ്ചാമത്തെ ഇനം എന്നെ തുറിച്ചുനോക്കി. "ആഷ്നീർ ഗ്രോവർ 2022 മാർച്ച് 31 വരെ അവധിയിലായിരിക്കണമെന്ന റിവ്യൂ കമ്മിറ്റിയുടെ ശിപാർശ പരിഗണിക്കാനും അംഗീകരിക്കാനും."

25 ജനുവരി 2022, രാത്രി 8 മണി.

'എന്റെ പേര് ആഷ്നീർ ഗ്രോവർ. ഞാൻ ഈ സൂം മീറ്റിംഗിൽ ന്യൂഡൽഹിയിൽ നിന്നു പങ്കെടുക്കുന്നു. മുറിയിൽ എന്റെ കൂടെ മറ്റാരുമില്ല'.

ഈ നിർബന്ധിത ഹാജർവിളി മാത്രമായിരിക്കും ഒരുപക്ഷേ, ഈ യോഗത്തിന്റെ പ്രവചനീയമായ ഒരേയൊരു കാര്യം. പത്തുമിനിറ്റു വൈകിയെത്തിയ ചെയർമാൻ രജ്നീഷ് കുമാറിന്റെ ആദ്യ ഉത്തരവ് ശാർദൂൽ അമർചന്ദ് മംഗൾദാസ് (ശാർദൂൽ അമർചന്ദ്), അൽവാരസ് ആൻഡ് മാർഷൽ ടീം എന്നിവരോട് ഈ ഓൺലൈൻ യോഗത്തിൽ നിന്നു പുറത്തുപോകാൻ ആവശ്യപ്പെടുന്നതായിരുന്നു. അവർ പുറത്തുപോകേണ്ടിയിരുന്നെങ്കിൽ എന്തിനാണ് ആദ്യംതന്നെ അവരെ യോഗത്തിലേക്കു ക്ഷണിച്ചത്? യോഗത്തിലേക്കുള്ള ക്ഷണിതാക്കളുടെ പട്ടിക നേരത്തേ ചെയർമാനെ അറിയിച്ചിരുന്നില്ലേ?

യോഗം ആരംഭിച്ചപ്പോൾത്തന്നെ, കമ്പനിയുടെ കോർപറേറ്റ് ഭരണരീതികൾ വിലയിരുത്താൻ രണ്ടംഗസമിതി രൂപീകരിക്കാൻ പ്രമേയം പാസ്സാക്കിയതായി അറിയിച്ചു. 2022 ജനുവരി 22-ന് രൂപീകരിച്ച കമ്മിറ്റി, ജനുവരി 23-ന്, നിയമസ്ഥാപനമായ ശാർദൂൽ അമർചന്ദ് മംഗൾദാസ് ആൻഡ് കമ്പനിയുടെ സേവനം ചുമതലപ്പെടുത്തി. അവർ പിന്നീട് അക്കൗണ്ടിംഗ് സ്ഥാപനമായ അൽവാരസ് ആൻഡ് മാർസലിന്റെ സേവനവും ഉപയോഗപ്പെടുത്തി. യഥാർത്ഥത്തിൽ, അൽവാരസ് ആൻഡ് മാർസൽ കമ്പനിയുടെ പങ്കാളിത്തം ജനുവരി 25-നാണ് ആദ്യമായി ബോർഡിനു മുന്നിൽ കൊണ്ടുവരുന്നത്.

അൽവാരസ് ആൻഡ് മാർസൽ ഇതിനകംതന്നെ ചില പ്രാഥമിക കണ്ടെത്തലുകൾ നടത്തിയിട്ടുണ്ടെന്നും എന്നെ ഞെട്ടിച്ചുകൊണ്ട് പിന്നാലെ അറിയിച്ചു. എന്തിനധികം, എനിക്കു മുൻകൂറായി അറിവില്ലാതിരുന്ന ഈ കണ്ടെത്തലുകളുടെ അടിസ്ഥാനത്തിൽ, എന്നെ നിർബന്ധിത അവധിയിൽ വിടാനും എംഡി എന്ന നിലയിലുള്ള എന്റെ അധികാരങ്ങൾ എടുത്തുകളയാനുമായിരുന്നു ബോർഡിന്റെ നിർദ്ദേശം.

അൽവാരസ് ആൻഡ് മാർസൽ കമ്പനിയുടെ ഇടക്കാല റിപ്പോർട്ടിലെ തീയതി 2022 ജനുവരി 24 ആയിരുന്നെന്ന് മാധ്യമവാർത്തകളിൽ നിന്ന് പിന്നീട് ഞാനറിയാനിടയായി. ഈ സാഹചര്യത്തിൽ, ബോർഡ് ഔദ്യോഗികമായി അവരെ നിയോഗിക്കുന്നതിന് മുമ്പ്, നിയമനം നടന്ന് ഒരു ദിവസത്തിനകം അവർ റിപ്പോർട്ട് നൽകിയതായി ഞാൻ

വിശ്വസിക്കേണ്ടിയിരുന്നു. എന്റെ കരിയറിൽ ഒരിക്കലും ഒരു അഭിഭാഷകനെയോ അക്കൗണ്ടിംഗ് സ്ഥാപനത്തെയോ ഒരു ദിവസത്തിൽ നിയമിച്ച സംഭവം കണ്ടിട്ടേയില്ല – *യഹാം തോ ഇൻഹോനെ കാം ഭീ ഖതം കർ ദിയാ ഏക് ദിൻ മേം*; അവർ ഒരു ദിവസത്തിനകം റിപ്പോർട്ട് വരെ സമർപ്പിച്ചു.

എനിക്കെതിരെ നടത്തിയ നഗ്നമായ ഗൂഢാലോചന തിരിച്ചറിഞ്ഞ ഞാൻ, കടുത്ത നിരാശയാൽ സ്തംഭിച്ച അവസ്ഥയിലും, അജണ്ടയിലെ അഞ്ചാമത്തെ ഇനം ബോർഡ് പരിഗണിക്കുന്നതിനും എന്നെ ഒഴിവാക്കുന്നതിനും മുമ്പ് എന്റെ നിലപാട് വിശദീകരിക്കാൻ ഒരവസരം ആവശ്യപ്പെട്ടു. റിവ്യൂ കമ്മിറ്റി രൂപീകരിക്കേണ്ടതിന്റെയും അതിന്റെ ഘടനയുടെയും ആവശ്യകത ചോദ്യം ചെയ്തു. ഇത് ഓഹരിയുടമകളുമായുണ്ടാക്കിയ കരാറിനോടും കമ്പനി രൂപീകരിച്ച വ്യവസ്ഥകളോടും യോജിക്കുന്നില്ല. കമ്പനിയുടെ കോർപറേറ്റ് ഭരണരീതികൾ വിലയിരുത്തുക എന്നാൽ ഞാൻ മാത്രമല്ല, മുഴുവൻ കമ്പനിയും അതിലുൾപ്പെടുമെന്നും ഞാൻ ചൂണ്ടിക്കാട്ടി. ആ യുക്തിയനുസരിച്ച് എല്ലാവരും അവധിയിൽ പോകണം. എന്നെക്കുറിച്ച് എന്തെങ്കിലും പരാതിയുണ്ടായിട്ടാണോ എന്നെ മാത്രം മാറ്റിനിർത്തുന്നത്? ആരുടെ താൽപ്പര്യത്തിലാണ് നിയമസ്ഥാപനത്തെ നിയോഗിച്ചത്?

എന്റെ ചോദ്യങ്ങൾക്ക് മറുവശത്ത് കനത്ത നിശ്ശബ്ദത മാത്രം. പിന്നീട് ചെയർമാൻ രജ്നീഷ് കുമാർ ഇങ്ങനെ പറയുന്നതു കേട്ടു : 'നിങ്ങൾ ഓൺലൈനിൽ നിന്നു പുറത്തുപോകണം. ഞങ്ങൾക്കു നിർദ്ദേശം വോട്ടിനിടേണ്ടതുണ്ട്'. തീർച്ചയായും, നിർദ്ദേശം ഏകകണ്ഠമായി പാസ്സാക്കിയതായി പിന്നീട് ഞാനറിഞ്ഞു.

രസകരമെന്നു പറയട്ടെ, ഇവയെല്ലാം നടന്നത് ഞാനെന്തെങ്കിലും തെറ്റു ചെയ്തതായി എന്തെങ്കിലും അറിയിപ്പ് ബോർഡിൽ നിന്നു ലഭിച്ചിട്ടുപോലുമില്ലാത്തപ്പോഴാണ്. പോരാത്തതിന് കോർപറേറ്റ് ഭരണരീതികൾ, നയങ്ങൾ, സമ്പ്രദായങ്ങൾ, നിയമങ്ങൾ എന്നിവ അവലോകനം ചെയ്യാനുള്ളതായിരുന്നു ആ തട്ടിക്കൂട്ട് പുനഃപരിശോധന കമ്മിറ്റി.

26 ജനുവരി 2022

വീണ്ടുമൊരു ഇമെയിൽ – ജനുവരി 25-ലെ യോഗത്തിന്റെ ഒരു ഫലം!

2022 മാർച്ച് 31 വരെ നിർബന്ധിത അവധിയിൽ പ്രവേശിക്കാനുള്ള നിർദ്ദേശമായിരുന്നു ഇത്തവണ. ഓഫീസിൽ ചെല്ലരുതെന്നും മാധ്യമങ്ങൾ, ജീവനക്കാർ, ഓഹരിയുടമകൾ, ബിസിനസ്സ് പങ്കാളികൾ, ഉപഭോക്താക്കൾ, കച്ചവടക്കാർ തുടങ്ങി കമ്പനിയുമായി ബന്ധപ്പെട്ട ആരുമായും ആശയവിനിമയം നടത്തരുതെന്നും വിലക്കി. കോർപ്പറേറ്റ് ഭരണരീതി റിപ്പോർട്ട് തീർപ്പാക്കിയിട്ടില്ലാത്തതിനാലാണിത്. എന്റെ ലാപ്ടോപ് തിരിച്ചുനൽകാനും ആവശ്യപ്പെട്ടിരുന്നു.

അതുപോലെ, ഒരു യൂനികോണിന്റെ ഏറ്റവും വലിയ വിജയിയായ നവയുഗസ്ഥാപകൻ എന്ന് ആഘോഷിക്കപ്പെടുന്നതിൽ നിന്ന്, സ്വന്തം അഭിപ്രായം തുറന്നുപറയുന്നതിൽ വിശ്വസിക്കുന്ന ആളിൽ നിന്ന്, സ്റ്റാർട്ടപ്പുകളും സംരംഭങ്ങളും *ഷാർക്ക് ടാങ്ക് ഇന്ത്യ*-യിലൂടെ മുഖ്യധാരയിൽ ചർച്ച ചെയ്യാനിടയാക്കിയ ആളിൽ നിന്ന്, നിക്ഷേപകർക്കും ജീവനക്കാർക്കും വേണ്ടി ദശലക്ഷക്കണക്കിനു ഡോളർ സമ്പാദിച്ച ആളിൽ നിന്ന്, എന്നെ വ്യക്തിത്വമില്ലാത്തവനായി മാറ്റി ചിത്രീകരിക്കുകയായിരുന്നു. കമ്പനി പടുത്തുയർത്തുന്നതിന് വിഷമകരമായ നാൽപ്പത്തിരണ്ടിലധികം മാസങ്ങൾ വേണ്ടിവന്നെങ്കിൽ, മുൻനിശ്ചയപ്രകാരമുള്ള പുറത്താക്കലിനു മണിക്കൂറുകളേ വേണ്ടിവന്നുള്ളൂ.

മാധ്യമങ്ങൾ – അല്ലെങ്കിൽ, ബിസിനസ്സ് ന്യൂസ് സ്ഥാപനങ്ങളുടെ വേഷത്തിൽ ഇന്ത്യയിൽ പ്രവർത്തിക്കുന്ന കുട്ടിപ്പത്രങ്ങൾക്ക് വീണ്ടും ചാകരയായി. അവർ യാതൊരു സത്യസന്ധതയോ അസ്വസ്ഥതയോ കൂടാതെ വാഗ്ദാനം ചെയ്യപ്പെട്ട സമ്മാനങ്ങൾക്കായി 'വാർത്തകൾ' പ്രസിദ്ധീകരിക്കുന്നു. 'വഞ്ചനയെന്ന ആശങ്കയ്ക്കിടയിൽ സഹസ്ഥാപകൻ ആഷ്നീർ ഗ്രോവറെ ഭാരത്പേ പുറത്താക്കാൻ സാദ്ധ്യത' എന്ന് പ്രമുഖ ബിസിനസ്സ് ദിനപത്രം ജനുവരി 30-നു തന്നെ റിപ്പോർട്ട് ചെയ്തു. സ്ഥിതിഗതികളുമായി ബന്ധമുള്ള പേരു വെളിപ്പെടുത്താത്ത ചിലരെ ഉദ്ധരിച്ചായിരുന്നു റിപ്പോർട്ട്.

ഇത് *ഷാർക്ക് ടാങ്ക് ഇന്ത്യ*-യുടെ ഒരു എപിസോഡ് ആയിരുന്നെങ്കിൽ, *യെ സബ് ദോഗ്ലാപൻ ഹെ* (ഇതെല്ലാം ഇരട്ടത്താപ്പാണ്) എന്ന ദൃഢമായ യുവ ഇന്ത്യയുടെ ഭാവനയെ പിടിച്ചടക്കിയ ഒരു വാക്യം പറയാൻ ഞാൻ ഒരുപക്ഷേ പ്രലോഭിപ്പിക്കപ്പെടുമായിരുന്നു. *പിക്ചർ അഭി ബാക്കി ഹെ, മേരേ ദോസ്ത്* (കഥകൾ ഇനിയും ബാക്കിയാണ്, കൂട്ടുകാരേ) എന്നായിരിക്കും ഇപ്പോൾ ഒരുപക്ഷേ ഞാൻ പറയുക.

1

മാൽവിയാ നഗർ : എല്ലാം ആരംഭിച്ചയിടം

'ലഡ്കാ തോ റെഫ്യൂജി ഹെ.' (അവനൊരു അഭയാർത്ഥിയാണ്)

എനിക്കെന്റെ കാതുകളെ വിശ്വസിക്കാനായില്ല. ഡൽഹിയിൽ ജനിച്ച മാതാപിതാക്കൾക്ക് ഡൽഹിയിൽ ജനിച്ച കുട്ടിയായ എന്നെക്കുറിച്ച് അഭയാർത്ഥിയെന്ന ഔദ്യോഗികമായ പരാമർശം, മുതിർന്നതിനു ശേഷമുള്ള ആദ്യത്തെ അനുഭവമായിരുന്നു; അതും, ഭാവി ഭാര്യാമാതാപിതാക്കളിൽ നിന്ന്. 2003-ലായിരുന്നു ഇത്. വിഭജനത്തിനുശേഷം പാക്കിസ്ഥാനിലെ മുൾത്താൻ ജില്ലയിൽ നിന്ന് എന്റെ മുത്തശ്ശനും മുത്തശ്ശിയും ഡൽഹിയിലെത്തിയിട്ട് അപ്പോഴേക്കും 56 വർഷം തികഞ്ഞിരുന്നു. ഒരു ബിസിനസ്സ് കുടുംബത്തിൽ നിന്നു വന്ന തങ്ങളുടെ ഏറ്റവും പ്രിയപ്പെട്ട ബനിയ 'ജൈന' മകളുടെ ഹൃദയം കീഴടക്കിയ മധ്യവർഗ്ഗ പഞ്ചാബിക്കുള്ള പദവിയുടെ *(ഔകാത്ത്)* ഓർമ്മപ്പെടുത്തലായിരുന്നു അത്. നിർബന്ധബുദ്ധിയായ ഈ അഭയാർത്ഥി ഒന്നാംതരം വിദ്യാഭ്യാസ സ്ഥാപനങ്ങളിൽ പഠിച്ച്, മികച്ച ജോലി നേടി, ഒടുവിൽ ആ കുടുംബത്തിന്റെ ഹൃദയം കീഴടക്കി, അവരുടെ മകളുടെ കരം പിടിച്ചു എന്നതാണ് മറ്റൊരു കാര്യം.

പറഞ്ഞുവരുമ്പോഴുള്ള യഥാർത്ഥ അഭയാർത്ഥികളായ എന്റെ പിതാമഹന്മാർക്ക്, സഹോദരങ്ങളോടും കുട്ടികളോടുമൊപ്പം ഡൽഹിയിൽ വന്നിറങ്ങിയപ്പോൾ, അഭയാർത്ഥി കോളനിയായ മാൽവിയ നഗറിൽ 200 ഗജ് (യാർഡ്) സ്ഥലമാണനുവദിച്ചത്. ഈ സ്ഥലത്താണ് 100 ഗജ് വീതമുള്ള ആറു സ്വതന്ത്രനിലകളോടുകൂടിയ വീട് നിർമ്മിച്ചത്. ഇതിൽ, 'നബ്ബേ ബീസ്' എന്നു പൊതുവെ അറിയപ്പെട്ടിരുന്ന വീട്ടുനമ്പർ 90/20 ദീർഘകാലം എന്റെ മേൽവിലാസം ആകുകയും ചെയ്തു.

കുട്ടിക്കാലത്ത് മുൾത്താനിൽ ജീവിച്ച കാലത്തെ കഥകൾ പറയാനായി

മുത്തശ്ശിയെ ശല്യപ്പെടുത്തിയിരുന്നത് ഞാനോർക്കുന്നുണ്ട്. അന്നത്തെ ജീവിതത്തെക്കുറിച്ചോർക്കുമ്പോഴും നൂറ് നാക്കിൽ അവിടുത്തെ വയലുകളെ (അവരുടെ ഭാഷയിൽ *ഖേത്*) കുറിച്ചു പറയുമ്പോഴും അവരുടെ മുഖത്തു പ്രത്യക്ഷപ്പെടുന്ന തിളക്കം എനിക്കൊരുപാടിഷ്ടമായിരുന്നു. അവരെപ്പോഴും എന്നോട് പറയാറുള്ള ഒരു കഥ, വയൽ മുഴുവൻ കാൽനടയായി താണ്ടേണ്ടിവന്നാൽ, ഒരാൾ അതിരാവിലെ പുറപ്പെട്ടാൽ പോലും പിറ്റേ ദിവസമേ തിരിച്ചെത്താനാകൂ എന്നതിനെക്കുറിച്ചായിരുന്നു. അന്നേരം, '*ഹാ ഹാ, ആപ് തോ ഫസൽ ബോതേ ഹുവേ ജാതേ ഥേ ഔർ കാട്ടേ ഹുവേ ആതേ ഥേ* (തീർച്ചയായും, താങ്കൾ അങ്ങോട്ടു പോകുമ്പോൾ വിത്തു വിതച്ചും തിരിച്ചുവരുമ്പോൾ വിളവെടുത്തും വരുമായിരുന്നു)' എന്നു പറഞ്ഞ് ഞാനവരുടെ കൂടെ കൂടും. വിശാലമായ വയലുകളിൽ നിന്ന് 200 ഗജ് വീട്ടിലേക്കു ഒതുങ്ങിയിട്ടും അവരുടെ ഉത്സാഹം കെട്ടില്ലെന്നതു ഓർമ്മിപ്പിച്ചുകൊണ്ട് ആ കഥ മുതിർന്നപ്പോഴും എന്റെ കൂടെയുണ്ടായിരുന്നു. യഥാർത്ഥത്തിൽ വിഭജനത്തിന്റെ ദുരന്തങ്ങൾ അവർ ഓർത്തതേയില്ല. ഭൂതകാലത്തിൽ നിന്നുള്ള നല്ല ഓർമ്മകളെ മാത്രം കൂടെനിർത്തി.

പാണ്ഡവരുടെ കഥ

കൗതുകകരമായ ഈ കഥ കൂടിയില്ലാതെ എന്റെ പിതാമഹന്മാരുടെ ജീവിതകഥ പൂർണ്ണമാകുകയില്ല. ഒരു സൂഫി സന്യാസി മുത്തശ്ശിയുടെ മുഖം നോക്കി ഒരു പ്രവചനം നടത്തിയെന്നാണ് ഐതിഹ്യം. അയാൾ പറഞ്ഞു, *തുമാരേ യഹാം പാഞ്ച് പാണ്ഡവ് പൈദാ ഹോംഗേ* (നിങ്ങൾക്ക് അഞ്ചു ആൺമക്കളുണ്ടാകും). ആദ്യ മകനുണ്ടായതോടെ പ്രവചനം സത്യമാകുമെന്ന സൂചനയായി. അങ്ങനെ എന്റെ അമ്മാവന് മൂത്ത പാണ്ഡവനായ യുധിഷ്ഠിരന്റെ പേരു കിട്ടി. അടുത്തതു പെൺകുട്ടിയായിരുന്നു. അതോടെ സൂഫിവര്യന്റെ പ്രവചനം അസംബന്ധമെന്ന് എല്ലാവരും തള്ളി. എന്നാൽ അതു തെറ്റായിരുന്നു. അവർക്ക് അഞ്ച് ആണ്മക്കളും രണ്ടു പെണ്മക്കളുമുണ്ടായി. എന്തായാലും മറ്റാണ്മക്കൾക്ക് പാണ്ഡവരുടെ പേരു നൽകിയില്ല. അങ്ങനെ ഞങ്ങളുടെ വീട്ടിൽ മഹാഭാരതത്തിന്റെ താരനിര ഉണ്ടാകാനുള്ള അവസരവും നഷ്ടമായി.

അഞ്ച് മക്കളുടെ കാലഗണനയിൽ എന്റെ അച്ഛൻ നാലാമനായിരുന്നെങ്കിലും മുത്തശ്ശനും മുത്തശ്ശിയും ഞങ്ങളുടെ കൂടെയായിരുന്നു. അച്ഛന്റെ നാലു സഹോദരരും അവരുടെ കുടുംബവും വീടിന്റെ വ്യത്യസ്ത നിലകളിൽ താമസിച്ചു. മുത്തശ്ശനെയും മുത്തശ്ശിയെയും ഞാൻ അത്രമാത്രം സ്നേഹിച്ചിരുന്നെങ്കിലും വീടിന്റെ മറ്റു നിലകളിൽ താമസിച്ചിരുന്ന കസിൻസ് മെച്ചപ്പെട്ട അവസ്ഥയിലായിരുന്നുവെന്ന് ഇടയ്ക്കെങ്കിലും ചിന്തിച്ചിരുന്നെന്നു സമ്മതിച്ചേ മതിയാകൂ. പോരാത്തതിന് വീട്ടിലെ ഓരോ ചടങ്ങിനും ആതിഥേയത്വം വഹിക്കേണ്ട പണിയും അവർക്കുണ്ടായിരുന്നില്ല. ഏറ്റവും മുതിർന്ന ഗ്രോവർമാരായ മുത്തശ്ശനും മുത്തശ്ശിയും ഇവിടെയായിരുന്നതിനാൽ

അത് ഞങ്ങളുടെ സ്വാഭാവിക ഉത്തരവാദിത്തമായി. ബന്ധുക്കളുടെ പട തന്നെ ഇളകിവരികയും ഞങ്ങളുടെ വീട് ഒരു ഉത്സവപ്പറമ്പു പോലെയാവുകയും ചെയ്തപ്പോഴും, അവരുടെ വീടുകൾ അവർക്ക് കൂടുതൽ സ്വകാര്യത നൽകി.

തിരിഞ്ഞുനോക്കുമ്പോൾ, ഇത് ഒട്ടും പക്വതയെത്താത്ത ചിന്താഗതിയായിരുന്നെന്ന് തോന്നുന്നു. പ്രത്യേകിച്ചും, എനിക്കു ലഭിച്ച അനുഗ്രഹങ്ങൾ തിരിച്ചറിയുമ്പോൾ. വാസ്തവത്തിൽ, കർമ്മം എന്നത് ഒരുപാട് സ്വാധീനം ചെലുത്തിയതായി തോന്നുന്നു. ഞങ്ങളുടെ കൂട്ടുകുടുംബത്തിൽ ഞാൻ ഏറ്റവും കൂടുതൽ പഠിക്കുകയും കരിയറിൽ ഒരുപാടു നേട്ടങ്ങളുണ്ടാക്കുകയും ചെയ്തു. ഹൈസ്കൂളിലായിരുന്ന അവസരത്തിൽ മാത്രമാണ് മുത്തശ്ശനും മുത്തശ്ശിയും ആ 200 ഗജ് സ്ഥലത്തെ മറ്റൊരു യൂണിറ്റിൽ താമസിച്ചത്. അൽപ്പം കൂടി സ്ഥലസൗകര്യം എനിക്കു ഗുണം ചെയ്യുമെന്നവർ കരുതി. പക്ഷേ, അവരുടെ പ്രവൃത്തി കുടുംബമെന്ന നിലയിൽ ഞങ്ങൾക്കു വലിയ മാനസിക പ്രയാസമുണ്ടാക്കി. ഞങ്ങളുടെ അച്ഛൻ ഞങ്ങൾ താമസിച്ചിരുന്നതിന്റെ നേരെ എതിരിൽ 200 ചതുരശ്ര യാർഡ് കെട്ടിടം വാങ്ങാൻ തീരുമാനിച്ചു. 2002-ൽ 32 ലക്ഷമായിരുന്നു വില. അന്നത്തെക്കാലത്ത് അതു വലിയ തുക തന്നെയായിരുന്നു. എങ്കിലും വീണ്ടും ഒരേ മേൽക്കൂരയ്ക്കു കീഴിൽ മുത്തശ്ശനും മുത്തശ്ശിക്കുമൊപ്പം കഴിയാനായതിന്റെ സംതൃപ്തി വിലമതിക്കാനാകാത്തതായിരുന്നു.

എന്റെ മുത്തശ്ശൻ ശ്രീ നന്ദ് ലാൽ ഗ്രോവർ, സമുദായത്തിൽ അങ്ങേയറ്റം ബഹുമാനം നേടിയ ആളായിരുന്നു. വിശേഷിച്ചും, മാൽവിയ നഗറിൽ ആര്യസമാജവും അതിനോടനുബന്ധിച്ചുള്ള പ്രൈമറി സ്കൂളും സ്ഥാപിച്ചതിനു ശേഷം. ഞങ്ങളുടേത് പുരോഗമനപരമായ കുടുംബമായിരുന്നു. വളർന്നുവരുമ്പോൾ, എന്റെ മുത്തച്ഛനോ മാതാപിതാക്കളോ വിപുലമായ മതാചാരങ്ങളിലോ വിഗ്രഹാരാധനയിലോ മുഴുകുന്നത് ഞാൻ കണ്ടിട്ടില്ല. ജന്മാഷ്ടമി ദിവസം *ഝാൻകികൾ* (നിശ്ചലദൃശ്യം) കാണാനല്ലാതെ ഞങ്ങൾ ക്ഷേത്രത്തിൽ പോയിരുന്നില്ല. പകരം, ആര്യസമാജത്തിന്റെ പാരമ്പര്യമായിരുന്നു ഞങ്ങളുടെ സങ്കേതം. ഇതെന്റെ വളർച്ചയുടെ ആദ്യഘട്ടങ്ങളിലെ പതിവുമായിരുന്നു. ശുദ്ധീകരണ പ്രവൃത്തികളും പ്രകൃതിയെ യഥാർത്ഥ ദൈവമായി കാണലുമായിരുന്നു ഈ പാരമ്പര്യം. കൂടുതലും യുക്തിവാദിയായാണ് ഞാൻ വളർന്നത്.

കൗതുകമെന്നു പറയട്ടെ, ഞാൻ ഭാരത്പേ തുടങ്ങുമ്പോൾ അതിന്റെ വാടകക്കെട്ടിടത്തിന്റെ അതിർ അതേ ആര്യസമാജത്തെ തൊടുന്നുണ്ടായിരുന്നു. അക്കാലത്തുപോലും അതൊരു യാദൃച്ഛികതയല്ല, അനുഗ്രഹമാണെന്നു തിരിച്ചറിഞ്ഞിരുന്നു. ഈ ഓഫീസിന്റെ ഉദ്ഘാടനവും തുടർന്നുള്ള എല്ലാ ഭാരത്പേ ഓഫീസുകളും എന്റെയുള്ളിൽ പൂർണ്ണമായും വേരൂന്നിയ അഭയസ്ഥാനം കൊണ്ട് അടയാളപ്പെടുത്തിയിട്ടുണ്ടെന്ന് ഞാൻ ഉറപ്പാക്കി. ഭാരത്പേ ഒരു യൂനികോൺ ആയിത്തീർന്നപ്പോഴും, അത് ഏറെക്കാലം

ഡൽഹി പിൻകോഡുള്ള ഏക യൂനികോണായി തുടർന്നപ്പോഴും അതെന്റെ പിതാമഹരുടെ അനുഗ്രഹം കൊണ്ടാണെന്നെനിക്കറിയാമായിരുന്നു.

എന്റെ അച്ഛൻ നടത്തിയിരുന്ന ചാർട്ടേഡ് അക്കൗണ്ടൻസി സ്ഥാപനത്തിനു മുന്നിലെ 'ഗ്രോവർ, ലല്ല ആൻഡ് മേത്ത' എന്ന ബോർഡ് വളർച്ചയുടെ ഘട്ടത്തിൽ എനിക്കു സുപരിചിതമായിരുന്നു. വളരെ വർഷങ്ങൾക്കു ശേഷം സ്ഥാപനം അദ്ദേഹം സ്വന്തമാക്കിയതിനു ശേഷവും ആദ്യത്തെ പങ്കാളികളുമായുണ്ടായിരുന്ന ബന്ധം നിലനിർത്താൻ അവരുടെ പേരുകൾ തുടർന്നും ഉപയോഗിച്ചു. കുട്ടിക്കാലത്തുതന്നെ അച്ഛന്റെ സ്ഥാപനവുമായി എനിക്കൊരു ബന്ധമുണ്ടായിരുന്നു. കണക്കപ്പിള്ള യായിട്ടല്ല, വെള്ളം ഒപ്പിയെടുക്കുന്നയാളായിട്ട്. മാൽവിയ നഗറിലെ താഴത്തെ നിലയിലുള്ള ഓഫീസിൽ മഴക്കാലം വരുന്നതോടെ വെള്ളപ്പൊക്കമായിരുന്നു. പമ്പുകളുപയോഗിച്ച് വെള്ളം വറ്റിക്കാൻ ഞങ്ങളിൽ ചില കുട്ടികളെ വിളിക്കുമായിരുന്നു. ഇത്തരമൊരു നിർണ്ണായക ചുമതല ഏൽപ്പിക്കുന്നതു മൂലം ഞങ്ങൾക്കുണ്ടായിരുന്ന തലക്കനം ചില്ലറയല്ല. ഇതു ചെയ്യുമ്പോഴുണ്ടാകുന്ന ആനന്ദമാകട്ടെ താരതമ്യമില്ലാത്തതും.

ഞാൻ അഞ്ചാം ക്ലാസ്സിലെത്തിയപ്പോഴേക്കും അമ്മ സ്കൂൾ അദ്ധ്യാപികയായി ജോലിയിൽ പ്രവേശിച്ചിരുന്നു. നല്ല വിദ്യാഭ്യാസവും ഒരുപാട് അവസരങ്ങളും തന്റെ മക്കൾക്കു കൊടുക്കാനാണ് അവർ ആഗ്രഹിച്ചിരുന്നത്. അവരുടെ അച്ഛൻ – എന്റെ മുത്തച്ഛൻ – ബാങ്കറായിരുന്നു. പണ്ടത്തെ ഇംപീരിയൽ ബാങ്കിലായിരുന്നു ജോലി. അതാണ് പിന്നീട് 1955-ൽ ഇന്ത്യാ ഗവണ്മെന്റിന്റെയും റിസർവ്വ് ബാങ്കിന്റെയും സംയുക്ത ഉടമസ്ഥതയിലായതിനു ശേഷം സ്റ്റേറ്റ് ബാങ്ക് ഓഫ് ഇന്ത്യ എന്നു പുനർനാമകരണം ചെയ്യപ്പെട്ടത്. ഇന്ത്യയുടെ മിക്ക ഭാഗത്തും ജോലി ചെയ്തിരുന്നെങ്കിലും എസ്ബിഐ-യുടെ മുംബൈ ഓഫീസിലെ വായ്പാ വിതരണ വിഭാഗത്തിൽ ജിഎം ആയിട്ടാണ് അദ്ദേഹം വിരമിച്ചത്. കുട്ടിക്കാലത്ത് ആ ഓഫീസിൽ ഞാനൊരു പതിവുകാരനായിരുന്നു. നരിമാൻ പോയിന്റിലെ പ്രൗഢമായ ഓഫീസ് മോഹിപ്പിക്കുന്ന കാഴ്ചയായിരുന്നു. മുംബൈയുടെ മനോഹരമായ ആകാശദൃശ്യത്തിനു കീഴെ, അതിശയകരമായ സമുദ്രപശ്ചാത്തലത്തിൽ ഉയർന്നു നിൽക്കുന്ന എസ്ബിഐ കെട്ടിടം എന്നിൽ ബാങ്കറുടെ ജീവിതത്തോട് മതിപ്പുളവാക്കി.

അമീൻ ചന്ദ് പ്യാരേ ലാൽ ജലന്ധർ വാലേ

അതായിരുന്നു എന്റെ സ്കൂളിന്റെ പേരിന്റെ ഉത്പത്തി. എങ്കിലും കേൾക്കുമ്പോൾ കൂടുതൽ ആകർഷകമായ എപിജെ എന്ന് അതിനെ ചുരുക്കിയിരുന്നു. പിന്നീടു വന്ന നിരവധി ഇന്റർനാഷണൽ സ്കൂളുകൾ ഈ സ്കൂളിന്റെ പ്രാധാന്യം കുറച്ചെങ്കിലും അക്കാലത്ത് അത് അന്തസ്സുള്ള വിദ്യാലയമായി കണക്കാക്കിയിരുന്നു. അക്കാലത്തെക്കുറിച്ച് എനിക്ക് വളരെ നല്ല ഓർമ്മകളുമുണ്ട്. ഡൽഹിയിലെ ഷെയ്ഖ് സരായിലായിരുന്ന

സ്കൂൾ. ഒരു ദിവസം എന്റെ മുത്തച്ഛൻ സ്കൂൾ പ്രിൻസിപ്പലായിരുന്ന ഒരു ചൗധരിയുമായി സംസാരിച്ചു. അതോടെ സ്കൂളിൽ എനിക്ക് പ്രവേശനം ലഭിച്ചു. സമീപത്തെ ഖിഡ്കി ഗാവിലൂടെ എന്നെ സ്കൂളിലേക്കു അനുഗമിക്കുകയെന്നത് മുത്തച്ഛന്റെ പതിവായി. സ്കൂളിലേക്കുള്ള വഴിയിൽ മൂലി (ഒരു തരം കിഴങ്ങ്) പറിച്ച് ലഘുഭക്ഷണത്തിനായി ഞങ്ങൾ വയലിൽ വിശ്രമിക്കുകയും ചെയ്യും.

ജീവിതനിലവാരമനുസരിച്ച് നാലു ഗ്രൂപ്പുകളിലായിരുന്നു ഞങ്ങളുടെ സ്കൂളിലെ കുട്ടികളെന്നതായിരുന്നു കൗതുകകരം. തലസ്ഥാനത്തെ ബംഗാളി കേന്ദ്രമായ സിആർ പാർക്കിൽ താമസിക്കുന്ന കുട്ടികളുടെ 'ബോങ്' ഗ്രൂപ്പായിരുന്നു ഒന്ന്. പിന്നെ ജികെ എന്നറിയപ്പെടുന്ന പ്രശസ്തമായ ഗ്രേറ്റർ കൈലാസിൽ നിന്നുള്ള സമ്പന്നരായ കുട്ടികളുടെ കൂട്ടം. ഷെയ്ഖ് സരായ് സെൽഫ് ഫിനാൻസിംഗ് സ്കീം ഫ്ളാറ്റിലെ ശാന്തരായ കുട്ടികൾ മറ്റൊരു കൂട്ടമായി. ഈ ഫ്ളാറ്റുകൾ യഥാർത്ഥ ഉടമസ്ഥരുടെ ഫ്ളാറ്റുകളോടു സാമ്യമുള്ളതു തന്നെ. പിന്നെയുള്ളത് എന്നെപ്പോലെ സമീപത്തെ മാൽവിയ നഗറിലെ ചെറിയ കുട്ടികൾ. ഈ ഗ്രൂപ്പുകളെ ചെറുതായി ഒന്നിപ്പിച്ചതിനുള്ള മേന്മ അവകാശപ്പെടാൻ ഒരാളുണ്ടെങ്കിൽ അത് അത്ഭുതങ്ങളിൽ അത്ഭുതമെന്നു പറയട്ടെ, ബോളിവുഡ് താരം ടിസ്ക ചോപ്രയാണ്.

ടിസ്ക (അരോര) ചോപ്ര ഞങ്ങളുടെ അന്നത്തെ പ്രിൻസിപ്പൽ ശ്രീ അരോരയുടെ മകളായിരുന്നു. അവർ അജയ് ദേവ്ഗണമൊത്തഭിനയിച്ച *പ്ലാറ്റ്ഫോം* എന്ന സിനിമ ഞങ്ങൾ സ്കൂളിലുള്ളപ്പോഴാണ് പുറത്തിറങ്ങിയത്. എത്രമാത്രം സുന്ദരിയായിരുന്നു അവർ എന്നതിനെച്ചൊല്ലിയുള്ള (എത്രമാത്രം താരാരാധകരായിരുന്നു ഞങ്ങൾ എന്നതിനേയും) സംഭാഷണം ആ ദിവസങ്ങളിൽ സ്കൂൾ കാന്റീനിൽ അലയടിച്ചു. തീവ്രനയനങ്ങളുടെ ഉടമയായ ദേവ്ഗണിനു പകരം വെള്ളിത്തിരയിൽ ചോപ്രയോടൊപ്പം പ്രേമകേളികൾ നടത്തുന്നത് സ്കൂളിലെ ഓരോ ആൺകുട്ടിയും രഹസ്യമായി ഭാവനയിൽ കണ്ടു. എത്ര അകന്നതായിരുന്നാലും അവരുമായുള്ള ബന്ധം മറ്റുതരത്തിൽ സാധാരണമായ ഞങ്ങളുടെ ജീവിതത്തിന് അസാധാരണ പകിട്ടേകി. നിരവധി ടെലിവിഷൻ താരങ്ങളും ഞങ്ങളുടെ സ്കൂളിൽ നിന്നു പഠിച്ചിറങ്ങിയിരുന്നു – മനീഷ് പോൾ, റിഥി ദോഗ്ര, നിധി റസ്ദാൻ എന്നിവർ അവരിൽ ചിലർ മാത്രം. നിരവധി വർഷങ്ങൾക്കു ശേഷം, അപ്രതീക്ഷിതമായി ഞാനും ടിവിയിൽ വന്നു.

സ്കൂൾ കാലഘട്ടത്തിൽ അമ്മയും സഹോദരിയും മുത്തശ്ശനുമൊത്ത് കാനഡയിലുള്ള അമ്മാവനെ കാണാൻ നടത്തിയ യാത്രയായിരുന്നു എന്റെ ജീവിതത്തിലെ നിർണ്ണായകമായ ഒരു സന്ദർഭം. വിദേശയാത്രകൾ ഫാഷനായി മാറുകയും, വിവിധ രാജ്യങ്ങളിൽ നിന്നുള്ള ചിത്രങ്ങൾ കൊണ്ട് നിങ്ങളുടെ സോഷ്യൽ മീഡിയ പോസ്റ്റുകൾ നിറയുകയും ചെയ്യുന്ന കാലത്തിനു മുമ്പായിരുന്നു ഈ യാത്ര. ഞാൻ കണ്ട ജീവിതം എന്നെ ആകർഷിച്ചു എന്നു പറയുന്നതു ന്യൂനോക്തിയാകും. കാനഡയിൽ സമയം

ചെലവഴിച്ച എന്നു മാത്രമല്ല, നാട്ടിലേക്കു മടങ്ങുന്നതിനു മുമ്പ് അമേരിക്കയിലേക്കും ബ്രിട്ടനിലേക്കും യാത്ര ചെയ്തു. ആ ഒരു യാത്ര സാധ്യതകളുടെ ലോകത്തേക്ക് എന്റെ കണ്ണു തുറപ്പിച്ചു. ഇപ്പോഴത്തെ ജീവിതവും ജീവിക്കാൻ സാധ്യതയുള്ള ജീവിതവും വളരെ വ്യത്യസ്തമാണെന്നു ഞാൻ മനസ്സിലാക്കി.

അഞ്ചാം ക്ലാസ്സ് വരെ സ്കൂളിലെ ശരാശരി വിദ്യാർത്ഥി മാത്രമായിരുന്ന ഞാനെങ്കിൽ, ആറാം ക്ലാസ്സിലെത്തിയതോടെ പഠിക്കാനുള്ള ആഗ്രഹം തീവ്രമായി. പാഠങ്ങൾ പൂർത്തിയാക്കുന്നതിലുള്ള ഉത്സാഹം വർദ്ധിച്ചെന്നു മാത്രമല്ല, തികഞ്ഞ മത്സരബുദ്ധിയുള്ള, മാർക്കുകൾ നഷ്ടപ്പെടുന്നതു വെറുക്കുന്ന കുട്ടിയായി ഞാൻ മാറി. ഇതിനു സമാന്തരമായി ആർക്കെങ്കിലും ദോഷം സംഭവിച്ചെങ്കിൽ അതെന്റെ സഹോദരിക്കാണ്. എന്റെ നാല് വയസ്സ് താഴെയായിരുന്ന ആഷിമ പഠനത്തിൽ മിടുക്കിയായിരുന്നെങ്കിലും അവളെ സംബന്ധിച്ച് ഞാനുയർത്തിയ അളവുകോൽ വളരെ ഉയരെയായിരുന്നു. '*ഓ, യെ ആഷ്നീർ കി ബഹൻ ഹെ* (ഓ, ഇവൾ ആഷ്നീറിന്റെ സഹോദരിയാണ്)!' രക്ഷാകർതൃയോഗത്തിൽ എന്റെ ടീച്ചർമാരുടെ മിന്നുന്ന പുകഴ്ത്തൽ കേട്ട് അവളുടെ ക്ലാസ്സിൽ ചെല്ലുമ്പോൾ അമ്മ കേൾക്കുന്ന സ്ഥിരം പ്രതികരണമായിരുന്നു ഇത്. സ്വാഭാവികമായും ഞാൻ അവിടുത്തെ പഠനം പൂർത്തിയാക്കിയ ശേഷമുള്ള നാല് വർഷം അവൾ ശരിക്കും ആസ്വദിച്ചിട്ടുണ്ടാകണം.

ഹൃദയഭേദകമായ സംഭവം

സ്കൂൾ ജീവിതത്തിന്റെ അവസാന രണ്ടു വർഷത്തിലാണ് എനിക്ക് ആദ്യത്തെ, ഏക ഗേൾഫ്രണ്ട് ഉണ്ടായത്. '*ഭായ് അബ് കൂൾ ഡ്യൂഡ് ബൻ ഗയാ ഹെ* (നമ്മുടെ ചങ്ങാതിയിപ്പോൾ അടിപൊളിയായി)' എന്നായിരുന്നു ഇണകളുടെ ക്ലബ്ബംഗമായപ്പോൾ എന്റെ സുഹൃദ് വലയത്തിലെ പ്രതികരണം. പക്ഷേ ഈ ഉല്ലാസം അധികം നീണ്ടില്ല. അവളുടെ കാര്യത്തിൽ ഞാൻ കൂടുതൽ പൊസ്സസ്സീവ് ആകുന്നെന്നു പ്രസ്താവിച്ച് ഒരു സുന്ദരദിനത്തിൽ അവൾ അകന്നുപോയി. ഒറ്റപ്പെടലിലേക്കുള്ള തിരിച്ചുപോക്കിൽ ആവശ്യത്തിന് വിലപിച്ച ശേഷം, ഭാഗ്യവശാൽ ഒരു കരിയർ കെട്ടിപ്പടുക്കുന്നതിൽ ശ്രദ്ധ കേന്ദ്രീകരിക്കാൻ സമയമായെന്നു ഞാൻ തീരുമാനിച്ചു.

എന്റെ അച്ഛന് സ്വന്തം ചാർട്ടേഡ് അക്കൗണ്ടൻസി സ്ഥാപനം ഉണ്ടായിരുന്നെങ്കിലും ഞാൻ അതു പിന്തുടരാൻ ആഗ്രഹിക്കുന്നില്ലെന്നു വ്യക്തമായിരുന്നു. സിഎ, ഡോക്ടർ, വക്കീൽ എന്നീ ജോലികളുടെ വ്യാപ്തി വളരെ കുറവാണെന്നും എത്ര മണിക്കൂർ ജോലി ചെയ്യുന്നു എന്നതു മാത്രം അടിസ്ഥാനമാക്കിയാണതിന്റെ വിജയമെന്നും ഞാൻ നേരത്തെ തന്നെ മനസ്സിലാക്കി. കൂടാതെ, ഒറീസ്സയിലെ എൻടിപിസി പ്ലാന്റിൽ ഓഡിറ്റിനായി പോകുമ്പോൾ അച്ഛന്റെ കൂടെ വിപുലമായി യാത്ര ചെയ്ത് സൃഷ്ടിയുടെ യഥാർത്ഥ ആനന്ദം കണക്കെഴുത്തിലല്ല, എൻജിനീയറിംഗിലാണെന്ന് ഞാൻ കണ്ടെത്തി. മറ്റൊരാളുടെ കണക്കുപുസ്തകം കൈകാര്യം

ചെയ്യുന്നതിൽനിന്നു വ്യത്യസ്തമായ ഒരു മൂല്യം സൃഷ്ടിക്കുന്നതു കാണണമെന്ന വികാരമാണ് അച്ഛൻ എന്നോടു പങ്കുവച്ചത്.

തെരഞ്ഞെടുക്കുന്ന കരിയറിൽ ഏതായാലും എന്റെ കഴിവിന്റെ ശക്തിയിൽ വേണം ഉയരാനെന്ന് സ്വന്തം കുടുംബപശ്ചാത്തലം എനിക്കു വ്യക്തമാക്കിത്തന്നിരുന്നു. ഞങ്ങളുടെ അഭയാർത്ഥി കോളനിയെക്കുറിച്ചുള്ള കൗതുകകരമായ കാര്യം അതു നൽകിയ തുല്യതയായിരുന്നു. ഞങ്ങളോരോരുത്തരും അക്ഷരാർത്ഥത്തിൽ പൂജ്യത്തിൽ നിന്നാണ് തുടങ്ങിയത്. അല്ലെങ്കിൽ 200 ഗജ് സ്ഥലത്തിൽ നിന്ന്. അതിനുശേഷം ഉണ്ടാക്കിയതെല്ലാം ഞങ്ങളെ മാത്രം ആശ്രയിച്ചായിരുന്നു. ഞാൻ ഏതായാലും അതിനെ വലുതാക്കാൻ തീരുമാനിച്ചു. വിഭജനകാലത്ത് കുടുംബത്തിനു തിരിച്ചടിയുണ്ടായതിനാൽ എന്റെ അബോധ മനസ്സ് ഒരുപക്ഷേ, നല്ല കാര്യങ്ങൾ ചെയ്യാൻ ആഗ്രഹിച്ചിരുന്നിരിക്കണം.

2

'തേരി ഹവാ കിത്ത്നി ഹെ?'

ഐഐടി ഡൽഹിയുടെ വിശുദ്ധ കവാടത്തിലെത്തിയപ്പോൾ ഞാൻ നേരിട്ട ആദ്യത്തെ ചോദ്യമായിരുന്നു അത്. എൻജിനീയറിംഗ് പഠിക്കാൻ ഉറപ്പിച്ച ഞാൻ ഒടുവിൽ എൻജിനീയറിംഗ് വിദ്യാർത്ഥികളുടെ മെക്കയിൽത്തന്നെ എത്തുകയായിരുന്നു. എന്റെ എല്ലാ അക്കാദമിക മൂല്യത്തിനും ജെഇഇ-യിലെ മാന്യമായ റാങ്കിനുമപ്പുറം, എന്റെ നേരെ വന്ന ഈ ചോദ്യത്തിനു മുന്നിൽ മനസ്സ് തീർത്തും ശൂന്യമായി. എന്റെ ജീവിതത്തിൽ, എത്രമാത്രം വായുവാണ് (*ഹവാ*) എനിക്കവകാശപ്പെട്ടതെന്ന് എങ്ങനെ കണക്കാക്കുമെന്നാണവർ പ്രതീക്ഷിക്കുന്നതെന്നെനിക്ക് മനസ്സിലായില്ല. ഭയപ്പെടുത്തുന്ന മുഖങ്ങളിലേക്കാണ് ഞാൻ തുറിച്ചുനോക്കിയതെന്നത് കാര്യങ്ങൾ കൂടുതൽ വഷളാക്കി. 'സീനിയേഴ്സി'ന്റെ വലിയ താടിയും കണ്ണുകളിലെ ഭയപ്പെടുത്തുന്ന നോട്ടവും മതിയായിരുന്നു ആരും അവരുടെ ഐഐടി സ്വപ്നം പുനഃപരിശോധിക്കാൻ.

സീനിയേഴ്സിന് ഒരു അജണ്ടയേ ഉണ്ടായിരുന്നുള്ളൂ – മറ്റുള്ളവർ അവരോട് ചെയ്തതുപോലെ ജൂനിയേഴ്സിനെ റാഗ് ചെയ്യുക. എന്റെ ദുരവസ്ഥയിൽ മനമലിഞ്ഞ് അവർ നിന്റെ അഖിലേന്ത്യാ റാങ്ക് (ഓൾ ഇന്ത്യ റാങ്ക് - AIR അഥവാ അവർ പറഞ്ഞതുപോലെ *ഹവാ!*) എത്രയാണ് എന്നു മാറ്റി ചോദിക്കുംവരെ, ജെഇഇ പാസ്സായാൽ ജീവിതം 'സെറ്റ്' ആയി എന്നായിരുന്നു ഞാൻ ധരിച്ചുവച്ചിരുന്നത്. എന്നാൽ ആദ്യദിവസം തന്നെ ഇവിടെ ആളുകൾ എന്റെ ഐഐടി സ്വപ്നം പേടിസ്വപ്നമാക്കി മാറ്റാനാണ് ശ്രമിച്ചത്.

സ്വപ്നതുല്യമായ ഈ ലക്ഷ്യസ്ഥാനത്തെത്താൻ കഠിനപ്രയത്നവും ഒട്ടേറെ ത്യാഗങ്ങളും വേണ്ടിവന്നിരുന്നു. ഒരുപാട് ഐഐടി-യന്മാരെ വാർത്തെടുക്കുന്നതിന് പ്രസിദ്ധമായ FIITJEE ക്ലാസ്സിൽ ചേർന്നു തിരക്കേറിയ രണ്ടുവർഷം അവിടെ ചെലവഴിക്കുകയും ചെയ്തു. ഓരോ ദിവസവും സ്കൂളിൽ നിന്നു വന്നശേഷം ഉച്ചഭക്ഷണം കഴിക്കാൻ പോലും സമയംതരാതെ കോച്ചിംഗ് ക്ലാസ്സിലെത്തിക്കാൻ അമ്മ തിരക്കുകൂട്ടുമായിരുന്നു. തിരികെ

മാൽവിയ നഗറിലെ വീട്ടിലെത്താൻ കുപ്രസിദ്ധമായ ഡിടിസി ബസ്സിന്റെ റൂട്ട് നമ്പർ 503 പിടിക്കാൻ നെട്ടോട്ടവും.

സംയുക്ത പ്രവേശന പരീക്ഷയെ (JEE) കീഴടക്കാൻ FIITJEE പഠിപ്പിച്ച അനേകം കുറുക്കുവഴികൾ കൂടാതെ ഞാൻ അവിടെ കണ്ടത് പേരമരത്തിന്റെ കൊമ്പിന്റെ സഹജമായ കരുത്താണ് (*അമൃത് കി തെഹ്നി* എന്നായിരുന്നു അതറിയപ്പെട്ടിരുന്നത്). പ്രധാനപ്പെട്ട ചില പാഠങ്ങൾ പഠിപ്പിക്കാൻ കണക്കദ്ധ്യാപകന്റെ പ്രധാന ഉപകരണമായിരുന്നു അത്. *ഭുട്ടേ കി ഖേത് വാലെ ബന്ദർ* (ചോളപ്പാടത്തെ കുരങ്ങൻ)! എന്നായിരുന്നു അദ്ദേഹം ഞങ്ങളെപ്പറ്റി പറഞ്ഞിരുന്നത്. ഗ്രാമങ്ങളിലെ ചോളപ്പാടങ്ങളിൽ ഇടയ്ക്കിടെ കുരങ്ങൻമാരിറങ്ങും എന്നായിരുന്നു കഥ. കുരങ്ങൻ ആദ്യമൊരു ചോളം പറിച്ചെടുത്ത് കക്ഷത്തിൽ വയ്ക്കും. അടുത്ത ചോളം പറിച്ചെടുത്ത ശേഷവും ഇതാവർത്തിക്കും. അതിനിടെ ആദ്യത്തെ ചോളം വീണുപോകുകയും ചെയ്യും. ഒടുവിൽ കുരങ്ങൻ ഒറ്റ ചോളവുമായി മടങ്ങുകയും ചോളപ്പാടം മുഴുവൻ താറുമാറാകുകയും ചെയ്യും. ഞങ്ങളുടെ പഠനത്തെ ആ കുരങ്ങനോടാണ് കണക്കദ്ധ്യാപകൻ താരതമ്യപ്പെടുത്തിയത്. ഓരോ തവണയും പുതിയ കാര്യം പഠിക്കുമ്പോൾ പഴയതു സൗകര്യപൂർവ്വം മറക്കുന്ന ഞങ്ങളെ *ഭുട്ടേ കെ ഖേത് വാലെ ബന്ദർ* എന്നല്ലാതെ എന്തു വിളിക്കാൻ!

പക്ഷേ, FIITJEE ഗ്രൂപ്പിലെ രണ്ടാം ബാച്ചിലേക്ക് കയറുന്നത് കുരങ്ങുകളിയായിരുന്നില്ല. ഓരോ ചാട്ടവും സംയുക്ത പ്രവേശന പരീക്ഷയിൽ മികച്ച റാങ്ക് നേടാനുള്ള സാധ്യതയുടെ സൂചകമായിരുന്നു. യഥാർത്ഥ പ്രവേശന പരീക്ഷ വന്നപ്പോഴാകട്ടെ കഥ വേറെയായിരുന്നു. ആദ്യപേപ്പറിൽത്തന്നെ എന്റെ അവസരം ഞാൻ കാറ്റിൽ പറത്തിയതായി എനിക്കുതോന്നി. വിഷയം കണക്കായിരുന്നതിനാൽ കറക്കിക്കുത്തലിനു മാർക്കില്ല! പരീക്ഷയ്ക്കു ശേഷം കാറിലിരുന്ന് വിങ്ങിപ്പൊട്ടിയത് ഞാനോർക്കുന്നു. രക്ഷപെടാൻ ഒരു സാദ്ധ്യതയുമില്ലെന്നും ഇനി ബാക്കിയുള്ള പരീക്ഷയെഴുതി സമയം കളയേണ്ടെന്നുമായിരുന്നു ഞാൻ രക്ഷിതാക്കളോട് പറഞ്ഞത്. അതേ സമയം പാർക്കിംഗ് ഏരിയയിൽ തൊട്ടടുത്തു മറ്റൊരു കാറിലും സമാനസംഭവം അരങ്ങേറുന്നുണ്ടായിരുന്നു. അതിലെ യാത്രക്കാരിയും പരീക്ഷായാതനയിൽ കരച്ചിലോടുകരച്ചിൽ. 'ഗണിതദുരിതം' വ്യാപകമായ പ്രശ്നമാണെന്നു ഇരുരക്ഷിതാക്കളും തങ്ങളുടെ കുട്ടികളെ പെട്ടെന്നുതന്നെ പറഞ്ഞു മനസ്സിലാക്കുകയും ചെയ്തു. ദുരിതത്തിനു കൂട്ടുണ്ടാകുമെന്നാണല്ലോ പൊതുവെ പറയുക. ഈ കൂട്ടായ ദുരിതം തിരിച്ചറിഞ്ഞ ഞാൻ മറ്റു പരീക്ഷകളുമെഴുതി. പരീക്ഷാഫലം വന്നപ്പോൾ എന്റെ അഖിലേന്ത്യ റാങ്ക് 1823!

ഏറ്റവും ചുരുക്കിപ്പറഞ്ഞാൽ, ഫലം പ്രഖ്യാപിച്ച ശേഷമുള്ള വീട്ടിലെ അന്തരീക്ഷം അത്യന്തം ആഹ്ലാദകരമായിരുന്നു. എന്റെ സ്കൂളിൽ നിന്ന് ആ വർഷം ഈ നേട്ടം കൈവരിച്ച ഏക വിദ്യാർത്ഥിയായിരുന്നു ഞാൻ.

അഭയാർത്ഥി കോളനി മുഴുവൻ അന്നു വൈകുന്നേരം ഞങ്ങളുടെ വീട്ടിലെത്തിയിരുന്നു. അവരുടെ സ്വന്തമൊരാൾ പുതിയ ലോക ക്രമം ഏറ്റെടുക്കാനൊരുങ്ങിയതിൽ ഓരോ ഹൃദയവും അഭിമാനത്താൽ തുടിച്ചു!

എന്നാൽ അധികം വൈകാതെ കുമിള പൊട്ടി. 1823 എന്ന എന്റെ റാങ്ക് ഒരു IIT-യിലെത്തിച്ചേക്കാമെങ്കിലും വിശേഷപ്പെട്ട കംപ്യൂട്ടർ സയൻസ് കോഴ്സ് കിട്ടാൻ സാദ്ധ്യതയില്ല. കംപ്യൂട്ടർ പഠിച്ച് അമേരിക്ക യിലേക്ക് പോകണമെന്ന വലിയ സ്വപ്നങ്ങളുള്ള മില്ലേനിയം ബാച്ചായിരുന്നു ഞങ്ങളുടേത്. കൂടിപ്പോയാൽ ഗുവാഹട്ടി ഐഐടി-യിൽ കെമിക്കൽ എൻജിനീയറിംഗ് കിട്ടാനേ സാദ്ധ്യതയുള്ളൂ എന്ന തിരിച്ചറിവ് എന്നെ നിരാശയിലാഴ്ത്തി. ഡൽഹി ഐഐടി-യിൽത്തന്നെ വേണമെങ്കിൽ, സിവിൽ അല്ലെങ്കിൽ ടെക്സ്റ്റൈൽ എൻജിനീയറിംഗിൽ ഒതുങ്ങണം. അച്ഛൻ ഐഐടി ഡൽഹിയിലെ കുറേ ഓഡിറ്റ് ജോലികൾ ചെയ്തിരുന്നു. അവിടുത്തെ ഒന്നു-രണ്ടു പ്രഫസർമാരെയുമറിയാം. അദ്ദേഹം എന്നെ ഒരു പ്രഫസറുടെ അടുത്തു കൊണ്ടുപോയി. ഡൽഹി ഐഐടി പ്രവേശനം ഭാവിയിലേക്കു ശോഭനമായ പാത തുറക്കുമെന്നും കോഴ്സ് തെരഞ്ഞടുക്കു ന്നതിനപ്പുറത്തേക്ക് ചിന്തിക്കണമെന്നും അദ്ദേഹം ഉപദേശിച്ചു. ഇതു സ്വീകരിച്ച ഞാൻ ഇതിനകം പൂരിപ്പിച്ച അപേക്ഷ കീറിയെറിഞ്ഞ് ഡൽഹി ഐഐടി-യിൽ സിവിൽ എൻജിനീയറിംഗ് ആദ്യ മുൻഗണനയായി എഴുതി – ഞാൻ അതിനെ പിന്തുടരുകയും ചെയ്തു.

ബസ്സ് റൂട്ടുകളെയും ട്രാഫിക് ലൈറ്റുകളെയും കുറിച്ച്

നിങ്ങൾ വിശ്വസിച്ചാലും ഇല്ലെങ്കിലും, എന്റെ വീട് സ്ഥിതിചെയ്യുന്ന മാൽവിയാ നഗറിനും ഡൽഹി ഐഐടി-ക്കുമിടയിലെ സിഗ്നൽ ലൈറ്റുകളുടെ കുറവാണ് ആ പ്രഫസറുടെ ഉപദേശത്തിനു പുറമെ എന്നെ ഡൽഹി ഐഐടി-യിലെത്തിച്ച മറ്റൊരു കാര്യം. സംഭവിച്ചതെന്താ ണെന്നുവച്ചാൽ, ഡൽഹി ഐഐടി-യിൽ സിവിൽ എൻജിനീയറിംഗ് കോഴ്സ് ഇഷ്ടപ്പെട്ട ചോയ്സായി നൽകിയപ്പോൾ, ഇലക്ട്രോണിക്സ് കോഴ്സിനോടുള്ള ആകർഷണത്താൽ ഡൽഹി കോളേജ് ഓഫ് എൻജിനീയറിംഗിൽ (ഡിസിഇ) ഓറിയെന്റേഷനു പോകാൻ ഞാൻ തീരുമാനിച്ചു. അതും മികവുറ്റ ഒരു സ്ഥാപനമായിരുന്നു.

ഐഐടി-യിൽ കണ്ണുവച്ച് ഒടുവിൽ ഡിസിഇ മതിയെന്നുറപ്പിച്ച എന്റെ പ്രിയസുഹൃത്ത് ശുഭാംഗ് ശങ്കർ കൂടെ വന്നു. സത്യം പറയട്ടെ, ഒരിക്കൽ നിങ്ങൾ ഐഐടി കാമ്പസ് കണ്ടാൽ പിന്നെ മറ്റൊരു കാമ്പസിനെയും നിങ്ങൾ അത്രത്തോളം ഇഷ്ടപ്പെട്ടെന്നു വരില്ല. എങ്കിലും ഞങ്ങൾ ഡിസിഇ-യിലെ ഓറിയെന്റേഷൻ ക്ലാസ്സിനു പോയി. കോഴ്സുകളുടെ വിശദാംശങ്ങൾ പറഞ്ഞുകൊണ്ടിരിക്കെ ഡിസിഇ പാനലിനോടു ചോദിക്കാൻ ശങ്കറിനു വളരെ പ്രധാനപ്പെട്ട ഒരു ചോദ്യമുണ്ടായിരുന്നു. ആ

ചോദ്യം തങ്ങളെ കൂടുതൽ അറിവുള്ളവരാക്കുമെന്നു പ്രതീക്ഷിച്ച് ഗൗരവമേറിയ നിരവധി ജോഡി കണ്ണുകൾ അവനിലേക്കു തിരിഞ്ഞു. എന്നാൽ ആ ചോദ്യം പിരിമുറുക്കം നിറഞ്ഞ ഹാളിൽ ഇക്കിളിയിട്ട പോലെയുള്ള ചിരി പടർത്തി.

'ഡിസിഇ-യിലെത്താൻ ഏതു ബസ്സ് റൂട്ടാണ് ഞാൻ സ്വീകരിക്കേണ്ടത്' എന്നായിരുന്നു അവന്റെ നിഷ്കളങ്കമായ ചോദ്യം. മര്യാദയില്ലാത്ത, വൃത്തികെട്ട ചോദ്യമാണെന്നു പലരും കരുതിയെങ്കിലും, അവനെ സംബന്ധിച്ചിടത്തോളം അതുതന്നെയായിരുന്നു ചോദ്യം. ഈ ചോദ്യമാണ് യഥാർത്ഥത്തിൽ എന്റെയുള്ളിൽ മാറ്റമുണ്ടാക്കിയതും, ഡൽഹി ഐഐടി-യുടെ തൊട്ടടുത്തു താമസിക്കുന്നതിൽ ഒട്ടേറെ ഗുണമുണ്ടെന്ന തിരിച്ചറിവു നൽകിയതും. പിന്നെയിതാ, ഞാൻ താമസിക്കുന്ന മാൽവിയാ നഗറിനും ഇൻസ്റ്റിറ്റ്യൂട്ടിനുമിടയിൽ ഒരു ട്രാഫിക് പോസ്റ്റ് പോലും ഉണ്ടായിരുന്നില്ല. അതെന്നെ പിന്നീടൊരിക്കലും ഖേദിക്കേണ്ടി വന്നിട്ടില്ലാത്ത ആ തീരുമാനമെടുക്കാൻ സഹായിച്ചു.

വീടുമായുള്ള ഈ സാമീപ്യം എന്നെ ഡേ-സ്കോളറാക്കി. ഹോസ്റ്റലിൽ പോകേണ്ടിവരാഞ്ഞതിനാൽ മറ്റു പല സഹപാഠികളും നേരിട്ട ഭയാനകമായ റാഗിംഗിൽ നിന്നു രക്ഷപ്പെടുകയും ചെയ്തു. FIITJEE-യിലെ എന്റെ നല്ലൊരു സുഹൃത്തായ ആശുതോഷ് മാഥുർ കെമിക്കൽ എൻജിനീയറിംഗിൽ ചേർന്നിരുന്നു. ഹോസ്റ്റലിലായിരുന്ന അവൻ ഭയങ്കരമായ റാഗിംഗ് സഹിക്കാനാവാതെ വീട്ടിലേക്കു തിരിച്ചുപോകാൻ വരെ ഒരവസരത്തിൽ തയ്യാറായിരുന്നു. ഇപ്പോൾ പോലും പൂർവ്വവിദ്യാർത്ഥി യോഗങ്ങളിൽ റാഗിംഗിനെ പരാമർശിച്ച് ഹോസ്റ്റലേഴ്സിന്റെ സ്ഥിരം പല്ലവി *'ബഹുത് ഫട് തി ഥി'* (ഭയങ്കരമായി വിരണ്ടിരുന്നു) എന്നാണ്.

രണ്ടുമണിക്കൂർ റാങ്കുകാരൻ

ഐഐടി-ക്ക് വേണ്ടിയുള്ള തയ്യാറെടുപ്പിനായി നിങ്ങളെ സമ്മർദ്ദത്തിലാഴ്ത്തുമ്പോഴുള്ള പൊതുവായ ധാരണ സംയുക്ത പ്രവേശന പരീക്ഷ ജയിച്ചാൽ പിന്നെ ഭാവിയെക്കുറിച്ച് പിന്നൊന്നും ചിന്തിക്കേണ്ട എന്നാണ്. അതൊന്നുമായിരുന്നില്ല സത്യം. ഈ ഉപദേശത്തിൽ ആമഗ്നനായി ഞാൻ ജീവിതത്തെ അൽപ്പം ലാഘവത്തോടെയെടുത്തു. ഫലമോ, ആദ്യ സെമസ്റ്ററിലെ SGPA 7.3! ശങ്കറിന് (ഡിസിഇ ഓറിയെന്റേഷനിടെ ബസ്സ് റൂട്ടുകളെക്കുറിച്ച് ചോദിച്ച) കൂടുതൽ ധാരണയുണ്ടായിരുന്നു. അവന് ഒമ്പതിലധികം SGPA കിട്ടി. അതിന്റെ അടിസ്ഥാനത്തിൽ അവൻ സിവിലിൽ നിന്നു മെക്കാനിക്കലിലേക്കു മാറാൻ കഴിഞ്ഞത് എനിക്കു വലിയ അടിയായി. ഈ സംഭവം ഐഐടി-യിലെ എന്റെ ഭാവിജീവിതത്തിനു വഴികാട്ടിയായി. അതുമല്ല, എന്റെ നല്ല സുഹൃത്തും ഡേ-സ്കോളറുമായ പരാക്രം ഖണ്ഡ്പൂർ എന്നെ ബോധവത്കരിക്കുകയും ചെയ്തു. അഖിലേന്ത്യാ റാങ്കിംഗ് 33 ഉള്ള അവൻ കംപ്യൂട്ടർ സയൻസ് ആഗ്രഹിച്ചിരുന്നു.

കഠിനാദ്ധ്വാനമില്ലെങ്കിൽ ഐഐടി സ്വപ്നം വെറും പാഴ്ക്കിനാവാകുമെന്നാണ് അവൻ പറഞ്ഞത്!

കഠിനാദ്ധ്വാന അവതാരത്തിലേക്കു തിരിച്ചുപോകാൻ ഞാൻ തീരുമാനിച്ചു. ആദ്യസെമസ്റ്ററിലെ 7.3 SGPA രണ്ടാം സെമസ്റ്ററിൽ ഒമ്പതിലെത്തിച്ചു. അതിനുശേഷം ഒരു സെമസ്റ്ററിലും 9.5-ന് താഴെ പോയിട്ടില്ല. യഥാർത്ഥത്തിൽ, അവസാന സെമസ്റ്ററിൽ പത്തിൽ പത്തും നേടുകയും ചെയ്തു. 'ദസ്സി' എന്ന പേരിൽ ആദരിക്കപ്പെടുകയും ചെയ്തു. ശരിക്കും അവസാന സെമസ്റ്ററിൽ 'ദസ്സി' അപൂർവ്വമാണ്. കാരണം, അപ്പോഴേക്കും മിക്കവർക്കും കാമ്പസ് സെലക്ഷൻ ലഭിച്ചിരിക്കും. അല്ലെങ്കിൽ, ഉന്നതപഠനത്തിലേക്കു കണ്ണുവച്ചിരിക്കും. പിന്നെ ഇത്രയും ഉയർന്ന ഗ്രേഡ് നേടിയതുകൊണ്ടു പ്രത്യേകിച്ചു നേട്ടമൊന്നുമില്ല. എന്നെ സംബന്ധിച്ചിടത്തോളം, അത് സ്വയം മറികടക്കുന്നതിനും സ്വയം ബോധ്യപ്പെടുത്തുന്നതിനുമായിരുന്നു. രണ്ടാം സെമസ്റ്റർ മുതൽ ഡിപ്പാർട്ട് മെന്റിലെ രണ്ടാം റാങ്കുകാരനായിരുന്ന ഞാൻ ബോധപൂർവ്വം ഭാഗ്യത്തെ ആവേശിച്ചപ്പോൾ, അവസാന സെമസ്റ്ററിലെ ഈ ദസ്സി എന്നെ ഡിപ്പാർട്ട്മെന്റിലെ ഒന്നാം റാങ്കുകാരനാക്കി... പക്ഷേ, വെറും രണ്ടു മണിക്കൂർ നേരത്തേക്കു മാത്രം! അവസാന ഗ്രേഡുകൾ പ്രഖ്യാപിച്ച് നോട്ടീസ് ബോർഡിലിട്ടപ്പോൾ, അതുവരെ ഒന്നാം റാങ്കുകാരനായിരുന്നയാൾ *'മേരി സിൻദഗി ഖരാബ് ഹോ ഗയി'* (എന്റെ ജീവിതം നശിച്ചു) എന്നു പറഞ്ഞു കരഞ്ഞുകൊണ്ട് പ്രഫസറുടെ അടുത്തു ചെന്നു. തുടർച്ചയായി മെനക്കെട്ടിരുന്നെങ്കിലും അവൻ അവസാന സെമസ്റ്ററിൽ പിറകിലാകുക യായിരുന്നു. അവന്റെ തുടർച്ചയായ കഠിനാദ്ധ്വാനം പരിഗണിച്ച് പ്രഫസർ ഒരു അധിക ഗ്രേഡ് നൽകുകയും അവൻ വീണ്ടും ഒന്നാം റാങ്കുകാരനാകുകയും ചെയ്തു. എനിക്കതൊരു വലിയ അടിയായി. വലിയ അഭിനന്ദനങ്ങളും കിട്ടാനിരുന്ന മെഡലും ഒന്നാം റാങ്കുകാരനായിട്ട് കൂടി എനിക്ക് നഷ്ടമായി.

ഈ സംഭവം ഒരു വലിയ അടയാളമായി മനസ്സിൽ അവശേഷിച്ചു. ഇതേകാര്യം നിരവധി തവണ ജീവിതത്തിൽ ആവർത്തിച്ചു. തീർച്ചയായും വൈകിപ്പൂക്കുന്ന ആളായിരുന്നു ഞാൻ. നന്നായി, കാത്തിരിക്കുന്നവർക്ക് നല്ല കാര്യങ്ങൾ വരുമെന്നാണല്ലോ!

നിരസിച്ച ഒരു വിസയും അതിന്റെ വീണ്ടെടുപ്പും

'നിങ്ങളുടെ വിസയ്ക്കുള്ള അപേക്ഷ നിരസിച്ചിരിക്കുന്നു'. ഈയൊരു വാക്യം സൃഷ്ടിച്ച വേദന ഇപ്പോഴും അലയടിക്കുന്നു. പത്താം ക്ലാസ്സിലായിരുന്ന ഞാൻ വേനലവധിക്ക് അമ്മാമനെ സന്ദർശിക്കാൻ കനേഡിയൻ വിസയ്ക്ക് സ്വയം അപേക്ഷിച്ചതായിരുന്നു. സ്കൂളിൽ നിന്നുള്ള എൻഒസി നൽകിയി ല്ലെന്ന സാങ്കേതികകാരണം പറഞ്ഞാണ് വിസ നിരസിച്ചതെങ്കിലും മനസ്സു നൊന്തു. അതിനുശേഷം അമ്പതിലേറെ രാജ്യങ്ങൾ സന്ദർശിച്ചെങ്കിലും അന്നത്തെ ആ നിരസിച്ച വിസ ഇപ്പോഴും എന്നെ വേട്ടയാടുന്നു.

ഒരു കൈമാറ്റ പദ്ധതി വഴി ഈ വിസാനിരസത്തിന്റെ പാപമോചനത്തിന് ഐഐടി ഒരവസരം തന്നപ്പോൾ ഞാനത് ചാടിപ്പിടിച്ചു. അഞ്ച് സഹപാഠികൾക്കൊപ്പം ഫ്രാൻസിലേക്കു പോകാനുള്ള അഭിമുഖം പാസ്സായപ്പോൾ ഞാൻ ഏറെ ആഹ്ലാദഭരിതനായി. ഇൻസാ ലിയോൺ (INSA Lyon) എന്നു പൊതുവെ അറിയപ്പെട്ടിരുന്ന ഇൻസ്റ്റിറ്റ്യൂട്ടായി അടുത്ത ഒരു വർഷം എന്റെ വീട്. ഈ ഇൻസ്റ്റിറ്റ്യൂട്ടും കൈമാറ്റ പദ്ധതിയും ഏറെ ആവശ്യക്കാരുള്ളതായിരുന്നു. അധികം പണം ചെലവാക്കേണ്ടി വരുന്നില്ലെന്നതായിരുന്നു ഇരട്ടിമധുരം. നിങ്ങൾ പതിവ് ഫീസ് ഐഐടി-യിൽ അടയ്ക്കുമ്പോൾ പകരക്കാരനായ ഫ്രഞ്ച് വിദ്യാർത്ഥി അയാളുടെ ഫീസ് ഫ്രാൻസിലെ ഇൻസ്റ്റിറ്റ്യൂട്ടിൽ അടയ്ക്കും. ഇതുമൂലം കറൻസി വിനിമയത്തിലെ അധികചാർജ് വരുന്നില്ല.

മറ്റൊരു കാര്യത്തിലും ഞാൻ ഭാഗ്യവാനായിരുന്നു. എനിക്ക് മാസം 600 യൂറോയുടെ ഒരു സ്കോളർഷിപ്പ് ലഭിച്ചു. ഫ്രാൻസിൽ ബിരുദാനന്തര ബിരുദം തേടുന്നവർക്കുള്ളതായിരുന്നെങ്കിലും അത്തവണ ബിരുദവിദ്യാർത്ഥികൾക്കും നൽകാനായിരുന്നു തീരുമാനം. ഒരു പ്രശ്നം എന്തായിരുന്നെന്നു വച്ചാൽ, ആകെ രണ്ടു സ്കോളർഷിപ്പാണുണ്ടായിരുന്നത്. മറ്റു സഹപാഠികളുമായി വിവരം പങ്കുവച്ചാൽ കിട്ടാനുള്ള സാദ്ധ്യത ആറിലൊന്നാകും. ഡിപ്പാർട്ട്മെന്റ് ഒന്നാം റാങ്കുകാരൻ ഈ വിവരം അറിയാമായിരുന്നു. ഞങ്ങൾ രണ്ടുപേരും സ്കോളർഷിപ്പിന് അപേക്ഷിക്കുകയും കിട്ടുകയും ചെയ്തു. ഫ്രാൻസിലെത്തിയപ്പോൾ ഈ സ്കോളർഷിപ്പിന്റെ കാര്യത്തിനായി അധികൃതർക്കു മുന്നിൽ ഹാജരാകേണ്ടതുണ്ടായിരുന്നു. വിവരം മറച്ചുവച്ചതിന്റെ പേരിൽ സംഘത്തിലെ മറ്റു നാലുപേരെ അഭിമുഖീകരിക്കുന്നത് ഏറെ വിഷമം പിടിച്ചതായി.

റോൺ, സാവോൺ നദികളുടെ സംഗമസ്ഥാനത്ത് സ്ഥിതി ചെയ്യുന്ന ലിയോൺ നഗരം പാരീസും മാഴ്സെയും കഴിഞ്ഞാൽ ഫ്രാൻസിലെ മൂന്നാമത്തെ വലിയ നഗരമായിരുന്നു. വളരെ മനോഹരമായ നഗരം. ഞാൻ യൂറോപ്പിൽ ചെലവഴിച്ച ആ വർഷം ജീവിതത്തിലെ അമൂല്യമായ ഒന്നായി അടയാളപ്പെടുത്തുന്നുണ്ട്. ക്ലാസ്സുകൾ തുടങ്ങുന്നതിന് ഒന്നരമാസം മുമ്പു തന്നെ ഞങ്ങൾ ലിയോണിലെത്തി. ഫ്രഞ്ച് ഭാഷ പഠിക്കാനും വലിയ പണച്ചെലവില്ലാതെ യൂറോപ്പ് ചുറ്റിക്കാണാനുമാണ് ആ സമയം ഞങ്ങൾ ചെലവഴിച്ചത്.

ആ ഒരു വർഷം അസാധാരണമായ വിദ്യാഭ്യാസ സമ്പ്രദായമാണ് എന്റെ മുന്നിൽ വെളിവായത്. തുടക്കത്തിൽ, വിവിധനിറത്തിലുള്ള പേനകളുമായി ഫ്രഞ്ച് വിദ്യാർത്ഥികൾ ക്ലാസ്സിലെത്തിയതുകണ്ട് ഞാൻ അന്തംവിട്ടു. ക്ലാസ്സിൽ പ്രഫസർ പറയുന്നത് ഒരു നിറത്തിലുള്ള പേന കൊണ്ടും ബോർഡിലെഴുതിയത് മറ്റൊരു നിറത്തിലുള്ള പേന കൊണ്ടും വിഷയത്തെക്കുറിച്ചുള്ള സ്വന്തം ചിന്തകൾ മറ്റൊരു നിറത്തിലുള്ള പേന കൊണ്ടും എഴുതുന്നതിലൂടെ പഠനത്തിലുള്ള അവരുടെ സൂക്ഷ്മത തെളിഞ്ഞു

കാണാമായിരുന്നു. ഞാൻ ഇന്ത്യയിൽ തിരിച്ചെത്തിയപ്പോഴും ആ കഠിനാദ്ധ്വാനം എന്നോടൊപ്പമുണ്ടായിരുന്നു. ഇന്ത്യൻ വിദ്യാഭ്യാസ സമ്പ്രദായം ഉയർന്ന മാർക്കു കിട്ടുന്നവരിൽ അഭിമാനിക്കുമ്പോൾ, ഫ്രഞ്ച് സമ്പ്രദായം ഏറ്റവും അടിത്തട്ടിലുള്ളവരിൽ അഭിമാനം കൊള്ളുന്നുവെന്ന് ഞാൻ മനസ്സിലാക്കി. മാർക്ക് ശ്രേണിയിലെ ഏറ്റവും താഴ്ന്നവർപോലും അടിസ്ഥാന ആശയങ്ങൾ മനസ്സിലാക്കുന്നു എന്ന വസ്തുത അവർ ആഘോഷിച്ചു.

പഠനകാര്യത്തിൽ സമ്പന്നമായ ഒരു വർഷം ചെലവഴിച്ചതിനൊപ്പം, വർഷം മുഴുവനും യൂറോപ്പിലാകമാനം സഞ്ചരിക്കാനും എനിക്ക് കഴിഞ്ഞു. ബ്രിട്ടനിലേക്ക് ഒറ്റയ്ക്കൊരു യാത്രപോലും നടത്താനായി. ഐഐടി-യിലെ മിടുക്കരും ഉയർന്ന SGPA-ക്കാരും ആയിരുന്നെങ്കിലും കുറേ മണ്ടത്തരങ്ങളും ഞങ്ങളുടെ ഭാഗത്തുനിന്നുണ്ടായി. ഇറ്റലിയിൽ ഒരു കൂട്ടുകാരനുമൊത്ത് വെസ്പയിൽ പോകുമ്പോൾ ട്രാഫിക് ലൈറ്റുകളില്ലെന്നത് ആസ്വദിക്കുക യുണ്ടായി. എന്നാൽ, സിഗ്നൽ തൂണുകൾ നോക്കിനടന്ന ഞങ്ങൾ കേബിളുകളിൽ തൂങ്ങിക്കിടന്ന ഇരുപതോളം ചുവപ്പു സിഗ്നലുകൾ മറികടന്നെന്നു പിന്നീടാണ് മനസ്സിലാക്കിയത്! സ്വിറ്റ്സർലൻഡിൽ വച്ച് വളരെ അലസമായി ഒരു റെയിൽവേ തുരങ്കത്തിൽ കയറിയ ഞങ്ങൾ ചില കല്ലുക്കങ്ങൾ തിരിച്ചറിഞ്ഞ് ഇരമ്പിവന്ന ട്രെയിനിനു മുന്നിൽ നിന്നു വശത്തേക്കു ചാടി അത്ഭുതകരമായി രക്ഷപ്പെടുകയായിരുന്നു!

ലിയോൺ രാജ്യാന്തരപദ്ധതിയുടെ ഭാഗമായി ഫ്രാൻസിൽ ചില ദീർഘകാല സൗഹൃദങ്ങളും സമ്പാദിച്ചു. ഒരു പ്രാദേശിക കുടുംബമായിരുന്നു അവിടെ ഞങ്ങളുടെ ആതിഥേയർ. എല്ലാ ആഴ്ചയിലും ഞാനവരെ സന്ദർശിച്ചു എന്നു മാത്രമല്ല, ഇന്ത്യയിലേക്കു മടങ്ങുമ്പോൾ, ആ വീട്ടിലെ ഗൃഹനാഥൻ ലിയോണിൽ നിന്ന് ഒന്നര മണിക്കൂർ യാത്ര ചെയ്യേണ്ട ജനീവ വിമാനത്താവളത്തിലേക്കു കാറിൽ എത്തിക്കുകയും ചെയ്തു. ജനീവയിൽ നിന്നു വിമാനം കയറാനുള്ള കാരണം അത് വളരെ ചെലവു കുറഞ്ഞതായിരുന്നതിനാലാണെന്ന് ഊഹിക്കുന്നതിന് വലിയ മിടുക്കൊന്നും വേണ്ടല്ലോ! സ്കോളർഷിപ്പ് കാരണം, ഇന്ത്യയിൽ തിരിച്ചെത്തിയപ്പോൾ ആവശ്യത്തിനു പണം കൈയിലുണ്ടായിരുന്നതിനാൽ തുടർന്നുള്ള പഠനത്തിന് രക്ഷിതാക്കളെ ആശ്രയിക്കേണ്ടി വന്നില്ല. 2002 മുതൽ ഞാൻ സാമ്പത്തികമായി സ്വയംപര്യാപ്തത നേടിയെന്നതാണ് വസ്തുത.

ഫ്രാൻസിൽ ചെലവഴിച്ച വർഷം ചെയ്ത മറ്റൊരു കാര്യം, എല്ലാ പ്രശ്നങ്ങൾക്കുമുള്ള ഒറ്റമൂലിക്കായി വിദേശത്തേക്കു നോക്കുന്ന എന്റെ മഞ്ഞക്കണ്ണട എടുത്തുകളഞ്ഞു എന്നതാണ്. വിദേശത്തു കഴിയുന്നതിന്റെ ഏകാന്തതയും ഞാനനുഭവിച്ചു. വിശേഷിച്ചും അവസാന രണ്ടു മാസം. ഞാനെന്റെ ഇന്റേൺഷിപ്പിന് ലിയോൺ തെരഞ്ഞെടുക്കുകയും കൂട്ടുകാർ മറ്റിടങ്ങളിലേക്കു പോകുകയും ചെയ്തപ്പോൾ ഊർജ്ജം മുഴുവൻ ചോർത്തി

ക്കളയുന്ന ഒരു തരം ഒറ്റപ്പെടൽ ഞാനനുഭവിച്ചു. ഇന്ത്യയിൽ തിരിച്ചെത്തിയപ്പോൾ, സ്റ്റാൻഫോർഡിലോ എംഐടി-യിലോ മാസ്റ്റേഴ്സിനു പോകേണ്ടതില്ലെന്ന കാര്യം എനിക്കു വ്യക്തമായിരുന്നു. അങ്ങനെ ചെയ്തിരുന്നെങ്കിൽ അതിനർത്ഥം വിദേശത്ത് കരിയർ ഉറപ്പിക്കുകയെന്നതാണ്. മറിച്ച്, ഞാൻ സ്വായത്തമാക്കിയ കഠിനാദ്ധ്വാനവും അച്ചടക്കവും പൂച്ചയ്ക്കു മണി കെട്ടാൻ ഉപയോഗിക്കാമെന്ന് എനിക്കുറപ്പായിരുന്നു (CAT പരീക്ഷ വിജയിക്കുക എന്നു വായിക്കുക).

3

മാഡ്സ് : എന്റെ പ്രിയപ്പെട്ടവൾ

CAT പരീക്ഷയെ നേരിടാൻ 'കരിയർ ലോഞ്ചർ' എന്ന കോച്ചിംഗ് ഇൻസ്റ്റിറ്റ്യൂട്ട് തെരഞ്ഞെടുത്തത് തന്ത്രപരമായ നീക്കമായിരുന്നെങ്കിൽ, അതിന്റെ സെന്റർ തെരഞ്ഞെടുത്തത് അതിലും കേമമായി. ഡൽഹി IIT-ക്ക് എതിർവശത്തുള്ള എസ്ഡിഎ മാർക്കറ്റിലെ സെന്റർ ഒഴിവാക്കി അൽപം ദൂരെയുള്ള കൈലാഷ് കോളനി സെന്റർ തെരഞ്ഞെടുത്തത് വളരെ പ്രധാനപ്പെട്ട സംഗതി മൂലമാണ് : അവിടെ പെൺകുട്ടികൾ കൂടുതലുണ്ടായിരുന്നു! MBA കോഴ്സിന്റെ കാഠിന്യത്തിലേക്കും തുടർന്ന് ജോലിയിലേക്കും പ്രവേശിക്കുംമുമ്പ് ഒരു പെൺകുട്ടിയെ കണ്ടെത്താനുള്ള അവസാന അവസരമായിരുന്നു അതെന്ന് എനിക്കു നല്ല തീർച്ചയുണ്ടായിരുന്നു. ആ സ്ഥലം എന്റെ പ്രതീക്ഷകൾ നിറവേറ്റിയെന്നു പറയാം. ഇവിടെ വച്ചാണ് ഞാനെന്റെ ജീവിതത്തിലെ പ്രണയിനിയെ കണ്ടെത്തിയത്, എന്റെ ഭാര്യ മാധുരി.

ഞങ്ങൾ ഒരുമിക്കുന്നതിൽ വിധി നിർണ്ണായക പങ്കു വഹിച്ചു. പതിനഞ്ചു മിനിറ്റു നേരത്തെ തുടങ്ങുന്ന ബാച്ചിലായിരുന്നു ഞാനുണ്ടാകേണ്ടിയിരുന്നത്. എന്നാൽ എന്തോ തെറ്റുപറ്റിയതിനാലാണ് മറ്റൊരു ബാച്ചിൽ എത്തിപ്പെട്ടത്. ഇവിടെയാണ് അങ്ങേയറ്റം പരിഷ്കൃതരായ ആളുകളെ ഞാൻ കണ്ടത്. മാനേജ്മെന്റ് പഠിക്കാൻ ഞങ്ങളെ സജ്ജമാക്കാൻ ഉദ്ദേശിച്ചുള്ള കരിയർ ലോഞ്ചറിലെ ക്ലാസ്സിലെ ഏറ്റവുമാദ്യത്തെ ഓർമ്മ ബഹുവർണ്ണവരകളുള്ള ടോപ് ധരിച്ച് സമാനമായ ഹെയർബാൻഡും സോക്സുമായി വന്ന ഈ പെൺകുട്ടിയുടെ ഫാഷൻ മാനേജ്മെന്റിനെ സംബന്ധിച്ചാണ്. അവളുടെ കൈയിലൊരു ഡയറിയുമുണ്ടായിരുന്നു – നിങ്ങൾ ഊഹിച്ചുകാണും – അതേ ബഹുവർണ്ണവരകളുള്ളത്. ഞാനങ്ങു പൊട്ടിത്തെറിച്ചുപോയെന്നു പറഞ്ഞാൽ കുറഞ്ഞുപോകും. CAT പരീക്ഷ ജയിക്കാമെന്ന അങ്ങേയറ്റത്തെ ആത്മവിശ്വാസമുണ്ടായിരുന്നെങ്കിലും, അവളെ നേടാൻ അതിൽക്കൂടുതൽ ശ്രമം വേണ്ടിവരുമെന്ന് എനിക്കു മനസ്സിലായി. അന്നേരം മാധുരി ജെയിൻ എന്ന അവളുടെ പേരും NIFT ബിരുദധാരിയാണെന്നതും മാത്രമേ അറിയാമായിരുന്നുള്ളൂ. ഒരു ദിവസം

അവളെ വിവാഹം ചെയ്യുമെന്ന് എന്റെ ചങ്ങാതി ആശുതോഷ് മാഥുറിനോട് ആ പരിമിതമായ അറിവുവച്ച് യഥാർത്ഥ ബോളിവുഡ് സ്റ്റൈലിൽ ഞാൻ പ്രഖ്യാപിച്ചു.

മുഖസ്തുതിയല്ലാത്ത പ്രതികരണം

മാധുരി അങ്ങേയറ്റം തന്നിലേക്ക് ഒതുങ്ങിയിരുന്നുവെങ്കിലും അവളോട് സംസാരിക്കാൻ കിട്ടുന്ന ഒരവസരവും ഞാൻ പാഴാക്കിയില്ല. യഥാർത്ഥത്തിൽ, ആ സമയത്തെ 'ശാന്ത'മായ ഹാങ് ഔട്ട് പ്ലെയ്സ് ആയ, ഈസ്റ്റ് കൈലാഷിലെ ബിഗ് ചിൽ കഫെയിലെ ലഞ്ച് ഡേറ്റിന് ഞാനവളെ പ്രേരിപ്പിക്കുക പോലും ചെയ്തു! എന്റെ നിരന്തര ശ്രമത്തിന്റെ ഫലമായി, എപിജെ സ്കൂളിൽ എന്റെ കൂടെ പഠിച്ച അവളുടെ NIFT-ലെ സഹപാഠിയായ അങ്കിതയോട് ആദ്യം എന്നെപ്പറ്റിയുള്ള അഭിപ്രായം ചോദിച്ചറിയാൻ അവൾ തീരുമാനിച്ചു. 'ആഷ്നൂർ' എന്നയാളെ അറിയുമോ എന്നാണ് അവൾ അങ്കിതയോടു ചോദിച്ചത്. എന്നെക്കുറിച്ച് ഒട്ടും മുഖസ്തുതിയില്ലാത്ത പ്രതികരണമായതിന്റെ പേരിൽ അത് ചരിത്രത്തിൽ രേഖപ്പെടുത്തേണ്ടതാണ്: '*ആഷ്നൂർ നഹി ആഷ്നീർ. വോ ന ഐൻവായി ഹെ, ഉസ്സേ ദൂർ ഹി രഹിയോ* (അവൻ ഒട്ടും ശ്രദ്ധേയനല്ലാത്ത ഒരാളാണ്, അവനിൽ നിന്ന് അകന്നുനിൽക്കുക)'. ഇതായിരുന്നു അവളുടെ യഥാർത്ഥ വാക്കുകൾ. എന്റെ കയ്യിലിരിപ്പ് ഇതൊക്കെയാണെങ്കിലും, ഉച്ചഭക്ഷണത്തിനു വരുന്നതിനെക്കുറിച്ചു മാധുരിയെ ബോധ്യപ്പെടുത്താൻ എനിക്കു കഴിഞ്ഞു. പിന്നീട് തുടർന്നുള്ള പല ഡേറ്റുകളുടെയും തുടക്കമായിരുന്നു അത്.

കുടുംബങ്ങളുടെ കാഴ്ചപ്പാടിൽ, ഞങ്ങൾ രണ്ടും ചോക്കും ചീസും പോലെ വ്യത്യസ്തരായിരുന്നു. ഞാൻ വരുന്നത് മാംസാഹാരികളായ പഞ്ചാബി കുടുംബത്തിൽ നിന്ന്, അവളാകട്ടെ ശുദ്ധ സസ്യാഹാരികളായ ബനിയ ജയിൻ കുടുംബക്കാരിയും. സേവനവിഭാഗത്തിന്റെ പശ്ചാത്തലമാണെനിക്ക്, അവളുടേത് ഉറച്ച ബിസിനസ്സ് കുടുംബം. 200 ഗജ് ഫ്ളാറ്റിലാണ് എന്റെ താമസം, അവളുടെ കുടുംബത്തിനു വലിയ ബംഗ്ളാവുണ്ട്. എനിക്ക് സഹോദരങ്ങളായി ഒരാൾ മാത്രം, അവൾക്ക് അഞ്ച്. ഞാൻ ഡൽഹി മെട്രോപോളിസിൽ നിന്ന്, അവൾ പാനിപ്പത്തിൽ നിന്നും. പക്ഷേ ഇതൊന്നും കാര്യമായില്ല. ഞാനവളുമായി ഭ്രാന്തമായ പ്രണയത്തിലായി.

മാധുരിയെ എന്റെ കുടുംബത്തിനു പരിചയപ്പെടുത്തേണ്ട അവസരമായപ്പോൾ, തുടക്കം എന്റെ വല്യമ്മയിൽ നിന്നായിരുന്നു, എന്റെ അമ്മമ്മ. ജീവിതത്തിലെ ഓരോ സാഹചര്യത്തെയും വളരെ പോസിറ്റീവായി സമീപിക്കണമെന്ന ആശയത്തിന്റെ വക്താവായിരുന്നു അവർ. സത്സംഗങ്ങളിൽ പങ്കെടുത്തായിരുന്നു അവർ കരുത്ത് നേടിയിരുന്നത്. പോസിറ്റീവ് സ്വഭാവസവിശേഷത കൊണ്ട് അവർ അർബുദത്തെ വരെ അതിജീവിച്ചു. അവരുടെ പരോക്ഷ അംഗീകാരം ലഭിച്ചശേഷം മറ്റൊരു വലിയ ദൗത്യത്തിനുള്ള സമയമായി : എന്റെ അമ്മയും മാധുരിയും തമ്മിലുള്ള

കൂടിക്കാഴ്ച. പക്കാ പഞ്ചാബി അമ്മയായതിനാൽ ഭാവി മരുമകളെക്കുറിച്ച് തന്റേതായ നിബന്ധനകളുണ്ടാക്കുന്നതിൽ നിന്ന് അവർ ഒഴിഞ്ഞുമാറിയില്ല. 'പെണ്ണ് കാണാൻ നല്ലതായിരിക്കണം'. എന്നുവച്ചാൽ, വെൺനിറമുള്ളവൾ, അതിനാൽ സുന്ദരിയും. മാധുരി ആ മാനദണ്ഡം പാലിക്കുമെന്നുറപ്പായിരുന്നു. അമ്മ മാധുരിയെ അടിമുതൽ മുടി വരെ നോക്കിയതും തുടർന്ന് രണ്ടഭിപ്രായം പറഞ്ഞതും ഞാനോർക്കുന്നു. ഒരു ബനിയയെപ്പോലെ തോന്നുന്നില്ലെന്നായിരുന്നു ആദ്യത്തേത് (ബനിയയുടെ സൗന്ദര്യത്തെക്കുറിച്ചുള്ള അവരുടെ പ്രതീക്ഷയ്ക്കപ്പുറത്തായിരുന്നു മാധുരി); അധികം പൊക്കമില്ലെങ്കിലും പരന്ന ചെരിപ്പ് ധരിക്കാനുള്ള ആത്മവിശ്വാസമുണ്ടെന്നായിരുന്നു രണ്ടാമത്തേത്. എന്റെ ഭാഗത്തുനിന്നു നോക്കുമ്പോൾ കാര്യങ്ങൾ ശുഭമായി.

മാധുരിയുടെ കുടുംബത്തെ കാര്യങ്ങൾ ബോധ്യപ്പെടുത്തുകയെന്നത് മറ്റൊരു കാര്യമായിരുന്നു. നല്ല നിലയ്ക്കായിരുന്നില്ല തുടക്കം. മാധുരിക്ക് ഡൽഹിയിൽ സഞ്ചരിക്കാൻ അച്ഛൻ ഡ്രൈവറടക്കം ഒരു മിത്സുബിഷി ലാൻസർ കാർ വിട്ടുകൊടുത്തിരുന്നു. അവളുടെ കുടുംബം പാനിപ്പത്തിൽ തന്നെ താമസിച്ചു. ഞങ്ങൾ പ്രണയിച്ചു തുടങ്ങിയപ്പോൾ അവളുടെ കാറിൽത്തന്നെയാണ് നഗരം ചുറ്റിയത്. ഡ്രൈവർമാർ കുഴപ്പമുണ്ടാക്കുമെന്ന് എല്ലാവർക്കുമറിയാം. അവളുടെ ഡ്രൈവർ ഈ 'ബഹുമതി' നിലനിർത്തുകയും ചെയ്തു. അവൾ ആരെയോ പതിവായി കാണുന്നുണ്ടെന്ന് രക്ഷിതാക്കളെ അറിയിക്കേണ്ടത് ധാർമ്മിക ബാധ്യതയായി അയാൾ ഏറ്റെടുത്തു. മാധുരിയുടെ കുടുംബത്തിൽ കൊടുങ്കാറ്റ് വീശി. മൂത്ത സന്താനം തന്നെ കൊച്ചാക്കിയെന്നും, നൽകിയ സ്വാതന്ത്ര്യം ദുരുപയോഗം ചെയ്തെന്നുമാണ് ഡ്രൈവറുടെ വിവരണം കേട്ട അച്ഛൻ കരുതിയത്. കാരണഭൂതനെക്കുറിച്ച് കുറച്ചുകൂടി വിവരങ്ങൾ കിട്ടിയപ്പോൾ മുറുമുറുപ്പ് കൂടുതലായി. ഞാനൊരു പഞ്ചാബിയാണെന്നതും സാമാന്യം ഭേദപ്പെട്ട ഒരു ജോലി ഇനിയും സമ്പാദിക്കേണ്ടിയിരിക്കുന്നു എന്നതിനാലും അവളുടെ കുടുംബം ചുവപ്പ് കൊടിയുയർത്തി. വിശേഷിച്ചും, അവളുടെ അച്ഛനും അമ്മാവനും. ഞാനറിയും മുമ്പ്, അവളെ അച്ഛൻ പാനിപ്പത്തിലേക്കു തിരിച്ചുവിളിച്ചു.

വ്യക്തിജീവിതത്തിലെ ഈ വമ്പൻ നാടകം അരങ്ങേറുമ്പോൾ ത്തന്നെയാണ് ഞാൻ CAT പരീക്ഷ എഴുതിയത്. ആ വർഷത്തെ CAT പരീക്ഷ 'ലീക്കി CAT' എന്നാണ് അറിയപ്പെട്ടത്. ചോദ്യപേപ്പർ ചോർന്നെന്ന ആരോപണമാണ് കാരണം. വീണ്ടും എഴുതണമെന്ന് പരീക്ഷയെഴുതി ഹാളിൽ നിന്നു പുറത്തുകടന്നപ്പോൾത്തന്നെ ഞങ്ങളറിഞ്ഞു. രണ്ടാമത്തെ പരീക്ഷയ്ക്കുള്ള സെന്റർ ഞാൻ JEE പരീക്ഷ എഴുതിയ അതേ സ്ഥലമായിരുന്നു. പെട്ടെന്നുതന്നെ ഒരു പ്രാപഞ്ചികബന്ധം ഉള്ളിലുണരുകയും പരീക്ഷ പാസ്സാകുമെന്ന തോന്നലുണ്ടാകുകയും ചെയ്തു. അതുതന്നെ സംഭവിച്ചു! അത്യാഹ്ലാദത്തിൽ കുറഞ്ഞൊന്നുമായിരുന്നില്ല ഞാനനുഭവിച്ചത്. ഐഐടി ഡൽഹി, ഐഐഎം അഹമ്മദാബാദ് എന്ന മികച്ച അക്കാദമിക് പൊരുത്തമാണ് കടലാസ്സിലുണ്ടാകുകയെന്ന് മനസ്സിലാക്കിയതിന്റെ ആനന്ദം. ഇക്കാര്യം മാധുരിയുടെ കുടുംബത്തിലും മാറ്റമുണ്ടാക്കുമെന്ന

തോന്നലായിരുന്നു മറ്റൊരു പ്രധാനകാര്യം. സ്ഥാപനത്തിന്റെ പെരുമ മാധുരിയുടെ അച്ഛന്റെ മനംമാറ്റമെന്നും കൂടുതൽ സ്വീകാര്യനാകുമെന്നു മായിരുന്നു എന്റെ പ്രതീക്ഷ. എന്നാൽ സംഭവിച്ചത് അങ്ങനെയല്ല. ബനിയയെ സംബന്ധിച്ചിടത്തോളം ഡിഗ്രികളല്ല, എത്ര സമ്പാദിക്കുന്നു എന്നതാണ് പരമപ്രധാനമെന്ന് ഞാൻ തിരിച്ചറിഞ്ഞു! അദ്ദേഹം ഒന്നും വിട്ടുപറഞ്ഞില്ല. കുടുംബത്തോട് ഒട്ടിനിൽക്കുന്ന ആളായതിനാൽ മാധുരിയെ സംബന്ധിച്ച് എന്തെങ്കിലും നടക്കണമെങ്കിൽ കുടുംബത്തിന്റെ ആശീർവാദം കൂടിയേ തീരൂ.

മാധുരി, അഥവാ അങ്കിത് ഖന്ന

ഞാൻ അഹമ്മദാബാദിലേക്കു പോയതുകൊണ്ട് മാധുരിയെ പാനിപ്പത്തിൽ നിന്നു ഡൽഹിയിലേക്കു മടങ്ങിവന്ന് പേയിംഗ് ഗസ്റ്റായി (പിജി) താമസിക്കാൻ അനുവദിച്ചു. അപ്പോഴേക്കും അവൾ ഡിസൈനർ സത്യ പോളിനു വേണ്ടി ജോലി ചെയ്യാൻ തുടങ്ങിയിരുന്നു. അഹമ്മദാബാദിൽ നിന്നു ഡൽഹിയിലേക്കുള്ള എല്ലാ യാത്രയിലും, സ്വന്തം വീട്ടിലേക്ക് പോകുന്നതിനു മുമ്പ് ഡൽഹി ഐഐടി-യിലെ സുഹൃത്ത് അങ്കിത് ഖന്നയുടെ വീട്ടിൽ (മാധുരിയുടെ പിജി എന്നു വായിക്കുക) ഒരു ദിവസത്തെ ഇടത്താവളമുണ്ടാകും. പിജിയിൽ എന്നെ പ്രവേശിപ്പിക്കാൻ മാധുരിക്ക് അതീവ ജാഗ്രത വേണ്ടിയിരുന്നു. പിജിയുടെ ഉടമസ്ഥൻ അതേ കെട്ടിടത്തിൽത്തന്നെ മറ്റൊരു നിലയിലായിരുന്നു താമസിച്ചിരുന്നത്. അതിനർത്ഥം അവിടുത്തെ വിളക്കുകളെല്ലാം അണയുംവരെ ഞാൻ കാത്തിരിക്കേണ്ടിയിരുന്നു എന്നാണ്. പരസ്പരം കാണാൻ രണ്ടു വർഷങ്ങളിലെ സാഹസത്തിന്റെ തോത് അത്രയുമായിരുന്നു.

ഐഐഎംഎ-യിലെ ജീവിതം

അതേസമയം, ഐഐഎമ്മി-ൽ സ്ഥാനമുറപ്പിക്കുക അത്ര എളുപ്പമായിരുന്നില്ല. വാസ്തവത്തിൽ ഞാൻ ആദ്യമായാണ് വീട്ടിൽ നിന്നു വിട്ടുനിൽക്കുന്നത്, ഐഐടി-യിൽ ആയിരിക്കുമ്പോൾ ഞാൻ ഫ്രാൻസിൽ ചെലവഴിച്ച വർഷം കണക്കാക്കിയില്ലെങ്കിൽ. ഐഐഎമ്മി-ലെ സ്വാഭാവിക കാർക്കശ്യത്തിനു പുറമെ ആദ്യത്തെ കുറച്ചു ദിവസങ്ങളിൽ സീനിയേഴ്സിന്റെ കളിപ്പിക്കലിനും വിധേയനാകേണ്ടി വന്നു. നിങ്ങൾ എല്ലാ ദിവസവും പുലർച്ചെ മൂന്നു മണിവരെ ഉണർന്നിരുന്നില്ലെങ്കിൽ ഐഐഎമ്മി-ൽ എത്താൻ പോകുന്നില്ല എന്നതായിരുന്നു സീനിയേഴ്സിന്റെ നിർദ്ദേശം. ഇതുണ്ടാക്കിയ മാനസിക സമ്മർദ്ദം അതികഠിനമായിരുന്നു. പുലരുംവരെ ഉണർന്നിരുന്ന് പഠിക്കുകയാണെന്ന് മറ്റുള്ളവരെ ബോധിപ്പിക്കാൻ പലരും വിളക്കണയ്ക്കാതെ ഉറങ്ങിയ സംഭവങ്ങളുമുണ്ടായി. എനിക്കിതൊന്നും താങ്ങാൻ പറ്റാത്തതായിരുന്നു. ഇതെല്ലാം ഞങ്ങളെ കളിപ്പിക്കാൻ ചെയ്യുതാണെന്നു പറഞ്ഞിട്ടും ഐഐഎമ്മി-നെക്കുറിച്ചുള്ള എന്റെ ധാരണ തിരുത്തപ്പെട്ടില്ല.

മൊത്തത്തിൽ, ഐഐടി-യിൽ ആളുകൾ സ്വാഭാവികമായും വളരെ ക്രൂർമ്മബുദ്ധികളായി കണ്ടെങ്കിലും ഐഐഎമ്മി-ലെ ആളുകൾ ചില ലക്ഷ്യങ്ങളാൽ കൂടുതൽ നയിക്കപ്പെടുന്നവരായാണ് കണ്ടത്. ഐഐടി-യിൽ ആളുകൾ സ്വന്തം കഴിവു പുറത്തെടുക്കാൻ ശ്രമിക്കുമ്പോൾ, ഐഐഎമ്മി-ൽ 'ഡേ സീറോ'യിൽ നല്ലൊരു ജോലി നേടുകയെന്ന ഒറ്റ ലക്ഷ്യമാണവരെ നയിക്കുന്നത്. ഒരാളുടെ നഷ്ടം മറ്റേയാളുടെ നേട്ടമാകുന്ന കളിയായിരുന്നു അവിടെ നടക്കുന്നത്. മറ്റെന്തിനെക്കാളും ജോലി നേടാനുള്ള ഒരു സ്കൂൾ മാത്രം. മുകളിലേക്കു കയറാൻ മറ്റവനെ പിടിച്ചുവലിച്ചു താഴെയിടുന്ന ഞണ്ടുകളെപ്പോലെയായിരുന്നു ഞങ്ങളവിടെ ജീവിച്ചത്. ഞാൻ അങ്ങേയറ്റം വെറുത്ത ഒന്ന്. ഐഐഎമ്മി-ൽ നിരവധി ബാച്ച്മേറ്റ്സ് ഉണ്ടായിട്ടും യഥാർത്ഥ സൗഹൃദം വളരെ കുറച്ചു മാത്രമേ ഉണ്ടായുള്ളൂ എന്നതിന്റെ കാരണം ഇതിൽനിന്നു വ്യക്തമാകും. യഥാർത്ഥത്തിൽ, ഐഐടി-യിൽ നിന്ന് എന്റെയൊപ്പം യാത്ര തുടർന്നവരായിരുന്നു ഐഐഎമ്മി-ൽ എനിക്കുണ്ടായിരുന്ന കൂടുതൽ സുഹൃത്തുക്കളും.

പരസ്പര ബന്ധമുണ്ടാക്കിക്കൊണ്ടേയിരിക്കുക എന്നതായിരുന്നു ഐഐഎമ്മി-ൽ വിജയിക്കാൻ ഏറ്റവും കൂടുതൽ വേണ്ട കഴിവ്. ഈ നെറ്റ് വർക്കിംഗിലാകട്ടെ എനിക്കഭിമാനിക്കാൻ മാത്രം ഒന്നുമുണ്ടായിരുന്നില്ല. ശരിക്കും, സാമൂഹികമായി ഞാനൊരു വിചിത്ര വ്യക്തിയായിരുന്നു. നന്നായി അറിയുന്നവരുമായി മാത്രമേ വേണ്ടവിധം ഇടപെടൂ. മുഴുവൻ അപരിചിതരുള്ള ഒരു മുറിയിൽ എന്നെ പിടിച്ചിട്ടു. ഞാൻ നിശ്ശബ്ദനാകും. ചില തലങ്ങളിൽ, എന്റെയുള്ളിലെ ജെമിനിയാണ് കുറച്ചൊക്കെ ശിഥില വ്യക്തിത്വമാക്കിയത്. നെറ്റ് വർക്കിംഗ് കഥയുടെ ദൈർഘ്യമേറിയതും ഹ്രസ്വവുമായ കാര്യം, എന്റെ ബാച്ച്മേറ്റ്സിൽ പലരും പ്രശസ്തമായ ഗോൾഡ്മാൻ സാക്സ് സമ്മർ ഇന്റേൺഷിപ്പിന് ന്യൂയോർക്കിലേക്കോ ടോക്യോയിലേക്കോ പോകാൻ വലക്കണ്ണി മുറുക്കിയപ്പോൾ അത്രയൊന്നും താഴാത്ത അക്കാദമിക് ഗ്രേഡുള്ള എനിക്ക് KPMG-യിലെ സമ്മർ പ്ലേസ്മെന്റ് കൊണ്ടു തൃപ്തിപ്പെടേണ്ടി വന്നു.

രണ്ടാം വർഷമായപ്പോഴേക്കും കാര്യങ്ങളെല്ലാം ഒരുവിധം മെച്ചപ്പെട്ടു തുടങ്ങി. അന്തിമ ജോലിസാദ്ധ്യതകൾ ആദ്യവർഷത്തെ ഗ്രേഡനുസരിച്ചു മാത്രമായിരുന്നു എന്നതിനാലാണിത്. അതുകൊണ്ടുതന്നെ അപരനെ വലിച്ചു താഴെയിടാനുള്ള ഉത്സാഹം കുറഞ്ഞു. ആദ്യവർഷം പിടിച്ചുതാഴ്ത്താൻ കിണഞ്ഞു ശ്രമിച്ചവരുടെ കൂടുതൽ സൗഹാർദ്ദപരവും ശാന്തവുമായ രൂപഭാവങ്ങൾ കാണാനായി. യഥാർത്ഥത്തിൽ, ഈ സമയത്താണ് ഞാനും എന്റെ സുരക്ഷിതമേഖലയിൽ നിന്നു പുറത്തുവന്ന് ഞാനൊരിക്കലും ചെയ്യില്ലെന്നു കരുതിയ പര്യവേക്ഷണങ്ങൾക്കൊരുങ്ങിയത്. അങ്ങനെ ഞാൻ ഐഐഎമ്മി-ലെ എക്സ്ചേഞ്ച് കമ്മിറ്റിയുടെ ഭാഗമായി. ഒരു നാടകത്തിൽ അഭിനയിക്കുക പോലുമുണ്ടായി. എനിക്കത്ര സുഖകരമല്ലാത്ത, ഒരു മഹാറാണിയുടെ ട്രാൻസ്ജെൻഡറായ തോഴിയുടെ വേഷമാണ് ചെയ്തത്.

ബിയർ പ്രഭു വിജയ് മാല്യ ഞങ്ങളുടെ കാമ്പസ് സന്ദർശിച്ചതാണ് അക്കാലത്തെ മറ്റൊരു രസകരമായ ഓർമ്മ. ഇളം തവിട്ടുനിറമുള്ള കോട്ടും ചുവന്ന സൺഗ്ലാസും ധരിച്ച് ഓഡിറ്റോറിയത്തിൽ ചുറ്റിനടന്ന അദ്ദേഹം ഗാലറിക്കു വേണ്ടി കളിക്കുന്നതുപോലെ തോന്നി. ഇരിപ്പിടങ്ങളിൽ നിന്നെഴുന്നേറ്റു കൈയ്യടിച്ച് ആളുകൾ അദ്ദേഹത്തെ ആദരിക്കുകയും ചെയ്തു. സംസാരിച്ചപ്പോൾ അദ്ദേഹത്തിന്റെ ആർജ്ജവം ഞങ്ങളെ സ്വാധീനിച്ചു. സ്വന്തം ജീവിതകഥ പങ്കുവെച്ചപ്പോൾ ഇരുപത്തിയഞ്ചാം വയസ്സിൽ അച്ഛനെ നഷ്ടപ്പെട്ടതും എങ്ങനെയാണ് പെട്ടെന്ന് മാധ്യമ ശ്രദ്ധയിലേക്കു വന്നതെന്നും അദ്ദേഹം അനുസ്മരിച്ചു. ഇരുപത്തഞ്ചുകാരന് പാർട്ടികളിലാണോ സത്സംഗത്തിലാണോ താൽപ്പര്യമുണ്ടാകുക എന്നദ്ദേഹം ഞങ്ങളോടു ചോദിച്ചു. മാധ്യമങ്ങൾ തനിക്ക് പ്ലേബോയ് പരിവേഷം ഉണ്ടാക്കിയതെങ്ങനെയെന്നും വിവരിച്ചു. പതിവായി ചില പാർട്ടികളിൽ പങ്കെടുത്തത് അവർ മെനഞ്ഞ കഥകൾക്കു യോജിച്ചതായി. ഇന്ത്യയെക്കുറിച്ച് അദ്ദേഹം പറഞ്ഞ പ്രധാന കാര്യം ഇതാണ് : വിജയിയായ ഒരു ബിസിനസ്സുകാരനെ സംബന്ധിച്ച് നമ്മുടെ രാജ്യത്തെ സ്വാഭാവിക കാഴ്ചപ്പാട് അയാൾ തെറ്റായ വഴിയിലാണ് സമ്പാദിച്ചത് എന്നാണ്. അതുകൊണ്ടുതന്നെ വിജയകഥകൾ ആഘോഷിക്കാൻ നമ്മൾ വിമുഖരാണ്. മാല്യയുടെ സ്വന്തം ജീവിതത്തിൽ തുടർന്നുണ്ടായ സംഭവങ്ങൾ ഈ സിദ്ധാന്തത്തോട് യോജിക്കുന്നില്ലെങ്കിലും ആ പാഠത്തിന് ഇപ്പോഴും പ്രസക്തിയുണ്ട്.

ഡേ സീറോ

ഒടുവിൽ പ്രസിദ്ധമായ 'ഡേ സീറോ'യ്ക്കു സമയമായി – വലിയ കമ്പനികൾ ആളെ എടുക്കാൻ കാമ്പസിൽ വരുന്ന ദിവസത്തെ പരാമർശിച്ച് ഐഐഎമ്മി-ലെ സർഗാത്മക ഗണിതശാസ്ത്ര നാമകരണം.

ലെഹ്മാൻ ബ്രദേഴ്സ്, ബാർക്ലെയ്സ്, ഗോൾഡ്മാൻ സാക്സ്, മക്കിൻസി തുടങ്ങിയ കമ്പനികൾ എത്തുന്ന ദിവസം. എന്നെ സംബന്ധിച്ച് അതൊരു നാണക്കേടിന്റെ ദിവസമായിരുന്നു. ഒരു ജോലി പോലും നേടാൻ എനിക്കായില്ല. ഈ വലിയ തിരിച്ചടി നേരിടാനുള്ള എന്റെ വഴി ഫോൺ സ്വിച്ച്ഓഫാക്കി കിടന്നുറങ്ങുക എന്നതായിരുന്നു. എന്റെ ബാച്ച്മേറ്റ്സ് അക്ഷരാർത്ഥത്തിൽ കുലുക്കിയുണർത്തുന്നതുവരെ അത് തുടർന്നു. ബാർക്ലെയ്സ് കമ്പനി ഞാനുമായി മറ്റൊരു അഭിമുഖം നടത്താൻ ആഗ്രഹിക്കുന്നു എന്നാണവർ പറഞ്ഞത്. ഐഐഎം അഹമ്മദാബാദിൽ നിന്നുള്ള ഉദ്യോഗാർത്ഥികളുടെ ലിസ്റ്റ് തയ്യാറാക്കിയ ശേഷം അവർ ഐഐഎം കൊൽക്കത്തയിലേക്കാണ് പോയത്. അവിടുന്ന് കുറച്ചുപേരെ എടുക്കാനായിരുന്നു പരിപാടി. ഗുണപരമായ വ്യത്യാസം തിരിച്ചറിഞ്ഞ അവർ അഹമ്മദാബാദിൽ നിന്നു കൂടുതൽ പേരെ തിരഞ്ഞെടുക്കാൻ തീരുമാനിച്ചു. ഇതെന്റെ ദുരിതം കൂട്ടിയെന്നല്ലാതെ ഒരു കാര്യവുമുണ്ടായില്ല. രണ്ടാം റൗണ്ടിലും എനിക്കു ജോലി കിട്ടിയില്ല.

പിന്നീട് ഞാൻ ചെയ്തത്, അടുത്ത ദിവസം കോട്ടക് ബാങ്കുമായുള്ള നല്ലൊരു അഭിമുഖമായിരുന്നു. ഇൻറർവ്യൂ ചെയ്തയാൾ അഹമ്മദാബാദ് ഐഐഎമ്മി-ൽ നിന്നു ബിരുദമെടുത്തയാളായിരുന്നു. 'അഞ്ച് വർഷത്തിനുശേഷം നിങ്ങൾ നിങ്ങളെത്തന്നെ എവിടെയാണു കാണുക' തുടങ്ങിയ സ്ഥിരം ബോറൻ ചോദ്യങ്ങൾക്കു പകരം ചില സാങ്കേതിക, സാമ്പത്തികകാര്യ ബന്ധമുള്ള ചോദ്യങ്ങൾ ചോദിച്ച് അയാളെന്നെ അത്ഭുതപ്പെടുത്തി. ചോദിക്കുന്നയാൾക്കും പറയുന്നയാൾക്കും ഒരു അർത്ഥവുമില്ലാത്തതാകും സ്ഥിരം ചോദ്യങ്ങൾ. ഐഐഎമ്മി-ലെ എന്റെ കാലഘട്ടം, സാമ്പത്തികവിഷയം *മുജേ ചമക്താ ഥാ* (എനിക്ക് തിളങ്ങുന്നതായിരുന്നു) എന്നു മനസ്സിലാക്കിത്തന്നു. ആ വിഷയം എനിക്കേറെയിഷ്ടമായി. കോട്ടക് അവസരത്തിന്റെ ഏറ്റവും ആവേശകരമായ കാര്യം, അപ്പോഴേക്കും വിദഗ്ധോപദേശകന്റെ കുപ്പായം എനിക്കു വേണ്ടെന്ന് എനിക്കുറപ്പായി എന്നതാണ്. യഥാർത്ഥത്തിൽ വിദഗ്ധോപദേശികളോട് അന്തർലീനമായ വിദ്വേഷം തന്നെയുണ്ട്. *ബാത്തോം കാ ഖാതെ ഹെ* (വാചക കസർത്തിലൂടെ വയർ നിറയ്ക്കുന്നു), സർഗാത്മക കഥ പറച്ചിലിലൂടെയാണ് അവർ പണമുണ്ടാക്കുന്നത് – ആ പണി എനിക്കു പറ്റില്ല. മറുവശത്ത് കോട്ടക്കിലെ ജോലി എന്റെ കഠിനമായ സാമ്പത്തിക കാര്യങ്ങളെ കൊത്തിനുറുക്കുന്നതിന് എന്നെ സഹായിക്കും. ആ സമയത്ത് അത് ഗോൾഡ്മാൻ സാക്ക്സുമായി ചേർന്നുള്ള സംയുക്ത സംരംഭമായിരുന്നു എന്നതും കോട്ടക്കിലേക്ക് കൂടുതൽ ചായാൻ സഹായകരമായി. ഗോൾഡ്മാൻ സാക്ക്സിൽ കയറാൻ കഴിഞ്ഞില്ലെങ്കിലും അതിനടുത്ത മികച്ചതിൽ തന്നെയെത്തിയെന്നാണ് ഞാൻ കരുതിയത്. പക്ഷേ, ഞാൻ കോട്ടക്കിൽ ചേരുമ്പോഴേക്കും ഈ സംയുക്ത സംരംഭം അവസാനിക്കുമെന്ന് അപ്പോൾ ഞാനറിഞ്ഞിരുന്നില്ലെന്നതാണ് മറ്റൊരു വിരോധാഭാസം.

ഈ വ്യാഖ്യാനങ്ങൾ എന്തുമാകട്ടെ, ഈ ജോലികൊണ്ടുണ്ടായ ഏറ്റവും നല്ലകാര്യം, ഒടുവിൽ മാധുരിയുടെ അച്ഛന് എന്നിൽ ചില മൂല്യം കണ്ടെത്താനായി എന്നതും എന്റെ മാതാപിതാക്കളെ കാണാൻ തയ്യാറായി എന്നതുമാണ്.

മഴക്കാലവിവാഹം

ഞാൻ ഐഐഎമ്മി-ലായിരുന്ന ഇടക്കാലത്ത് മാധുരിയ്ക്കായി നിരവധി *രിഷ്താ* (വിവാഹാലോചനകൾ) വന്നിരുന്നു. അതിൽ പലതും സമ്പന്ന ബനിയാ കുടുംബങ്ങളിൽ നിന്നും. മാധുരി അവൾക്കുവേണ്ടി ആരെയെങ്കിലും കണ്ടെത്തിയിട്ടുണ്ടെങ്കിൽ അതൊരുപക്ഷേ നല്ലതിനായിരിക്കുമെന്നൊരു വിശ്വാസം എങ്ങനെയോ മാധുരിയുടെ അച്ഛനുണ്ടായിരുന്നു. നല്ലൊരു ജോലി കിട്ടിയ നിലയ്ക്ക് എന്റെ അവകാശവാദങ്ങൾക്കു വിലയേറി. കോട്ടക്കിൽ നിന്നുള്ള വാഗ്ദാനം പ്രതിവർഷം എട്ടുലക്ഷം രൂപയായിരുന്നു. കൂടാതെ മൂന്നുലക്ഷം ഉറപ്പുള്ള ബോണസും. 150-200 ശതമാനം ബോണസ്

ലഭിക്കാനുള്ള സാദ്ധ്യതയും കമ്പനി മുന്നോട്ടുവച്ചതാണ്. അങ്ങനെ വരുമ്പോൾ മൊത്തം പ്രതിവർഷ വരുമാനം 20 ലക്ഷം രൂപയാകും. അതുപോലെ തന്നെ ഞാൻ ഈ ജോലിഗുണങ്ങളെല്ലാം മാധുരിയുടെ അച്ഛനു മുന്നിൽ കച്ചവടത്തിന് വെച്ചപ്പോൾ, അദ്ദേഹത്തിന്റെ കുറിക്കുകൊള്ളുന്ന മറുപടി '*ജിതെ കി ലഗി ഹെ ഉതെ കി ബാത് കരോ* (ഇപ്പോൾ കൈയിലുള്ളതിനെക്കുറിച്ചു സംസാരിക്കാം)' എന്നായിരുന്നു. ബനിയ ബിസിനസ്സുകാർ എത്രമാത്രം പ്രായോഗികതലത്തിൽ ഉറച്ചുനിൽക്കുന്നുവെന്ന് ഞാൻ മനസ്സിലാക്കി. ഞങ്ങളെ പ്രതീക്ഷയുള്ളവരാകാൻ പഠിപ്പിച്ചപ്പോൾ, അവരുടെ പരിശീലനം യാഥാർത്ഥ്യബോധമുള്ള വരാകാനാണ്.

ശരി, ഇരുപതു ലക്ഷമോ അല്ലയോ, ആ ജോലി കാരണം 2006 ഏപ്രിൽ 14-ന് ഔദ്യോഗികമായി വിവാഹനിശ്ചയം കഴിഞ്ഞു. വിവാഹത്തിനു സമ്മതിച്ച ശേഷം ഭാവി അമ്മായിയച്ഛൻ വിവാഹദിവസം എത്രയും പെട്ടെന്നു നിശ്ചയിക്കാനുള്ള തത്രപ്പാടിലായിരുന്നു. മേയ് 14-ന് ഞാൻ കോട്ടക്കിന്റെ മുംബൈ ഓഫീസിൽ ജോലിയിൽ ചേർന്നു. തുടർന്ന് ജൂലൈ 4-ലെ എന്റെ മഴക്കാല വിവാഹത്തിനായി സമയത്തുതന്നെ ഡൽഹിയിൽ എത്തിച്ചേരുകയും ചെയ്തു. വർഷത്തിലെ ഏറ്റവും മോശം സമയത്തു വിവാഹിതനാകാൻ സമ്മതിച്ചതിൽ കസിൻസ് ശരിക്കുമെന്നെ ശപിച്ചെങ്കിലും ഞാൻ മറ്റൊരു സാദ്ധ്യതയ്ക്കും തയ്യാറായിരുന്നില്ല. *ബഹുത് പപ്പട് ബെലെ ഥെ ശാദി കർനെ കെ ലിയെ* – നരകതുല്യമായിരുന്നു ആ സ്ഥലത്ത് എത്തിച്ചേരാനുള്ള പെടാപ്പാട്. അതിനിടയ്ക്കു പറയട്ടെ, മാധുരിയുടെ അമ്മാമൻ കല്യാണത്തിനു വരാതെ മുങ്ങി – നല്ലൊരു ജോലികൊണ്ടുപോലും അഭയാർത്ഥി മുദ്ര കഴുകിക്കളയാനായില്ല!

4

എന്റെ ജോലിദിനങ്ങൾ

ഭാഗം 1 : കോട്ടക്കിലെ വർഷങ്ങൾ

ജൂലൈ 2006, മുംബൈ

ചേരി പുനരധിവാസ സൊസൈറ്റിയിൽ 16,000 രൂപ വാടകയുള്ള, ഒരു കിടപ്പുമുറിയും ഹാളും അടുക്കളയുമുള്ള അപ്പാർട്ട്മെന്റ്!

അവിടെയാണ് മാധുരിയും ഞാനും കുടുംബജീവിതം തുടങ്ങിയത്. 2006 മേയിൽ ഞാൻ മുംബൈയിലെത്തിയപ്പോൾത്തന്നെ വിവാഹസമയമാകുമ്പോഴേക്കും താമസസ്ഥലം കണ്ടെത്താനുള്ള ശ്രമം തുടങ്ങേണ്ടിയിരുന്നു. അക്കാലത്തു ലഭിച്ചിരുന്ന 48,000 രൂപ ശമ്പളത്തിന് (നികുതി കഴിച്ച്) ഇതായിരുന്നു മികച്ച സാദ്ധ്യത. ഞങ്ങളുടെ വൈവാഹിക വസതിയായി മാറിയ ലോവർ പരേലിലെ നീൽ ഗംഗ കോ-ഓപ്പറേറ്റീവ് ഹൗസിംഗ് സൊസൈറ്റിയിൽ ഒരു ഭാഗത്ത് യഥാർത്ഥ ചേരിനിവാസികളും മറുഭാഗത്തു പുതിയ താമസക്കാരുമായിരുന്നു. മുംബൈയിലെ ഒരു ബിഎച്ച്കെ ഡൽഹിയിലെ പകുതി സ്വീകരണമുറിക്കു സമാനമാണെങ്കിലും കടുത്ത പ്രണയത്തിലുള്ള പുതുക്കക്കാരായതിനാൽ കെട്ടിപ്പടുക്കാൻ തുടങ്ങുന്ന ജീവിതത്തെ ശരിക്കും ഇഷ്ടപ്പെട്ടു. നഗരം ഞങ്ങളെ അതിന്റെ മാറോടു ചേർക്കുന്നതായി അനുഭവപ്പെട്ടു.

കോട്ടക് ഓഫീസ് നരിമാൻ പോയിന്റിലായിരുന്നു. ജോലിക്കായി എല്ലാ പ്രഭാതത്തിലും *രാജ്ഞിയുടെ മുത്തുമാല* കണക്കെയുള്ള മറൈൻ ഡ്രൈവിലൂടെയുള്ള യാത്ര ആകർഷണീയവും ആവേശകരവുമായി അനുഭവപ്പെട്ടു. ഈ ആദ്യവർഷങ്ങൾ നിക്ഷേപബാങ്കിംഗിന്റെ കുതിച്ചചാട്ടത്തെ അടയാളപ്പെടുത്തുന്നതിന് വളരെയധികം സഹായിച്ചു. കോട്ടക്കിന്റെ ലയന-ഏറ്റെടുക്കൽ ടീമിന്റെ ഭാഗമായാണ് ഞാൻ ജോലി തുടങ്ങിയത്. ആ സ്ഥാപനത്തിന്റെ ഭാഗമാകാൻ കഴിഞ്ഞത് വലിയൊരു അനുഗ്രഹമായി തോന്നി. എം ആൻഡ് എ ഡിവിഷന്റെ തലവനായിരുന്ന

സുഘോഷ് മൊഹാരിക്കർ എന്ന മാന്യദേഹത്തിനായിരുന്നു ഞാൻ റിപ്പോർട്ട് ചെയ്യേണ്ടിയിരുന്നത്. അദ്ദേഹം നിക്ഷേപബാങ്കിംഗിന്റെ മൊത്തം തലവനായിരുന്ന ഫാൽഗുനി നയ്യാർക്കും (അതെ, നൈക്ക ഫെയിം തന്നെ). പുതുതായി ചേർന്നതായതിനാൽ, ഉദയ് എന്ന പേരുള്ള ഏറ്റവും ഉയർന്ന ബോസിനെ, സ്വാഭാവികമായും ഞാൻ കണ്ടിരുന്നില്ല. അദ്ദേഹത്തെ ഞാൻ ഭയപ്പെട്ടിരുന്നു. കാരണം ഞങ്ങളുടെ മേലധികാരികൾ കണ്ണിൽ പൊടിയിടുന്ന കണക്കുകളുമായി അദ്ദേഹത്തിന്റെ അടുത്തു ചെല്ലുമ്പോൾ 1980-ലെ കാൽക്കുലേറ്റർ മാത്രമുപയോഗിച്ച് അതിനെയെല്ലാം കീറിമുറിച്ച കഥകൾ പ്രചാരത്തിലുണ്ടായിരുന്നു. നിക്ഷേപ-ബാങ്കിംഗ് വൃത്തത്തിൽ അദ്ദേഹം ഉണ്ടാക്കിയെടുത്ത പ്രശസ്തി എത്ര വലുതാണെന്ന് അതുതന്നെ പറഞ്ഞുതരുമെന്നതിൽ ഒട്ടും അതിശയോക്തിയില്ല. യഥാർത്ഥത്തിൽ, ഒരു കാലത്ത് കംപാനി, കോത്താരി, കോട്ടക് എന്നിവ നിക്ഷേപ ബാങ്കിംഗ് രംഗത്തെ മൂന്ന K-കൾ ആയി അറിയപ്പെട്ടിരുന്നു.

കോട്ടക് വൃത്തങ്ങളിൽ 'ലാല' എന്നറിയപ്പെട്ടിരുന്ന ഉദയ് ലളിതജീവിതശൈലി കൊണ്ടും ശ്രദ്ധേയനായിരുന്നു. ഇളം നീല കാംമ്റി കാറായിരുന്നു അദ്ദേഹം ഉപയോഗിച്ചിരുന്നത്. ഭാര്യ സാൻട്രോയും. ബിഎംഡബ്ല്യു, മെഴ്സിഡെസ് ഒക്കെ സാധാരണമാകുന്ന കാലമാണെന്നോർക്കണം. കോട്ടക് നിക്ഷേപ ബാങ്കിംഗ് ആളുകൾ ധാരാളം പണമുണ്ടാക്കിയെങ്കിലും പാവങ്ങളെപ്പോലെ അവർക്ക് ജീവിക്കേണ്ടി വന്നിരുന്നു എന്നാണ് കഥ. ബോസ് ചെലവഴിക്കാത്തതുകൊണ്ട് അവർക്കും ചെലവഴിക്കാൻ പറ്റാത്ത അവസ്ഥ.

ആങ്കർ ഇലക്ട്രിക്കൽസ്

കോട്ടക്കിലെ എന്റെ ആദ്യവർഷത്തിൽ, ഇലക്ട്രിക്കൽ ഉപകരണ വിപണിയിലെ അറിയപ്പെടുന്ന കമ്പനിയായ ആങ്കർ ഇലക്ട്രിക്കൽസ് നിക്ഷേപകരെ തേടുന്ന ഇടപാടിൽ എന്നെ നിയോഗിച്ചിരുന്നു. വീട്ടിൽ ആരംഭിച്ച്, പടിപടിയായി ഉയർന്ന് ഇന്ത്യയിലെ ഏറ്റവും വലിയ ഇലക്ട്രിക്കൽ സ്വിച്ച് ബിസിനസ്സ് സ്ഥാപനം ആയി മാറിയ ആങ്കർ സ്ഥാപിച്ചത് ജാദവ്ജി, ദാംജിഭായ് ഷാ എന്നീ രണ്ടു ഗുജറാത്തുകാരാണ്. ഇന്ത്യൻ പരമ്പരാഗത ബിസിനസ്സ് എങ്ങനെയാണ് വളർന്നു വലുതാകുന്നതെന്ന് അടുത്തുകാണാൻ എനിക്കു ലഭിച്ച വലിയ അവസരമായിരുന്നു യഥാർത്ഥത്തിലത്. വിൽപ്പനക്കാര്യത്തിൽ എന്റെ അടുത്തുനിന്ന് പ്രവർത്തിച്ചിരുന്ന, സ്ഥാപകരിലൊരാളുടെ മൂത്ത മകൻ അതുൽ ഭായി അവരുടെ എളിയ തുടക്കത്തെക്കുറിച്ച് സംസാരിച്ചു തുടങ്ങുമ്പോൾ ആ നിമിഷത്തിനുവേണ്ടി ഞാൻ തയ്യാറായിരുന്നില്ല. വോർലി നാക്കയിലൂടെ ഞാനദ്ദേഹത്തോടൊപ്പം യാത്ര ചെയ്യുകയായിരുന്നു. അദ്ദേഹം ഒരു കടയിലേക്കു ചൂണ്ടിക്കാട്ടി പറഞ്ഞു, സ്ഥാപനത്തിന്റെ തുടക്ക കാലത്ത് സ്ഥാപകർ അതിനു വെളിയിലുള്ള തുറന്ന മൈതാനത്താണ്

ഉറങ്ങിയിരുന്നതെന്ന്. പാവങ്ങൾ പണക്കാരായ സവിശേഷമായ കഥയായിരുന്നു അത്.

ഇടപാട് നടത്തുന്നതിനായി ആങ്കറിന്റെ ഓഫീസിൽ നിൽക്കുന്നതിന് എന്റെ ബോസ്സ് വികാസ് എന്നെ അനുവദിച്ചിരുന്നു. അടുത്ത ഒമ്പതുമാസം അന്ധേരിയിലെ എംഐഡിസി-യിലുള്ള അവരുടെ ഓഫീസായിരുന്നു എന്റെയും മാനേജർ നീരജിന്റെയും ജോലിസ്ഥലം. ആങ്കർ ഓഫീസിന്റെ ഏറ്റവും കൗതുകകരമായ കാര്യം, നിങ്ങൾ ഏതു ഭാഷ സംസാരിച്ചാലും മറുപടി ഗുജറാത്തിയിലായിരിക്കും എന്നതാണ്. രണ്ടു വർഷം അഹമ്മദാബാദിൽ ചെലവഴിച്ചിരുന്നതിനാൽ എനിക്കു ഗുജറാത്തി പിടികിട്ടിത്തുടങ്ങിയിരുന്നു. ബിസിനസ്സിനു പറ്റിയ ഗംഭീര ഭാഷയാണ് ഗുജറാത്തി എന്ന് എനിക്കാദ്യമായി മനസ്സിലായി. മറ്റു പല ഭാഷകളിലും പരോക്ഷമായി അനുഭവപ്പെടുന്ന ആക്രമണോത്സുകത ഗുജറാത്തിക്കില്ലായിരുന്നു. ഏറ്റവും ചൂടേറിയ ചർച്ചകളിൽ പോലും, വാക്കുകളോ സ്വരഭേദങ്ങളോ ശത്രുത വർദ്ധിപ്പിച്ചില്ല.

ഇക്കാലത്ത്, സാദ്ധ്യതയുള്ള നിക്ഷേപകരുമായി കച്ചിലും ദാമൻ ദിയുവിലുമുള്ള ആങ്കർ ഫാക്ടറികളിലേക്കു ഞാൻ ധാരാളം യാത്ര ചെയ്തിരുന്നു. നിക്ഷേപക ബാങ്കിംഗ് എന്നാൽ ആഡംബര ഓഫീസുകളിൽ സ്യൂട്ടും ടൈയും ധരിച്ചിരുന്ന് ലാപ്ടോപ് സ്ക്രീനുകളിൽ തുറിച്ചുനോക്കിയിരിക്കലാണെന്നാണ് പൊതുധാരണ. യഥാർത്ഥത്തിലിവിടെ മറ്റൊരുപാടു കാര്യങ്ങൾ ചെയ്യേണ്ടതുണ്ട്. സ്ഥാപക മുതലാളിമാരുടെ അരക്കിറുക്കുകളിൽ നിന്ന് ഇടപാട് സംരക്ഷിക്കുന്നതുൾപ്പെടെ. അത്തരം നിരവധി സന്ദർഭങ്ങളെ ഞാൻ നേരിട്ടിട്ടുണ്ട്. മുംബൈയിൽ വച്ചു മദ്യപിക്കാത്ത അതുൽ ഭായ് ദിയുവിലെത്തിയാൽ രണ്ടെണ്ണം വീശും. നിക്ഷേപകരെ പ്രകോപിപ്പിക്കാത്തക്കവണ്ണം എന്തെങ്കിലും പറയും മുമ്പ് അദ്ദേഹത്തെ മുറിയിൽ കയറ്റുകയായിരുന്നു ഒരു സമയത്ത് എന്റെ ദൗത്യം. അവരുടെ ഓഫീസിലിരിക്കുമ്പോൾ വിൽപ്പനനികുതി റെയ്ഡുണ്ടായപ്പോഴത്തെ ബഹളവുമായി ബന്ധപ്പെട്ടതാണ് ഒരിക്കലും മറക്കാത്ത ഒരോർമ്മ. കാര്യം പിടികിട്ടും മുമ്പ് ഓഫീസ് പരിസരം സീൽ ചെയ്തിരുന്നു. 'നിങ്ങളുടെ കൈയ്യിൽ കോട്ടക്കിന്റെ തിരിച്ചറിയൽ കാർഡുണ്ടോ?' യുവാവായ ആങ്കർ സിഎഫ്ഒ ചോദിച്ചു. ഉണ്ടെന്നു ഞാൻ തലകുലുക്കി. അയാളുടെ കൈയ്യിലുണ്ടായിരുന്ന രണ്ടു ലക്ഷം രൂപയുടെ കറൻസിയുമായി ഓഫീസിനു പുറത്തുപോകാനാണ് എന്നോടു പറഞ്ഞത്.

ഗേറ്റിൽ നിന്ന വിൽപ്പനനികുതി ഉദ്യോഗസ്ഥർ തടഞ്ഞപ്പോൾ ഞാൻ കോട്ടക്കിന്റെ തിരിച്ചറിയൽ കാർഡ് കാണിച്ചു. ഔദ്യോഗിക കാര്യത്തിനു വന്നതാണെന്നു വിശദീകരിക്കുകയും ചെയ്തു. എന്നെ പോകാൻ അനുവദിച്ചു. ആ രണ്ടുലക്ഷം രൂപയുമായി മൂന്നു ദിവസമാണ് ഞാൻ വട്ടംകറങ്ങിയത്. 48,000 രൂപ മാത്രം ശമ്പളമുണ്ടായിരുന്ന ഒരാളെ സംബന്ധിച്ച് അതു വലിയ തുകയായിരുന്നു. ഞാനാകെ വിഭ്രാന്തിയിലായി. എന്റെ ബോസ്സുമാർ അതിനെ കളിയാക്കാനുള്ള അവസരമായാണ് കണ്ടത്. വിൽപ്പന നികുതി

ഉദ്യോഗസ്ഥർ വൈകാതെ എന്റെ വീട്ടിലെത്തുമെന്ന് അവർ പറഞ്ഞു കൊണ്ടിരുന്നു. ആങ്കറിൽ നിന്നാരും ആ പണം ചോദിച്ച് എന്നെ വിളിച്ചി ല്ലെന്നതാണ് ഏറെ രസകരം. എവിടെ, എങ്ങനെ പണം എത്തിക്കണമെന്ന് ഞാൻ ആ സിഎഫ്ഒ-യെ വിളിച്ചു ചോദിക്കുകയായിരുന്നു. കഫെ പരേഡിലെ ഒരു കടയിൽ എത്തിക്കാനായിരുന്നു നിർദ്ദേശം. അങ്ങനെ എന്റെ ധർമ്മസങ്കടം അവസാനിച്ചു.

ആങ്കർ ബിസിനസ്സ് ആകെ ഛിന്നഭിന്നമായിരുന്നു. നിരവധി ചെറിയ യൂണിറ്റുകളാണ് അവർക്കുണ്ടായിരുന്നത്. ഞങ്ങൾക്ക് ഏറ്റെടുക്കാനുണ്ടായിരുന്നത് സങ്കീർണ്ണമായ ഇടപാടാണ്. മാന്ദ്യത്തിലുള്ള കമ്പനിയുടെ വിൽപ്പനയിൽ എല്ലാ ചെറുകമ്പനികളും മാതൃകമ്പനിക്കു റിൽക്കണം. അതിലാണ് വാങ്ങുന്നവർ പണം മുടക്കുക. വാങ്ങാൻ ഷ്നെയ്ഡർ ഇലക്ട്രിക്, വിപ്രോ, പാനാസോണിക് എന്നിവരടക്കം നിരവധിപേർ ഗോദയിലുണ്ടായിരുന്നെങ്കിലും പാനാസോണിക്കിനായിരുന്നു അന്തിമവിജയം. ഇന്നുപോലും മാരുതി, റാൻബാക്സി ഇടപാടുകൾ വലിയ ചർച്ചയാകുമ്പോൾ, 2007-ൽ ജപ്പാനിൽ നിന്നു ഇന്ത്യയിലേക്കു അതിർത്തി കടന്നുവന്ന വമ്പൻ ഇടപാടായിരുന്നു ആങ്കറിന്റേത്. 400 ദശലക്ഷം യുഎസ് ഡോളറിൻ പാനാസോണിക് 80 ശതമാനം ഓഹരികൾ വാങ്ങിയപ്പോൾ, പ്രമോട്ടർമാർക്കു ബാക്കിയുള്ള 20 ശതമാനത്തിന്റെ വരുമാനം ലഭിച്ചു. ആങ്കറിനു മാത്രമല്ല, കോട്ടക്കിനും അതൊരു വമ്പൻ ഇടപാടായിരുന്നു. 25 കോടി രൂപയായിരുന്ന ഈ ഇടപാടിൽ ഞങ്ങളുടെ ഫീസ്. ഫീസ് സംഖ്യ കോട്ടക് അക്കൗണ്ടിൽ എത്തിയപ്പോൾ, ആത്മവിശ്വാസത്തോടെ ഞാനെന്റെ ബോസ്സിനോടു ടെലഫോണിൽ പറഞ്ഞു 'ഇടപാട് പൂർത്തിയായി'.

എന്റെ കരിയറിലെ ആദ്യവർഷം തന്നെ ഇത്തരമൊരു സങ്കീർണ്ണ ഇടപാട് കൈകാര്യം ചെയ്തതിനാൽ 'കരുത്തൻ' എന്നൊരു ബഹുമതി കമ്പനിയിൽ എനിക്ക് ചാർത്തിക്കിട്ടി. ആ ഇടപാടിന്റെ പിൻബലത്താൽ, ആ വർഷം എനിക്കു മികച്ചതായി. 135 ശതമാനം ബോണസ്സാണു ലഭിച്ചത്. വർഷത്തിലെ ആകെ വരുമാനം 19 ലക്ഷം രൂപയായി. വ്യക്തമായും, സമ്പാദിക്കുന്ന കാര്യത്തിൽ ഞാൻ അമ്മായിയച്ഛന് ചെറിയ പ്രതീക്ഷയാണ് നൽകിയിരുന്നതെങ്കിലും, യാഥാർത്ഥ്യമായപ്പോൾ അധികമായാണ് പരിണമിച്ചത്. വിജയാഘോഷത്തിനായി മാധുരിയും ഞാനും മൂന്നാഴ്ചത്തെ യുഎസ്-കാനഡ യാത്രയ്ക്കു പദ്ധതിയിട്ടു.

ഞങ്ങളുടെ വളരെ വൈകിയ മധുവിധുവായിരുന്നു അത്. നേരത്തെ, അതിനൊന്നും സമയമേ കിട്ടിയിരുന്നില്ല. ജീവിതത്തിലെ ഏറ്റവും ചെലവു കുറഞ്ഞ യാത്രയായിരുന്നു അതെന്നതു രസകരമായി. ഒരാൾക്കു 40,000 രൂപവച്ചാണ് മടക്ക ടിക്കറ്റെടുത്തത്. 2007 ജൂണിൽ യുഎസ് ഡോളറിന്റെ വിനിമയനിരക്ക് 39 രൂപയായിരുന്നു.

മടങ്ങിയെത്തിയ ശേഷം, മാധുരിക്ക് അലോക് ഇൻഡസ്ട്രീസ് എന്ന ടെക്സ്റ്റൈൽ സൊല്യൂഷൻ കമ്പനിയിൽ ജോലി കിട്ടി. ഞങ്ങളുടെ

കെട്ടിടത്തിന്റെ നേരെ എതിർവശത്തുള്ള പെനിൻസുല കോർപറേറ്റ് പാർക്കിലെ ഓഫീസിലേക്ക് അവൾക്കു നടന്നുപോകാമായിരുന്നു. യാത്രയ്ക്കായി ദിവസത്തിന്റെ ഭൂരിഭാഗം സമയവും ചെലവഴിക്കേണ്ടി വരുന്ന മുംബൈ പോലൊരു മഹാനഗരത്തിൽ അതൊരു സൗഭാഗ്യം തന്നെയായിരുന്നു. സമ്പാദിക്കുന്ന മറ്റൊരു കൈ കൂടിയെത്തിയപ്പോൾ ഞങ്ങളുടെ മൊത്തത്തിലുള്ള സൗകര്യം വർദ്ധിച്ചു. ഡൽഹി NIFT-യിൽ പഠിച്ചിരുന്നതിനാൽ അതുമായി ബന്ധപ്പെട്ട കമ്പനിയിൽ ജോലി ചെയ്യുന്നതു മാധുരി ഏറെ ഇഷ്ടപ്പെട്ടുവെന്നതും പ്രധാനമായിരുന്നു.

വ്യക്തിപരമായും ഞങ്ങൾക്കതു മികച്ച സമയമായി. കുടുംബങ്ങൾ ദൂരെയായത് ഞങ്ങളെ വിഷമിപ്പിച്ചെങ്കിലും, ഭാഗ്യത്തിന് മാധുരിയുടെ മൂത്ത സഹോദരി മുംബൈയിൽത്തന്നെ ഉണ്ടായിരുന്നു. മലബാർ ഹില്ലിലെ അവരുടെ വീട്ടിലെ പതിവ് സന്ദർശകരായിരുന്നു ഞങ്ങൾ. അവരുടെ ഭർത്താവ് ബിസിനസ്സ് സ്ഥാപനം നടത്തിയിരുന്നു. സ്റ്റോക്ക് മാർക്കറ്റിലും ഇടപെട്ട് അക്കാലത്ത് ഒരുപാടു പണം ഉണ്ടാക്കുകയും ചെയ്തു. ആകെമൊത്തം, സൗത്ത് മുംബൈയിലെ ജീവിതം സാമാന്യം അടിപൊളിയായിരുന്നു.

സ്യൂട്ടുകളും സൂപ്പർബൈക്കുകളും

ആ സമയത്ത് ഭാഗ്യം ഞങ്ങളെ നോക്കി പുഞ്ചിരിക്കുന്നതായി തോന്നി. 2008 ജനുവരിയിൽ ജോലി സംബന്ധമായ ഒരു പ്രദർശനത്തിനുവേണ്ടി മാധുരി ജർമ്മനിയിലെ ഹെയ്ഡൽബർഗിലേക്കു പോകാനൊരുങ്ങി. അതിനുമുമ്പ് മുംബൈയിലെ ഒരു മാൾ സന്ദർശിക്കാൻ ഞങ്ങൾ തീരുമാനിച്ചു. ആകർഷകമായ ബോണസ് ലഭിച്ചിരുന്നതിനാൽ ഇത്തിരി ആഡംബരം കാട്ടാമെന്നു കരുതിയ സമയം. ജീവിതത്തിലാദ്യമായി ഞാനൊരു വിലകൂടിയ സ്യൂട്ട് വാങ്ങി. സൂപ്പർബൈക്ക് സമ്മാനമായുള്ള ചില ഭാഗ്യക്കൂപ്പണുകളും കോട്ടിനൊപ്പം ലഭിച്ചു. ജീവിതത്തിലൊരു ലോട്ടറിപോലും ലഭിച്ചിട്ടില്ലായിരുന്നതിനാൽ ഞാനതു തത്ക്ഷണം മറക്കുകയും ചെയ്തു. അങ്ങനെയിരിക്കെ ഒരു ദിവസം ഒരു വിളി വരുന്നു. 12 ലക്ഷം രൂപ വിലവരുന്ന യമഹ-എംടി-1 സൂപ്പർബൈക്ക് സമ്മാനമായി ലഭിച്ചിരിക്കുന്നു. വാർത്തയറിഞ്ഞ് ആവേശഭരിതനായി ജർമ്മനിയിലുള്ള മാധുരിയെ വിളിച്ചത് ഓർമ്മയുണ്ട്. ആദ്യത്തെ ആഹ്ലാദം അടങ്ങിയപ്പോൾ ഈ ബൈക്കുകൊണ്ട് എന്തുചെയ്യുമെന്ന പ്രായോഗിക പരിഗണനയിൽ മാളുകാരോട് രണ്ടാം സമ്മാനമായ ടെലിവിഷൻ ചോദിച്ചാലോ എന്നായിരുന്നു മാധുരിയുടെ അഭിപ്രായം. *'ബനിയോൻ വാലി ബാത് മത് കർ'* (ബനിയാമാരെപ്പോലെ സംസാരിക്കരുത്) എന്നായിരുന്നു അതിനോടുള്ള എന്റെ പ്രതികരണം. സൂപ്പർബൈക്ക് തന്നെ നമ്മൾ സ്വന്തമാക്കണമെന്ന് അവളെ ബോധ്യപ്പെടുത്തി.

ബൈക്ക് സമ്മാനിക്കാൻ മോഡലും നടനുമായ മാർക്ക് റോബിൻസൺ

ആണ് വന്നത്. ഈ വണ്ടി എവിടെ ഓടിക്കണമെന്ന നിശ്ചയമില്ലാതിരുന്നതിനാൽ മുംബൈയിലെ ചില ബൈക്ക് വിൽപ്പനക്കാരുമായി ബന്ധപ്പെട്ടുകയും, ഒടുവിൽ ഒരു പാഴ്സിക്ക് എട്ടുലക്ഷം രൂപയ്ക്ക് വിൽക്കുകയും ചെയ്തു. നാലുലക്ഷം രൂപ സമ്മാനനികുതിയായി നൽകേണ്ടിവന്നു. എന്തായാലും ആ സ്യൂട്ട് അതിന്റെ പതിനഞ്ചിരട്ടി ഫലം തന്നു. സുന്ദരമായി നാലുലക്ഷം രൂപ പോക്കറ്റിൽ.

* * *

യുവ ഇൻവെസ്റ്റ്മെന്റ് ബാങ്കറെന്നനിലയിൽ, പല വ്യവസായങ്ങളിലും ഉത്സാഹത്തോടെ ഇടപെടാൻ ഞാൻ തയ്യാറായിരുന്നു. വൈകാതെ പുതിയൊരു മേഖലയിൽ കൈവെക്കുവാൻ അവസരം ലഭിച്ചു. കോട്ടക്കിലെ രണ്ടാംവർഷം റിയൽ എസ്റ്റേറ്റ് ഇടപാടുകാരായ റസ്തംജിക്കുവേണ്ടി പണമുണ്ടാക്കേണ്ട ജോലിയായി എനിക്ക്. അവർക്കൊപ്പം ഞാൻ ഒരു വർഷം ചെലവഴിച്ചു. ആ വ്യവസായത്തിന്റെ എല്ലാ സൂക്ഷ്മവശങ്ങളും പഠിച്ചു. സൺ-അപ്പോളോ എന്ന റിയൽ എസ്റ്റേറ്റ് ഫണ്ടിൽ നിന്ന് 60 ദശലക്ഷം ഡോളർ അവർക്കായി നേടിക്കൊടുക്കാനും കഴിഞ്ഞു. എന്റെ പരിശ്രമങ്ങളിൽ റസ്തംജിയുടെ സ്ഥാപകർ സന്തുഷ്ടരായിരുന്നു. ഇടപാടുകൾക്കുശേഷം അവരുടെ വരാനിരിക്കുന്ന ടൗൺഷിപ്പിലെ സിഇഒ പദവി എനിക്കു വാഗ്ദാനം ചെയ്യുകയും ചെയ്തു. 1000 കോടിയുടെ വമ്പൻ പദ്ധതിയായിരുന്നു അത്. എനിക്ക് 26 വയസ്സായിരുന്നു അപ്പോൾ. ഞാനാ വാഗ്ദാനം സ്വീകരിച്ചില്ല. എങ്കിലും, എന്റെ ഇടപാടുകാരുടെ ബഹുമാനം നേടാൻ കഴിഞ്ഞു എന്നതും, എന്റെ ജോലി അതിന്റെ ശക്തി കാണിച്ചു എന്നതും വളരെ പ്രധാനപ്പെട്ടതായിരുന്നു.

അപ്പോഴേക്കും കോട്ടക്കിലെ എന്റെ നിശ്ചിത ശമ്പളം (ഒട്ടും മോശമല്ലാത്ത വാർഷിക ബോണസ് ഇതിനുപുറമെ) എട്ടുലക്ഷത്തിൽ നിന്നു 14 ലക്ഷത്തിലേക്കും തുടർന്ന് വ്യവസായരംഗത്തെ ചില പ്രതിഫലനങ്ങളുടെ ഫലമായി പെട്ടെന്ന് 16 ലക്ഷത്തിലേക്കും ഉയർന്നു. ജെഎം ഫിനാൻഷ്യലിൽ നിന്നു വേർപിരിഞ്ഞശേഷം മോർഗൻ സ്റ്റാൻലി മാർക്കറ്റിൽ രംഗപ്രവേശം നടത്തി. ഇതേസമയം തന്നെ, മെറിൽ ലിഞ്ച് ഡി എസ് പി-യിൽ നിന്ന് സ്വതന്ത്രരായി. വ്യക്തമായ കാരണങ്ങളാൽ കോട്ടക്കിലേക്കായിരുന്നു ഇവരുടെ കടന്നുകയറ്റം. സഹപ്രവർത്തകരിൽ പലരും കളം മാറിയെങ്കിലും എനിക്കതിന്റെ ആവശ്യമുണ്ടെന്നു തോന്നിയില്ല. നല്ല പ്രതിഫലം കിട്ടുന്നു എന്നതു മാത്രമായിരുന്നില്ല കാര്യം. കോട്ടക്ക് നല്ലൊരു തൊഴിലിടമയുമായിരുന്നു. ആഭ്യന്തര രാഷ്ട്രീയമല്ല, കഴിവായിരുന്നു അവിടുത്തെ മാനദണ്ഡം. യഥാർത്ഥത്തിൽ, രണ്ടാംവർഷം അവസാനം 16 ലക്ഷം രൂപ ശമ്പളത്തിന്റെ അടിത്തറയിൽ 32 ലക്ഷം രൂപ ബോണസായി ഞാൻ സമ്പാദിച്ചു.

മാതാപിതാക്കളെ ഇതു വിളിച്ചറിയിച്ചപ്പോൾ അവർ നിലത്തൊന്നു മായിരുന്നില്ല. നാല് വർഷം മുമ്പ് 32 ലക്ഷം രൂപ വിലയുള്ള കെട്ടിടം വാങ്ങാൻ സാമ്പത്തികമായി പെടാപ്പാട് പെട്ടത് ഞങ്ങൾക്ക് ഓർക്കാതെ തരമില്ലായിരുന്നു. ഇപ്പോൾ ഒരു വർഷത്തെ കാഷ് ബോണസായി ഞാൻ അത്രയും തുക നേടിയിരിക്കുന്നു.

2007 ജൂലൈയിൽ ആക്ച്വേറീൽ സയൻസിൽ (actuarial science) ഒരു കോഴ്സിനു സാദ്ധ്യത തേടുന്ന എന്റെ സഹോദരിയ്ക്ക് മുംബൈയിൽ മ്യൂണിക്ക് റേയിൽ ജോലി കിട്ടുകയും ഞങ്ങളോടൊപ്പം താമസമാക്കുകയും ചെയ്തു. ഒരു കിടപ്പുമുറി മാത്രമുള്ള വീട് മൂന്നുപേരെ ഞെരുക്കിയെങ്കിലും കുറേക്കാലത്തിനുശേഷം ഒരു കുടുംബാംഗം കൂടെ താമസിക്കുന്നത് ഞങ്ങളെ ആഹ്ലാദിപ്പിച്ചു. അവളുടെ വരവ് ഞങ്ങൾ കുടുംബാംഗങ്ങളെ എത്രത്തോളം മിസ് ചെയ്തിരുന്നുവെന്നു ബോദ്ധ്യപ്പെടുത്തി. മുംബൈയിലെ അവളുടെ താമസം കുറച്ചുകാലത്തേക്കായിരുന്നെങ്കിലും, അക്കാലത്തെ ഒരു സംഭവം ഇപ്പോഴും ഓർമ്മയിലുണ്ട്. ഞാൻ വളരെ അഭിമാനിക്കാത്ത സംഭവമാണെ ങ്കിലും, ആ സമയത്ത് അവളുമായി ഡേറ്റിംഗിലായിരുന്ന ഉത്സാഹിയായ അഭിഭാഷകൻ ഷോനക് ശർമ്മയുമായുള്ള കൂടിക്കാഴ്ചയായിരുന്നു അത്. എന്നെ പരിചയപ്പെടുത്താനായി അവൾ ഷോനക്കിനെ വീട്ടിലേക്കു വിളിക്കുകയായിരുന്നു. സ്വന്തം പ്രണയവിവാഹത്തെക്കുറിച്ച് ഞാനെ ന്തൊക്കെ ഘോഷിച്ചാലും സഹോദരി സ്വന്തം പ്രണയം കണ്ടെത്തുന്നതിൽ മാതൃകാസഹോദരനിൽ നിന്ന് ഏറെ അകലെയായിരുന്നു ഞാൻ. ഷോനക്കിനോടു ഹായ് എന്നും ബൈ എന്നും പറഞ്ഞതായി മാത്രമേ ഞാൻ ഓർക്കുന്നുള്ളൂ. ഭാഗ്യത്തിന് ആ അരോചകമായ കൂടിക്കാഴ്ച വലിയ കുഴപ്പമുണ്ടാക്കിയില്ല. ഷോനക്ക് ഇന്ന് എന്റെ സഹോദരീഭർത്താവാണ്.

മാക്സ് ന്യൂയോർക്ക് ലൈഫിൽ നിന്നുള്ള വാഗ്ദാനം സ്വീകരിച്ച് സഹോദരി വൈകാതെ ഡൽഹിയിലേക്കു തിരിച്ചുപോയതോടെ ഞങ്ങൾക്ക് കുടുംബത്തെ ഓർത്തുള്ള നഷ്ടബോധം കൂടുതലായി. അപ്പോഴാണ് സ്വന്തമായി കുടുംബമുണ്ടാക്കാൻ സമയമായെന്ന് ഞാനും മാധുരിയും തീരുമാനിച്ചത്. മാധുരിയുടെ ഗർഭകാലത്തിന്റെ ആദ്യ മൂന്നുമാസം കഠിനമായിരുന്നു. പാനിപ്പത്തിൽ, കുടുംബത്തോടൊപ്പം കഴിയാൻ ചെന്ന ഒരവസരത്തിൽ ആശുപത്രിവാസം പോലും വേണ്ടിവന്നു. അവൾക്കരികി ലായിരിക്കാൻ ഞാൻ പറന്നുചെന്നെങ്കിലും ഈയവസ്ഥയിൽ മുംബൈയി ലിരിക്കുന്നത് മികച്ച സാദ്ധ്യതയല്ലെന്നും കുടുംബത്തിന്റെ പിന്തുണ അത്യാവശ്യമാണെന്നും വീണ്ടും വീണ്ടും ബോദ്ധ്യപ്പെടുകയായിരുന്നു. മാധുരിയുടെ അവസ്ഥ ചൂണ്ടിക്കാട്ടി ഞാൻ ഓഫീസിൽ സ്ഥലംമാറ്റത്തി നപേക്ഷിച്ചു. കോട്ടക്ക് ഒരു കടുംപിടിത്തവും കാട്ടിയില്ല. 2008-ന്റെ പകുതിയോടെ ഞങ്ങൾ ഡൽഹിയിലേക്കു മാറി.

തിരികെ വീട്ടിൽ

ചുരുക്കിപ്പറഞ്ഞാൽ ഡൽഹിയിലേക്കുള്ള ഞങ്ങളുടെ തിരിച്ചുവരവ് തക്കസമയത്തായിരുന്നു. അവർ പറയുന്നതുപോലെ വിപണിയാണ് ഏകസത്യം. 2008-ൽ വിപണി തകർന്നു. പണയ പ്രതിസന്ധി, വായ്പാ പ്രതിസന്ധി, സർക്കാർ ധനസഹായം. തുടർന്നുള്ള മാസങ്ങളിൽ ഇതൊക്കെയായിരുന്നു വാർത്താ തലക്കെട്ടുകളിൽ നിറഞ്ഞുനിന്ന വാക്കുകൾ. 2008 സെപ്റ്റംബർ 15-ന് ലെഹ്മാൻ ബ്രദേഴ്സ് പാപ്പരായതോടെ സബ്പ്രൈം മോർട്ട്ഗേജ് പ്രതിസന്ധിയുടെ മൂർദ്ധന്യതയിലായി. നിക്ഷേപ ബാങ്കിംഗിന്റെ ഇതുവരെയറിഞ്ഞ ആകർഷകമായ കാലം അവസാനിച്ചെന്നതു വ്യക്തമായിരുന്നു.

റിലയൻസ് പവർ ഐപിഒ-യുടെ സ്റ്റോക് എക്സ്ചേഞ്ചിലെ സ്വപ്നസഞ്ചാരം ഏതാനും മിനിറ്റുകൾക്കകം അവസാനിച്ചതോടെ ഇന്ത്യയിലെ വിപണിതകർച്ചയുടെ ആദ്യസൂചനകൾ നമ്മൾ കണ്ടതാണ്. ആകസ്മികമായി, ഈ ഐപിഒ-യും കൈകാര്യം ചെയ്തിരുന്നത് കോട്ടക്കാണ്. എന്റെ ബോസ് സുഘോഷ് മൊഹാരികർ ആയിരുന്നു അനിൽ അംബാനി ഗ്രൂപ്പിന്റെ കോട്ടക്കിൽ നിന്നുള്ള പ്രധാന വക്താവ്. 'പവർ ഓൺ, ഇന്ത്യ ഓൺ' എന്ന അവരുടെ പ്രചാരണമായിരുന്നു ഇന്ത്യ ഇതുവരെ കണ്ടതിൽ ഏറ്റവും വലുത്. ഈ പ്രചാരണവാക്യവുമായി തിളങ്ങിയ ബലൂണുകൾ മറൈൻഡ്രൈവിൽ പാറിനടന്നത് ഇന്നും പലരുടേയും ഓർമ്മകളിലുണ്ട്. ബഹുജനമാധ്യമങ്ങളിലൂടെ ഉച്ചസ്ഥായിയിൽ മുഴങ്ങിയ പ്രചാരണം പിന്നെ പറയുകയേ വേണ്ട. ആ ഐപിഒ പരാജയപ്പെട്ടപ്പോൾ വിപണികൾ ഇടിഞ്ഞു. ഐപിഒ-ക്കു മുൻപുതന്നെ, ഈ ഐപിഒ ആശങ്കാജനകമാണെന്ന് അംഗീകരിച്ച സുഘോഷിൽ നിന്ന് ഒരു ജാഗ്രതാ ശബ്ദം ഞങ്ങൾ കേട്ടിരുന്നു. അദ്ദേഹം പറഞ്ഞതുപോലെ, 'റിലയൻസ് പവർ ആ സമയത്ത് ബല്ലാഡ് എസ്റ്റേറ്റിൽ ഒരു മേശയും രണ്ടു കസേരകളുമുള്ള കമ്പനിയായിരുന്നു'. തീർച്ചയായും റിലയൻസ് ഐപിഒ തകർച്ച നിരവധി നിക്ഷേപകരെ തുടച്ചുനീക്കിയ ഒന്നായി ചരിത്രത്തിൽ ഇടംപിടിച്ചു. വാസ്തവത്തിൽ, ഐപിഒ നിക്ഷേപകർക്കുണ്ടായ നഷ്ടം നികത്താൻ അനിൽ അംബാനിക്കു തന്റേതല്ലാത്ത ഷെയറുകളുടെ ബോണസ് ഇഷ്യൂ ചെയ്യേണ്ടിവന്നു. ബെയർ മാർക്കറ്റിന്റെ ചാക്രികത തുടങ്ങിയെന്നത് എല്ലാവർക്കും കാണത്തക്കവിധം ഇതോടെ വ്യക്തമായി.

എന്റെ സ്വന്തം സമ്പാദ്യം തൊട്ടുമുമ്പത്തെ വർഷത്തെ 48 ലക്ഷത്തിൽ നിന്ന് ആ വർഷം 22 ലക്ഷമായി. സംഗതി എന്തായാലും, മാർച്ച് മാസം ലാലായെ (ഉദയ്) തുണച്ചു എന്നായിരുന്നു കോട്ടക്കിലെ തമാശ. വിലയിരുത്തൽ ഘട്ടമെത്തുമ്പോൾ, തൊട്ടുമുമ്പത്തെ പാദവും നടപ്പുപാദവും വരണ്ടതായി. തീർച്ചയായും ഇത് മുമ്പെങ്ങുമില്ലാത്തതായിരുന്നു.

പൊടിപിടിച്ച പോലീസ് ജീപ്പുകൾ

ഡൽഹിക്ക് മടങ്ങുംമുമ്പ് 2008-ൽ ഞാൻ കൈകാര്യം ചെയ്തിരുന്ന ഒരിടപാട് എച്ച്ഡിഐഎൽ-മായി ബന്ധപ്പെട്ടതായിരുന്നു. 'വാധവാൻസി'ന്റെ ഉടമസ്ഥതയിലുള്ള എച്ച്ഡിഐഎൽ ആ സമയം സിക്സ് സെൻസസ് എന്ന ഒരു ഹോട്ടൽ ശൃംഖല സ്വന്തമാക്കാൻ ആഗ്രഹിച്ചിരുന്നു. ഒരു സിന്ധിയും അദ്ദേഹത്തിന്റെ ഫ്രഞ്ച് കൂട്ടുകാരിയും ചേർന്നു തുടങ്ങിയ സിക്സ് സെൻസസ് വളരെ ഉയർന്ന നിലവാരമുള്ള സുസ്ഥിര ആഡംബര റിസോർട്ടുകളും പഞ്ചനക്ഷത്ര ഹോട്ടലുകളും നടത്തിയിരുന്നു. നീരജും ഞാനുമാണ് ആ പദ്ധതിയിലേക്കു നിയോഗിക്കപ്പെട്ടത്. ഞങ്ങൾ രണ്ടുപേരും അപ്പോഴേക്കും നിരവധി പദ്ധതികളിൽ ഒരുമിച്ചു പ്രവർത്തിച്ചു കരുത്തുറ്റ സഖ്യമായി മാറിയിരുന്നു.

എന്നാൽ, ബാന്ദ്രയിലെ എച്ച്ഡിഐഎൽ ഹൗസിലേക്കുള്ള ആദ്യ സന്ദർശനത്തിൽ *യഹാം സേ സിൻദാ നികൽ ഗയേ തോ ബഡി ബാത് ഹെ* (ഇവിടെ നിന്ന് ജീവനോടെ രക്ഷപ്പെടുക വലിയ ബുദ്ധിമുട്ടാകും) എന്ന ചിന്തയാണെന്നിലുണ്ടായത്. കെട്ടിടത്തിന്റെ നിലവറയിൽ കാർ പാർക്കു ചെയ്തു എന്നെ എതിരേറ്റത് പൊടിപിടിച്ചു കിടക്കുന്ന രണ്ടു പോലീസ് ജീപ്പുകളാണ്. ചേരി രാജാക്കന്മാരെന്ന ഖ്യാതി വാധവാൻസിനുണ്ടെന്ന് ഞാനറിഞ്ഞിരുന്നു. ചേരികളുണ്ടാക്കുക, നീക്കം ചെയ്യുക, എഫ് സി ഐ (ഫ്ളോർ സ്പേസ് ഇൻഡക്സ്) സമ്പാദിക്കുക, അതു പിന്നീടു മറ്റുള്ള ബിൽഡർമാർക്ക് വിൽക്കുക എന്നതായിരുന്നു അവരുടെ ബിസിനസ്സ് മാതൃക. അവരുടെ നിലവറയിൽ പൊടിപിടിച്ചുകിടക്കുന്ന പോലീസ് ജീപ്പുകളുടെ ദൃശ്യം തീർത്തും മറ്റൊരു കാര്യമായിരുന്നു.

എന്റെ മറ്റു കക്ഷികളുടെ പ്രശ്നങ്ങൾ അതിന്റേതായ സങ്കീർണ്ണതകളിൽ കുടുങ്ങിക്കിടക്കുകയായിരുന്നെങ്കിലും ഭാഗ്യത്തിന് അവർ ഇത്രത്തോളം പ്രശസ്തരായിരുന്നില്ല. ഇന്ത്യൻ ടെൽകോ എയർസെൽ സ്ഥാപകൻ ശിവശങ്കരനും മലേഷ്യൻ ഓപ്പറേറ്റർ മാക്സിസ് കമ്മ്യൂണിക്കേഷൻസും തമ്മിലുള്ള 1.08 ബില്യൻ ഡോളർ ഇടപാടിലെ മധ്യസ്ഥതയായിരുന്നു അത്തരത്തിൽ സങ്കീർണ്ണമായ ഒന്ന്. 2006-ലായിരുന്നു അവർ തമ്മിലുള്ള കരാർ. യഥാസമയം പബ്ലിക് ആകാതെയും EBITDA ഉണ്ടാക്കാതെയും തങ്ങൾക്കുള്ള ലാഭവിഹിതം മാക്സിസ് ബോധപൂർവ്വം നിഷേധിക്കുന്നതായി പിന്നീടൊരിക്കൽ ശിവ ആരോപിച്ചു. തർക്കം മധ്യസ്ഥതയിലായി. ഈ ഘട്ടത്തിലാണ് മൂലധന മാർക്കറ്റ് വിദഗ്ധർ എന്ന നിലയിൽ കോട്ടക്ക് മാക്സിസിനെ സഹായിക്കാൻ നിയോഗിക്കപ്പെട്ടത്. ടെലികോം വിപണിയെക്കുറിച്ച് അഗാധമായ അറിവുണ്ടാക്കാൻ ഈ അവസരം എന്നെ സഹായിച്ചു. സത്യത്തിൽ, മാക്സിസ് മധ്യസ്ഥതയ്ക്കായി ഉപയോഗിക്കേണ്ട ഒരു നിശിത റിപ്പോർട്ട് ഞാൻ തയ്യാറാക്കിയിരുന്നു. എന്നാൽ, ഉദയ് ഈ റിപ്പോർട്ടിൽ ഒപ്പുവയ്ക്കാൻ വിസമ്മതിച്ചു. ഇത് 2ജി സ്പെക്ട്രം ലൈസൻസ് അനുവദിക്കുന്നതുമായി ബന്ധപ്പെട്ട പ്രശ്നങ്ങളിലേക്ക്

നയിച്ചേക്കാമെന്ന് തന്റെ സഹജാവബോധം കൊണ്ട് അദ്ദേഹത്തിനു തോന്നി. ഏതെങ്കിലും തരത്തിലുള്ള വിവാദത്തിൽ നിന്ന് ഒഴിഞ്ഞു നിൽക്കാനായിരുന്നു അദ്ദേഹത്തിന് താത്പര്യം. മാക്സിസ് ആ റിപ്പോർട്ട് ഉപയോഗിച്ചെങ്കിലും അതൊരു ഔദ്യോഗിക ആർബിട്രേഷൻ രേഖയായില്ല. ഉദയ്-യുടെ തോന്നൽ വെറുതെയായിരുന്നില്ലെന്നു പിന്നീടു ബോധ്യമായി. 2ജി കുംഭകോണം പിന്നീട് വെളിപ്പെട്ടു. കോട്ടക്കിനിത് ഒരു ദശലക്ഷം ഡോളർ ഫീസുള്ള ഇടപാടായിരുന്നു. പക്ഷേ, സ്ഥാപനത്തിന്റെ സൽപ്പേരിനു വേണ്ടി പെട്ടെന്നു കിട്ടുന്ന ഫീസ് ഉപേക്ഷിക്കുന്നതിനെക്കുറിച്ച് അദ്ദേഹത്തിനു കൂടുതൽ നന്നായി അറിയാമായിരുന്നു. ഒരാളുടെ പങ്കാളിത്തത്തിന്റെ അനന്തരഫലം വളരെ ശ്രദ്ധാപൂർവ്വം തൂക്കിനോക്കണം എന്നതാണ് വാസ്തവത്തിൽ ഉദയിൽ നിന്ന് എനിക്കു ലഭിച്ച വലിയ പാഠങ്ങളിലൊന്ന്.

മരണവുമായി മുഖാമുഖം, വ്യക്തിപരമായ വലിയ നഷ്ടം, വീണ്ടും ജീവിതത്തുടർച്ച

ഡൽഹിയിലായിരുന്നപ്പോഴും മുമ്പു ചെയ്തിരുന്ന ചില ജോലികളുടെ തുടർച്ചയ്ക്കായി എനിക്ക് ഇടയ്ക്ക് മുംബൈയിൽ പോകണമായിരുന്നു. എന്റെ ശക്തമായ തൊഴിൽ ധാർമ്മികതയും അക്കാലത്തെ സാഹചര്യവും കണക്കിലെടുത്ത് ഹോട്ടലിനു പകരം എന്റെ ഭാര്യാസഹോദരിയുടെ വീട്ടിലാണ് താമസിക്കാറുണ്ടായിരുന്നത്. ഭാര്യാസഹോദരിയും ഭർത്താവ് ദീപക് ഗുപ്തയും എപ്പോഴും എനിക്ക് ഹൃദ്യമായ സ്വാഗതമരുളി. ഒരു കിടപ്പുമുറിയുള്ള ഫ്ലാറ്റിലെ അവരുടെ മുറി എനിക്കു നൽകി സ്വീകരണമുറിയിലായിരുന്നു അവർ ഉറങ്ങാറ്.

ഇതുപോലെ ഒരു മുംബൈ യാത്രയ്ക്കിടയിലാണ് ഞാൻ മരണത്തിൽ നിന്നു കഷ്ടിച്ചു രക്ഷപ്പെട്ടത്. നഗരത്തിലുള്ളപ്പോൾ സന്തോഷകരമായ ചില മുഹൂർത്തങ്ങൾ സൃഷ്ടിക്കാമെന്നു കരുതിയതിനാലാണിതു സംഭവിച്ചത്. മുംബൈയിലുണ്ടായിരുന്ന, മാൽവിയാ നഗറിലെ എന്റെ അയൽക്കാരിയും ബാല്യകാല സുഹൃത്തുമായ മാൻസി കോഹ്ലിയെ വിളിച്ചു. അവരെയും അവരുടെ ഭർത്താവിനെയും, ചിക്കൻ റോളിനു പ്രശസ്തമായ കൊളാബയിൽ താജ് ഹോട്ടലിനു തൊട്ടുപുറകിലുള്ള ഖാൻ ചാച്ചയിൽ കാണാമെന്നുറപ്പിച്ചു. അവസാന നിമിഷത്തിലാണു മാൻസി പറയുന്നത് ചില ഔദ്യോഗിക തിരക്കുകളിൽ പെട്ടതിനാൽ വരാൻ കഴിയില്ലെന്ന്. ഞാനപ്പോഴേക്ക് ഒരു ടാക്സിയിൽ മറൈൻ ഡ്രൈവിലെ ക്ലബ് ഗ്രൗണ്ട്സിൽ നിന്നു കൊളാബയിലേക്കു തിരിച്ചിരുന്നു. വൈകാതെ ഞാനെവിടെയാണെന്നന്വേഷിച്ച് ഭാര്യാസഹോദരി വിളിച്ചു. ദക്ഷിണ മുംബൈയിൽ വെടിവെയ്പ്പുണ്ടെന്ന് വാർത്തയുണ്ടെന്നും സുരക്ഷിതസ്ഥലത്തേക്കു മാറണമെന്നും അവർ പറഞ്ഞു. ഉടൻതന്നെ ചൗപ്പാട്ടിയിൽ നിന്നു യു-ടേൺ എടുത്ത് ദാദറിലുള്ള എന്റെ സഹപ്രവർത്തകൻ ശൈലേഷ് രാച്ചിയുടെ വീട്ടിലേക്കു പോയി.

ഞാൻ അവിടെയെത്തുമ്പോഴേക്കും താജ് ഹോട്ടൽ ഉപരോധത്തിലായെന്ന അവിശ്വസനീയ വാർത്ത എല്ലാ ചാനലുകളിലും നിറഞ്ഞിരുന്നു. വിധി കൂടുതൽ വലിയ കാര്യങ്ങൾ എനിക്കുവേണ്ടി ഒരുക്കിയിട്ടില്ലായിരുന്നെങ്കിൽ മരണത്തിന്റെയും നാശത്തിന്റെയും മധ്യത്തിലെത്തുമായിരുന്നു ഞാൻ.

എന്റെ ജീവൻ രക്ഷപ്പെട്ടെങ്കിലും, കുടുംബമെന്ന നിലയിൽ ഞങ്ങൾ കാത്തിരുന്ന വലിയ സംഭവം – ഞങ്ങളുടെ ആദ്യകുഞ്ഞിന്റെ ജനനം – നടന്നില്ല. ഭ്രൂണത്തിന്റെ വളർച്ച വിലയിരുത്തുന്ന മൂന്നാം മാസത്തെ അൾട്രാസൗണ്ട് സ്കാനിംഗിൽ, കുഞ്ഞിന്റെ കഴുത്തിനുചുറ്റും അധികവളർച്ച യുണ്ടെന്നു വെളിപ്പെട്ടു. കുഞ്ഞിന് എന്തെങ്കിലും വൈകല്യമുണ്ടാകാനുള്ള സാധ്യതയിലേക്കാണതു വിരൽ ചൂണ്ടിയത്. ഈ വിവരം ഞങ്ങളുടെ ലോകത്തെ നടുക്കി. എന്തുവന്നാലും കുഞ്ഞിനെ പൊന്നുപോലെ നോക്കുമെന്ന് ഞങ്ങൾക്കുറപ്പായിരുന്നെങ്കിലും കുഞ്ഞിന്റെ ജീവിത നിലവാരത്തെക്കുറിച്ചുള്ള ആശങ്ക ഗർഭഛിദ്രം എന്ന ഹൃദയഭേദകമായ തീരുമാനത്തിലേക്ക് ഞങ്ങളെ എത്തിച്ചു. ഞങ്ങളുടെ ലോകം ഇടിഞ്ഞു വീണതുപോലെ തോന്നി.

ഈ കഠിനകാലത്തെന്തായാലും ദൈവം ഞങ്ങളെ ചേർത്തുപിടിച്ചു. ഈ ദുഃഖകരമായ സംഭവം കഴിഞ്ഞ് ആറ് മാസത്തിനുശേഷം മാധുരി വീണ്ടും ഗർഭിണിയായി. കഴിഞ്ഞകാല സംഭവം മറക്കാനായി മാധുരിക്ക് വേണ്ടി ഞാൻ പ്ലാൻ ചെയ്ത ഫ്രാൻസ്-അമേരിക്ക യാത്രയിലായിരുന്നു ഞങ്ങൾ. ഇത്തവണ അമിതാഹ്ലാദത്തിൽ മുഴുകാൻ ഞങ്ങൾ തന്നെ ഞങ്ങളെ അനുവദിച്ചില്ല. കാരണം, ആദ്യത്തെ മൂന്നുമാസം കാത്തിരിപ്പും നിരീക്ഷണവുമായിരുന്നു. ആദ്യത്തെ അൾട്രാസൗണ്ട് സ്കാനിംഗിനു ശേഷം മാത്രമാണ് ഞങ്ങളുടെ ശ്വാസം നേരെവീണത്. 2010 ഫെബ്രുവരി അഞ്ചിന് ഞങ്ങളുടെ മകൻ അവ്യക്ത് ഗ്രോവർ പിറന്നു. ഞൊടിയിടയിൽ അവൻ ഞങ്ങളുടെ ലോകം മാറ്റിമറിച്ചു. ഗ്രോവർമാരുടെ നാലു തലമുറ – എന്റെ മുത്തശ്ശൻ (അദ്ദേഹം 96 വയസ്സുവരെ ജീവിച്ചു), എന്റെ അച്ഛൻ, ഞാൻ, എന്റെ മകൻ – മാൽവിയാ നഗറിലെ ഞങ്ങളുടെ വീട്ടിൽ ഒരേ മേൽക്കൂരയ്ക്കു താഴെ ഒന്നിച്ചു. തീർച്ചയായും ജീവിതം വീണ്ടും അനുഗ്രഹിക്കപ്പെട്ടു.

വെല്ലുവിളി നിറഞ്ഞ ചുമതലകൾ

ജോലിസ്ഥലത്ത് ഞാൻ മികച്ച പ്രകടനം തുടർന്നു. വെല്ലുവിളി നിറഞ്ഞ നിരവധി ചുമതലകളിൽ പങ്കാളിയായി. അങ്ങേയറ്റത്തെ കഴിവു പ്രകടിപ്പിക്കേണ്ടി വന്നതായി ഞാൻ കണക്കാക്കുന്ന ഇടപാട് DLF-DAL ലയനമാണ്. 2007-ൽ സംഭവിച്ച DFL IPO-ക്ക് മുമ്പ് പാട്ടത്തിനു നൽകിയിരുന്ന ഗ്രൂപ്പിന്റെ സ്വത്തുക്കൾ പ്രമോട്ടർമാരും ചില നിക്ഷേപകരും ചേർന്ന് ഡിഎൽഎഫ് അസ്സെറ്റ്സ് ലിമിറ്റഡ് എന്ന സ്ഥാപനത്തിന്റെ പേരിൽ വാങ്ങിയിരുന്നു. ഈ നിക്ഷേപകരിൽ സ്റ്റാൻഡേർഡ് ചാർട്ടേഡും ഉൾപ്പെടുന്നു. ഐപിഒ-യ്ക്ക് മുമ്പായി അങ്ങനെ നല്ലൊരു തുക സമാഹരി

ക്കാനായി. ഡിഎൽഎഫ് ഐപിഒ വിജയമാകാൻ ഇതുമൊരു കാരണമായി. 2009-ൽ പക്ഷേ, റിയൽ എസ്റ്റേറ്റ് വിപണിയിൽ മാന്ദ്യത്തിന് തുടക്കമായി. നാനൂറു രൂപയ്ക്കു മേൽ ലിസ്റ്റ് ചെയ്ത ഡിഎൽഎഫ് ഓഹരികൾ ഒരു സമയത്ത് 1200 രൂപ വരെ ഉയർന്നിരുന്നു. മാന്ദ്യം വന്നപ്പോൾ ഓഹരിക്ക് നൂറു രൂപവരെയായി. പാട്ടത്തിനു നൽകിയ സ്വത്തുക്കൾ ലിസ്റ്റ് ചെയ്ത സ്ഥാപനത്തിനു പുറത്ത് പ്രമോട്ടർമാർ സ്വന്തമാക്കാൻ പാടില്ലെന്ന വിശകലനവിദഗ്ധരുടെ വിശ്വാസമാണ് ഇതിനൊരു കാരണം. മറിച്ച്, ലീസിലുള്ള എല്ലാ സ്വത്തുക്കളും ഗ്രൂപ്പിനുള്ളിൽ തന്നെയാവണമെന്നും അവിടെയാണ് പണമൊഴുക്കുണ്ടാകേണ്ടതെന്നും ആ പണമൊഴുക്കു കൊണ്ടുവേണം വികസനപ്രവർത്തനങ്ങൾ നടത്താനെന്നുമായിരുന്നു അവരുടെ കാഴ്ചപ്പാട്.

അതുകൊണ്ട് 2009-ൽ ഡിഎൽഎഫ് അസ്സെറ്റ്സ് ഡിഎൽഎഫ് ലിമിറ്റഡുമായി ലയിപ്പിക്കാൻ നിർദ്ദേശം വന്നു. പണരഹിത കൈമാറ്റമാണ് ഉദ്ദേശിച്ചത്. അതുവഴി ഡിഎൽഎഫ് ഓഹരിയുടമകൾക്ക് ലയിച്ച സ്ഥാപനത്തിലേക്കു ചില പ്രവേശനം സാധ്യമാകും. പ്രമോട്ടർമാർക്ക് ലിസ്റ്റ് ചെയ്ത ഡിഎൽഎഫ് ലിമിറ്റഡിൽ ഓഹരി വർദ്ധിപ്പിക്കാനുമാകും. പരസ്പര ബന്ധമുള്ളവർ തമ്മിലുള്ള ഇടപാടായതിനാൽ കാര്യങ്ങൾ മുന്നോട്ടുകൊണ്ടുപോകാൻ കോട്ടക് അടക്കം മൂന്നു ബാങ്കുകളെ ചുമതലപ്പെടുത്തിയിരുന്നു. റിയൽ എസ്റ്റേറ്റിൽ കാര്യങ്ങൾ പഠിച്ചിരുന്നു എന്നതിനാലും ഇപ്പോൾ ആസ്ഥാനം ഡൽഹിയിലാണെന്നതിനാലും എനിക്കു ചുമതല കിട്ടി. ഈ ഇടപാടിൽ നിന്നു കിട്ടിയ വലിയ അറിവുകൾ ചില കരുത്തരായ വ്യക്തിത്വങ്ങളുമായുള്ള ഇടപെടലിലൂടെയായിരുന്നു. അവരുടെ സിഎഫ്ഒ രമേഷ് സാങ്കയാണ് അതിലൊരാൾ. സാങ്കയുമായി നിരവധി അഭിപ്രായ വ്യത്യാസങ്ങൾ ഉടലെടുത്തിരുന്നു. പ്രമോട്ടർമാരെ സഹായിക്കുന്ന വിധത്തിൽ ഇടപാട് രൂപപ്പെടുത്താനുള്ള ശ്രമം സാങ്ക നടത്തിയതിനാലാണിത്. ഒരവസരത്തിൽ ഡിഎൽഎഫ് ടീമുമായി വലിയ ഒച്ചപ്പാടു വരെയുണ്ടായി. നിങ്ങളുടെ ആൾ ഇവിടെ വന്നു കുഴപ്പമുണ്ടാക്കുകയാണെങ്കിൽ കോട്ടക്കിനെ ഇടപാടിൽ നിന്നൊഴിവാക്കുമെന്നു സാങ്ക എന്റെ സൂപ്പർ ബോസ് ഫാൽഗുനി നയ്യാറെ വിളിച്ചു പറയുന്നതുവരെയെത്തി കാര്യങ്ങൾ. എനിക്കൊരു ഉറച്ച ശബ്ദമുണ്ടായിരുന്നു എന്നതിലും അതു നിക്ഷേപകരുടെ താൽപ്പര്യത്തിനുവേണ്ടി ഉയർത്താനും എനിക്ക് കഴിഞ്ഞു എന്നതിലും എനിക്കഭിമാനമുണ്ട്.

ഘടനാപരമായി നടപ്പിലാക്കാൻ ഏറ്റവും കാഠിന്യമേറിയ ഇടപാടുകളിലൊന്നായിരുന്നു ഇത്. ഡിഎൽഎഫ് അസ്സെറ്റ്സിൽ ഡിഇ ഷാ, സ്റ്റാൻചാർട്ട് എന്നിവയ്ക്കു നിക്ഷേപമുണ്ടായിരുന്നു. അവരെ ഒഴിവാക്കേണ്ടിയിരുന്നതിനാൽ നഷ്ടപരിഹാരവും വാഗ്ദാനം ചെയ്യേണ്ടിവന്നു. അതാകട്ടെ ആസ്തികൾ ലിസ്റ്റ് ചെയ്ത കമ്പനിയിലേക്ക് നികുതി കാര്യക്ഷമമായ രീതിയിൽ കൊണ്ടുവരേണ്ടതുണ്ട്. ലയനം വിശദമായി ചർച്ച ചെയ്ത അന്തിമ ബോർഡ് യോഗം ഞാനിപ്പോഴുമോർക്കുന്നു. നിർദ്ദിഷ്ട ലയന അനുപാത

ത്തിൽ ചെയർമാൻ രാജീവ് സിംഗ് അങ്ങേയറ്റം അസംതൃപ്തനായിരുന്നു. അത്രയധികം അദ്ദേഹം യോഗത്തിൽ ഒച്ചവെയ്ക്കുകയും അതു മറ്റുള്ളവരെ അസുഖകരമായ നിശ്ശബ്ദതയിലേക്കു തള്ളിവിടുകയും ചെയ്തു. ലയന അനുപാതം മരവിപ്പിച്ചതോടെ ഇടപാട് ഓഹരിവിപണിയെ അറിയിക്കുന്ന തിനായുള്ള കുറിപ്പ് തയ്യാറാക്കിയത് എന്റെ കംപ്യൂട്ടറിലായിരുന്നു. രാജീവ് സിംഗിന്റേയും അമർചന്ദ് ആൻഡ് മംഗൾദാസ് എന്ന നിയമസ്ഥാപനത്തിന്റെ പ്രതിനിധി സിറിൽ ഷ്റോഫിന്റെയും സാന്നിദ്ധ്യത്തിലായിരുന്നു ഇത്.

സങ്കീർണ്ണമായ ഈ ഇടപാട് നടത്തിയതോടെ എന്റെ മേലധികാരി കൾക്ക് എന്റെ കഴിവിൽ ഉറച്ച വിശ്വാസമായി. യഥാർത്ഥത്തിൽ, ഇതിനുശേഷം ഡിഎൽഎഫ് കുടുംബത്തിനുവേണ്ടിയും ഞാൻ ഒരിടപാട് നടത്തിയിരുന്നു. പിയാ സിംഗ് 900 കോടി രൂപ വിലവരുന്ന തന്റെ ഓഹരികൾ സഹോദരനായ രാജീവ് സിംഗിനു വിൽക്കുന്നതായിരുന്നു അത്. ഒരോഹരിക്ക് 240 രൂപ വിലയിട്ടാണ് ഇടപാടു നടന്നത്. സ്റ്റോക്ക് എക്സ്ചേഞ്ചിൽ അത് ബ്ലോക്ക് ഡീലായി നടത്തേണ്ടിയുമിരുന്നു. അടുത്ത ദിവസം വിൽക്കുന്ന ഓഹരികളുടെ മൂല്യം അറിയിക്കാനായി വൈകുന്നേരങ്ങളിൽ പിയാ സിംഗിന്റെ ഓഫീസിൽ പോയിരുന്നത് ഞാനോർക്കുന്നു. ഞാനുണ്ടാക്കിയ വിശ്വാസം കണക്കിലെടുക്കുമ്പോൾ, ഞാനായിരിക്കും അവരിൽ നിന്നും വ്യാപാരം ലഭിച്ച അവസാനത്തെയാൾ.

റിയൽ എസ്റ്റേറ്റുമായുള്ള എന്റെ ബന്ധം മുടങ്ങാതെ തുടർന്നു. ബംഗളൂരു ആസ്ഥാനമായുള്ള പ്രസ്റ്റീജ് എസ്റ്റേറ്റ് ഐപിഒയുമായി ബന്ധപ്പെട്ടും പ്രവർത്തിച്ചു. ഇതെന്റെ നാലാമത്തെ വലിയ റിയൽ എസ്റ്റേറ്റ് ഇടപാടായിരുന്നു. ഇർഫാൻ റസാക്ക് എന്നയാൾ സ്ഥാപിച്ച കമ്പനി മെറിൽ ലിഞ്ച്, കോട്ടക്ക് എന്നിവരെയാണ് ജോലി ഏൽപ്പിച്ചത്. റോഡ് ഷോകൾക്കായി ഇർഫാൻ റസ്സാക്കിനും അവരുടെ സിഇഒയ്ക്കുമൊപ്പം പലതവണ ഹോങ്കോംഗിലേക്കു യാത്ര ചെയ്തത് ഞാനോർക്കുന്നു. ആങ്കർ നിക്ഷേപകരെ നിശ്ചയിക്കാൻ നരിമാൻ പോയിന്റിലെ ഒബറോയ് ഹോട്ടലിൽ യോഗം ചേർന്നപ്പോൾ ഇരുപതിലധികം ബാങ്കർമാരും ഐപിഒ ടീമും ഉണ്ടായിരുന്നു. എല്ലാവർക്കും നിർദ്ദേശങ്ങളറിയിക്കാം, എന്നാൽ ആഷ്നീറിന്റെ ഇ-മെയിൽ ഐഡിയിൽ നിന്നു വരുന്ന പട്ടികയായിരിക്കും അന്തിമമെന്നു റസാക്ക് വ്യക്തമാക്കിയത് അദ്ദേഹത്തിനു എന്നിലുണ്ടായ വിശ്വാസം കൊണ്ടുമാത്രമാണ്.

പ്രസ്റ്റീജ് ഗ്രൂപ്പുമായി മാത്രമല്ല, ഇടപെട്ടിട്ടുള്ള എല്ലാ കക്ഷികളുമായും എനിക്കനുകൂലമായി വന്ന ഒരു കാര്യമെന്തെന്നാൽ, ഞാനവരുടെ ബിസിനസ്സിന്റെ കാര്യത്തിൽ വിധിയെഴുതാൻ മുതിർന്നില്ല എന്നതാണ്. മറിച്ച്, പ്രതിവിധിയിൽ ഊന്നിയുള്ള സമീപനം മൂലം പശ്നങ്ങൾക്കു കൃത്യമായ തീരുമാനമുണ്ടാക്കാനായി. വ്യത്യസ്തങ്ങളായ നിരവധി വ്യവസാ യങ്ങളുമായി ബന്ധപ്പെടാൻ അവസരം കിട്ടിയത് വിപണിയെക്കുറിച്ച് മൊത്തത്തിലുള്ള ധാരണയുണ്ടാക്കാൻ സഹായകമായി. ഞാൻ കൈകാര്യം ചെയ്ത ഇടപാടുകളൊന്നും ഏകതാനമായിരുന്നില്ല. ഉദാഹരണത്തിന് ഒരു

എംഎൻസി മറ്റൊന്നിനു വിൽക്കുന്ന ഇടപാടിൽ മിക്കവാറും എല്ലാ കാര്യങ്ങളും ശരിയായ രീതിയിലായിരിക്കും. ഐപിഒ ഉണ്ടാക്കുന്ന വിഷയമാണെങ്കിൽ ഞാൻ കമ്പനിയുടെ സിഎഫ്ഒ-യെപ്പോലെ പ്രവർത്തിക്കേണ്ടിവരും. അതായത് കക്ഷിക്ക് പ്രശ്നപരിഹാരം ഉറപ്പാക്കണം. ഏതാണ്ട് തുടക്കം മുതൽ ഒടുക്കം വരെ ഞാൻ കൈകാര്യം ചെയ്ത പിസി ജ്വല്ലേഴ്സ് ഐപിഒ ഉദാഹരണമാണ്. പിച്ച് ഡെക്ക് ഉണ്ടാക്കുന്നതുമുതൽ തനിഷ്കമായുള്ള ബെഞ്ച്മാർക്കിംഗ്, അഥവാ കഥ നിക്ഷേപകർക്കു വിൽക്കൽ വരെ. പിസിജെ സ്ഥാപകൻ ബൽറാം ഗാർഗിനൊപ്പം ന്യൂയോർക്ക്, ബോസ്റ്റൺ, സാൻ ഫ്രാൻസിസ്കോ എന്നിവിടങ്ങളിലെല്ലാം കറങ്ങി അവിടുത്തെ നിക്ഷേപകരെ ബോധവത്കരിച്ചു. വർഷങ്ങൾക്കുശേഷം ദാരത്പേ തുടങ്ങാനൊരുങ്ങിയപ്പോൾ ഒരുപാടുപേർ എന്റെ ധനസമാഹരണശേഷിയെ അഭിനന്ദിച്ചു. ഇത്തരത്തിലുള്ള പല ഇടപാടുകളിൽനിന്നു ലഭിച്ച കഴിവാണതെന്നു പറയാം.

മൊത്തത്തിൽ പറഞ്ഞാൽ, കോട്ടക്കിലെ ജോലിക്കാലം എന്റെ ആത്മവിശ്വാസം അങ്ങേയറ്റം വർദ്ധിപ്പിച്ചു. വിശേഷിച്ചും, വിജയിച്ച കമ്പനിയുടമകളുമായി മുഖാമുഖം വന്നപ്പോൾ. ആരുടേയും ബിസിനസ്സ് എല്ലാം തികഞ്ഞതായിരുന്നില്ലെന്നു ഞാൻ മനസ്സിലാക്കി. ഓരോ സംരംഭകസ്ഥാപകനും അവരുടേതായ അരക്ഷിതാവസ്ഥ ഉണ്ടായിരുന്നു. അത്തരം സ്ഥാപകരെ വിലയിരുത്തുമ്പോൾ ഞാനവരെ ഭയപ്പെട്ടില്ല. മറിച്ച്, അവർ ഇപ്പോൾ ആയിരിക്കുന്ന അവസ്ഥയിലെത്താൻ ശരിയായ സമയത്ത് ശരിയായ നടപടിയെടുത്തതെങ്ങനെ എന്നു ഞാൻ മനസ്സിലാക്കി. മെറിൽ ലിഞ്ച്, സിറ്റിബാങ്ക്, മോർഗൻ സ്റ്റാൻലി തുടങ്ങിയ വിവിധ ആഗോള കമ്പനികളുമായി ഇടപെട്ടപ്പോഴൊക്കെ എന്റെ കാഴ്ചപ്പാട് യഥാർത്ഥ കളി പ്രമോട്ടർമാരുടേതു തന്നെയാണെന്നും ഞങ്ങളെല്ലാം യാദൃച്ഛികമായി എത്തപ്പെട്ടവരാണെന്നുമായിരുന്നു. അതിനാൽ, പ്രമോട്ടർമാർ അവർ എവിടെയായിരുന്നോ അവിടെയെത്താൻ ചെയ്തതെന്താണെന്ന് ഞാൻ എല്ലായ്പ്പോഴും സ്വാംശീകരിച്ചുകൊണ്ടിരുന്നു. മധ്യവർഗ്ഗ സേവനകുടുംബത്തിൽ വളർന്നുവരുമ്പോൾ, ബിസിനസ്സുകാരെല്ലാം കള്ളത്തരം ചെയ്തിട്ടാണു പണമുണ്ടാക്കുന്നത് എന്ന ഏകപക്ഷീയമായ കാഴ്ചപ്പാടാണ് അടിച്ചേൽപ്പിക്കപ്പെടുക. എന്നാൽ ബിസിനസ്സുകാരൻ സത്യസന്ധത പുലർത്തുന്ന ഒരു കാര്യം അവന്റെ ബിസിനസ്സാണെന്ന് ഞാൻ അടുത്തുകണ്ടു.

വീട്ടിലെത്തുമ്പോൾ, മാധുരിയുടെ ബിസിനസ്സ് കുടുംബത്തെയും അടുത്തുകാണുന്നുണ്ട്. സേവനകുടുംബവും ബിസിനസ്സ് കുടുംബവും തമ്മിൽ ചിന്താരീതിയിലുള്ള വ്യത്യാസവും അങ്ങനെ ഞാൻ മനസ്സിലാക്കി. സേവനകുടുംബം എല്ലാറ്റിലുമുപരി അച്ചടക്കവും നിശ്ചിത ദിനചര്യയും പുലർത്തുമ്പോൾ, അനിശ്ചിതത്വം കൈകാര്യം ചെയ്യാനുള്ള അവരുടെ കഴിവ് ഏറെ പരിമിതമാണ്. അനിശ്ചിതത്വം കൈകാര്യം ചെയ്യാനുള്ള മാധുരിയുടെ കഴിവും ജീവിതത്തിലെ അവളുടെ അഭിലാഷങ്ങളും ഞാൻ ഊഹിച്ചതിലും വലുതാണെന്ന് എന്റെ സ്വന്തം വീട്ടിൽ ഞാൻ കണ്ടു.

വെറുതെയൊരു ശമ്പളം വാങ്ങുന്നതുകൊണ്ട് ആരും സമ്പന്നരാകുന്നില്ലെന്നും ഞാൻ മനസ്സിലാക്കാൻ തുടങ്ങുകയായിരുന്നു. തിരിഞ്ഞുനോക്കുമ്പോൾ, ഇവിടെയാണ് സംരംഭകത്വം എന്നെ മാടിവിളിക്കാൻ തുടങ്ങിയത്. എന്റെ ഉള്ളിലെവിടെയോ എനിക്കറിയാമായിരുന്നു ഇപ്പോഴല്ലെങ്കിൽ മറ്റൊരു ഘട്ടത്തിൽ സംരംഭകത്വം എന്നെ സ്വാധീനിക്കുമെന്ന്.

ഒരു ഫലകവും അഞ്ചു ഗ്രാം സ്വർണ്ണനാണയവും

നിങ്ങളൊരു സ്ഥാപനത്തിൽ ഗ്രാറ്റുവിറ്റിക്ക് അർഹനാകുന്നത്ര കാലം ജോലി ചെയ്തിട്ടുണ്ടെങ്കിൽ ഒന്നുകിൽ നിങ്ങൾക്ക് മറ്റെവിടെയും ജോലി കിട്ടുന്നില്ല; അല്ലെങ്കിൽ നിങ്ങൾ മനസ്സുകൊണ്ടു വിരമിച്ചു കഴിഞ്ഞു – ഞങ്ങൾ ഐഐഎം സഹപാഠികൾക്കിടയിലെ തമാശയാണ്. കോട്ടക്കിൽ അഞ്ചുവർഷം പൂർത്തിയാക്കിയതിനാൽ എനിക്കൊരു ഗ്രാറ്റുവിറ്റി തുക കിട്ടിക്കഴിഞ്ഞിരുന്നു. അതിനോടൊപ്പം കിട്ടിയ അഞ്ചുഗ്രാം സ്വർണ്ണനാണയവും ആലങ്കാരികമായ ഫലകവും സ്ഥാപനത്തിൽ നന്നായി ചെലവഴിച്ച വർഷങ്ങളെക്കുറിച്ചു പറയുന്നുണ്ട്. എന്നിരുന്നാലും, 2013 ആയപ്പോഴേക്കും എനിക്കു ബോറടിച്ചുതുടങ്ങി. വേണ്ടത്ര ഇടപാടുകൾ നടത്തുന്നുണ്ടായിരുന്നുവെങ്കിലും, നിക്ഷേപബാങ്കിംഗിന്റെ മൂർച്ചയും പുരോഗമനവും മുൻകാലത്തെ അപേക്ഷിച്ച് വ്യക്തമായും ക്ഷയിച്ചുകൊണ്ടിരുന്നു. കൂടുതൽ കളിക്കാർ കളത്തിലിറങ്ങി എന്നതിനുപുറമെ ഫീസ് കുറഞ്ഞുകൊണ്ടിരുന്നു. മിക്ക കക്ഷികളും സ്ഥാപനത്തിനകത്തുതന്നെ എം ആൻഡ് എ വിദഗ്ധരെ നിയമിക്കാൻ തുടങ്ങി. വിജയത്തിനായി ഉയർന്ന പ്രതിഫലം നൽകുന്നതിൽ അവർക്കു താത്പര്യം നഷ്ടപ്പെട്ടു. നിക്ഷേപബാങ്കിംഗ് സ്ഥാപനവത്കരിക്കപ്പെട്ട ബിസിനസ്സ് എന്ന നിലയിൽനിന്ന് ആചാരമായി മാറിയതായി ഉദയക്കും തോന്നിത്തുടങ്ങി. അതുകൊണ്ടുതന്നെ ഈ ബിസിനസ്സിൽ വലിയ വാഗ്ദാനങ്ങൾ നൽകാൻ അദ്ദേഹത്തിനു താത്പര്യം കുറഞ്ഞു. പോരാത്തതിന്, കോട്ടക്കിൽ എനിക്കെന്തെങ്കിലും ഭാവിയുണ്ടെങ്കിൽ അത് മുംബൈ നഗരത്തിലാണുള്ളത്. തുടക്കത്തിൽ നഗരത്തോടുണ്ടായിരുന്ന അഭിനിവേശം അപ്പോൾ തീർത്തും എന്നിൽ നിന്നൊഴിഞ്ഞുപോയിരുന്നു. മുംബൈയിൽ നിങ്ങൾ ബാന്ദ്രയിലേക്കു പോകണമെന്ന ലക്ഷ്യത്തോടെ ബോറിവാലിയിൽ ജീവിതം തുടങ്ങി, പിന്നീട് വോർലിയിലും അവസാനം നരിമാൻ പോയിന്റിലുമെത്തി മരിക്കാമെന്നു ഞാൻ പലപ്പോഴും ആളുകളോടു പറയാറുണ്ടായിരുന്നു. എന്നാൽ അടിസ്ഥാനപരമായി, നിങ്ങളുടെ ജീവിതാഭിലാഷങ്ങൾ നിങ്ങളുടെ ആദ്യത്തെ വീട് ബോറിവാലിയിലും ശവസംസ്കാരം ദക്ഷിണമുംബൈയിലും ആയി ചുരുക്കിയിരിക്കുന്നു.

ഒരേ സ്ഥാപനത്തിൽ അഞ്ചുവർഷത്തിലധികം ജോലി ചെയ്തു, ഞങ്ങളുടെ ഐഐഎം ബാച്ചിലെ ഏകയാൾ മിക്കവാറും ഞാനായിരിക്കുമെന്ന വസ്തുത ഒരു സുരക്ഷിതമേഖലയിൽ സുഖം കണ്ടെത്തുകയാണോ

ഞാൻ എന്ന ചിന്ത എന്നിലുണ്ടാക്കി. പുതിയ ചക്രവാളങ്ങൾ തേടാൻ സമയമായെന്ന തോന്നലും അതുണ്ടാക്കി.

ഈ സമയത്താണ് കോട്ടക്കിലെ എന്റെ സഹപ്രവർത്തക ഗേസു കൗഷൽ അവളുടെ ഭർത്താവ് അജയുമായി എന്നെ ബന്ധപ്പെടുത്തിയത്. ബിൽഡെസ്ക് എന്ന ഫിൻടെക്ക് കമ്പനിയുടെ സ്ഥാപകനായിരുന്നു അജയ്. ലാഭത്തിലുള്ളതും നിക്ഷേപകർക്ക് ലാഭവിഹിതം നൽകുന്നതുമായ അപൂർവ്വം ഫിൻടെക് കമ്പനികളിലൊന്നായിരുന്നു അത്. ഇന്ത്യയിലെ ഏറ്റവും വലിയ ഫിൻടെക് ഇടപാടുകളിലൊന്നിൽ 4.7 ബില്യൻ ഡോളറിന് പേയ് യു കമ്പനിയെ ഏറ്റെടുക്കാനിരിക്കുകയായിരുന്നു. ഒന്നു മറ്റൊന്നിലേക്കു നയിക്കുമെന്ന് പറയുന്നതുപോലെ അജയ് എന്നെ അമേരിക്കൻ എക്സ്പ്രസ് ബാങ്കിലെ സഞ്ജയ് റിഷിക്കു പരിചയപ്പെടുത്തി. തന്റെ കീഴിൽ കോർപറേറ്റ് ഡെവലപ്മെന്റിന് (നിക്ഷേപങ്ങൾക്കും എം ആൻഡ് എ-യ്ക്കുമുള്ള അമേരിക്കൻ ജാഡപ്പേര്) ഒരു തലവനെ തേടുകയായിരുന്നു സഞ്ജയ്. അദ്ദേഹത്തിന്റെ നോട്ടത്തിൽ വിവിധ സ്ഥാപനങ്ങളുമായി ബന്ധപ്പെട്ട എന്റെ അനുഭവജ്ഞാനം ഏറെ വിലപ്പെട്ടതായി.

ഏഴുവർഷത്തെ അർത്ഥപൂർണ്ണമായ കോട്ടക് കാലത്തിനുശേഷം മുന്നോട്ടുപോകാൻ സമയമായി. ഞാൻ ജീവിതത്തിലെ കോട്ടക്ക് രീതിയിൽനിന്നും അവിടെനിന്നു ലഭിച്ച വിലപ്പെട്ട പാഠങ്ങളിൽ നിന്നും വഴിമാറിപ്പോകുകയല്ലെന്ന് അപ്പോഴും എനിക്കു വളരെ വ്യക്തമായിരുന്നു. വിരോധാഭാസമെന്ന് പറയട്ടെ, കോട്ടക്ക് എന്റെ പിന്നീടുള്ള കരിയറിൽ വീണ്ടും പ്രത്യക്ഷപ്പെടുമെന്നും അത്യുത്സാഹികളായ ഒരു വിഭാഗം അതിനെ പുതിയ കഥകളിലേക്കു നയിക്കുമെന്നും അപ്പോൾ എനിക്കറിയില്ലായിരുന്നു.

ഭാഗം 2 : ആംഎക്സ് വർഷങ്ങൾ

ഗുഡ്ഗാവ്, 2013

അമേരിക്കൻ സർക്കാർ ജോലി

ഞാൻ ജോലിയിൽ പ്രവേശിച്ചപ്പോൾ ആംഎക്സിലുണ്ടായിരുന്ന സ്വകാര്യതമാശ, ഞങ്ങളുടെ ജോലി 'അമേരിക്കൻ സർക്കാർ കി നൗകരി' (അമേരിക്കൻ സർക്കാരിന്റെ ജോലി) ആണെന്നായിരുന്നു. വൈകാതെ എന്തുകൊണ്ടാണതെന്നു ഞാൻ കണ്ടെത്തി. ആംഎക്സിൽ ജോലി ചെയ്യുന്നത് *സർക്കാർ ജോലി* പോലെ തന്നെയാണ്. ഇവിടെ സർക്കാർ അമേരിക്കയിലാണെന്നു മാത്രം. ഞങ്ങളോട്ടു സംസാരിച്ചതു ഡോളറിലും. ബഹുരാഷ്ട്രകമ്പനിയിലെ എന്റെ ആദ്യ അവസരം. നമ്മുടെ നാട്ടിലെ 'ലാലാ' കമ്പനികളുമായി തട്ടിച്ചുനോക്കുമ്പോൾ എംഎൻസി സംസ്കാരം

വളരെ സ്വസ്ഥമാണ്. ആംഎക്സ് ഇന്ത്യക്ക് വളരെ വലിയ സജ്ജീകരണങ്ങളാണുണ്ടായിരുന്നത്. രണ്ടുതരത്തിലുള്ളതായിരുന്നു പ്രധാന പ്രവർത്തനങ്ങൾ : 1. ആഗോള ബിസിനസ്സിനെ സഹായിക്കുന്ന ബാക്ക് ഓഫീസ് പ്രവർത്തനങ്ങൾ. 2. ഇന്ത്യക്ക് അനുയോജ്യമായ ക്രെഡിറ്റ് കാർഡ് ബിസിനസ്സ്. രണ്ടാമത് പറഞ്ഞതിന്റെ ഭാഗമായിരുന്നു ഞാൻ. സുഘടിതമായ സ്ഥാപനമായിരുന്നു അത്. എല്ലാവർക്കും വ്യക്തമായി നിർവ്വചിക്കപ്പെട്ട ജോലി ഉണ്ടായിരുന്നു; അധികാരശ്രേണിയിലെ കൃത്യമായ ഇടങ്ങളിൽ സ്ഥാനവും. വിവിധ ബാൻഡുകളിലെ നിങ്ങളുടെ സ്ഥാനമാണ് ശമ്പളവും ഓഹരി അവകാശങ്ങളും നിശ്ചയിക്കുന്നത്. അതുകൊണ്ട് എല്ലാവരും നിങ്ങളുടെ 'ഔക്കത്തി'നെക്കുറിച്ച് (പദവി) ബോധവാന്മാരായിരുന്നു – സ്ഥാപനത്തിൽ മൊത്തത്തിലുള്ള നിങ്ങളുടെ നിലയെക്കുറിച്ചും. ബാൻഡ് 40 ആയിരുന്നു എന്റേത്. മീറ്റിംഗുകൾ നടത്തുക, അവയുടെ മിനിറ്റ്സ് സൂക്ഷിക്കുക, തീരുമാനങ്ങൾ നടപ്പാക്കുക എന്നതായിരുന്നു തൊഴിൽരീതി. ചുരുക്കിപ്പറഞ്ഞാൽ, *കഹി കോയി ആഗ് നഹി ലഗി ഥി*, എവിടെയും ഒന്നിനും തീ പിടിച്ചിരുന്നില്ല, അധികം ആൾക്കാരുടെ വയറ്റിലുൾപ്പെടെ.

എന്റെ ബോസ്സ് സഞ്ജയ് റിഷി പക്ഷേ അങ്ങേയറ്റം അഭിലാഷമുള്ളയാളായിരുന്നു. ഇന്ത്യയിൽ ഒരു ബഹുരാഷ്ട്ര കമ്പനിയിൽ ജോലി ചെയ്ത ആദ്യ ആൾക്കാരിലൊരാൾ. ഇന്ത്യൻ സാമ്പത്തിക ഉദാരവത്ക്കരണത്തിന്റെ നാളുകളിൽ അതിന്റെ പുരോഗതി നേരിട്ട് കണ്ടയാൾ. അക്കാലത്ത്, ഇന്നു നമ്മൾ പറയുന്ന കോർപറേറ്റ് കരിയർ ഇല്ലായിരുന്നു. ദക്ഷിണേഷ്യയിൽ ആംഎക്സിനെ നയിച്ച അദ്ദേഹം ആംഎക്സ് സംവിധാനം നന്നായി മനസ്സിലാക്കിയിരുന്നു. സഞ്ജയുടെ ഏറ്റവുമടുത്ത സിഎക്സ്ഒ ടീമിലെ പ്രായംകുറഞ്ഞ അംഗങ്ങളിലൊരാളായിരുന്നു ഞാൻ. സഞ്ജയിന്റെ ഓമനയായാണ് സ്ഥാപനത്തിൽ ഞാൻ അറിയപ്പെട്ടിരുന്നത്.

രാജ്യത്തെ മൂന്നാമത്തെ വലിയ ക്രെഡിറ്റ് കാർഡ് ബിസിനസ്സായിരുന്നു ആംഎക്സിന്റേത്. പണമടയ്ക്കൽ പ്രക്രിയയുടെ തുടക്കം മുതൽ ഒടുക്കം വരെ ഒരിടത്താണ് (എൻഡ്-ടു-എൻഡ് പേയ്മെന്റ്) എന്നതായിരുന്നു അതിന്റെ വലിയ മുന്നുക്കം. പ്രത്യേക ബാങ്ക് ലൈസൻസ് അതിനുണ്ടായിരുന്നു, കാർഡുകൾ വിതരണം ചെയ്തു, സ്വന്തം ശൃംഖല ഉണ്ടായിരുന്നു, കൂടാതെ വ്യാപാരികളെ സ്വന്തമാക്കലും. അവരുടെ മൂന്നിലൊന്നു ബിസിനസ്സും ഉയർന്ന തിരിച്ചടവുശേഷിയുള്ള വ്യക്തികൾ വഴിയായിരുന്നു. ബാക്കി മൂന്നിൽ രണ്ടു ഭാഗം കമ്പനികളിൽ നിന്നും. പ്രധാനമായും യുഎസ് ആസ്ഥാനമായ ബഹുരാഷ്ട്രകമ്പനികളിൽ നിന്ന്. രണ്ടു തരത്തിലുള്ള പ്രശ്നങ്ങളാണ് ആംഎക്സിനുണ്ടായിരുന്നത്. കാർഡ് നൽകുന്ന കാര്യത്തിൽ, നയമനുസരിച്ചുതന്നെ വളരെ നിയന്ത്രണങ്ങളുണ്ടായിരുന്നു എന്നതാണ് ഒന്നാമത്തെ കാര്യം. നിത്യോപയോഗസേവനം പോലെ തന്നെ ഒരു ആഡംബര ജീവിതശൈലിക്കുതകുന്ന ബ്രാൻഡുമായിരുന്നു അത്. രണ്ടാമത്തേത്, ആംഎക്സിന്റെ ടിക്കറ്റ് നിരക്ക് വിപണിനിരക്കിന്റെ

ഇരട്ടിയാണെന്ന് വ്യാപാരികൾക്ക് അറിവുണ്ടായിരുന്നിട്ടും, 2.6 ശതമാനം വരുന്ന ഉയർന്ന കമ്മീഷൻ ഈടാക്കിയിരുന്നതിനാൽ വ്യാപാരികളെ ഏറ്റെടുക്കൽ പ്രക്രിയയ്ക്ക് വേഗം കുറവായിരുന്നു. പ്രമുഖ ചില്ലറവ്യാപാര സ്ഥാപനങ്ങളിൽ ചെല്ലുമ്പോൾ പുറത്ത് ആംഎക്സ് നിങ്ങളെ സ്വാഗതം ചെയ്യുന്നുവെന്ന സ്റ്റിക്കർ ഉണ്ടാകും. എന്നാൽ ആംഎക്സ് കാർഡുപയോഗിച്ച് പണമടയ്ക്കാൻ നോക്കുമ്പോൾ മെഷിൻ കേടാണെന്നായിരിക്കും പറയുന്നത്. കുറഞ്ഞ കമ്മീഷനുള്ള വിസ/മാസ്റ്റർകാർഡ് നിങ്ങളുപയോഗിക്കുമെന്നും അതല്ലെങ്കിൽ പണമായിത്തന്നെ നൽകുമെന്നുമാണ് വ്യാപാരിയുടെ പ്രതീക്ഷ. ഇന്ത്യയിൽ ചില്ലറവിൽപ്പനയിലെ ലാഭം തുച്ഛമായതിനാൽ ഉയർന്ന കമ്മീഷൻ തുക ആംഎക്സിനെ പ്രതിരോധത്തിലാക്കുന്നുണ്ട്. അതുകൊണ്ട് ആംഎക്സ് വിപണി കൂടുതലായും ഹോട്ടലുകളിലും വിമാനങ്ങളിലും ഉയർന്ന ഭക്ഷണശാലകളിലുമായി പരിമിതപ്പെട്ടിരിക്കുന്നു.

ഈ വെല്ലുവിളികൾ ഉണ്ടായിരുന്നെങ്കിലും, തിരിഞ്ഞുനോക്കുമ്പോൾ, ആ സമയം വളരെ നല്ലതായിരുന്നു. കാരണം അവിടെനിന്നാണ് എൻഡ്-ടു-എൻഡ് കാർഡ് സാമ്പത്തികശാസ്ത്രം പഠിച്ചത്. ഇത് പിന്നീടുള്ള വർഷങ്ങളിൽ ഭാരത്പേ തുടങ്ങിയപ്പോൾ എനിക്ക് പ്രയോജനപ്പെട്ടു. ആംഎക്സിൽ ചേർന്ന വർഷം വ്യക്തിപരമായും സവിശേഷമായിരുന്നു. ഞങ്ങളുടെ രണ്ടാമത്തെ കുട്ടി – മകൾ മന്നത്ത് – പിറന്ന വർഷം. അതിനു മുമ്പത്തെ വർഷം 2012-ൽ മാധുരി ഗർഭിണിയായെങ്കിലും മൂന്നാം മാസത്തിലെ സ്കാനിംഗിൽ ഭ്രൂണത്തിനു പഴയ അതേ വൈകല്യം കാണുകയും ഗർഭം അലസുകയും ചെയ്തു. അതുകൊണ്ട് മന്നത്തിനെ കാത്തിരിക്കുമ്പോൾ ഞങ്ങൾ കടുത്ത മാനസിക സമ്മർദ്ദത്തിലായിരുന്നു. ഇത്തവണ ഞങ്ങൾക്കു ആരോഗ്യമുള്ള കുട്ടിയെ മാറോടുചേർക്കാനായി. അവ്യുക്തും മന്നത്തും ചേർന്ന് ഞങ്ങളുടെ ലോകം പൂർണ്ണമാക്കി. എങ്കിലും ഇപ്പോഴും മൂന്നാമതൊരു കുട്ടിയുടെ കാര്യം ഞങ്ങളുടെ മനസ്സിലുണ്ട്.

ആംഎക്സിന്റെ പരമ്പരാഗത ബിസിനസ്സ് വളർത്തുകയായിരുന്നില്ല എന്റെ ജോലി. മറിച്ച്, പണമടവ് പരിതസ്ഥിതി വിലയിരുത്തുകയും വിവിധമാർഗ്ഗങ്ങളിലൂടെ വളർച്ചാസാധ്യതകൾ ഉറപ്പാക്കുകയുമായിരുന്നു. കുറേക്കാലമായി ചെയ്തുകൊണ്ടിരുന്നതിൽ നിന്നു വലിയ വ്യത്യാസമുള്ള ജോലിയായിരുന്നില്ല. പക്ഷേ, പണമിടപാട് സ്ഥലം എന്നെ സംബന്ധിച്ച് പുതിയതായിരുന്നു. എന്റെ ചുമതലകളുടെ തുടക്കത്തിൽ വിപണി മൊത്തം അവലോകനം ചെയ്ത് വാലറ്റ്, വിതരണക്കാരൻ, ഓൺലൈൻ പണമിടപാട് സമാഹരണക്കാർ തുടങ്ങിയ പ്രധാന ഘടകങ്ങളെ തിരിച്ചറിയുകയായിരുന്നു. 2008-ലെ സാമ്പത്തിക പ്രതിസന്ധിയെത്തുടർന്നുള്ള രക്ഷാപ്രവർത്തനത്തിനുശേഷം സ്വകാര്യമായി ബാങ്കുകളിൽ നിക്ഷേപിച്ച നിരവധി ചെക്കുകളും ബാലൻസുമാണ് എനിക്കു നൂലാമാലയായത്. ഏതൊരു കമ്പനിയിലും അഞ്ചു ശതമാനത്തിൽ കൂടുതൽ ഓഹരി നേടുന്നതിന് ഫെഡറൽ അനുമതി വേണമെന്നതായിരുന്നു ആംഎക്സിലെ ഒരു

നിബന്ധന. അതിനാൽ ഞാൻ പര്യവേക്ഷണം ചെയ്യുന്ന എല്ലാ നിക്ഷേപങ്ങളും ന്യൂനപക്ഷ നിക്ഷേപങ്ങളാകേണ്ടിയിരുന്നു.

ഈ നിബന്ധന കണ്ടു പിന്തിരിയാതെ ഞാൻ ഓരോ ഫിൻടെക് ഉടമയേയും വ്യക്തിപരമായി കണ്ടു. അവരുടെ ബിസിനസ്സിൽ ആംഎക്സിന്റെ നിക്ഷേപം അവരുടെ ബിസിനസ്സ് മാതൃകയ്ക്കുള്ള അംഗീകാരമായി ഫിൻടെക് സ്ഥാപകർ കണ്ടതാണ് എനിക്കനുകൂലമായിത്തീർന്നത്. അവർക്കു കിട്ടുന്ന ചെക്കിനേക്കാൾ പ്രധാനപ്പെട്ടതായിരുന്നു ഈ അംഗീകാരം.

പേടിഎമ്മും തിരിച്ചടിയായ മോബിക്വിക് ഇടപാടും

നിക്ഷേപ ചുമതലയുടെ ഭാഗമായി ഞാൻ പേടിഎമ്മിനെ വിലയിരുത്തുകയും ആംഎക്സ് അതിൽ നിക്ഷേപിക്കുന്നതിനുള്ള സാദ്ധ്യത തേടുകയും ചെയ്തു. അവരുടെ പ്രശസ്തമായ ആലിബാബ റൗണ്ടിനു മുമ്പായിരുന്നു ഇത്. വിജയ് ശേഖർ ശർമയുമായി ഞാൻ നീണ്ട ഒരു കൂടിക്കാഴ്ച നടത്തി. തുടക്ക കാലത്തുപോലും കരുത്തനായ ഒറ്റയാനായിരുന്നു അദ്ദേഹം. ആ മനുഷ്യനേയും അദ്ദേഹത്തിന്റെ കാഴ്ചപ്പാടിനേയും ഞാൻ വളരെയേറെ ഇഷ്ടപ്പെട്ടു. മൂന്നു മണിക്കൂർ ഞങ്ങൾ വൺ97 നോയ്ഡ ഓഫീസിൽ ചെലവഴിച്ചു. വാലറ്റ് സ്റ്റോറിയെക്കുറിച്ച് അദ്ദേഹമെനിക്ക് പറഞ്ഞുതന്നു. ഡിജിറ്റൽ കറൻസി നിർമ്മിക്കാനുള്ള അന്തിമലക്ഷ്യത്തെക്കുറിച്ച് വിവരിച്ചുതരികയും ചെയ്തു. അദ്ദേഹത്തിന്റെ കാഴ്ചപ്പാട് ബോദ്ധ്യപ്പെട്ട ഞാൻ വിഎസ്എസിനെ (വിജയ് ശേഖർ ശർമ) അദ്ദേഹത്തിന്റെ നിക്ഷേപ ബാങ്കർമാരായ സിറ്റി ബാങ്കിലെ മാധുർ ദിയോറ (അദ്ദേഹം ഇപ്പോൾ അവരുടെ സിഎഫ്ഒ ആണ്), പങ്കജ് ജെയിൻ എന്നിവരോടൊപ്പം ആംഎക്സിന്റെ ഓഫീസിലേക്കു ക്ഷണിച്ചു. എന്റെ ബോസ്സ് സഞ്ജയ് റിഷിക്ക് കാര്യങ്ങൾ വിവരിച്ചുകൊടുക്കാനായിരുന്നു ഇത്. നിശ്ചിത സമയത്ത് വന്ന് അദ്ദേഹം കാര്യങ്ങൾ വിശദമാക്കി. ഐസിഐസിഐ ബാങ്കും മാസ്റ്റർ കാർഡും തന്റെ സ്ഥാപനത്തിൽ പണമിറക്കാനുള്ള ഉദ്ദേശ്യം വ്യക്തമാക്കിയ കാര്യവും ഇടയ്ക്കദ്ദേഹം പറഞ്ഞു. സഞ്ജയിനെ അത്ഭുതപ്പെടുത്തിക്കൊണ്ട്, ഐസിഐസിഐ പ്രപോസൽ കാണിക്കാനായി വലിയ സ്ക്രീനിൽ തന്റെ ഇ-മെയിൽ തുറന്നുകാട്ടാൻ പോലും അദ്ദേഹം സന്നദ്ധനായി. അദ്ദേഹത്തിന്റെ ബിസിനസ്സ് മാതൃക ഭാവിയുള്ളതായതിനാൽ മുഴുവൻ സമയവും ഞാൻ വിഎസ്എസിനെ പിന്തുണച്ചുകൊണ്ടിരുന്നു. നെറ്റ് വർക്കുണ്ടാക്കാനും വ്യാപാരി ഏറ്റെടുക്കലിനും മറ്റുമൊക്കെ കിണഞ്ഞു പരിശ്രമിക്കുന്നു എന്നത് വിഎസ്എസി-ന്റെ വലിയ പ്ലസ് പോയിന്റായിരുന്നു. പലവഴികളിലും ആംഎക്സ് ചെയ്തതു തന്നെയാണ് അദ്ദേഹം ചെയ്തുകൊണ്ടിരുന്നത്. മൊബൈൽ അടിസ്ഥാന ഘടകമാക്കി വലിയ തോതിലാണ് ചെയ്യുന്നതെന്നതാണ് വ്യത്യാസം. ഇവിടെ ക്രെഡിറ്റ് മുൻകൂട്ടി വിലയിരുത്തി നിശ്ചയിക്കേണ്ടതില്ല. കാരണം ഈ മാതൃകയിൽ ആൾക്കാർ

അവരുടെ സ്വന്തം പണം വാലറ്റിൽ നിറയ്ക്കും. എന്നിരുന്നാലും, കക്ഷിയുടെ സ്വകാര്യതയെയും രഹസ്യാത്മകതയെയും സംബന്ധിക്കുന്ന പഴയ രീതികൾ തുടരുന്നയാളാണ് സഞ്ജയ്. ഭാവിയിലേക്കുള്ള മാധ്യമമെന്ന് തിരിച്ചറിഞ്ഞെങ്കിലും ആ കൂടിക്കാഴ്ചയിൽ നിന്ന് സ്വകാര്യത വിഎസ്എസിന്റെ നിഘണ്ടുവിലില്ലെന്ന് സഞ്ജയ് അളന്നു. പ്രത്യേകിച്ചും ഞങ്ങളോടുള്ള ഐസിഐസിഐ വെളിപ്പെടുത്തൽ. അതുകൊണ്ട് ആംഎക്സ് പരിസ്ഥിതിയിൽ പേടിഎമ്മിനുള്ള വിൽപ്പന അസാദ്ധ്യമാണ്. അതിന് അദ്ദേഹം അനുയോജ്യനാകില്ല.

ആ ഇടപാട് നടന്നില്ലെങ്കിലും പേടിഎമ്മിനെ വിശകലനം ചെയ്തതു വഴി വാലറ്റിന്റേതാണ് ഭാവിയെന്ന് ഞങ്ങൾ വ്യക്തമായി മനസ്സിലാക്കി. ഇതു ഞങ്ങളെ ഈ രംഗത്തെ അടുത്ത വലിയ സ്ഥാപനമായ മോബിക്വിക്കിലേക്കു നയിച്ചു. മോബിക്വിക്കിന്റെ സീരീസ് ബി റൗണ്ടിൽ ആംഎക്സ് പങ്കെടുത്തിരുന്നു. ബി റൗണ്ടിൽ ഞങ്ങളായിരുന്നു പ്രധാന നിക്ഷേപകർ. 2.5 ദശലക്ഷം യുഎസ് ഡോളറായിരുന്നു വാഗ്ദാനം. സെക്വോയ നേരത്തെതന്നെ അവരുടെ നിക്ഷേപകരാണ്. ആംഎക്സിന്റെ 2.5 മില്യൺ ഡോളർ വാഗ്ദാനത്തിന്റെ വെളിച്ചത്തിൽ ശൈലേന്ദ്ര സിംഗ് ഫോണിലൂടെ എന്നോടു സംസാരിച്ച് ഒരു മില്യൺ ഡോളർ കൂടി നിക്ഷേപിക്കാമെന്നു സമ്മതിച്ചു. തുടർന്ന് സിസ്കോയും മറ്റുള്ളവരും പങ്കെടുത്ത വലിയ സീരിസ് ബി റൗണ്ട് നടന്നു.

ആംഎക്സിലുണ്ടായിരുന്നപ്പോൾ ഞാൻ വിലയിരുത്തുകയും സഞ്ജയിയോട് തർക്കിക്കുകയും ചെയ്ത മറ്റൊരു കമ്പനി പൈൻലാബ്സ് ആയിരുന്നു. വൻകിട വ്യാപാരികൾക്ക് അതുവരെ സ്വന്തം കാർഡുകളിൽ ബാങ്കുകൾ ഈടാക്കുന്ന കുറഞ്ഞ കമ്മീഷൻ പരമാവധി പ്രയോജനപ്പെടുത്തുന്നതിന് വിൽപ്പനസ്ഥലത്ത് നിരവധി വ്യത്യസ്ത പിഒഎസ് മെഷീനുകൾ സ്ഥാപിക്കേണ്ടിവരുന്നു എന്നതായിരുന്നു ഞാൻ സഞ്ജയ്ക്കു മുന്നിൽ വെച്ച സിദ്ധാന്തം. എന്നിരുന്നാലും ഒരു പിഒഎസ് കാർഡ് ഉപയോഗിച്ച് ഒന്നിലധികം ബാങ്ക് അക്കൗണ്ടുകൾ ക്രമീകരിക്കാൻ കഴിയുന്ന സംവിധാനം പൈൻലാബ്സ് വികസിപ്പിച്ചെടുത്തിരുന്നു. മെഷീനിൽ തന്നെയുള്ള സംവിധാനം വഴി ഇടപാടുകൾ ആഗ്രഹിക്കുന്ന ബാങ്ക് അക്കൗണ്ടിലേക്കുതന്നെ തിരിച്ചുവിടാം. പൈൻലാബ്സ് സ്ഥാപകൻ ലോക് വീർ കപൂറിനോട് എനിക്ക് അങ്ങേയറ്റത്തെ ആദരവുണ്ടായിരുന്നു. ഐഐടിയിലെ പൂർവ്വവിദ്യാർത്ഥിയായ അദ്ദേഹം നേരത്തേ വിദേശത്ത് ഊർജ്ജവിതരണവും ബന്ധപ്പെട്ട ഉപകരണ നിർമ്മാണവും നടത്തുന്ന ഷ്ളുംബർഗർ എന്ന കമ്പനിയിൽ ജോലി ചെയ്തിരുന്നു. അതു വിട്ട് ഇന്ത്യയിൽ വന്നാണ് പൈൻലാബ്സ് സ്ഥാപിച്ചത്. വ്യക്തിപരമായി എനിക്കദ്ദേഹത്തോടുള്ള ഇഷ്ടം, കൂട്ടത്തിലുള്ളവരെ അങ്ങേയറ്റം ചേർത്തുപിടിക്കും എന്നതിലായിരുന്നു. തനിക്ക് ഡൽഹിയിലെ ആഡംബര പ്രദേശമായ വസന്ത് വിഹാറിൽ താമസിക്കാമെങ്കിൽ, തന്റെ പ്രധാന ടീമംഗങ്ങൾക്കും അതിനു കഴിയുമെന്ന് അദ്ദേഹം ഉറപ്പാക്കി. എന്നിരുന്നാലും, ലോക് വീർ

തന്റെ ഓഹരിയുടെ ഗണ്യമായ ഭാഗം നേർപ്പിച്ചു. ഒരു സമയത്ത് സെക്വോയ കാപ്പിറ്റലിൻ പൈൻലാബ്സിൽ 70 ശതമാനം ഓഹരിയുണ്ടായിരുന്നു.

നിക്ഷേപ ചുമതലയ്ക്കു പുറമെ ഞാൻ ആംഎക്സിന്റെ ബാലൻസ് ഷീറ്റും സൂക്ഷ്മമായി പഠിക്കുന്നുണ്ടായിരുന്നു. ആംഎക്സ് ഐസിഐസിഐ ബാങ്കിൽ നിന്ന് 12 ശതമാനം പലിശയ്ക്കു വായ്പയെടുത്തിട്ടുള്ളതായി ഞാൻ കണ്ടു. ഇതെന്നെ സ്നാപ്ഡീൽ പോലുള്ള സ്റ്റാർട്ടപ്പുകളെ സമീപിക്കുന്നതിലേക്കു നയിച്ചു. അത് ആ സമയത്ത് സോഫ്റ്റ്ബാങ്കിൽ നിന്ന് വലിയ തുക സംഘടിപ്പിക്കുന്നുണ്ടായിരുന്നു. അവരുടെ പണം അമേരിക്കൻ എക്സ്പ്രസ് ബാങ്കിംഗ് കോർപറേഷനിൽ സൂക്ഷിക്കുന്ന കാര്യം ഞാനവരെ ബോധ്യപ്പെടുത്തി. അതവർക്ക് ഒമ്പതു ശതമാനം പലിശ നൽകും. ഈ സംവിധാനം വഴി ആംഎക്സിന്റെ ചെലവ് മൂന്ന് ശതമാനം കുറഞ്ഞു. എന്റെ ചുമതലകളുടെ ഭാഗമല്ലെങ്കിലും അവസരം കിട്ടുമ്പോഴൊക്കെ മൂല്യവർദ്ധിതമായി കാര്യങ്ങൾ ചെയ്യാൻ ഞാനിഷ്ടപ്പെട്ടിരുന്നു.

ജീവിതത്തിൽ ഒന്നും കല്ലിൽ കൊത്തിവച്ചതല്ല എന്ന അറിവാണ് ആംഎക്സിൽ നിന്നു ലഭിച്ച മറ്റൊരു വലിയ കാര്യം. ആഗോളതലത്തിലുള്ള അവരുടെ ബാങ്കിംഗ് ബിസിനസ്സ് ആംഎക്സ് 2008-ൽ സ്റ്റാൻഡേർഡ് ചാർട്ടേഡിനു വിറ്റു. അതിന്റെ ഫലമായി അവരുടെ ഇന്ത്യൻ ബാങ്കിംഗ് ലൈസൻസ് പ്രവർത്തനരഹിതമാകുമെന്ന് അവർ മനസ്സിലാക്കിയിരുന്നില്ല. കാരണം ഇന്ത്യയിൽ ലൈസൻസുള്ള ബാങ്കുകൾക്കു മാത്രമേ ക്രെഡിറ്റ് കാർഡുകൾ നൽകാൻ കഴിയൂ. ആംഎക്സും ആർബിഐയും തമ്മിലുള്ള ബന്ധം സ്തംഭനാവസ്ഥയിലായി. ആർബിഐ ക്രെഡിറ്റ് കാർഡ് വിതരണം അനുവദിച്ചില്ല. ആംഎക്സ് അവരുടെ ഏറ്റവും മികച്ച മധ്യസ്ഥനെ – ഒരു ജാട്ട് ടെക്സൻ – അയച്ചെന്നാണ് കഥ. ആ മനുഷ്യൻ നേരെ ആർബിഐ ഓഫീസിൽ ചെന്നു. ഒന്നുകിൽ പ്രവർത്തനാനുമതി തരണം, അല്ലെങ്കിൽ 15,000 പേർക്കു ജോലി നഷ്ടപ്പെടുത്തിയതിന്റെ ഉത്തരവാദിത്തം ഏറ്റെടുക്കണം. ആംഎക്സ് ഇന്ത്യയിൽ നിന്നു കെട്ടുംകെട്ടി പോകുമെന്നാണ് ഉദ്ദേശിച്ചത്. ഇന്ന് വളരെ സവിശേഷമായ ബാങ്കിംഗ് ലൈസൻസാണ് ആംഎക്സിന് ഇന്ത്യയിലുള്ളത്. അവർക്ക് പൊതുജനങ്ങളിൽ നിന്നു നിക്ഷേപങ്ങൾ സ്വീകരിക്കാനാകില്ല. മുൻഗണനാമേഖലയുടെ വായ്പാ ആവശ്യങ്ങൾ പാലിക്കേണ്ടതുമില്ല. ഞാൻ പഠിച്ച പാഠം ഇതാണ്: നിങ്ങൾ കഠിനമായി വിലപേശുന്നിടത്തോളം കാലം എന്തും സാധ്യമാണ്. കുറെ കഴിഞ്ഞ്, ഞാൻ ഭാരത്പേയിൽ ആർബിഐ-യിൽ നിന്ന് പിഎംസി ബാങ്ക് വാങ്ങിയപ്പോൾ ഈ അറിവ് വളരെ ഉപയോഗപ്രദമായി.

ഗ്രോഫേഴ്സ് പിച്ച് ഡെക്ക്

ഏതാണ്ട് മോബിക്വിക് ഇടപാട് അവസാനിപ്പിക്കുന്ന സമയം ഞാൻ യാദൃച്ഛികമായി ഡൽഹി ഐഐടി ബാച്ച്മേറ്റ് അൽബിന്ദർ സിംഗ് ഡിൻഡ്സിനെ (അൽബി) കണ്ടുമുട്ടി. ആ സമയത്ത് സൊമാറ്റോ വിട്ട

അവൻ ഗ്രോഫേഴ്സ് തുടങ്ങിയിട്ടേ ഉണ്ടായിരുന്നുള്ളൂ. എന്റെ പേരിന്റെ അവസാനഭാഗത്തോട് സാമ്യമുണ്ടായിരുന്നതിനാൽ അവന്റെ ബിസിന സ്സിന്റെ പേര് എനിക്കു നന്നായി ബോധിച്ചു. ഈ ബിസിനസ്സിനെക്കുറിച്ചു കൂടുതൽ അറിയാൻ ഞാനാഗ്രഹിച്ചു. 'അല്ലറ ചില്ലറ കാര്യങ്ങൾക്കു സഹായിക്കുന്ന വിശ്വസ്തൻ എന്നതിന്റെ ഗ്രാമ്യഭാഷ'യെന്ന് അൽബിന്ദർ വിശദമാക്കി. വ്യാപാരികൾ സ്വന്തമായി ഡെലിവറിക്ക് ആളെ വയ്ക്കുന്നത് പ്രോത്സാഹിപ്പിക്കാതെ ഗ്രോഫേഴ്സിന്റെ റിയൽ ടൈം ഡെലിവറി സർവീസിനെ ആപ്പ് വഴി ആശ്രയിക്കുന്നതായിരുന്നു ബിസിനസ്സ്. ഓരോ ഡെലിവറിക്കും ചാർജ് ചെയ്യും. അപ്പോഴേക്കും മാധുരി ഞങ്ങളുടെ വീടിന്റെ താഴത്തെ നിലയിൽ ചെറിയ സ്റ്റുഡിയോ സ്ഥാപിച്ച് അലങ്കാര ബിസിനസ്സ് തുടങ്ങിയിരുന്നു. അവളുടെ ബിസിനസ്സിൽ ആൽബിയുടെ ആപ്പ് സഹായകമായി. ഗ്രോഫേഴ്സ് ബി 2 ബി ഡെലിവറി സർവീസ് ഉപയോഗിച്ച ആദ്യത്തെ കുറച്ചുപേരിലൊരാളായി മാധുരി.

2015 ജനുവരിയിൽ അൽബിന്ദർ വീണ്ടും എന്നെ സമീപിച്ചു. അപ്പോഴേക്കും ബിസിനസ്സ് തുടങ്ങിയിട്ട് കുറച്ച് മാസങ്ങളായിരുന്നു. ഇതിനകം സെക്വോയയിൽ നിന്നു 0.5 മില്യൺ ഡോളർ സ്വരൂപിക്കുകയും ചെയ്തു. ഇത്തവണ, ഗ്രോഫേഴ്സ് കൺസ്യൂമർ ഫേസിംഗ് ഗ്രോസറി ഡെലിവറി ബിസിനസ്സിന് ഔദ്യോഗികമായി ഒരു 'പിച്ച് ഡെക്ക്' നിർമ്മിക്കാനും പണം സ്വരൂപിക്കാനും അദ്ദേഹത്തിന് എന്റെ സഹായം ആവശ്യമായിരുന്നു. മറുവശത്ത് ഒട്ടേറെ പിച്ച് ഡെക്കുകൾ കൈകാര്യം ചെയ്തിരുന്നതിനാൽ അവനെ സഹായിക്കാൻ ഞാൻ സന്തോഷത്തോടെ സമ്മതിച്ചു. കൗതുകകരമെന്നു പറയാം, ഗ്രോഫേഴ്സിന്റെ പിച്ച് ഡെക്ക് ആംഎക്സിന്റെ ഓഫീസിലിരുന്നാണ് നിർമ്മിച്ചത്. രാത്രി ഒമ്പതുമണിയോടെ എന്റെ പതിവുജോലികൾ കഴിയും. അൽബിന്ദർ ആംഎക്സ് ഓഫീസിലെത്തും. മീറ്റിംഗ് റൂമിലിരുന്ന് ഞങ്ങൾ പിച്ച് ഡെക്കിന്റെ പണിയെടുക്കും. ഞാനവനെ വിസിഎസുമായി ബന്ധപ്പെടുത്തി. 10 മില്യൺ ഡോളർ സ്വരൂപിക്കുകയും ചെയ്തു. ഞാൻ ചെയ്തു കൊടുത്ത എല്ലാ സഹായത്തിനും നന്ദി പറയാനായി അൽബിന്ദർ ഒരു കൂടിക്കാഴ്ച സംഘടിപ്പിച്ചു. പിന്നാലെ ഒരു നിർദ്ദേശവും വന്നു : "നിനക്കെന്തുകൊണ്ട് ഗ്രോഫേഴ്സിൽ ചേർന്നുകൂടാ?" അക്കാലമായപ്പോഴേക്കും സംരംഭകത്വ ലോകവുമായി ഞാൻ അടുത്തു ബന്ധപ്പെട്ടിരുന്നു. മിക്ക സംരംഭകരും എന്റെ അതേ വിദ്യാഭ്യാസമുള്ള വരാണെന്നും ഞാനറിഞ്ഞു. ഇവരിൽ ചിലർ കുറച്ചുവർഷം പല ജോലികൾ ചെയ്തുവരുമാണ്. അതിനർത്ഥം എടുത്തുചാടുമ്പോൾ സുരക്ഷയ്ക്കായി കുറച്ചു പണമേ കൈയ്യിലുണ്ടായിരുന്നുള്ളൂ എന്നാണ്. ഇതെനിക്ക് ഒരുപാട് ആത്മവിശ്വാസം നൽകി.

ആംഎക്സിൽ ആ സമയം എന്റെ വാർഷിക വരുമാനം 80 ലക്ഷം രൂപ (110,000 യുഎസ് ഡോളർ) ആയിരുന്നു. ഗ്രോഫേഴ്സിന്റെ തുടക്കമായ തിനാൽ അത്രയും ശമ്പളം തരാൻ സാധിക്കില്ലെന്ന് അൽബിന്ദർ പറഞ്ഞു. സ്ഥിരശമ്പളമായി 40 ലക്ഷം രൂപയും (55,000 യുഎസ് ഡോളർ) ബാക്കി

40 ലക്ഷം രൂപയുടെ ESOP-കൾ ആദ്യം നൽകാമെന്നും പറഞ്ഞു. ആ സമയത്ത് ഏകദേശം 35 മില്യൺ ഡോളർ പോസ്റ്റ്-മണി വാല്യൂ വരുമായിരുന്നു അത്. ഞാൻ സഹജാവബോധത്താൽ തീരുമാനമെടുക്കുന്ന യാളാണ്. വളരെ വേഗം ഞാൻ ആളുകളെ വിശ്വസിക്കുകയും ചെയ്യും. പിന്നെയിത് എന്റെ പഴയ ബാച്ച്മേറ്റും. ഞാൻ അൽബിയുടെ ഓഫർ സ്വീകരിച്ചു. ആ സമയത്ത് ഫ്ളിപ്കാർട്ട് എട്ടു ബില്യൺ യുഎസ് ഡോളറിന്റെ വാല്വേഷൻ നേടിയിരുന്നു. ഗ്രോഫേഴ്സിനു വേണ്ടി എട്ടു ബില്യൺ ഡോളറിന്റെ വാല്വേഷൻ നേടിയാൽ എനിക്കു നൂറുകോടി രൂപ (15 മില്യൺ യുഎസ് ഡോളർ) സ്വന്തമായി നേടാനാകും. ഇതാണ് ഞാൻ അൽബിന്ദറിനോട് ചോദിച്ചത്. തിരിഞ്ഞുനോക്കുമ്പോൾ, ആ സമയത്ത് എനിക്ക് ചിന്തിക്കാൻ കഴിയുന്ന ഏറ്റവും വലിയ സംഖ്യയായിരുന്നു നൂറുകോടി. അൽബി സമ്മതിച്ചു. വാഗ്ദാനമുറപ്പിച്ച് ഞങ്ങൾ കൈ കൊടുത്തു. ഇതാ ഞാൻ, സ്റ്റാർട്ടപ്പിന്റെ പുത്തൻ വീഥിയിലേക്ക് എടുത്തുചാടാനൊരുങ്ങി നിൽക്കുന്നു.

എന്റെ തീരുമാനമറിഞ്ഞപ്പോൾ എന്റെ ബോസ്സ് സഞ്ജയ് റിഷി ആശങ്കാകുലനായി എന്നു പറഞ്ഞാൽ കുറഞ്ഞുപോകും. ആംഎക്സിന്റെ സ്ഥിരതയിൽ നിന്ന് കേട്ടുകേൾവിയില്ലാത്ത കമ്പനിയിലേക്ക് പോകുന്നത്, അതും ഒരു ചെറിയ വെയർഹൗസ് ഓഫീസായുള്ള, വെറും പതിനഞ്ചോളം മാത്രം ജോലിക്കാരുള്ള ഒരു കമ്പനിയിലേക്ക് പോകുന്നത് അസംബന്ധ മാണെന്നതായിരുന്നു അദ്ദേഹത്തിന്റെ കാഴ്ചപ്പാട്. എങ്കിലും എന്റെ ദൃഢനിശ്ചയം കണ്ടപ്പോൾ പിടിച്ചുനിർത്താൻ ശ്രമിക്കുന്നതിൽ കാര്യമി ല്ലെന്നു മനസ്സിലായി. ആവശ്യമെന്നു തോന്നുന്ന ഏതുസമയവും ആംഎക്സിൽ തിരിച്ചുവരാനുള്ള തുറന്ന വാഗ്ദാനവുമായി ഞാൻ എന്റെ കോർപറേറ്റ് കാലത്തോട് യാത്ര പറഞ്ഞു.

5

ഗ്രോഫേഷ്സ് : എന്റെ സംരംഭകത്വ യാത്രയുടെ തുടക്കം

ഗുഡ്ഗാവ്, 2015

'മുൻകൂർ ജാമ്യം'

ഇതായിരുന്നു ഗ്രോഫേഴ്സിൽ അവരുടെ സിഎഫ്ഒ ആയി ജോലിയിൽ പ്രവേശിച്ച ആദ്യദിനം എന്റെ പുതിയ ആപ്പിൾ കംപ്യൂട്ടറിൽ ഞാനുണ്ടാക്കിയ ആദ്യഫയലിന്റെ പേര്.

ഗുഡ്ഗാവിലെ ചെറിയ വേർഹൗസിൽ പതിനഞ്ചോളം പേരുമായി പ്രവർത്തിക്കുന്ന ഗ്രോഫേഴ്സ്, കച്ചവടക്കാർക്ക് ഡെലിവറി സർവീസ് നൽകുന്ന ബി2ബി ബ്രാൻഡിൽ നിന്ന് പലചരക്ക സാധനങ്ങൾ വിതരണം ചെയ്യുന്ന ഉപഭോക്തൃമുഖമുള്ള ബ്രാൻഡായി മലക്കംമറിയുമ്പോൾ ദിവസം ഏറ്റവും കൂടിയത് 30 ഓർഡറുകളാണ് കിട്ടിയിരുന്നത്.

"ഇന്നലെ നമുക്ക് നല്ല ദിവസമായിരുന്നു. ആകെ 30 ഓർഡർ കിട്ടി. എന്നാൽ *ഏക് പംഗാ ഹോ ഗയാ* (ഒരു പ്രശ്നമുണ്ട്)." ജോലിയിൽ ചേർന്ന ആദ്യദിവസം അൽബിന്ദർ എന്നെ അറിയിച്ചു. ഒരു ജൈവ പച്ചക്കറി വിൽപ്പനക്കാരൻ ഗ്രോഫേഴ്സിന്റെ ലിസ്റ്റിലുണ്ടായിരുന്നു.. ഇയാൾ, ശ്രീ കപൂർ, സ്വന്തം ജൈവപച്ചക്കറിവിൽപ്പന സ്ഥാപനത്തിൽ നിന്ന് 500 രൂപയുടെ പച്ചക്കറി സ്വന്തം വീട്ടിലേക്ക് ഓർഡർ ചെയ്തു. ആ ദിവസം മുപ്പതിലേറെ ഓർഡറുകളുണ്ടായിരുന്നതിനാൽ മാനേജർ ജൈവപച്ചക്കറി യെന്നതു ശ്രദ്ധിച്ചില്ല. പകരം സാദാ പച്ചക്കറിക്കാരനിൽ നിന്നുള്ള പച്ചക്കറിയാണ് വീട്ടിലെത്തിച്ചത്. കോപാകുലനായ കപൂർ അബദ്ധം പറ്റിയതായല്ല, ചതിച്ചതായിട്ടാണ് കണക്കാക്കിയത്. പോരാത്തതിന്, അടുത്തുള്ള ഗ്രേറ്റർ കൈലാഷ് പോലീസ് സ്റ്റേഷനിൽ കേസ് രജിസ്റ്റർ ചെയ്യുകയും ചെയ്തു. എല്ലാ ഭാഗ്യവും തികഞ്ഞപോലെ, അന്നത്തെ

ധനകാര്യമന്ത്രി അരുൺ ജയ്റ്റ്ലി താമസിക്കുന്ന അതേ വളപ്പിലാണ് കപൂറും താമസിക്കുന്നത്. മന്ത്രിയുടേയും കപൂറിന്റേയും വിലാസം ഒന്നായതിനാൽ പരാതി ഔദ്യോഗികമായി സ്വീകരിക്കാൻ പോലീസ് ഒരു നിമിഷം പോലും വൈകിയില്ല. ഐപിസി സെക്ഷൻ 420 പ്രകാരം ഗ്രോഫേഴ്സിന്റെ രണ്ടു ഡയറക്ടർമാരായ അൽബിന്ദർ സിംഗ് ഡിൻഡ്സ, സഹസ്ഥാപകൻ സൗരഭ് കുമാർ എന്നിവർക്കെതിരെ വഞ്ചനാക്കുറ്റമാണ് ചുമത്തിയത്.

അൽബിന്ദർ എന്നോട് കാര്യങ്ങൾ ഏറ്റെടുക്കാനും പരിഹരിക്കാനും ആവശ്യപ്പെട്ടു. ക്രിമിനൽ വക്കീലായ എന്റെ സഹോദരീഭർത്താവ് ഷോനക് ആയിരുന്നു ഇക്കാര്യത്തിൽ എന്റെയാൾ. അദ്ദേഹം വേഗം തന്നെ സാകേത് കോടതിയിൽ നിന്ന് അൽബിന്ദറിനും സൗരഭിനും മുൻകൂർജാമ്യം കരസ്ഥമാക്കി. ഇതൊരാശ്വാസമായെങ്കിലും, അറസ്റ്റിന് ഏഴു ദിവസം മുമ്പ് പോലീസ് അറിയിക്കുമെന്നതു മാത്രമാണ് സാങ്കേതികമായി അതുകൊണ്ടുള്ള ഗുണം. പ്രശ്നം അപ്പോഴും പരിഹരിക്കാതെ കിടക്കുന്നു. ഞാൻ കപൂറിനെ കാര്യങ്ങൾ ബോധ്യപ്പെടുത്താൻ ശ്രമിച്ചെങ്കിലും മൂപ്പരുടെ കോപം ആഴത്തിലുള്ളതായിരുന്നു. തെറ്റായ പച്ചക്കറി കൊടുത്തതു മാത്രമായിരുന്നില്ല പ്രശ്നം. അയാളുടെ മകൻ *ഐ സേ ഓർഗാനിക്* എന്ന പേരിൽ ഒരു കമ്പനി തുടങ്ങിയിരുന്നു. ഗ്രോഫേഴ്സിനു മുമ്പെ തുടങ്ങിയതായിരുന്നെങ്കിലും നിക്ഷേപകരെ ആകർഷിക്കാൻ കഴിഞ്ഞില്ല. ഇപ്പോൾ ഗ്രോഫേഴ്സിന്റെ ഇടപാടുകാരനാകാൻ വിട്ടുവീഴ്ച ചെയ്യേണ്ടിവന്നു. അതയാൾക്ക് സഹിക്കാനായില്ല. അത്ര പെട്ടെന്നു വിഷയം കൈയൊഴിയില്ലെന്നുറപ്പായിരുന്നു.

എഫ്ഐആർ ഇട്ടതിനാൽ അതു റദ്ദാക്കാൻ ഹൈക്കോടതിക്കുമാത്രമേ അധികാരമുള്ളൂ. ഡൽഹിയിലെ നിതിബാഗിൽ പ്രാക്ടീസ് ചെയ്യുന്ന ഹൈക്കോടതി അഭിഭാഷകനുമായി ഷോനക് എന്നെ പരിചയപ്പെടുത്തി. ഒരു ഉല്ലാസവാനായ പഞ്ചാബി. പഞ്ചാബി ഉച്ചാരണത്തോടെ വക്കീൽ പറഞ്ഞത് ഇതൊരു ചെറിയ വിഷയമാണ്, ഞാനേറ്റു എന്നാണ്. മറ്റെന്തെങ്കിലും വിശദാംശങ്ങൾ ആവശ്യമുണ്ടോ എന്ന എന്റെ അന്വേഷണത്തിന് വളരെ അലസമായ മറുപടി, '*ഗ്രോവർ സാബ്ജി, ഛഡ്ഡോ മിട്ടി പാവോ, മേം റഫാ ദഫാ കർവാ ദേനാ ഹെ* (ഒക്കെ ഞാൻ നോക്കിക്കൊള്ളാം)'. പക്ഷേ ഒന്നുകിൽ അയാൾ ഒട്ടും തയ്യാറായിരുന്നില്ല, അല്ലെങ്കിൽ അമിത ആത്മവിശ്വാസത്തിൽ. നിശ്ചിത ദിവസം ഹൈക്കോടതി എഫ്ഐആർ റദ്ദാക്കാൻ വിസമ്മതിച്ചു. കരിയറിലാദ്യമായി, എന്നെ വിശ്വസിച്ച് ഒരു കാര്യമേൽപ്പിച്ചയാളെ കുഴപ്പത്തിലാക്കി എന്ന തോന്നലുണ്ടായി. എന്നിരുന്നാലും, അൽബിന്ദർ പെട്ടെന്നുതന്നെ ഗോപാൽ സുബ്രഹ്മണ്യത്തിന്റെ മകനായ ഗിരി സുബ്രഹ്മണ്യത്തെ ബന്ധപ്പെടുത്തിത്തന്നു. ഏറെ ആദരിക്കപ്പെടുന്ന അഭിഭാഷകനായ സീനിയർ സുബ്രഹ്മണ്യം ഇന്ത്യയുടെ സോളിസിറ്റർ ജനറലുമായിരുന്നു. ഗിരിയുടെ ഉപദേശപ്രകാരം ഞങ്ങൾ കേസ് മറ്റൊരു മുതിർന്ന അഭിഭാഷകൻ ഒരു സേഥിയെ ഏൽപ്പിച്ചു.

തള്ളാൻ വേണ്ടി ഒരിക്കൽ കൂടി കേസ് ഹൈക്കോടതിയിലെത്തിക്കുക എന്നതായിരുന്നു തന്ത്രം. ഹൈക്കോടതി തള്ളിയാൽ സുപ്രീംകോടതിയിൽ പോകാം. പദ്ധതിയിട്ടപോലെ എഫ്ഐആർ റദ്ദാക്കാനുള്ള കേസ് ഒരിക്കൽ കൂടി ഹൈക്കോടതിയിൽ സമർപ്പിച്ചു. കോടതി ഒരിക്കൽ കൂടി അതു തള്ളുകയും ചെയ്തു. അങ്ങനെ സുപ്രീംകോടതിയുടെ വാതിലിൽ മുട്ടാൻ അവസരമായി.

ഈ ഘട്ടത്തിൽ, സുപ്രീംകോടതിയിൽ അദ്ദേഹത്തിന്റെ അച്ഛനോട് ഹാജരാകാൻ ചോദിക്കാമോ എന്നു ഗിരിയോടു ഞാൻ അഭ്യർത്ഥിച്ചു. അക്കാലത്ത് അദ്ദേഹത്തിന്റെ നിലവാരത്തിലുള്ള മുതിർന്ന അഭിഭാഷകർ ഒരു ഹിയറിംഗിന് 7.5 ലക്ഷം രൂപ വരെയാണു വാങ്ങിയിരുന്നത്. അതൊരു വലിയ തുകയായിരുന്നു. പക്ഷേ, ഞങ്ങൾക്ക് നിരസിക്കാനാകുമായിരുന്നില്ല.

മുതിർന്ന അഭിഭാഷകൻ ഗോപാൽ സുബ്രഹ്മണ്യവുമായുള്ള കൂടിക്കാഴ്ച ഞാൻ സ്പഷ്ടമായി ഓർക്കുന്നു. അദ്ദേഹത്തോട് കേസ് വിശദമാക്കിയപ്പോൾ പതിനഞ്ചു മിനിറ്റോളം നീണ്ട ഭ്രാന്തമായ പൊട്ടിച്ചിരിയായിരുന്നു പ്രതികരണം. ഇത്തരത്തിലൊരു കേസ് സുപ്രീംകോടതിയിലെത്തിയെന്നത് അദ്ദേഹത്തിനു വിശ്വസിക്കാൻ കഴിഞ്ഞില്ല. കേസിലെ അസംബന്ധത്തെക്കുറിച്ചോർത്തുള്ള ചിരിയടങ്ങിയ ശേഷം അദ്ദേഹം ചോദിച്ചത് ഏതു ജഡ്ജിയുടെ ബഞ്ചിലാണ് കേസ് വരുന്നത് എന്നാണ്. ജഗദീഷ് സിംഗ് കേഹർ (പിന്നീടദ്ദേഹം ഇന്ത്യയുടെ നാൽപ്പത്തിനാലാമത് ചീഫ് ജസ്റ്റീസായി) എന്നു ഞാൻ പറഞ്ഞപ്പോൾ, കേസ് രണ്ടു വഴിക്കും പോകാമെന്ന് അദ്ദേഹം മുന്നറിയിപ്പു നൽകി.

നിശ്ചിത ദിവസം ഞങ്ങൾ 500 രൂപയുടെ പച്ചക്കറി ഉൾപ്പെട്ട, ഹൈക്കോടതിയിൽ ഒന്നിലേറെ ഹിയറിംഗ് നടന്ന കേസുമായി ഇന്ത്യയുടെ പരമോന്നത നീതിപീഠത്തിനു മുന്നിലാണ്. പതിനാലാം നമ്പറായാണ് ഞങ്ങളുടെ കേസ് എടുത്തിരുന്നത്. 14 എന്റെ ജന്മദിനവും ഭാഗ്യനമ്പറുമാണ്. ആ ദിവസം എന്റെ ഭാഗ്യദിനമാകാൻ ഞാൻ ദൈവത്തോടു പ്രാർത്ഥിച്ചു. എന്നാൽ, അതിനൊരു സാദ്ധ്യതയും കണ്ടില്ലെന്നതാണു സത്യം. ആദ്യ പതിമൂന്നു കേസും രണ്ടു മിനിറ്റുകൊണ്ടു തള്ളിപ്പോയിരുന്നു.

ഓരോ കേസിന്റെയും നമ്പർ വിളിച്ചപ്പോൾ രണ്ടു വ്യത്യസ്ത ശബ്ദങ്ങളാണ് ഞാൻ കേട്ടത്. ‘ജനാബ്’, എതിർകക്ഷിയുടെ വക്കീലിന്റെ വിശദീകരിക്കാനുള്ള ശ്രമം. തുടർന്ന് ജഡ്ജി കേസ് ഫയൽ ശക്തിയായി മേശപ്പുറത്തു വയ്ക്കുന്ന ഇടിമുഴക്കം. കേസ് തള്ളിയെന്നതിന്റെ സൂചനയാണത്. ഈ അഞ്ഞൂറു രൂപ കേസ് ശരിക്കും എന്റെ കഴുത്തിൽ കുരുങ്ങിയ കയറായി.

പതിനാലാം നമ്പർ കേസ് വിളിച്ചപ്പോൾ പതിവു ‘ജനാബ്’ വിളി കേട്ടില്ല. പകരം, ഗോപാൽ സുബ്രഹ്മണ്യം ഒരവകാശവാദത്തോടെ തുടങ്ങിയത് ജഡ്ജിയുടെ ശ്രദ്ധയാകർഷിച്ചു : “എന്റെ കരിയറിലെ ഏറ്റവും രസകരമായ കേസാണിത്”. അദ്ദേഹം അലങ്കാരഭാഷയിൽ പറഞ്ഞു.

പിന്നീട് ഒരുപമയോടെ തുടർന്നു. "സർ, മധുരമുള്ളതാണെന്നു പറഞ്ഞ് ഒരു തെരുവുകച്ചവടക്കാരൻ നിങ്ങൾക്കൊരു മാങ്ങ വിൽക്കുന്നു. നിങ്ങൾ മാങ്ങ തിന്നപ്പോൾ മധുരമില്ലെന്നു മനസ്സിലാക്കി. ഇത്തരം കേസുകളിൽ സ്വയം കുടുങ്ങിക്കിടക്കാൻ ഇന്ത്യൻ നീതിന്യായവ്യവസ്ഥ അനുവദിക്കുമോ?" അദ്ദേഹം പെട്ടെന്നു തന്നെ കൂടുതൽ വിശദീകരണത്തിലേക്കു കടന്നു. ഇതു വഞ്ചനയാണെന്നു പരാതിക്കാരൻ അവകാശപ്പെടുന്നുണ്ടെങ്കിൽ, പരാതിയിൽ കഴമ്പുണ്ടോ എന്നു തീരുമാനിക്കാൻ പരാതിക്കാധാരമായ വസ്തു നമ്മൾ കാണേണ്ടതുണ്ട്. പോലീസ് വസ്തു (ഇവിടെ പച്ചക്കറി) സൂക്ഷിച്ചില്ലെന്ന സാങ്കേതിക ന്യായമാണ് കക്ഷി ഉന്നയിച്ചത്. സുപ്രീംകോടതിയുടെ നിലവാരത്തിൽ, നിയമത്തിന്റെ വ്യാഖ്യാനത്തിലാണ്, അല്ലാതെ കേസിന്റെ മെറിറ്റിലല്ല വിധി പറയുകയെന്ന് വക്കീലിന് ബോധ്യമായിരുന്നു എന്നതാണ് പ്രധാനം. അതു ശരിയുമായിരുന്നു. പച്ചക്കറി ജൈവമാണോ അല്ലയോ എന്നു തീർച്ചപ്പെടുത്തുന്നതിനും അതുവഴി വഞ്ചനയുണ്ടായോ എന്നുറപ്പാക്കുന്നതിനും വസ്തു ആവശ്യമാണെന്നത് ജഡ്ജി അംഗീകരിച്ചു. എഫ്ഐആർ റദ്ദാക്കി കേസ് തള്ളി.

500 രൂപ കേസിനുവേണ്ടി പതിനെട്ടു മാസവും 25 ലക്ഷത്തിലധികം രൂപയും ചെലവഴിച്ചുവെന്നതു മറ്റൊരു കാര്യം. ഈ പതിനെട്ടുമാസക്കാലത്ത് ഫണ്ട് സ്വരൂപിക്കാനായി ഞാൻ നടത്തിയ കൂടിക്കാഴ്ചകളെല്ലാം ഗ്രോഫേഴ്സ് സ്ഥാപകരുടെ പേരിലുള്ള ഐപിസി 420 *(ചാർ സൗ ബീസി)* എന്ന ഈ കേസിനെക്കുറിച്ചുള്ള വിശദീകരണവുമായാണ് തുടങ്ങിയത് എന്നതാണു രസകരം.

* * *

ഗ്രോഫേഴ്സിലെ തൊഴിൽ വിഭജനമനുസരിച്ച് ഉത്പന്നവും സാങ്കേതികവിദ്യയും അൽബിന്ദറാണ് നോക്കിയിരുന്നത്. ദൈനംദിന പ്രവർത്തനങ്ങൾക്ക് സൗരഭ് മേൽനോട്ടം വഹിക്കും. വാണിജ്യവും കാര്യനിർവ്വഹണവും സാമ്പത്തികകാര്യങ്ങളും എന്റെ കീഴിലും. സിഎഫ്ഒ എന്നാണ് എന്റെ ഔദ്യോഗിക പദവിയെങ്കിലും മൂന്നാമത്തെ സഹസ്ഥാപകൻ എന്ന പോലെയാണ് ആദ്യദിവസം മുതൽ പ്രവർത്തിച്ചുവന്നത്.

500 രൂപയുടെ പച്ചക്കറിക്കേസിനു പുറമെ ഗ്രോഫേഴ്സിലെ ആദ്യ ഒമ്പതു മാസം തിരക്കിട്ട ജോലികളുടേതായിരുന്നു. ഒരുവശത്ത്, ഓരോ ആഴ്ചയും ഞങ്ങൾ ഓരോ പുതിയ നഗരത്തിലേക്കു പ്രവേശിക്കുന്നു. മറുവശത്ത് പണം സ്വരൂപിക്കൽ നടപടികളുടെ പരമ്പര. സീരീസ് എ റൗണ്ടിൽ ടൈഗറും സെക്വോയയും പങ്കെടുത്തു. ഇരുകൂട്ടരും 35 മില്യൺ ഡോളർ വാല്യേഷനിൽ അഞ്ചു മില്യൺ ഡോളർ വീതം. സീരീസ് ബി റൗണ്ടിൽ ടൈഗറും സെക്വോയയും ഡി എസ് ടി ഗ്രൂപ്പും (അപോലെറ്റോ എന്ന പേരിലുള്ള മറ്റൊരു നിക്ഷേപക സ്ഥാപനത്തിലൂടെയായിരുന്നു ഡി

എസ് ടി-യുടെ പങ്ക്). അതിനുശേഷം സീരീസ് സി റൗണ്ടിൽ ഈ നിക്ഷേപകർക്കു പുറമെ 120 മില്യൺ ഡോളറിന്റെ മൊത്തം ഫണ്ടിംഗുമായി സോഫ്റ്റ് ബാങ്കും ചേർന്നു. അൽബിയും ഞാനും ശക്തമായ ടീമായിരുന്നു. പണം സ്വരൂപിക്കാൻ യുഎസിൽ പോകേണ്ടിവന്നപ്പോൾ അതു സ്വയം ചെയ്യാൻ അൽബി തയ്യാറായി. പക്ഷേ, ഒരിക്കൽ ടേം ഷീറ്റ് ഒപ്പുവച്ചു കഴിഞ്ഞാൽ ഞങ്ങളുടെ അക്കൗണ്ടിൽ പണം വീഴുന്നതുവരെ കാര്യങ്ങൾ പൂർണ്ണമായും എന്റെ നിയന്ത്രണത്തിലായിരിക്കും.

2015 ശരിക്കും ഗ്രോഫേഴ്സിന്റെ വർഷമായിരുന്നു. 35 മില്യൺ ഡോളർ വാല്വേഷനിൽ നിന്ന് ഒമ്പതുമാസം കൊണ്ട് 370 മില്യൺ ഡോളറിലെത്തി. ബിഗ്ബാസ്കറ്റ് ആയിരുന്നു ഞങ്ങളുടെ മുഖ്യ എതിരാളി. അൽബിയും ഞാനും ഒരു ടീമെന്ന നിലയിൽ മിടുക്കന്മാരായിരുന്നു. തീരെ പ്രതീക്ഷിക്കാതെ ഞങ്ങളവരെ മറികടന്നു. ഞങ്ങളുടേതിനേക്കാൾ രണ്ടു മടങ്ങു കൂടുതൽ ബിസിനസ്സ് അവർക്കുണ്ടായിരുന്നു. സ്രോതസ് മികവും അവർക്കായിരുന്നു കൂടുതൽ. അതുവഴി ലാഭവും. എന്നിരുന്നാലും, അവർ പഴയസമ്പ്രദായക്കാരായിരുന്നു. സാങ്കേതികവിദ്യയിൽ വളരെ പിന്നിൽ. ആലോചിച്ചുനോക്കുമ്പോൾ, ഗ്രോഫേഴ്സിനും ബിഗ്ബാസ്കറ്റിനും പരസ്പര പൂരകമായ മികവാണുണ്ടായിരുന്നത്. ചില്ലറ വിൽപ്പന അവർക്കു നന്നായി അറിയാമായിരുന്നെങ്കിൽ സാങ്കേതികവിദ്യയിലും ഡിജിറ്റൽ മാർക്കറ്റിംഗിലും ഞങ്ങൾക്കായിരുന്നു മിടുക്ക്. സംഭരണത്തിൽ അവർ മികച്ചുനിൽക്കുമ്പോൾ അവസാനഘട്ട വിതരണത്തിൽ ഞങ്ങളാണ് മുന്നിൽ. ദക്ഷിണേന്ത്യയിൽ അവരാണു വലുതെങ്കിൽ ഉത്തരേന്ത്യ ഞങ്ങളുടേതായിരുന്നു. ഇക്കാര്യത്തിൽ മാത്രം സ്വിഗ്ഗി-സൊമാറ്റോ കഥയുടെ പകർപ്പായിരുന്നു ഇത്. ഞങ്ങൾ കുറഞ്ഞ ഇടവേളകളിൽ പണം സ്വരൂപിച്ചുകൊണ്ടിരുന്നു. ബിഗ്ബാസ്കറ്റിന് അതിനു കഴിഞ്ഞില്ല.

സീരീസ് എ, സീരീസ് ബി റൗണ്ടുകൾക്കിടയിൽ കമ്പനിയെ പുതിയ അധികാരപരിധിയിലേക്കു മാറ്റണമെന്ന് അൽബിന്ദർ ആവശ്യപ്പെട്ടു – സിംഗപ്പൂരായിരുന്നു ഉദ്ദേശ്യസ്ഥാനം. ഇതിന് നിരവധി കാരണങ്ങളുണ്ട്. പൊതുവെ കരുതുന്നതുപോലെ നികുതിയിൽ നിന്നു രക്ഷപ്പെടലല്ല ഉദ്ദേശ്യം. ഒന്നാമത്തേത്, കമ്പനി ഇന്ത്യയിലാണെങ്കിൽ, ആ 500 രൂപ പോലുള്ള കേസുകളിലേക്കു വലിച്ചിഴയ്ക്കപ്പെടുമെന്ന് ഭയന്ന് ഡയറക്ടർ ബോർഡിൽ ഇരിക്കുന്നതു നിക്ഷേപകർ വെറുക്കും. ഇന്ത്യയിലെ നിയമമനുസരിച്ച് കുറ്റകൃത്യങ്ങളുടെ കാര്യത്തിൽ ഡയറക്ടർമാരും എക്സിക്യൂട്ടീവ് ഡയറക്ടറും തമ്മിൽ യാതൊരു വ്യത്യാസവുമില്ല. കമ്പനിക്കെതിരെ കേസ് കൊടുക്കുന്ന ആർക്കും കമ്പനി രജിസ്ട്രാരിൽ നിന്നു ഡയറക്ടർമാരുടെ പേർ സംഘടിപ്പിക്കേണ്ട കാര്യമേയുള്ളൂ. സിംഗപ്പൂരിലാണെങ്കിൽ, ലളിതമായ ഇക്വിറ്റിക്കു പകരം മുൻഗണനാ ഓഹരികളുടെയും കടപ്പത്രങ്ങളുടെയും അടിസ്ഥാനത്തിൽ ഓഹരി ഉടമ്പടി രൂപപ്പെടുത്തുമ്പോൾ കൂടുതൽ അയവുണ്ട്. വിവിധ ബ്രാൻഡുകളുടെ ചില്ലറവിൽപ്പനയിൽ നേരിട്ടുള്ള വിദേശനിക്ഷേപത്തിന്റെ കാര്യത്തിൽ ഇന്ത്യയിലെ അപ്രവചനീയമായ നിയമമാറ്റങ്ങൾ കാരണം

ഫ്ളിപ്കാർട്ട് 2011-ൽ സിംഗപ്പൂരിലേക്ക് ആസ്ഥാനം മാറിയിരുന്നു. പിന്നീടെപ്പോഴെങ്കിലും അവരുമായി ഒരു ലയനം സാദ്ധ്യമായാൽ അത് കുറഞ്ഞ സങ്കീർണ്ണതകളോടെ പൂർത്തിയാക്കാൻ ഗ്രോഫേഴ്സും പുറത്തേക്കു പോകുന്നതു വഴി സാദ്ധ്യമാകുമെന്നായിരുന്നു അൽബിയുടെ നിഗമനം.

പരസ്പരസമ്പർക്കത്തിലൂടെ ഹർഷൽ കാംദാർ എന്ന നികുതി വിദഗ്ധനിൽ എത്തിപ്പെട്ടു. ആ സമയത്തദ്ദേഹം പി ഡബ്ല്യൂ സി-യിൽ ജോലി ചെയ്യുകയായിരുന്നു. നികുതിയുടേയും ഘടനയുടേയും കാര്യത്തിൽ അങ്ങേയറ്റം ചിട്ടയുള്ളയാൾ. ഇത്തരത്തിലുള്ള ഒന്നുരണ്ടു പുറംചാട്ടങ്ങൾ അദ്ദേഹം നടത്തിയിട്ടുണ്ട്. അദ്ദേഹത്തിന്റെ നിർദ്ദേശങ്ങളുടെ കൂടി വെളിച്ചത്തിൽ ഞങ്ങൾ മിറർ-ഷെയർഹോൾഡിംഗ് ഘടനയോടുകൂടിയ ഒരിന്ത്യൻ കമ്പനി സിംഗപ്പൂരിലുണ്ടാക്കി. എല്ലാ ഓഹരിയുടമകളും ഗ്രോഫേഴ്സ് ഇന്റർനാഷണൽ പ്രൈവറ്റ് ലിമിറ്റഡിന്റെ ഓഹരികൾ നാമമാത്ര മൂല്യത്തിൽ സ്വീകരിച്ചു. സൊമാറ്റോയുടെ ദീപിന്ദർ ഗോയലിന്റെ ഓഹരിയുടെ കാര്യത്തിലാണ് ഒരു വെല്ലുവിളിയുണ്ടായത്. അദ്ദേഹത്തിന് ഗ്രോഫേഴ്സിൽ 60 ലക്ഷം രൂപയുടെ നിക്ഷേപമുണ്ടായിരുന്നു. മറ്റ് ഓഹരിയുടമകളെല്ലാം വിദേശത്തു സമ്പാദിക്കുന്നവരും വിദേശ അക്കൗണ്ടുകൾ ഉള്ളവരുമായിരുന്നു. ആ അക്കൗണ്ടുകളിൽ നിന്ന് അവർക്ക് പണം കൈമാറുകയും ചെയ്യാമായിരുന്നു. എന്നാൽ ഗോയലിന്റെ കാര്യം അങ്ങനെയായിരുന്നില്ല. അദ്ദേഹത്തിന് ഓഹരികൾ അനുവദിക്കുന്നതിലായിരുന്നു വെല്ലുവിളി. അമേരിക്കൻ പൗരനായ അൽബിന്ദറിന്റെ ബന്ധുവിന് ഓഹരികൾ നൽകിയശേഷം അത് ദീപിന്ദറിന് ഇഷ്ടദാനമായി നൽകിയാണ് പ്രശ്നം പരിഹരിച്ചത്.

ഗ്രോഫേഴ്സ് ഇന്റർനാഷണൽ പ്രൈവറ്റ് ലിമിറ്റഡ് എന്നായിരുന്നു സിംഗപ്പൂരിലെ സ്ഥാപനത്തിന്റെ പേര്. ഗ്രോഫേഴ്സ് ഇന്ത്യ അതിന്റെ അനുബന്ധ കമ്പനിയും. സങ്കീർണ്ണമായ മാറ്റമായിരുന്നു അത്. ആയിരക്കണക്കിന് ചെറുകിട കടയുടമകളുമായുള്ള കരാറുകൾ അംഗീകരിക്കേണ്ടിയിരുന്നു. എല്ലാ ജോലികളും പൂർത്തിയാക്കാൻ എനിക്ക് രണ്ടുമാസത്തിൽ താഴെയേ വേണ്ടിവന്നുള്ളൂ.

നിഷ്കളങ്കൻ

"അൽബിന്ദറുടെ ഹൃദയം യഥാസ്ഥാനത്തുതന്നെയാണോ?"

മാധുരിയുടെ ഈ ചോദ്യം കേട്ട് ഞാൻ ഞെട്ടിപ്പോയി. സീരീസ് ഡി ഫണ്ടിംഗ് റൗണ്ടിനുശേഷം അൽബിന്ദറും സൗരഭും ലിക്വിഡിറ്റി വാഗ്ദാനം ചെയ്തു തങ്ങളുടെ ഓഹരികളുടെ രണ്ടാം ഘട്ട വിൽപ്പന നടത്തിയ സമയത്തായിരുന്നു ഇത്. അവർ രണ്ടുപേരും റേഞ്ച് റോവറുകൾ വാങ്ങിയിരുന്നു. കർണാലിൽ നിന്ന് മാധുരിയുടെ കുടുംബമാണ് അവർക്ക് നല്ലൊരിടപാട് നടത്തിക്കൊടുത്തത്. ഞാൻ ചേരുന്നതിനുമുമ്പുള്ള യഥാർത്ഥ ടീമംഗങ്ങൾക്ക് അവരുടെ ശ്രമത്തിന് അംഗീകാരമായി

ബിഎംഡബ്ല്യൂ നൽകിയിരുന്നു. ഇതാദ്യമായി, ഇത്രയും ചുമടെടുത്തിട്ടും എനിക്കു സാമ്പത്തികനേട്ടമൊന്നും ഉണ്ടായിട്ടില്ലെന്ന് ഞാൻ സ്വയം ചിന്തിച്ചു. എന്റെ ഓഹരികൾ, തീർച്ചയായും, അപ്പോഴേക്കും നിക്ഷിപ്തമായിരുന്നില്ല, അതിനാൽ വിൽക്കാൻ അവസരമുണ്ടായില്ല. എന്നിരുന്നാലും, ഈ തിരിച്ചടി വരാതിരിക്കാൻ ഞാൻ ജോലി വളരെയധികം ആസ്വദിക്കുകയായിരുന്നു. പോരാത്തതിന്, ഞാൻ ആ മനുഷ്യനെ വിശ്വസിച്ചു.

എന്നിരുന്നാലും, ഞാൻ ചേർന്നതിനുശേഷം കമ്പനി കൈവരിച്ച പത്തു മടങ്ങ് വളർച്ചയിലുള്ള എന്റെ പങ്ക് അംഗീകരിക്കുന്നതിൽ അൽബിന്ദർ പരാജയപ്പെട്ടുവെന്ന് മാധുരിക്കു തോന്നി. അൽബിന്ദർ പുതിയ ആൾക്കാരെ നിയമിക്കുകയാണെന്നും സി എക്സ് ഒ-മാർ പോലുമല്ലാത്ത അവർക്ക് ശമ്പളം കോടികളിലാണെന്നും മനസ്സിലാക്കാൻ ഞാൻ അൽപം വൈകി. അതേസമയം, ഞാൻ എന്റെ തുടക്കത്തിലെ ശമ്പളമായ 40 ലക്ഷം രൂപയിൽ തുടരുകയായിരുന്നു.

2016 ജൂണിൽ മാത്രമാണ് അൽബിന്ദറുമായി ഹൃദയസംവാദം നടത്താൻ ഞാൻ തീരുമാനിച്ചത്. എന്തെങ്കിലും പ്രശ്നമുണ്ടോ എന്ന് ഞാനവനോടു നേരിട്ടു ചോദിച്ചു. “നീയെന്താണിങ്ങനെ പറയുന്നത്?” എന്നായിരുന്നു അവന്റെ മറുപടി. 350 മില്യൺ ഡോളർ മൂല്യമുള്ള കമ്പനിയുടെ സിഎഫ്ഒ ആയ എന്റെ ശമ്പളം വെറും 40 ലക്ഷമാണ്. പിന്നാലെ ഒരു ക്ഷമാപണം വന്നു, ഒപ്പം, ശ്രദ്ധയിൽപ്പെട്ടിരുന്നില്ലെന്ന നിരുപദ്രവകരമായ വിശദീകരണവും; എന്നോട് ശമ്പളം പുതുക്കിക്കൊള്ളാനും നിർദ്ദേശിച്ചു. സിഎഫ്ഒ എന്ന നിലയിൽ കമ്പനിയുടെ ചെലവുകൾ നിയന്ത്രിക്കാൻ ശ്രദ്ധാലുവായിരുന്ന ഞാൻ, എന്റെ ശമ്പളം 75 ലക്ഷം രൂപയായി പുതുക്കി. അപ്പോഴും ആംഎക്സിൽ ലഭിച്ചുകൊണ്ടിരുന്ന 80 ലക്ഷത്തിനേക്കാൾ കുറവുമാത്രം. എന്റെ ഇഎസ്ഒപി-കൾ ഇപ്പോഴും പുതുക്കിയിട്ടില്ല. ഈ നിർദ്ദേശവുമായി നിക്ഷേപകരെ സമീപിക്കാനുള്ള സമയമാണിതെന്ന് അൽബിന്ദറിന് തോന്നിയില്ല. തിരിഞ്ഞുനോക്കുമ്പോൾ, എന്റെ നിഷ്കളങ്കതയാണ് കാര്യങ്ങൾ മുഖവിലയ്ക്കെടുക്കാൻ എന്നെ പ്രേരിപ്പിച്ചത്.

എന്റെ സാമ്പത്തികവളർച്ച മുരടിച്ചെങ്കിലും, ബിസിനസ്സിന്റെ കാര്യത്തിൽ ഞങ്ങൾ ഒരു ദിവസം 30 ഓർഡർ എന്നതിൽ നിന്നു ദിവസം 30,000 ഓർഡറിലേക്കും 30 നഗരങ്ങളിലേക്കുമെത്തി. യാത്ര തുടങ്ങിയ ചെറിയ വേർഹൗസിൽ നിന്നു ഞങ്ങൾ 50,000 ചതുരശ്ര അടിയിലെ ഓഫീസിലേക്കു മാറി. ഞാൻ സഹായിച്ച ഒരു കാര്യം. കുറഞ്ഞ ചെലവിൽ അതിവേഗം ജോലി പൂർത്തിയാക്കാനുള്ള എന്റെ ശ്രമത്തിൽ മാധുരിയെയും പങ്കാളിയാക്കി. അപ്പോഴേക്കും അവൾ അലങ്കാര ബിസിനസ്സിൽ നിന്നു ടേൺകീ പ്രോജക്ടുകളിലേക്ക് വഴിമാറിയിരുന്നു. ലാഭമോ നഷ്ടമോ ഇല്ല എന്ന രീതിയിലായിരുന്നു ഈ പദ്ധതി അവൾ ഏറ്റെടുത്തത്. ശൂന്യതയിൽ നിന്നു മൂന്നുമാസം കൊണ്ട് ഓഫീസ് ഞങ്ങൾ സജ്ജമാക്കി. അതും 1.5 കോടിയിൽ താഴെ ചെലവിൽ (ചതുരശ്ര അടിക്ക് 300 രൂപയിൽ താഴെ).

ഞങ്ങളുടെ നിക്ഷേപകരായ ടൈഗർ ഗ്ലോബലിലെ കല്യാൺ കൃഷ്ണമൂർത്തി ഈ സമയത്ത് പുതിയ ഓഫീസ് സന്ദർശിക്കാനിടയായി. അടുത്തിടെ ബാംഗളൂരിൽ ടൈഗർ ഗ്ലോബലിനുവേണ്ടി 30,000 ചതുരശ്ര അടിയിൽ പുതിയ ഓഫീസ് സജ്ജീകരിച്ചിരുന്നു. അവിടെ മടക്കിവയ്ക്കാവുന്ന നെറ്റ്സുള്ള ക്രിക്കറ്റ് പിച്ചുണ്ടായിരുന്നു. "ഈ ഓഫീസ് ഒരുക്കാൻ നിങ്ങൾക്കെത്ര ചെലവായി?" പുതുതായി പണിതീർത്ത തന്റെ ഓഫീസിന്റെ കാര്യം മനസ്സിൽ വച്ച് കൗതുകത്തോടെ അദ്ദേഹം എന്നോട് ചോദിച്ചു. 1.5 കോടി എന്ന മറുപടി കേട്ടപ്പോൾ മുഴുവൻ തുകയാണോ ജി എസ് ടി മാത്രമാണോ പറയുന്നത് എന്നായി ചോദ്യം. ടൈഗർ അവരുടെ ഓഫീസിനു 12 കോടിയാണ് ചെലവാക്കിയത്. അവർ നൽകിയ ജി എസ് ടി-യേക്കാൾ കുറഞ്ഞ തുകയ്ക്കാണ് ഞങ്ങൾ ഓഫീസ് ഒരുക്കിയത്. ഞങ്ങളുടെ കർശനമായ ചെലവുചുരുക്കൽ അതോടെ എല്ലാവർക്കും വ്യക്തമായി മനസ്സിലായി.

മാധുരി ഇതിനുശേഷം മറ്റു പ്രോജക്ടുകൾ ഏറ്റെടുത്തു. മൈക്രോമാക്സിലെ രാഹുൽ ശർമ്മയ്ക്കു വേണ്ടി ഒരു ഫാം ഹൗസ് ചെയ്തതായിരുന്നു അതിൽ രസകരമായ ഒന്ന്. അതു ഗംഭീരമായി പോകുന്നു എന്ന് അവൾ പറഞ്ഞപ്പോൾ ഒന്നു പോയി കാണാതിരിക്കാൻ എനിക്കായില്ല. സാധനങ്ങളുമായി മാധുരിയുടെ സഹായിയുടെ വേഷത്തിൽ ചെന്ന ഞാൻ ആ സ്ഥലം കണ്ട് അക്ഷരാർത്ഥത്തിൽ ഞെട്ടിപ്പോയി. അതിനുള്ളിൽ ഒരു ഗോൾഫ് കോഴ്സ് പോലും ഉണ്ടായിരുന്നു. പിന്നീടിത് ബോളിവുഡ് താരം അസിന്റെ വീടായി. ഓ, ഞാൻ വിഷയത്തിൽ നിന്നു മാറിപ്പോകുന്നു.

ഗ്രോഫേഴ്സ് ബിസിനസ്സ് എത്രത്തോളം മുന്നോട്ടു പോയോ അതിനിടെ, ഞങ്ങൾ സാധനസാമഗ്രികളൊന്നും സൂക്ഷിക്കാത്ത മാർക്കറ്റ്പ്ലേസ് മാതൃകയിൽ നിന്നു സ്വന്തം ഡാർക്ക് സ്റ്റോറുകളിലേക്കു മാറിയിരുന്നു. മാർക്കറ്റ് പ്ലേസ് മാതൃകയുടെ വലിയ പോരായ്മ, കടയുടമകളുടെ സാധനസാമഗ്രികൾ സജീവമാകുന്നില്ല എന്നതാണ്. ഓരോ തവണയും, ഓർഡർ ലഭിച്ച ശേഷം, ഞങ്ങളുടെ ഏജന്റ് കടയിൽ നിന്നു സാധനമെടുക്കാൻ ചെല്ലുമ്പോൾ ഭാഗികമായി മാത്രമേ ലഭിക്കുന്നുള്ളൂ. ഇതു പ്രവർത്തനങ്ങളിൽ വലിയ പ്രായോഗിക പ്രശ്നങ്ങളുണ്ടാക്കി എന്നു മാത്രമല്ല, ഉപഭോക്താക്കളുമായി വലിയ കശപിശയ്ക്കും കാരണമായി. നിയമമനുസരിച്ച് വിദേശ കമ്പനിക്ക് ഇന്ത്യയിൽ ചില്ലറ വിൽപ്പനയ്ക്ക് അനുമതിയില്ല. ഇ-കൊമേഴ്സ് നിയന്ത്രണങ്ങൾ ഇതുവരെ വെളിച്ചം കണ്ടിട്ടുമില്ല. അതിനാൽ, സാധനസാമഗ്രികൾ സ്വന്തമാക്കി ബിസിനസ്സ് നടത്താൻ ഞങ്ങളെ പ്രാപ്തരാക്കുന്ന, എഫ്ഡിഐ-ക്ക് അനുസൃതമായ ഘടനയുണ്ടാക്കുന്നതിനായി ഞാൻ യത്നിച്ചു. അതിനായി സിംഗപ്പൂർ ഹോൾഡിംഗ് കമ്പനിയുടെ അനുബന്ധമായി ഹാൻഡ്സ് ഓൺ ട്രേഡ് (HOT) എന്ന പേരിൽ മറ്റൊരു കമ്പനിയുണ്ടാക്കി. ഇടയിലുള്ള ചില ഇന്ത്യൻ കമ്പനികളേയും ചേർത്തു. അപ്പോൾ ഗ്രോഫേഴ്സ് ഇന്ത്യയിൽ ഒരു ഓർഡർ വന്നാൽ, മൊത്തക്കച്ചവട സ്ഥാപനമായ HOT ഇത് ഇടനില സ്ഥാപനങ്ങൾക്കു കൈമാറും. തുടർന്ന് ഈ ഇടനില സ്ഥാപനം ഉപഭോക്താവിന് എത്തിക്കുകയും ചെയ്യും. ഞാൻ

ഈ ഘടനയുണ്ടാക്കുക മാത്രമല്ല, അത് ആമസോൺ പോലുള്ള ഇ-കൊമേഴ്സ് സ്ഥാപനങ്ങൾക്ക് മാതൃകയാകുകയും ചെയ്തു. പിന്നീട്, ഒരു ലൈസൻസിലൂടെ നൂറു ശതമാനം വിദേശനിയന്ത്രണത്തിലുള്ള കമ്പനികൾക്ക് ചില്ലറവിൽപ്പന സർക്കാർ അനുവദിച്ചു. ഈ ലൈസൻസ് നേടുന്ന, ആദ്യ വിദേശസ്ഥാപനമായി ഗ്രോഫേഴ്സ് മാറുമെന്ന് ഞാൻ നേരത്തേ തന്നെ ഉറപ്പാക്കിയിരുന്നു.

നിർദ്ദിഷ്ട ഗ്രോഫേഴ്സ്-ബിഗ്ബാസ്കറ്റ് ലയനം

2016-ന്റെ പകുതിയോടെ ഗ്രോഫേഴ്സ് ബിസിനസ്സ് സ്തംഭനാവസ്ഥയിലായി. എല്ലാ മാസവും 3-4 മില്യൺ ഡോളറിന്റെ ബിസിനസ്സ് ചെയ്യുന്നെങ്കിലും ചെലവ് മാസം 4-5 മില്യൺ ഡോളറായിരുന്നു. 2016-ൽ ഫ്ളിപ്കാർട്ടും വിഷമത്തിലായിരുന്നു. സ്നാപ്ഡീൽ-ഫ്ളിപ്കാർട്ട് ഇടപാട് നടന്നും നടക്കാതെയുമായി. മൊത്തത്തിലുള്ള ഫണ്ടിംഗ് കൂടുതൽ ഞെരുക്കത്തിലായി. സ്നാപ്ഡീൽ ഇടപാടിൽ കൈപൊള്ളിയ സോഫ്റ്റ്ബാങ്ക് 2017 ജനുവരി ആയപ്പോഴേക്ക് അസ്വസ്ഥരാകാൻ തുടങ്ങി. സോഫ്റ്റ് ബാങ്ക് പ്രസിഡന്റായിരുന്ന നികേഷ് അറോറയുടെ കാലത്ത് ഗ്രോഫേഴ്സ് അദ്ദേഹത്തിന്റെ പാരമ്പര്യത്തിലുള്ള, സോഫ്റ്റ് ബാങ്കിന്റെ കീഴിലുള്ള കമ്പനിയായാണ് അറിയപ്പെട്ടിരുന്നത്. അദ്ദേഹം മാറുന്നതോടെ, കൂടുതൽ പണമൊന്നും സോഫ്റ്റ് ബാങ്ക് ഗ്രോഫേഴ്സിൽ നിക്ഷേപിക്കില്ലെന്ന് എനിക്കു മനസ്സിലായി. അപ്പോഴാണ് സോഫ്റ്റ് ബാങ്കിലെ സിഎഫ്ഒ ആയ വികാസ് പരേഖിനോട് (വർഷങ്ങൾക്ക് ശേഷം വീ വർക്കിലെ മാസ സാൻ-നൊപ്പം ജോലി ചെയ്തിരുന്നു) ഗ്രോഫേഴ്സ്-ബിഗ്ബാസ്കറ്റ് ലയനത്തിനു ശ്രമിക്കാമെന്നു നിർദ്ദേശിച്ചത്. ഖത്തർ ഇൻവെസ്റ്റ്മെന്റ് അതോറിറ്റിയുമായാണ് ഏറ്റവുമൊടുവിൽ ബിഗ്ബാസ്കറ്റ് ധനസമാഹരണചർച്ച നടത്തിയത്. കരുതൽധനത്തിൽ പോലും കൈവച്ച നിലയ്ക്ക് അവർക്ക് ഉഴറ്റുമറിക്കാൻ കാര്യമായ വയലുകളൊന്നുമുണ്ടായിരുന്നില്ല. സംയുക്ത സ്ഥാപനമായാൽ, ബില്യൺ ഡോളർ വാലേഷൻ എളുപ്പമാകുമെന്ന് എനിക്കു തോന്നി. 2017 മാർച്ച് മുതൽ ജൂലൈ വരെ, രണ്ടു കമ്പനികളുടേയും സാദ്ധ്യമാകാവുന്ന വാലേഷൻ അനുപാതമടക്കം പഠിക്കാൻ, ഈ പദ്ധതിയിൽ ഞാൻ വിശദമായി മുഴുകി. മറ്റു ബാഹ്യഘടകങ്ങളും രംഗത്തുവരാൻ കാത്തിരിക്കുന്നുണ്ടായിരുന്നു.

ആലിബാബയുടെ പിന്തുണയുള്ള പേടിഎം 2017 ഫെബ്രുവരിയിൽ പേടിഎം മാൾ തുടങ്ങി. ചൈനയുടെ ടി മാളിന്റെ മാതൃകയിൽ ഒരു ബി2സി മാതൃകയായാണ് ഉദ്ദേശിച്ചത്. ഇതിനുവേണ്ടി ഒടുവിൽ ഒട്ടേറെ പണം പൊടിച്ചുകളയേണ്ടിവന്നു. കടുത്ത സമ്മർദ്ദത്തിലായിരുന്ന അവർ ഇ-കോമേഴ്സിൽ അവരുടെ നില ശക്തമാക്കാനുള്ള ശ്രമത്തിലായിരുന്നു. അവരെ സംബന്ധിച്ച് ബിഗ്ബാസ്കറ്റിലെ നിക്ഷേപം ഓൺലൈനിൽ നിന്നു ഓഫ് ലൈനിലേക്കു വരാനുള്ള തന്ത്രത്തിന്റെ ഭാഗമായിരുന്നു. പേടിഎം മാൾ-ബിഗ്ബാസ്കറ്റ് ഇടപാട് യാഥാർത്ഥ്യമായി. പേടിഎം

മാളിന് ബിഗ്ബാസ്കറ്റിൽ 40 ശതമാനം ഓഹരിയാണുണ്ടായിരുന്നത്. അപ്പോഴേക്കും പേടിഎംമ്മിൽ സിഎഫ്ഒ ആയിരുന്ന മധുർ ദിയോറയാണ് ഇതു സാദ്ധ്യമാക്കിയത്. അദ്ദേഹത്തിന് ബിഗ് ബാസ്കറ്റിനെ നന്നായി അറിയാമായിരുന്നു, കാരണം സിറ്റി ബാങ്കായിരുന്നു അവരുടെ നിക്ഷേപബാങ്കർ.

ആ വഴി അടഞ്ഞതോടെ, ഞങ്ങൾക്ക് പൊരുതാൻ അവസരമില്ലെന്നു ഞാൻ മനസ്സിലാക്കി. ഓരോ ഓർഡറിലും പണം നഷ്ടപ്പെടുന്നത് സിഎഫ്ഒ എന്ന നിലയിൽ എനിക്ക് ഒട്ടും അവഗണിക്കാനാകാത്തതായിരുന്നു. ഞങ്ങളുടെ ശരാശരി ഓർഡറുകൾ 1000 രൂപ മുതൽ 1200 രൂപവരെയായിരുന്നു. സമ്പാദ്യവലയിലെ കിഴിവുകൾ 120 രൂപയോളം വരും. അതേസമയം അവസാനഘട്ട വിതരണത്തിന് 150 രൂപ ചെലവുവരും. യഥാർത്ഥ അവസ്ഥയോട് മറ്റാരെക്കാളും അടുത്തായിരുന്നു ഞാൻ. ഗ്രോഫേഴ്സിന്റെ വളർച്ചയുടെ കഥയ്ക്ക് സ്ഥിരതയില്ലെന്നും എനിക്കു ബോധ്യമായി.

വഴി പിരിയുന്നു

വളർച്ച സ്തംഭിച്ചതോടെ അൽബിയും സൗരഭും തമ്മിൽ ഇടയ്ക്കിടെ വാക്കുതർക്കങ്ങളുണ്ടായി. തന്റെ പൂർവ്വവിദ്യാലയത്തിൽ നിന്ന് സൗരഭ് നിയമിച്ച ആളുകൾ ഒട്ടും കഴിവില്ലാത്തവരായിരുന്നു എന്നതാണ് തർക്കത്തിനൊരു പ്രധാന കാരണം. അൽബിക്കതു മനസ്സിലായി. നിരവധി തവണ എനിക്കും ഇത്തരക്കാരോട് കയർക്കേണ്ടിവന്നിട്ടുണ്ട്. ഗുണമേന്മയുള്ള മനുഷ്യവിഭവശേഷിയിൽ കമ്പനി നിക്ഷേപിച്ചിട്ടില്ലെന്ന് എനിക്കു ശക്തമായ തോന്നലുണ്ടായിരുന്നു. ഓരോ തവണയും സൗരഭ് നിയമിച്ചവരെപ്പറ്റി എന്തെങ്കിലും പറയുമ്പോൾ അത് തന്റെ അധികാരത്തിലുള്ള കടന്നുകയറ്റമായാണ് അയാൾ കരുതിയത്. ഒരു ദിവസം സൗരഭ് അധികാരത്തോടെ അൽബിയോടു പറഞ്ഞു, എന്നോടു പോകാൻ ആവശ്യപ്പെടണമെന്ന്.

അൽബിയും ഞാനും തമ്മിലുള്ള ഒടുവിലത്തെ കൂടിക്കാഴ്ചയ്ക്കു വേദിയായത് ഗുഡ്ഗാവിലെ ഒബ്റോയ് ഹോട്ടലാണ്. നമ്മൾക്കു പിരിയാൻ നേരമായി എന്നവൻ നിർദ്ദേശിച്ചു. ഗ്രോഫേഴ്സിന്റെ ഇനിയുള്ള വളർച്ചാ കഥയിൽ വിശ്വസിക്കാത്തതിനാൽ ഞാൻ എതിർത്തൊന്നും പറഞ്ഞില്ല. രണ്ടര വർഷം ജോലി ചെയ്ത് കമ്പനിയെ മികച്ച മൂല്യനിർണ്ണയത്തിലേക്കു നയിച്ചതിനുള്ള എന്റെ പ്രയത്നത്തിന് എനിക്കു നഷ്ടപരിഹാരം ലഭിക്കേണ്ടതുണ്ടെന്നു ഞാൻ വ്യക്തമായും കരുതി. ESOP-യിലുള്ള ഓഹരി വളരെ കുറവായിരുന്നു – ഒടുവിലത്തെ വാല്വേഷനിൽ വെറും 2.4 കോടി രൂപ മാത്രം. അതിൽത്തന്നെ 30 ശതമാനം മാത്രമേ യഥാർത്ഥത്തിൽ സ്ഥാപിതമായിട്ടുള്ളൂ. എട്ട് ബില്യൺ വാല്വേഷൻ 100 കോടിയെന്നതായിരുന്നു ആദ്യ കരാറെന്നു ഞാൻ അൽബിയെ ഓർമ്മിപ്പിച്ചു. പെട്ടെന്ന്

കണക്കുകൂട്ടിയതിൽത്തന്നെ 370 മില്യൺ വാലേഷന് ഏറ്റവും ചുരുങ്ങിയത് 10 കോടിയുടെ ഓഹരി ഉണ്ടാകേണ്ടിയിരുന്നു. ഏതു ന്യായത്തിലും ഒത്തുതീർപ്പു തുകയായി ഒരു കോടി രൂപ ഞാൻ ആവശ്യപ്പെട്ടു. ഈ തുക പോലും നൽകാൻ അൽബി തയ്യാറായിരുന്നില്ല. പകരം, വിലപേശാനാണ് തുനിഞ്ഞത്. സ്ഥാപനത്തിന്റെ സ്ഥാപകൻ എന്ന നിലയിൽ എനിക്ക് അൽബിയോടു ബഹുമാനമുണ്ട്. കൂടാതെ ഞങ്ങൾ ഇപ്പോഴും സുഹൃത്തുക്കളാണ്. ഗ്രോഫേഴ്സിനുള്ള എന്റെ സംഭാവന കണക്കിലെടുക്കുമ്പോൾ കുറച്ചു മാത്രമാണ് എനിക്കു ലഭിച്ചതെന്ന തോന്നലാണ് അപ്പോഴുണ്ടായത്. നിരവധി വർഷങ്ങൾക്കു ശേഷം ഒരു പിടി ഗ്രോഫേഴ്സ് ജീവനക്കാരൻ എന്നോടൊപ്പം ഭാരത്പേയിൽ വന്നത് ഗ്രോഫേഴ്സിന് ഞാൻ നൽകിയ മൂല്യത്തിന്റെ സാധൂകരണമായി.

സ്റ്റാർട്ടപ്പ് ലോകത്തെക്കുറിച്ചുള്ള അത്യുത്സാഹത്തോടെയാണ് ഞാൻ ഗ്രോഫേഴ്സിൽ ചേർന്നിരുന്നത്. പക്ഷേ, എന്റെ മടക്കം സൗഹാർദ്ദപരമായിരുന്നില്ല. ന്യായമായത് എനിക്കു തന്നില്ല എന്നു മനസ്സിലാക്കിയപ്പോൾ മറ്റു മാർഗ്ഗമില്ലാതെ എനിക്ക് ചില ബാങ്ക് അക്കൗണ്ടുകൾ ബ്ലോക്ക് ചെയ്യേണ്ടിവന്നു. അൽബിയെ ചർച്ചയിലേക്കു കൊണ്ടുവരാൻ മറ്റു മാർഗ്ഗമുണ്ടായിരുന്നില്ല. ഇത്രയും നട്ടുവൊടിച്ച പണി ചെയ്തിട്ടും ഇത്രത്തോളം മോശമായി അതിനെ വിലയിരുത്തിയത് എനിക്കൊട്ടും സഹിക്കാനായില്ല. പണത്തേക്കാളുപരി, പൂർണ്ണമായും ഒതുക്കിയെന്ന വസ്തുതയുമായി പൊരുത്തപ്പെടാൻ എനിക്കു കഴിഞ്ഞില്ല. എന്റെ സ്വന്തം ക്ഷേമത്തിലുപരി ഞാൻ വിശ്വസിക്കുന്നതിനെക്കുറിച്ച് ഭാര്യ നടത്തിയ പ്രവചനം സത്യമായി.

മൂലയിലൊതുങ്ങിയ ഗ്രോഫേഴ്സ് ഒത്തുതീർപ്പു തുകയായി ഒരു കോടി വാഗ്ദാനം ചെയ്തു. തീർത്തും തകർന്ന ഒരാളായി ഞാൻ ഗ്രോഫേഴ്സിൽ നിന്ന് പുറത്തുവന്നു. സ്വന്തം സഹജാവബോധത്തെ വരെ ചോദ്യം ചെയ്യുന്ന ഒരാളായി മാറിയിരുന്നു ഞാൻ. രണ്ടു തവണ ചതിക്കപ്പെട്ട ചരിത്രത്തിലെ ആദ്യത്തെ സ്റ്റാർട്ടപ്പ് ഉടമ എന്ന ബഹുമതി എന്നെ കാത്തിരിക്കുന്നുണ്ടെന്ന് ആ സമയത്ത് എനിക്ക് ഒട്ടും അറിയില്ലായിരുന്നു.

ഗ്രോഫേഴ്സിൽ വച്ചാണ് – ഞങ്ങളുടെ സെക്ടർ 32, ഗുഡ്ഗാവ് ഓഫീസിൽ കോട്ടക് സിഇഒ ദീപക് ഗുപ്തയുമായുള്ള സംഭാഷണത്തിനിടയ്ക്ക് – കടയുടമകൾക്ക് QR-ന്റെ ആവശ്യമുണ്ടെന്ന് ഞാനാദ്യം സൂചിപ്പിച്ചത്. ഈ ആശയത്തെ ചുറ്റിപ്പറ്റി വലിയ ബിസിനസ്സ് ഉണ്ടാകുമെന്ന് അന്നെനിക്കൊരു ഊഹവും ഉണ്ടായിരുന്നില്ല.

6

ഒരു ഇരുണ്ട ഘട്ടം

'രണ്ടു ബസ്സുകളുണ്ട്. ഒന്ന് നിങ്ങളുടെ ബസ്സ്റ്റോപ്പിൽ നേരത്തെയെത്തുന്നു. എന്നാൽ ലക്ഷ്യസ്ഥാനത്ത് വൈകിയേ എത്തൂ. രണ്ടാമത്തെ ബസ്സ് നിങ്ങളുടെ ബസ്സ്റ്റോപ്പിൽ വൈകിയെത്തുകയും നിങ്ങളെ ആദ്യത്തെ ബസ്സിനേക്കാൾ മുമ്പെ ലക്ഷ്യസ്ഥാനത്തെത്തിക്കുകയും ചെയ്യും. നിങ്ങൾ സേവന വിഭാഗത്തിൽപ്പെട്ടവരാണെങ്കിൽ ആദ്യബസ്സിൽ കയറിയിരിക്കും. എപ്പോഴും പാതയിലായിരിക്കാനാണ് നിങ്ങൾ ആഗ്രഹിക്കുക, അതായത്, എല്ലായ്പ്പോഴും എന്തെങ്കിലും ചെയ്തുകൊണ്ടിരിക്കുക.'

പ്രവൃത്തിയുടെ അർത്ഥത്തെക്കുറിച്ച് ചിന്തിക്കാതെ ആളുകൾ എങ്ങനെ പ്രവർത്തനനിരതരാകുന്നു എന്നതിന്റെ ഉദാഹരണമായി എന്റെ ഒരു പഴയ ബോസ്സ് ഈ കഥ പലപ്പോഴും പറയുന്നത് ഞാൻ കേട്ടിട്ടുണ്ട്. ഒരു ദിവസം ഇതേ ആശയക്കുഴപ്പം എന്നെ സംഘർഷത്തിലാക്കുമെന്ന് ഞാൻ കരുതിയിരുന്നില്ല. എന്റെ കരിയറിലാദ്യമായി ഞാനൊരു സ്ഥലത്തു നിന്ന് വിട്ടു, അല്ലെങ്കിൽ, എന്നോടു വിട്ടുപോകാൻ ആവശ്യപ്പെട്ടു. കൂടുതൽ മെച്ചപ്പെട്ട സ്ഥലം കണ്ടെത്തിയതുമില്ല. ഒരാളുടെ ആത്മാഭിമാനത്തിന് വലിയ വിള്ളലുണ്ടാക്കുന്ന കാര്യം. എന്റെ അച്ഛൻ വിഷമിച്ചുകൊണ്ടേയിരിക്കുന്നതും എനിക്കു ജോലിയില്ലാതായതിന്റെ പേരിലുള്ള അദ്ദേഹത്തിന്റെ അരക്ഷിതാവസ്ഥയും എന്റെ സമ്മർദ്ദം കൂട്ടി. 'അൽബിന്ദർ നിന്നോടു പോകാൻ പറയാൻ നീ തെറ്റു വല്ലതും ചെയ്തോ?' ഈ ചോദ്യം, വിശേഷിച്ചും എന്റെ അച്ഛനിൽ നിന്നുള്ളത് എന്നെ നിരാശയുടെ ആഴങ്ങളിലെത്തിച്ചു.

സംരംഭകത്വ വഴിയെയാണ് പോകേണ്ടതെന്ന് എനിക്ക് വ്യക്തമായി അറിയാം. ഈ ഘട്ടത്തിൽ, പക്ഷേ, ഞാൻ ആകെ തളർന്ന അവസ്ഥയിലായിരുന്നു. കഴിഞ്ഞ രണ്ടര വർഷം ഞാൻ ഒരുപാട് കാര്യങ്ങൾ ഏറ്റെടുത്തു. ഒരുപാട് പ്രശ്നങ്ങൾ പരിഹരിക്കുകയും ചെയ്തു. കഥയിൽ പറയുന്ന രണ്ടാമത്തെ ബസ്സ് പിടിക്കാൻ സമയമെടുക്കാൻ ഒടുവിൽ ഞാൻ തീരുമാനിച്ചു. ഇടയ്ക്കുള്ള സമയം ആളുകളെ കാണാനും പോകേണ്ട പാത തെരഞ്ഞെടുക്കാനും ഉപയോഗിക്കും.

തീർച്ചയായും, സംരംഭകരായിത്തീർന്ന എന്റെ ബാച്ച്മേറ്റ്സ് ആണ് ഇക്കാര്യത്തിൽ ആദ്യം കാണാവുന്ന വ്യക്തികൾ. എന്നാൽ മിക്കവരും പ്രത്യേകിച്ച് പിന്തുണയൊന്നും തന്നില്ല. ആദ്യം കണ്ടവരിൽ മാജിക്പിൻ സ്ഥാപിച്ച അൻഷു ശർമ്മയുണ്ടായിരുന്നു. പ്രാദേശിക ബിസിനസ്സ് കണ്ടെത്താൻ സഹായിക്കുന്ന ആപ്പായിരുന്നു മാജിക് പിൻ. അയാളുടെ ബിസിനസ്സിനെക്കുറിച്ചറിയാൻ ഓഫീസിൽ ചെലവഴിച്ച കുറച്ചു സമയത്തെ സംഭാഷണം ക്ഷണികമായിരുന്നു. ഞാനുമായി കൂട്ടുകെട്ടുണ്ടാക്കുന്നതിൽ അയാൾക്ക് ഒരു താൽപ്പര്യവും കണ്ടില്ല. പെയ്മെൻറ് സർവീസ് നൽകുന്ന പേയ് യു ഇന്ത്യയുടെ സ്ഥാപകനും എന്റെ ഐഐടി, ഐഐഎം ബാച്ച്മേറ്റുമായ നിതിൻ ഗുപ്തയുമായും ചർച്ച നടത്തിയിരുന്നു.

നിതിൻ സ്വയംതന്നെ കണ്ണഞ്ചിപ്പിക്കുന്ന ഒരു കഥയായിരുന്നു. ഐഐഎമ്മിലെ 'ഡേ സീറോ'യിൽ തകർത്തുവാരിയ മിടുക്കൻ. ഒരു കോടി രൂപയുടെ വാഗ്ദാനവുമായി ലേഹ്മാൻ ബ്രദേഴ്സിൽ ജോലിയിൽ പ്രവേശിച്ചു. അതിനൊപ്പം, ഖോജ് ഗുരു എന്നൊരു കമ്പനിയുടെ സഹസ്ഥാപകനായി. പ്രാദേശിക സെർച്ച് ആയിരുന്നു ഉത്പന്നം. ലേഹ്മാനിൽ ജോലി ചെയ്തുകൊണ്ടുതന്നെ മറ്റേ സ്ഥാപനം നടത്തുന്ന തന്റെ രണ്ടു സ്കൂൾമേറ്റുകൾക്ക് പണമയച്ചുകൊടുക്കും. 'തോൽക്കാതിരിക്കാൻ മാത്രം വലുത്' എന്ന സിദ്ധാന്തത്തിൽ വിശ്വസിക്കുന്ന നിതിൻ ലേഹ്മാൻ തകർച്ചയുടെ വക്കിലായപ്പോൾ തന്റെ സമ്പാദ്യമെല്ലാം ലേഹ്മാൻ ഓഹരിയിൽ നിക്ഷേപിച്ചു. ലേഹ്മാന്റെ വീഴ്ചയ്ക്കൊപ്പം അവനും പാപ്പരായി. ദുരന്തത്തിനു ശേഷം മുഴുവൻ ശ്രദ്ധയും ഖോജ് ഗുരുവിലേക്കായി. പക്ഷേ, സഹസ്ഥാപകർക്ക് അവൻ ബോർഡിലുണ്ടാകുന്നത് ഇഷ്ടമായില്ല. പണമെല്ലാം നഷ്ടപ്പെട്ടതിനുശേഷം അപകടസാദ്ധ്യത ഒഴിവാക്കിക്കൊണ്ട് സംരംഭകത്വത്തിന്റെ നാസ്പേഴ്സ് മാതൃക തെരഞ്ഞെടുത്തു. അവിടെ സ്ഥാപകൻ എന്ന പദവി വാഗ്ദാനം ചെയ്തു. പക്ഷേ ഫാന്റം ഓഹരിയിൽ. ഒരു സംരംഭകനെ സംബന്ധിച്ചിടത്തോളം നാസ്പേഴ്സ് മാതൃകയെന്നാൽ അർത്ഥമാക്കുന്നത്, ധനസമാഹരണ ഉത്തരവാദിത്വമില്ലാത്ത വാടകയ്ക്കെടുക്കുന്ന പോലത്തെ സ്ഥാപകൻ എന്നതാണ്. ഈ മാതൃകയിലാണ് നിതിനും ഷൈലാസ് നാഗും പേയ് യു ഇന്ത്യ തുടങ്ങിയത്. പിന്നീടത് മുൻനിര ഓൺലൈൻ പേയ്മെന്റ് സ്ഥാപനമായി. യഥാർത്ഥത്തിൽ, ഗ്രോഫേഴ്സിലായിരിക്കുമ്പോൾ ഞാൻ നിതിനുമായി പലതവണ സംസാരിച്ചിരുന്നു. സംരംഭകത്വ ചർച്ചയിൽ ഒന്നും ഉരുത്തിരിഞ്ഞിരുന്നില്ല. പിന്നീട് പേയ് യു സിട്രസ് വാങ്ങിയ ശേഷം ജിതേന്ദ്ര ഗുപ്തയേയും അമരീഷ് റാവുവിനേയും അതിന്റെ മാനേജ്മെന്റ് ടീമിലേക്കു കൊണ്ടുവന്നപ്പോൾ നിതിൻ പെട്ടെന്ന് അതു വിട്ടു.

സംരംഭകത്വ രംഗത്ത് കാര്യമായ പുരോഗതിയൊന്നും കാണാത്തതിൽ നിരാശപ്പെട്ട് ഒരിക്കൽ കൂടി ജോലിസാദ്ധ്യത തേടാൻ തുടങ്ങി. അവിടെയും നിരാശ തന്നെയായിരുന്നു ഫലം. ആംഎക്സ് വിട്ടപ്പോൾ എപ്പോൾ വേണമെങ്കിലും തിരിച്ചുവരാമെന്ന എന്റെ ബോസ്സ് സഞ്ജയ് റിഷിയുടെ

വാഗ്ദാനം ഞാനോർമ്മിച്ചു. ആംഎക്സിന്റെ എം ആൻഡ് എ ടീമിനൊപ്പം സഞ്ജയ് അപ്പോഴേക്കും യുഎസിലേക്കു പോയിരുന്നു. മാത്രവുമല്ല, സ്ഥാപനത്തിനകത്ത് അദ്ദേഹത്തിന് പണ്ടത്തെ സ്വാധീനവും ഇപ്പോഴില്ല. ആം എക്സ് വെഞ്ച്വേഴ്സ് ടീമുമായി സഞ്ജയ് എന്നെ ബന്ധപ്പെടുത്തിയെങ്കിലും ആ സംഭാഷണവും എങ്ങുമെത്തിയില്ല. ആ സമയത്ത് ടൈഗർ ഗ്ലോബലിലെ കല്യാൺ കൃഷ്ണമൂർത്തി ഫ്ളിപ്കാർട്ടിൽ ചേർന്നിരുന്നു. ഫ്ളിപ്കാർട്ടിലെ ഡെപ്യൂട്ടി സിഎഫ്ഒ പദവിക്കുവേണ്ടി അദ്ദേഹത്തിന്റെ വലംകൈയായ ആളുമായി നടത്തിയ കൂടിക്കാഴ്ചയും ഫലവത്തായില്ല.

ഞാനാകെ നിരാശനായി എന്നു പറഞ്ഞാൽ അതു കുറഞ്ഞുപോകും. ഒരു സ്റ്റാർട്ടപ്പിന്റെ ഏറ്റവും പ്രായംകുറഞ്ഞ സിഎഫ്ഒ ആകുക, ആ കമ്പനിയുടെ മൂല്യം പതിൻമടങ്ങായി വർദ്ധിപ്പിക്കുക – എന്റെ കഴിവുകൾ ബിസിനസ്സ് മേഖല ഉപയോഗിക്കുന്നില്ലെന്നത് വിരോധാഭാസമായി. മറ്റുവഴികളില്ലാതെ, എന്റെ കരിയറിന്റെ ഉത്ഭവകേന്ദ്രമായ നിക്ഷേപ ബാങ്കിംഗിലേക്കു തിരിയാൻ ഞാൻ തീരുമാനിച്ചു.

വെറും പതിനഞ്ചു മിനിറ്റ് സമയം

ഈ സമയത്താണ് സമുന്നത കോർപറേറ്റ് പ്രഫഷണലും ഏൺസ്റ്റ് ആൻഡ് യംഗ് പാർട്ണറുമായ പ്രശാന്ത് സിംഗാളുമായി സംസാരിക്കുന്നത്. അദ്ദേഹം എന്നെ അവരുടെ എം ആൻഡ് എ ടീമുമായി ബന്ധപ്പെടുത്തി. ഊർജ്ജസ്വലമായ സ്റ്റാർട്ടപ്പ് സംസ്കാരം കണക്കിലെടുക്കുമ്പോൾ, ഇ ആൻഡ് വൈ അതിന്റെ സ്റ്റാർട്ടപ്പ് വളർച്ച പ്രതീക്ഷിച്ചിരുന്നു. എന്റെ അനുഭവജ്ഞാനത്തിൽ ഒരുപാട് യോഗ്യത അവർ കണ്ടു. സ്റ്റാർട്ടപ്പ് മേഖലയുമായി എനിക്കുള്ള അടുത്ത ബന്ധം ബോധ്യപ്പെട്ടതുകൊണ്ടും സ്റ്റാർട്ടപ്പ് ഭാഷ സംസാരിക്കുന്നതുകൊണ്ടും ഇ ആൻഡ് വൈ എനിക്കൊരു ഓഫർ തന്നു. ഒരു കോടിയായിരുന്നു ശമ്പളവാഗ്ദാനം. പാർട്ണർ എന്ന പദവി തന്നില്ലെന്നതായിരുന്നു എന്റെ വിഷമം. ആറുമാസത്തിനകം പാർട്ണർ പദവി നൽകാമെന്ന ഉറപ്പിന്മേൽ ഞാൻ ആ ജോലി സ്വീകരിക്കാൻ തീരുമാനിച്ചു.

ഇ ആൻഡ് വൈയുടെ എയ്റോസിറ്റി ഓഫീസിലേക്കു നടക്കുമ്പോൾ എനിക്ക് വയറ്റിനകത്തൊരു പെടപെടപ്പ് അനുഭവപ്പെട്ടു. കറുത്ത സ്യൂട്ട് ധരിച്ച മനുഷ്യരെ ഭീകരന്മാരെന്നപോലെ തുറിച്ചുനോക്കുന്നത് ഞാൻ സ്വയമറിഞ്ഞു. ചിലർ ചില്ലുമുറികൾക്കുള്ളിലിരുന്നപ്പോൾ, ഔദ്യോഗിക ശ്രേണിയിൽ അവരേക്കാൾ താഴ്ന്ന നിലയിലുള്ളവരുടെ ജോലിസ്ഥലം അതിനു പുറത്തായിരുന്നു. ഓഫീസിലാകെ ശ്മശാനമൂകത നിറഞ്ഞിരുന്നു. അസ്വസ്ഥതയോടെ, നെഞ്ചിൽ ഒരു ശ്വാസംമുട്ടൽ ഉടലെടുക്കുന്നതായി തോന്നി. ഹൃദയസ്തംഭനം വരെ വന്നേക്കാമെന്നപോലെയൊരു തോന്നൽ.

എന്റെ റിപ്പോർട്ടിംഗ് മാനേജരുടെ കാബിനിലേക്ക് എന്നെ വിളിച്ച ഉടൻ തന്നെ ഞാൻ പുലമ്പി : 'സർ, *ഗൽതി ഹോ ഗയി* (എനിക്കൊരു

തെറ്റുപറ്റി)'. ഈ അന്തരീക്ഷം എന്നെ ശ്വാസംമുട്ടിക്കുന്നതായി ഞാൻ തുറന്നുപറഞ്ഞു. ഞാൻ സ്റ്റാർട്ടപ്പിൽ നിന്നാണ് വരുന്നതെന്നറിയാവുന്ന അദ്ദേഹം എന്റെ വിഷമം മനസ്സിലാക്കുകയും വൈകാരികമായ തീരുമാനമൊന്നും എടുക്കരുതെന്ന് ആവശ്യപ്പെടുകയും ചെയ്തു. എങ്കിലും ഞാൻ പ്രകാശ് സിംഗാളിനെ വിളിച്ച് അങ്ങേയറ്റം ക്ഷമപറഞ്ഞു. എന്നെ ആ സ്ഥാപനത്തിലെത്തിച്ചതിൽ അദ്ദേഹത്തോട് ഞാൻ നന്ദിയുള്ളവനായിരിക്കെത്തന്നെ, ജീവിതത്തിലൊരിക്കലും ആ ഇടവുമായി എനിക്കു പൊരുത്തപ്പെടാൻ കഴിയില്ല. '*മുജെ അന്തർ സെ ആവാസ് ആ രഹി ഹെ കി മേരാ കോർപറേറ്റ് കരിയർ ഖതം ഹോ ചുകാ ഹെ* (എന്റെ കോർപറേറ്റ് കരിയർ തീർന്നതായി ഉൾവിളി ഉയരുന്നു)'. ഞാൻ കുറ്റസമ്മതം നടത്തി. ആ ഫോൺവിളി പൂർത്തിയാക്കിയശേഷം ഞാൻ ഇ ആൻഡ് വൈ ഓഫീസിൽ നിന്നു പുറത്തുവന്നു. അവിടെ ചെലവഴിച്ച ആ പതിനഞ്ചു മിനിറ്റ്, ഒരു ജീവിതകാലം മുഴുവൻ എന്നതുപോലെ തോന്നി. അവിടെ നിന്നു പുറത്തുകടന്ന ശേഷം ഞാൻ ആദ്യം വിളിച്ചത് അച്ഛനെയാണ്. അത്തരമൊരവസ്ഥയിൽ ജോലി ചെയ്താൽ ഞാൻ മരിച്ചുപോകുമെന്നു ഉറപ്പാണെന്ന് അദ്ദേഹത്തെ അറിയിക്കാനായിരുന്നു അത്. എന്റെ നിരാശ അദ്ദേഹത്തിനു മനസ്സിലായി. 'നിന്റെ ഹൃദയത്തെ പിന്തുടരുക' എന്ന അദ്ദേഹത്തിന്റെ ഉപദേശം അങ്ങേയറ്റം ആശ്വാസകരമായി. അങ്ങനെ എന്റെ കോർപറേറ്റ് കാലം കഴിഞ്ഞു. കോർപറേറ്റ് ചരിത്രത്തിൽ ഏറ്റവും കുറഞ്ഞ സമയം എന്ന റിക്കാർഡും സ്വന്തമായി.

* * *

കരോൾ ബാഗ്, നവംബർ 2017

ഇ ആൻഡ് വൈ നിയമനം വന്നപ്പോൾത്തന്നെ പിസി ജ്വല്ലേഴ്സ് ഉടമ ബൽറാം ഗാർഗുമായി വീണ്ടും ബന്ധം സ്ഥാപിച്ചിരുന്നു. കോട്ടക് നിക്ഷേപ ബാങ്കിലെ ജോലിസമയത്ത് അദ്ദേഹവുമായി അടുത്തു പ്രവർത്തിച്ചിരുന്നു. വിജയകരമായ ഐപിഒ വഴി അദ്ദേഹത്തെ സ്റ്റോക്ക് എക്സ്ചേഞ്ചിലെത്തിക്കാൻ സഹായിച്ചിരുന്നു. ഞാൻ അദ്ദേഹത്തിന്റെ സ്ഥാപനത്തിൽ ചേരണമെന്നത് അദ്ദേഹത്തിന്റെ വലിയ ആഗ്രഹമായിരുന്നു. ഒരു 'ലാലാ'യുടെ കൂടെ ജോലി ചെയ്യുന്നതിൽ ഞാൻ ആശങ്കാകുലനായിരുന്നു. ബജറ്റ് ഷോപ്പിംഗിനു പേരുകേട്ട സ്ഥലമായ കരോൾ ബാഗിലെ അദ്ദേഹത്തിന്റെ കട, ഞാൻ ഇതുവരെ ജോലി ചെയ്തിരുന്ന സ്ഥലങ്ങളിൽ നിന്നു വളരെ അകലെയാണെന്ന തോന്നലാണുണ്ടായത്. എന്നിരുന്നാലും, എനിക്ക് അവസാനമുണ്ടായ കോർപറേറ്റ് അനുഭവത്തിന്റെ വെളിച്ചത്തിൽ, സാദ്ധ്യതകളോട് തുറന്ന മനസ്സുണ്ടാകണമെന്ന് ഞാൻ മനസ്സിലാക്കിയിരുന്നു.

കമ്പനികളുടെ മൂല്യം ഉയർത്താനുള്ള എന്റെ അടിസ്ഥാന വൈദഗ്ദ്ധ്യം അനുസരിച്ച് അദ്ദേഹത്തിന്റെ വാഗ്ദാനത്തിൽ എന്നെ ആവേശഭരിത നാക്കിയത് ഒരു പുതിയ സ്വർണ്ണവായ്പ നടപ്പാക്കാൻ അദ്ദേഹം ആഗ്രഹിക്കുന്നു എന്നതാണ്. മാന്യമായ ശമ്പളം തരാൻ അദ്ദേഹം തയ്യാറാകുമോ എന്ന് എനിക്കുറപ്പുണ്ടായിരുന്നില്ല. അദ്ദേഹത്തിന്റെ 'നിങ്ങളെന്താണാഗ്രഹിക്കുന്നത്'' എന്നതിന് ഓഹരി സാദ്ധ്യതയോടുകൂടി ഒരു കോടി രൂപ ഞാൻ ആവശ്യപ്പെട്ടു. 85 ലക്ഷം രൂപ നിശ്ചിത ശമ്പളവും മൂന്നു കോടി രൂപ ഓഹരിയായും എന്ന തരക്കേടില്ലാത്ത ഓഫറാണ് അദ്ദേഹം പകരം വച്ചത്.

ഈ വാഗ്ദാനത്തിൽ ഞാൻ സന്തുഷ്ടനായിരുന്നെങ്കിലും ഇ ആൻഡ് വൈ-യുടെ എയ്റോസിറ്റിയിലെ ആഡംബര ഓഫീസ് വിട്ട് കരോൾ ബാഗിലെ തെരുവിലേക്കു പോകുന്നതു കുടുംബാംഗങ്ങൾ ദോഷദൃഷ്ടിയോ ടെയാണ് കണ്ടത്. അദ്ദേഹം മുന്നോട്ടുവച്ച സ്വർണ്ണവായ്പാപദ്ധതിക്ക് നൈസർഗികമായ മൂല്യമുണ്ടെന്നതാണ് എന്നിൽ പ്രവർത്തിച്ച ചേതോ വികാരം. എന്നെ സംബന്ധിച്ച് വാല്വേഷനല്ല, വിജയസാദ്ധ്യതയാണ് ബിസിനസ്സിനുവേണ്ട പ്രധാന ഘടകം. ഒരു വസ്തുതയെന്ന നിലയിൽ ഗ്രോഫേഴ്സിൽ എന്നെ അലട്ടിയ കാര്യം, ബിസിനസ്സെന്ന നിലയിൽ അത് ലാഭകരമായിരുന്നില്ല എന്നതാണ്. ഞാൻ പുറത്തുവന്നതിനുശേഷം, ഗ്രോഫേഴ്സിന്റെ മൂല്യനിർണ്ണയത്തിലുണ്ടായ കുറവ് ആ ബിസിനസ്സിന്റെ അടിസ്ഥാനകാര്യങ്ങളിലുള്ള എന്റെ വിശ്വാസമില്ലായ്മയുടെ ന്യായീകരണ മായി. വാസ്തവത്തിൽ, ഈ വർഷങ്ങളിലെല്ലാം ഗ്രോഫേഴ്സിന്റെ വാല്വേഷനിലെ വർദ്ധന, എതെങ്കിലും മൂർത്തമായ മൂല്യനിർമ്മാണത്തിന് വിരുദ്ധമായി ബിസിനസ്സിലേക്കുള്ള പണം നിക്ഷേപിക്കുന്നതിന് തുല്യമാണ്. ഇനി, ഉപഭോക്താക്കളെ ഉപയോഗിച്ച് ലാഭമുണ്ടാക്കുന്ന ബിസിനസ്സ് എങ്ങനെ നടത്താമെന്ന് ഒരു ബനിയ ലാലായുടെ അടുത്തുനിന്ന് എനിക്കു പഠിക്കേണ്ടതുണ്ട്.

എന്റെ തീരുമാനം നടപ്പായി. ദിവസേന കരോൾ ബാഗിലേക്കുള്ള യാത്രയും തുടങ്ങി. തെരുവിലെ ചെറുറോഡുകളിൽ എല്ലാ പ്രഭാതത്തിലും പാർക്കിംഗിന് ഇടം കണ്ടെത്തുകയായിരുന്നു ആദ്യത്തെ പ്രയാസം. ആ ഭഗീരഥയജ്ഞം പൂർത്തിയാക്കിയ ശേഷം പിസി ജ്വല്ലേഴ്സിന്റെ തിളങ്ങുന്ന ഷോറൂമിലൂടെ ഞാൻ അകത്തു പ്രവേശിക്കും. പിന്നിലെ നിരയിൽ ആളില്ലാത്ത ഒരോഫീസിൽ ഞാനും കോട്ടക്കിലെ എന്റെ പഴയ സഹപ്രവർത്തകൻ നിഖിലേഷ് ഗോവിലും ഇരിക്കും. നിഖിലേഷായിരുന്നു അവരുടെ ഓൺലൈൻ വ്യാപാരം നിയന്ത്രിച്ചിരുന്നത്.

ജോലിയിൽ പ്രവേശിച്ചതോടെ, ബിസിനസ്സ് പ്ലാനുണ്ടാക്കുക എന്ന ആചാരം എന്നെ ആവേശഭരിതനാക്കി. ഇത്തവണ സ്വർണ്ണവായ്പാ ബിസിനസ്സാണ്. ഞാൻ വിപണി നന്നായി പഠിച്ചു. മണപ്പുറത്തിന്റെയും മുത്തൂറ്റിന്റെയും ബിസിനസ്സ് മാതൃകകളും ഇതിൽപ്പെടും. ഈ സമയത്ത്

സുമിത് മണിയാർ എന്നൊരാൾ റുപീക് എന്ന പേരിൽ ഒരു ഫിൻടെക് ബംഗളൂരു ആസ്ഥാനമായി ആരംഭിച്ചിരുന്നു. ബ്രാഞ്ചുകളില്ലാതെ, ഓൺലൈൻ സ്വർണ്ണവായ്പയിലായിരുന്നു അവരുടെ ഊന്നൽ. 'ഞാൻ നിർമ്മിക്കാൻ ശ്രമിക്കുന്നത് നിങ്ങൾക്കാണ് കിട്ടാൻ പോകുന്നത്', ഞങ്ങളുടെ കൂടിക്കാഴ്ചയ്ക്കു ശേഷം അദ്ദേഹം പറഞ്ഞു. അദ്ദേഹത്തിനുള്ള അംഗീകാരം പോലെ എനിക്കുമുള്ളതായിരുന്നു അത്. ഈ മേഖലയിൽ ഞാൻ പുതുമുഖമാണല്ലോ.

പിസിജെയുടെ സ്വർണ്ണവായ്പാപദ്ധതി സജ്ജമാക്കാൻ ശ്രമിക്കുന്നതിനു പുറമെ അവരുടെ കാതലായ സ്വർണ്ണാഭരണ ചില്ലറ വ്യാപാരം ഡിജിറ്റൈസ് ചെയ്യുന്ന കാര്യവും ഞാൻ ഉറപ്പാക്കിയിരുന്നു. അതെന്റെ ഉത്തരവാദിത്വത്തിന്റെ ഭാഗമായിരുന്നില്ലെങ്കിലും. അതിനർത്ഥം അവരുടെ ഷോപ്പുകളിൽ പേടിഎം, ഫോൺപേ ക്യൂആർ വയ്ക്കുകയെന്നതായിരുന്നു. കൂടാതെ ഷോപ്പിലെ വ്യാപാരവും അവരുടെ കേന്ദ്ര അക്കൗണ്ട്സ് ടീമും തമ്മിലുള്ള ഏകോപനത്തിൽ പ്രശ്നങ്ങൾ കണ്ടതിനാൽ, വിവിധ ബാങ്കുകൾക്കായി ഉപയോഗിച്ചിരുന്ന വിവിധ കാർഡ് സ്വീകാര്യതാ മെഷീനുകൾക്കു പകരം പൈൻലാബ് പിഒഎസ് ഉപയോഗിക്കാൻ തുടങ്ങി. ഇതോടെ വിവിധ ബാങ്കുകളിലെ ഇടപാടുകൾ പ്രശ്നങ്ങളില്ലാതെ ഏകോപിപ്പിക്കാനായി. ക്വിക് സിൽവർ സൊല്യൂഷൻസ് വഴി (ഇതിനെ പിന്നീട് പൈൻലാബ്സ് ഏറ്റെടുത്തു) അവരുടെ ഗിഫ്റ്റ് കാർഡും ഡിജിറ്റൈസ് ചെയ്തു. കൂടാതെ അവരുടെ നിക്ഷേപപദ്ധതിയും. എന്റെ മുൻകൈയെടുക്കൽ ബൽറാം ഗാർഗിന് ഇഷ്ടമായി. നിശ്ചയിച്ച ജോലിയുടെ പേരിൽ എനിക്കൊരു നിയന്ത്രണവും ഉണ്ടായിരുന്നില്ലെന്നതാണ് വസ്തുത.

ആ സമയത്ത് പിസി ജ്വല്ലേഴ്സ് ഓഹരി അതിന്റെ ഏറ്റവും ഉയർന്ന മൂല്യത്തിലാണ് – 400 രൂപ – വ്യാപാരം നടത്തിക്കൊണ്ടിരുന്നത്. ബൽറാം ഗാർഗ് കളി മൂപ്പിക്കാൻ ആഗ്രഹിച്ചു. സ്വർണ്ണവായ്പാ ബിസിനസ്സിന് ഒരു NBFC ലൈസൻസിന് അപേക്ഷിച്ചു. അന്ന് നമുക്കറിയാവുന്ന ലോകക്രമം മാറ്റാനാവാത്തവിധം മാറാൻ പോകുകയാണെന്ന് ഞങ്ങൾക്കറിയില്ലായിരുന്നു.

> 'PNB fraud: CBI seeks interpol help, notice against Nirav Modi, others issued', *India Today,* February 2018.
>
> 'How Nirav Modi Pulled Off the Great Indian Bank Robbery,' *Mint,* 23 February 2018.

നീരവ് മോദിയുടെ തട്ടിപ്പ് പുറത്തുവന്നു തുടങ്ങിയതോടെ ഇങ്ങനെയൊക്കെയായിരുന്നു മിക്ക പത്രങ്ങളുടേയും തലക്കെട്ട്. പിഎൻബിയുടെ കണക്കുപുസ്തകത്തിൽ ഡയമണ്ട് വ്യാപാരി 1.8 ബില്യൺ ഡോളറിന്റെ ശൂന്യത സൃഷ്ടിച്ചപ്പോൾ തനിഷ്ക് ഒഴികെയുള്ള എല്ലാ ജ്വല്ലറികളുടേയും ഓഹരിവിലയുടെ തകർച്ച തുടങ്ങിയത് സ്വാഭാവികമായ ഫലമായിരുന്നു.

കാര്യങ്ങൾ കൂടുതൽ വഷളാക്കിക്കൊണ്ട്, ജ്വല്ലറികൾക്കുള്ള എല്ലാ വായ്പാവഴികളും അടയ്ക്കുണമെന്ന് ബാങ്കുകൾ ആവശ്യപ്പെട്ടു. ബൽറാം ഗാർഗിനെ കടുത്ത സമ്മർദ്ദത്തിലകപ്പെട്ട നിലയിൽ ഞാൻ ആദ്യമായി കണ്ടു. സ്വർണ്ണ ഉരുപ്പടികൾ ഏറ്റവും സുരക്ഷിതമെന്നാണ് കരുതിയിരുന്നതെങ്കിലും, അദ്ദേഹത്തിന്റെ അധികപ്രശ്നം എന്താണെന്നു വച്ചാൽ, കൂടുതൽ പണവും ദുബായിലേക്കുള്ള കയറ്റുമതിയിൽ കുടുങ്ങിക്കിടക്കുകയാണ് എന്നതാണ്. ലഭിക്കേണ്ട തുകകൾ വന്നിട്ടുമില്ല. വിപണിക്ക് പിസിജെ ഓഹരിയിലുള്ള വിശ്വാസം പെട്ടെന്നുതന്നെ നഷ്ടപ്പെട്ടുതുടങ്ങി. നിരവധി നിക്ഷേപകരുടെ വിളികളും നമ്മുടെ ബിസിനസ്സ് നിലനിൽക്കുമെന്ന് അവരെ ബോദ്ധ്യപ്പെടുത്താനുള്ള ശ്രമങ്ങളും ഞാനോർക്കുന്നു. എന്നിരുന്നാലും എന്റെ ഉള്ളിൽ, ഇതൊരു നിലനിൽപ്പിന്റെ പോരാട്ടമാണെന്ന് ഞാൻ തിരിച്ചറിഞ്ഞിരുന്നു.

2018 ജൂണിൽ ബൽറാം ഗാർഗുമായി ഞാനൊരു കൂടിക്കാഴ്ച നടത്തി. പിസിജെ-യിൽ തുടരാനാകില്ലെന്ന് ഞാനദ്ദേഹത്തെ അറിയിച്ചു. അദ്ദേഹം പക്ഷേ, അൽപ്പസമയം കൂടി തരാൻ ആവശ്യപ്പെട്ടു. അദ്ദേഹത്തിന്റെ കാതലായ ടീം വിട്ടുപോകുകയാണെന്ന് വിപണി തിരിച്ചറിയാതിരിക്കാനായിരുന്നു ഇത്. ആ ആവശ്യം ഞാൻ സ്വീകരിച്ചു. ഗ്രോഫേഴ്സിൽ നിന്നു പുറത്തുവന്നപ്പോൾ എന്റെ ബാച്ച്മേറ്റ്സിനോ പഴയ ബോസുമാർക്കോ ഒന്നും ചെയ്യാൻ കഴിയാതിരുന്നത് എനിക്കു മറക്കാനാകില്ല. എന്റെ കൂടെ നിന്ന രണ്ടുപേർ ഇ ആൻഡ് വൈയിലെ പ്രശാന്ത സിംഗാളും പിസിജെ-യിലെ ബൽറാം ഗാർഗുമാണ്. രണ്ടുപേരോടും എനിക്കു തീർത്താൽ തീരാത്ത കടപ്പാടുണ്ട്.

എന്റെ തൊഴിൽവീഥിയിൽ പിറകോട്ടുള്ള യാത്രയായിരുന്നു പിസിജെ-യിലെ ജോലിയെന്ന് മിക്ക ആളുകളും വിലയിരുത്തിയപ്പോൾ, ഞാൻ ആ കാലടി പിറകോട്ടു വച്ചില്ലായിരുന്നെങ്കിൽ, ഭാരത്പേയോടൊപ്പം മുന്നോട്ടുള്ള കുതിപ്പ് സാധ്യമാകുകയില്ലായിരുന്നു എന്നാണ് എന്റെ ഉറച്ച വിശ്വാസം. പലവിധ കാരണങ്ങൾ കൊണ്ടാണ് ഞാനിതു പറയുന്നത്. ആദ്യമായി, *ദൂക്കാൻദാർ വാലി കഹാനി പിസിജെ സെ ശുരു ഹുയി ഥി* – പിസിജെ-യിൽ നിന്നാണ് ഒരു കടയുടമയുടെ വിഷമവൃത്താന്തങ്ങളും ബനിയ ബിസിനസുകാരന്റെ മാനസികവ്യാപാരങ്ങളും ഞാനറിഞ്ഞത്. അങ്ങനെ ഭാരത്പേ പസിലിന്റെ അവസാന കഷണങ്ങൾ അത്ഭുതകരമായി ഒത്തുചേർന്നു. കൂടാതെ, ഞാൻ മറ്റെവിടെയെങ്കിലുമാണ് ചേർന്നിരുന്നതെങ്കിൽ, ഓപ്പർച്യൂനിറ്റി കോസ്റ്റ് വളരെ ഉയർന്നതായിരിക്കും. പിസിജെ കാലത്തിന്റെ അവസാനം, എന്തായാലും, എന്റെ ഓപ്പർച്യൂനിറ്റി കോസ്റ്റ് പൂജ്യമായിരുന്നു. വിശേഷിച്ചും എന്റെ ഓഹരികൾ ശൂന്യമായതിനാൽ. അതിനാൽ അവർ സ്വയം സമർപ്പിക്കുമ്പോഴേക്ക് എനിക്ക് എളുപ്പത്തിൽ മറ്റു വഴികൾ തേടാൻ കഴിയും.

7

ഭാരത്പേ : ഉത്പത്തി

ജൂൺ 2018

വിപിൻ അഗർവാൾ : 'ഞങ്ങൾ ഫണ്ട് ചെയ്യുന്ന തുടക്കക്കാരായ ഫിൻടെക്കിനു വേണ്ടി സിഇഒ-യെ ആവശ്യമുണ്ട്. താത്പര്യമുള്ള ആരെയെങ്കിലും അറിയുമെങ്കിൽ ബന്ധപ്പെടുത്തുക."

പോകാനുള്ള തീരുമാനം ബൽറാം ഗാർഗിനെ അറിയിച്ച സ്ഥിതിക്ക് മുന്നോട്ടുള്ള വഴി തേടുമ്പോഴാണ് ഐഐഎം അഹമ്മദാബാദ് വാട്സ്ആപ്പ് ഗ്രൂപ്പിലെ ഈ മെസേജ് ശ്രദ്ധയിൽപ്പെട്ടത്. അഗർവാൾ ഒരു ചൈനീസ് ഫണ്ടായ ഫോസണിനു വേണ്ടിയാണ് പ്രവർത്തിച്ചിരുന്നതെന്ന് എനിക്കറിയാമായിരുന്നു. തുടക്കത്തിലെ നിക്ഷേപത്തിന് എന്തിനാണൊരു സിഇഒ? ഇതെനിക്കു മനസ്സിലാക്കാൻ കഴിഞ്ഞില്ല. കൂടുതൽ അറിയാനുള്ള ആഗ്രഹത്താൽ, ബന്ധപ്പെടാൻ ആവശ്യപ്പെട്ട് ഞാൻ തിരികെ മെസ്സേജയച്ചു. മറ്റെന്തിനെക്കാളും ജിജ്ഞാസയായിരുന്നു കാരണം.

2018 ജൂണിലെ ചൂടുള്ള ഒരു ഞായറാഴ്ച വൈകുന്നേരമായിരുന്നു ഈ പറഞ്ഞ ഫിൻടെക്കിന്റെ ഭവിക് കൊളാദിയയെ കാണാൻ തീരുമാനിച്ചത്. ഡൽഹി ഐഐടി കാമ്പസിൽ കാണാമെന്നായിരുന്നു പറഞ്ഞിരുന്നത്. ഒരു മണിക്കൂറിനുള്ളിൽ തിരിച്ചുവരുമെന്ന് മാധുരിയോടു പറഞ്ഞാണ് ഞാൻ ഇറങ്ങിയത്. പക്ഷേ ആ കൂടിക്കാഴ്ച നാലു മണിക്കൂർ നീണ്ടു. ഭവിക് കൊളാദിയയും ശാശ്വത് നക്രാണിയും ഗുജറാത്തിലെ ഭവനഗറിൽ നിന്നാണെന്നു ഞാൻ മനസ്സിലാക്കി. ഇരുവരും ഒരുപാടു പഴയ കാലത്തേക്കു തിരിച്ചുപോയി. ശാശ്വതിന്റെ അച്ഛൻ മൻസുഖ്ഭായ് നക്രാണി ഭാവനഗറിൽ സ്കൂളും എൻജിനീയറിംഗ് കോളേജും നടത്തിയിരുന്നു. അദ്ദേഹത്തിന്റെ കീഴിൽ പഠിച്ചയാളാണ് ഭവിക്. ശാശ്വത് ഐഐടി ഡൽഹിയിൽ ഇപ്പോൾ മൂന്നാംവർഷ എൻജിനീയറിംഗ് പൂർത്തിയാക്കിയിട്ടേയുള്ളൂ. അഞ്ചാറുവർഷം പ്രായക്കൂടുതലുള്ള ഭവിക് ശാശ്വതിനൊപ്പം ഐഐടി ഹോസ്റ്റലിൽ താമസിക്കുകയാണ്. അവരുടെ സംഘത്തിൻ കീഴിലുള്ള,

ഡൽഹി ഐഐടി വിദ്യാർത്ഥികൾ തന്നെയായ, സത്യം, തൻമയ്, യോഗി എന്നിങ്ങനെ മൂന്നുപേർ കൂടി ചേർന്ന് ഒരു യുപിഐ ഹാക്കത്തോൺ വിജയിച്ചിരുന്നു.

അടുത്ത ഒരു മണിക്കൂറോളം, എല്ലാ യുപിഐ ആപ്പുകളും ഒരൊറ്റ ക്യൂആറിൽ എങ്ങനെ പ്രവർത്തിക്കുമെന്ന ഭവിക് എന്നോടു വിശദീകരിച്ചു. ഗ്രോഫേഴ്സിൽ ജോലി ചെയ്യുമ്പോൾ കഴമ്പുണ്ടെന്ന് ഞാൻ തിരിച്ചറിഞ്ഞ ആശയമാണിത്. എന്നിരുന്നാലും, ഭവിക്കിൽ ഈ ആശയത്തിന്റെ സാങ്കേതികസാദ്ധ്യത ഞാൻ കണ്ടെത്തി. യുപിഐ ആർക്കിടെക്ചറിൽ, ഒരു ഉപഭോക്താവിൽ നിന്നു മറ്റൊരാളിലേക്കോ അല്ലെങ്കിൽ ഒരു ഉപഭോക്താവിൽ നിന്നു ഒരു വ്യാപാരിയിലേക്കോ ഉള്ള പണ കൈമാറ്റം ഒരേ തത്വത്തിലാണ് പ്രവർത്തിക്കുന്നത്, സാങ്കേതികമായി അത് ബാങ്കിൽ നിന്നു ബാങ്കിലേക്കുള്ള കൈമാറ്റമാണ്. ആ സമയത്ത് നിലവിലുള്ള പേയ്മെന്റ് ആപ്പുകളായ പേടിഎമ്മും ഫോൺപേയും വ്യാപാരികളിൽ നിന്നും ഓരോ ഇടപാടിനും രണ്ടു ശതമാനം വീതം ഫീസ് ഈടാക്കുന്നുണ്ടായിരുന്നു. ഈ ചാർജ് ഒരു ശതമാനമാക്കിക്കുറച്ച് കച്ചവടക്കാരെ നമ്മുടെ പക്ഷത്തേക്കു കൊണ്ടുവരിക എന്നതായിരുന്നു ഭവിക്കിന്റെ ആശയം.

'നിങ്ങൾ മദ്ധ്യസ്ഥതയ്ക്കുള്ള പണം നൽകുക മാത്രമാണ് ചെയ്യുന്നത്. കളി മാറ്റിപ്പിടിക്കുന്നതിന് ഒന്നും ചെയ്യുന്നില്ല.' ഭവിക്കിനോട് എന്റെ പെട്ടെന്നുള്ള പ്രതികരണം ഇതായിരുന്നു. പിന്നെ കുറച്ചുസമയത്തേക്ക് ഞങ്ങളുടെ സംസാരം ചോദ്യോത്തരപംക്തി പോലെയായിരുന്നു.

ഭവിക് : 'വിപണി പ്രവർത്തിക്കുന്നത് അങ്ങനെയല്ലേ?'

ഞാൻ : 'രൂപകൽപ്പനപ്രകാരം പി2പി, പി2എം എന്നിവയ്ക്ക് യുപിഐയിൽ ഒരേ ഘടനയാണെങ്കിൽ, കാലക്രമേണ, ഉപഭോക്തൃ കൈമാറ്റം പോലെ, മർച്ചന്റ് ഇടപാടുകളുടെ ചെലവ് പൂജ്യമാകും. ചെലവ് പൂജ്യമാകുന്നതോടെ മത്സരസമ്മർദ്ദം ചാർജ് ഒരു ശതമാനത്തിൽ നിന്ന് 0.9 ആയി കുറയ്ക്കാൻ മറ്റൊരാളെ പ്രേരിപ്പിക്കും. പിന്നീടങ്ങോട്ട് ആർക്കൊക്കെ വേഗത്തിൽ നിരക്കുകൾ കുറയ്ക്കാൻ കഴിയും എന്നതിന്റെ കളി മാത്രമായിരിക്കും.'

ഭവിക് : 'വേറെങ്ങനെയാണ് ഇതിൽ നിന്നു നമ്മൾ ബിസിനസ്സുണ്ടാക്കുക?'

ഞാൻ : 'ഈ ബിസിനസ്സ് വലുതാക്കാനുള്ള ഏക മാർഗ്ഗം വിൽപ്പനയിലൂടെയല്ല, വിതരണത്തിലൂടെയാണ്.'

ഭവിക് : 'എന്താണ് നിങ്ങൾ ഉദ്ദേശിക്കുന്നത്?'

ഞാൻ : 'സേവനം സൗജന്യമാക്കാം. അപ്പോൾ വലിയ സ്വീകാര്യതയുണ്ടാകും. നമ്മൾ ആകെ ചെയ്യേണ്ടത് വ്യാപാരിയുടെ അടുത്തേക്ക് ഒരു ഏജന്റിനെ അയയ്ക്കുക മാത്രമാണ്.'

സാങ്കേതികമായി തങ്ങൾ എന്തൊക്കെയോ ആണെങ്കിലും, ഒരു

ബിസിനസ്സ് കെട്ടിപ്പടുക്കാൻ, സഹസ്ഥാപകൻ എന്ന നിലയിൽ തുടക്കം മുതൽ തന്നെ കാര്യങ്ങളുടെ ചുക്കാൻ പിടിക്കാൻ എന്നേപ്പോലുള്ള ഒരാളെ ആവശ്യമാണെന്ന് ഭവിക്കിന് നിമിഷങ്ങൾക്കുള്ളിൽ മനസ്സിലായി. രണ്ടു മാസത്തോളമായിട്ടേയുള്ളൂ കമ്പനി തുടങ്ങിയിട്ടെന്നും ഭവിക്കും ശാശ്വതും ചേർന്ന് ഒരു ലക്ഷം രൂപയാണ് ആദ്യ ഓഹരി മൂലധനമായി ഇട്ടതെന്നും ബിസിനസ്സ് തുടങ്ങിയിട്ടേയില്ലെന്നും ഭവിക്കിൽ നിന്നു ഞാൻ മനസ്സിലാക്കി. അതിനിടയ്ക്കവർ ഫോസണുമായി കണ്ടുമുട്ടി. കമ്പനിയിൽ 25 ശതമാനം ഓഹരിക്ക് 2,50,000 ഡോളർ നൽകാമെന്നായിരുന്നു അവരുടെ വാഗ്ദാനം. മൂന്നു മാസമായി അവർ ഫോസണിന്റെ ഓഫീസിലിരുന്നാണ് ജോലി ചെയ്യുന്നതെങ്കിലും കാര്യങ്ങൾ ഒട്ടുംതന്നെ മുന്നോട്ടു പോയിരുന്നില്ല.

ക്രെഡിറ്റ് കാർഡ് തട്ടിപ്പ് കേസ്

ഉത്പന്നത്തിന്റെ സാങ്കേതിക വിശദാംശങ്ങളും സാദ്ധ്യതകളിലേക്ക് തുറന്നുവച്ച അങ്ങേയറ്റം ബുദ്ധികൂർമ്മതയുള്ള യുവമനസ്സും എന്നിൽ മതിപ്പുണ്ടാക്കിയെങ്കിലും ഇത്ര തുടക്കത്തിലേ ഫോസൺ സിഇഒയെ തേടുന്നതെന്തിനെന്ന ചോദ്യത്തിനു മാത്രം ഉത്തരം കിട്ടിയില്ല. യുഎസിൽ ഒരു കേസിൽ താൻ ശിക്ഷിക്കപ്പെട്ടിട്ടുണ്ടെന്നു പറയാൻ ഭവിക്കിന് മടിയുണ്ടായില്ല. അതുകാരണം, അയാൾ മുന്നിൽ നിന്നു നയിക്കാൻ ഫോസൺ ആഗ്രഹിച്ചില്ല.

ഈ മനുഷ്യന്റെ തെറ്റായ തെരഞ്ഞെടുപ്പുകളുടെ കഥയാണ് തുടർന്നു കേട്ടത്. അതു മാത്രമല്ല, ധൈര്യത്തിന്റെയും. അമേരിക്കയിൽ യുണൈറ്റഡ് എയർലൈൻസിൽ പൈലറ്റായാണ് ഭവിക് കരിയർ തുടങ്ങിയത്. നല്ല ശമ്പളം, ഒരുപാടു സ്ഥലങ്ങൾ കാണാം. പക്ഷേ, 'ഡ്രൈവിംഗ്' ജോലിയുടെ പരിവേഷം പെട്ടെന്നു നഷ്ടമായി. നിലത്തുറച്ചിരിക്കാൻ അയാൾ ആഗ്രഹിച്ചു. അങ്ങനെയാണ് വിജയ് എന്നയാൾക്കൊപ്പം യുഎസിൽ പലചരക്കുകട തുടങ്ങിയത്. പഠനം നിർത്താൻ ആഗ്രഹിച്ചിരുന്നില്ലെന്നു ഭവിക് പറഞ്ഞത് എന്നിൽ മതിപ്പുളവാക്കി. *3 ഇഡിയറ്റ്സ്*-ലെ റാഞ്ചോ എന്ന കഥാപാത്രത്തെപ്പോലെ. അയാൾ ഇടയ്ക്കു കോളേജുകളിൽ പോയി ക്ലാസ്സുകളിലിരിക്കും. ഡിഗ്രി നേടാനല്ല, അറിവു നേടാൻ. ആ സമയത്ത് ലഭിച്ച ഒരു അറിവ് അയാളുടെ ജീവിതം തിരിച്ചുവരാനാകാത്ത വിധം മാറ്റിക്കളഞ്ഞു. ആരുടെയെങ്കിലും സാമൂഹിക സുരക്ഷാ നമ്പർ അറിഞ്ഞാൽ അയാളുടെ ക്രെഡിറ്റ് കാർഡ് അധികാരപ്പെടുത്താതെ തന്നെ നിങ്ങളുടെ വിലാസത്തിൽ എത്തിച്ചേരുമെന്നതായിരുന്നു ഭവിക് കണ്ടെത്തിയത്. അയാളിത് വിജയ്-യോട് സൂചിപ്പിച്ചു. വിജയ് ആകട്ടെ പുതിയ അറിവ് ആയുധമാക്കി ചില ക്രെഡിറ്റ് കാർഡുകൾ സംഘടിപ്പിച്ചു.

ചതിക്കുകയായിരുന്നില്ല വിജയ്-യുടെ ഉദ്ദേശ്യമെന്ന് ഭവിക് ഊന്നിപ്പറഞ്ഞു. ചില ചരക്കുകൾ വാങ്ങാനാണ് ഈ കാർഡുകൾ ഉപയോഗിച്ചത്. സമയത്തു തന്നെ പണമടയ്ക്കുന്നുണ്ടെന്നും ഉറപ്പാക്കി.

അധികം വൈകിയില്ല, എഫ്ബിഐ സ്റ്റോറിലെത്തി വിജയ്യോപ്പം താമസിക്കുകയായിരുന്ന ഭവിക്കടക്കം എല്ലാവരേയും പൊക്കി. വിജയ് വിവാഹിതനും കുടുംബസ്ഥനുമായിരുന്നതിനാൽ, എല്ലാ കുറ്റവും താൻ സ്വയമേറ്റെന്നാണ് ഭവിക് അവകാശപ്പെട്ടത്. ഭയാനകമായിരുന്നു പിന്നീടുണ്ടായ അനുഭവങ്ങൾ. ഭവിക് കൊളാദിയ എന്ന ബോബ് പട്ടേൽ ക്രെഡിറ്റ് കാർഡ് തട്ടിപ്പു കേസിൽ പ്രതിയാക്കപ്പെട്ടു. ഐഡന്റിറ്റി മോഷണത്തിനാണ് തടവിലായത്. ആങ്കിൾ മോണിറ്റർ (ചങ്ങലക്കു പകരം തടവുപുള്ളികളുടെ കണങ്കാലിൽ ഘടിപ്പിക്കുന്ന സംവിധാനം) സഹിതം വീട്ടുതടങ്കലിലാക്കുകയായിരുന്നു. ഇയാൾക്കെതിരെ പതിനെട്ടോളം കുറ്റങ്ങളാണ് ചുമത്തിയത്. ഒരുവശത്ത് വക്കീലിനെ വെക്കാതെ കേസ് സ്വയം വാദിച്ചു. മറുവശത്താകട്ടെ വീട്ടുതടങ്കലിലായ സമയം കോഡിംഗ് പഠിക്കാൻ ഉപയോഗിച്ചു. കേസ് തുടർന്നു. അയാൾക്ക് കൂർമ്മബുദ്ധിയാണെന്ന് പ്രോസിക്യൂട്ടർമാർ തിരിച്ചറിഞ്ഞു. ഒടുവിൽ അവർ ഒരു ഓഫർ നൽകി. സമ്മതിച്ചാൽ അയാളുടെ പേരിലുള്ള പതിനാറ് കുറ്റങ്ങൾ ഒഴിവാക്കും. ഇതിനായി അയാൾ ചെയ്യേണ്ടത് ഏറ്റവും ഗൗരവം കുറഞ്ഞ രണ്ടു കുറ്റങ്ങൾ ഏൽക്കുകയാണ്. പിന്നീട് അമേരിക്ക വിടണം. ഒരിക്കലും തിരിച്ചുവരരുത്. ഒന്നുകിൽ അവിടെത്തന്നെ നിന്ന് വളരെക്കാലം കേസ് നടത്തി കഠിനമായി പോരാടുക, അല്ലെങ്കിൽ അവരുടെ ഓഫർ അംഗീകരിക്കുക എന്ന രണ്ടു സാദ്ധ്യതകളായി അയാൾക്കു മുന്നിൽ. അയാൾ രണ്ടാമത്തേത് തെരഞ്ഞെടുത്തു. 'ഇന്ത്യയിൽ തിരിച്ചെത്തിയപ്പോൾ എന്റെ ലക്ഷ്യം മൂല്യവത്തായ എന്തെങ്കിലും ചെയ്ത് എന്നെത്തന്നെ വീണ്ടെടുക്കുക എന്നതായിരുന്നു'. ഏറെ ബോധ്യത്തോടെ അയാൾ എന്നോടു വിവരിച്ചു. ആ നന്മ ഞാൻ അംഗീകരിച്ചു.

ഭവിക് നേരത്തെ ബുക്-മൈ-ഹെയർകട്ട് എന്നൊരു കമ്പനി നടത്തിയിരുന്നു. ഈ സംരംഭത്തിനിടെ പണമടയ്ക്കുന്നതിനുണ്ടായ പ്രശ്നങ്ങൾ പരിഹരിക്കുന്നതിനാണ് ഒരു മാർഗ്ഗമായി യുപിഐയിലേക്കു ശ്രദ്ധിച്ചത്. പിന്നീട്, ഒരു കാര്യം മറ്റൊന്നിലേക്കു നയിച്ചു. അങ്ങനെ ഫോസണിലേക്കെത്തി. ഉത്പന്നത്തിൽ താൽപ്പര്യമുണ്ടായിട്ടും, ഭവിക്കിന്റെ പൂർവ്വകാല ചരിത്രം അറിഞ്ഞപ്പോൾ അയാളെ മുൻനിർത്തി പണമിറക്കാൻ ഫോസൺ വിസമ്മതിച്ചു. അതാണ് ഇപ്പോൾ സിഇഒയെ അന്വേഷിക്കാൻ കാരണം. ഇക്കാര്യം ഭവിക്കിനു സ്വീകാര്യമായിരുന്നെങ്കിലും, ഫോസണിൽ കാര്യങ്ങൾ നീങ്ങുന്നതിന്റെ കുറഞ്ഞ വേഗമാണ് അയാൾക്കിഷ്ടപ്പെടാതിരുന്നത്.

ആദ്യ കൂടിക്കാഴ്ചയിൽത്തന്നെ വിശാലമായ ചിത്രം എന്റെ മുന്നിൽ തെളിഞ്ഞു. യഥാർത്ഥത്തിൽ, പല രീതിയിലും, ഈ കൂടിക്കാഴ്ച സഹസ്ഥാപകരുടെ കൂടിച്ചേരലായിരുന്നു. യുപിഐ ഇടം പരിഹരിക്കാനുള്ള നല്ലൊരു പ്രശ്നമാണെന്നും, പണമിടപാടുകൾ സൗജന്യമാക്കിയാൽ അങ്ങനെ സമ്പാദിക്കുന്ന ഡാറ്റ കച്ചവടക്കാർക്ക് വായ്പ വാഗ്ദാനം ചെയ്യാനും അവർക്ക് ഡിജിറ്റൽ സാമ്പത്തിക ഉത്പന്നങ്ങൾ തുടങ്ങാനും ഉപയോഗിക്കാനാവുമെന്ന് ഞാൻ മനസ്സിലാക്കി.

കമ്പനി പുനഃസംഘടിപ്പിക്കേണ്ടതുണ്ടെന്ന് ഞാൻ ഭവിക്കിനോടും ശാശ്വതിനോടും പറഞ്ഞു. ഞങ്ങൾക്ക് ഓരോരുത്തർക്കും ന്യായമായ 33 ശതമാനം വിഹിതവുമായി മുന്നോട്ടുപോകാമായിരുന്നു. എന്നാൽ എന്റെ വർഷങ്ങളുടെ അനുഭവസമ്പത്തും ശാശ്വതിന്റെ ചെറുപ്രായവും അവൻ കാര്യമായൊന്നും സംഭാവന ചെയ്യുന്നില്ലെന്നതും കണക്കിലെടുത്ത് 66 ശതമാനം അവർക്കിടയിൽ വീതിക്കാമെന്ന് ഞാൻ കരുതി. ഒടുവിൽ 42 ശതമാനം ഭവിക്കിനും 24 ശതമാനം ശാശ്വതിനും ബാക്കി 34 ശതമാനം എനിക്കുമെന്ന നിലയിൽ തീരുമാനമായി. ഓഹരിഘടനയും തീരുമാനിക്കപ്പെട്ടു. ഭവിക്കിൽ നിന്നും ശാശ്വതിൽ നിന്നും ആനുപാതിക ഓഹരികൾ ഞാൻ വാങ്ങി. ഇതോടെ പിച്ചിംഗ് ജോലി തുടങ്ങാനുള്ള സമയമായിരുന്നു. ഈ സമയത്ത് പഞ്ചശിലയിലെ ഒരു കെട്ടിടത്തിന്റെ നിലവറയിലെ സഹപ്രവർത്തന സ്ഥലത്തായിരുന്നു എന്റെ പ്രവർത്തനങ്ങൾ. ഞാൻ അവർ അഞ്ചുപേർക്കും വേണ്ടി കൂടുതൽ സ്ഥലം സംഘടിപ്പിച്ചു. അവരോട് അവിടെയിരുന്ന് ജോലി ചെയ്യാൻ ഉപദേശിച്ചു. എന്റെ കാഴ്ചപ്പാട് ലളിതമായിരുന്നു : ഈ ജോലി അടിത്തട്ടിൽ നിന്നാണ് ചെയ്യേണ്ടത്. അല്ലാതെ ഡിഎൽഎഫ് ഹൊറൈസനിലെ ഫോസന്റെ ചില്ലുകൂട്ടിലിരുന്നല്ല.

ഞങ്ങൾ ആദ്യം പിച്ച് ചെയ്തത് ഫോസനെത്തന്നെയാണ്. 2,50,000 ഡോളറിന്റെ ആദ്യ ചർച്ചയ്ക്കു ബദലായി എന്റെ ചോദ്യം ആറു മില്യൺ ഡോളറിന്റെ പ്രീ മണി വാല്വേഷനിൽ രണ്ടു മില്യൺ ഡോളറായിരുന്നു. വിപിനും തേജ് കപൂറും കോപാകുലരായി എന്നു പറഞ്ഞാലതു കുറഞ്ഞുപോകും. അവർ ഭവിക്കിനെ തൊട്ടടുത്തുള്ള മുറിയിലേക്കു വിളിച്ചു കൊണ്ടുപോയി അവനുനേരെ കയർക്കാൻ തുടങ്ങി. അവന്റെ കേസ് പറഞ്ഞു ഭീഷണിപ്പെടുത്തുകവരെ ചെയ്തു. വേറെയാരും അവൻ ഒരു പൈസയും നൽകില്ലെന്നും എന്നെ അവനുമായി ബന്ധപ്പെടുത്തിയതുപോലും ഫോസണാണെന്നും അവർ താക്കീത് ചെയ്തു. ലളിതമായി പറഞ്ഞാൽ, അവരുടെ പിടിയിൽ നിന്നു പുറത്തുവരാനുള്ള ഭവിക്കിന്റെയും ശാശ്വതിന്റെയും തീരുമാനം അവരെ ഞെട്ടിച്ചു. ഫോസണിൽ നിന്നുള്ള പണം വരാൻ പോകുന്നില്ലെന്നു ഭവിക്കിനു വ്യക്തമായി. പണം സ്വരൂപിക്കുന്നതിന് അവർക്കെന്നെ വിശ്വസിക്കാമെന്ന് ഞാനവരോടു പറഞ്ഞു.

എയ്ഞ്ചൽ നിക്ഷേപകർ

അതോടെ, ഞങ്ങൾ തയ്യാറാക്കുന്ന ഉത്പന്നം പേടിഎം, ഫോൺപേ, പൈൻലാബ് എന്നുമാത്രമല്ല, വ്യാപാരികൾക്കഭിമുഖമായി കളിക്കുന്ന നിലവിലുള്ള ഏതു കളിക്കാരേക്കാളും വലുതാകുമെന്ന ഉറച്ച വിശ്വാസത്തോടെ എന്റെ ശൃംഖല തേടിയുള്ള യാത്ര തുടങ്ങി. എന്റെ ആദ്യത്തെ വിളി ആംഎക്സിലെ സഞ്ജയ് റിഷിക്കായിരുന്നു. ഭവിക്കിനെയും കൂട്ടി സഞ്ജയിന്റെ വീട്ടിൽ പോയി കാര്യങ്ങൾ വിശദീകരിച്ചുകൊടുത്തു.

25 ലക്ഷം നിക്ഷേപിക്കാമെന്ന് അദ്ദേഹം വാഗ്ദാനം ചെയ്തു. അങ്ങനെ ഞങ്ങളുടെ ആദ്യത്തെ എയ്ഞ്ചൽ നിക്ഷേപകനായി. പ്രശസ്തമായ മുഞ്ജാൾ-ഹീറോ ഗ്രൂപ്പ് കുടുംബത്തിലെ അക്ഷയ് മുഞ്ജാൾ ആയിരുന്നു തുടക്കത്തിലെ മറ്റൊരു നിക്ഷേപകൻ. കുടുംബ ഓഫീസ് നിക്ഷേപത്തിന്റെ കാര്യത്തിൽ ഞാൻ മുമ്പ് അദ്ദേഹത്തെ സഹായിച്ചിരുന്നു. എന്റെ മകളും അദ്ദേഹത്തിന്റെ മകളും ഒപ്പമായിരുന്നു സ്കൂളിൽ പോയിരുന്നതും. അദ്ദേഹവും 25 ലക്ഷം രൂപ വാഗ്ദാനം ചെയ്തു. കുനാൽ ഖട്ടാർ, മാജിക്പിന്നിലെ അൻഷു ശർമ്മ, പേയ് യുവിലെ നിതിൻ ഗുപ്ത, ഏയ്ഞ്ചല്ലിസ്റ്റ്, വെൻചുർ കാറ്റലിസ്റ്റ്സ്, ഗ്രാം ഫാക്ടറിയിലെ നവനീത് സിംഗ് തുടങ്ങിയവരായിരുന്നു മറ്റു ചില ആദ്യകാല നിക്ഷേപകർ. 18 കോടി രൂപയുടെ പ്രി- മണി വാല്യേഷനിൽ 1.92 കോടി എനിക്കു സമാഹരിക്കാനായി.

ഞങ്ങൾ സമീപിക്കുകയും അങ്ങനെയും ഇങ്ങനെയുമുള്ള ചില കാരണങ്ങളാൽ ബോർഡിൽ വരാൻ കഴിയാതെ പോകുകയും ചെയ്ത രണ്ടുപേരാണ് കുനാൽ ഷായും ജിതേന്ദ്ര ഗുപ്തയും. ക്രെഡിറ്റ് കാർഡ് ബിൽ പെയ്മെന്റും റിവാർഡ്സും കൈകാര്യം ചെയ്യുന്ന ക്രെഡ് എന്ന കമ്പനി കെട്ടിപ്പൊക്കുന്ന തിരക്കിലായിരുന്നു കുനാൽ. അതുകൊണ്ട് ആശയ വിനിമയം സാദ്ധ്യമായില്ല. പേയ് യുവിലെ അവസാന നാളുകളിലായിരുന്ന ജിതേന്ദ്ര ഗുപ്ത 12 കോടിയുടെ ഡിസ്കൗണ്ടഡ് വാല്യേഷനിൽ ഒരു കോടി തരാൻ സന്നദ്ധനായിരുന്നെങ്കിലും പേയ് യുവിൽ നിന്ന് നോൺ-കോൺഫ്ലിക്ട് അനുമതി കിട്ടേണ്ടിയിരുന്നു. അതു കിട്ടിയില്ല; അദ്ദേഹത്തിന്റെ പണവും. എന്നിരുന്നാലും പിന്നീട്, ഭാരത്പേയുടെ ബോർഡിലേക്ക് ഞാൻ ജിതേന്ദ്രയെ ക്ഷണിച്ചു. ആകസ്മികമായി, സംരംഭത്തിലേക്ക് ഫോസൺ ഒന്നും നിക്ഷേപിച്ചില്ല. തുടക്കത്തിൽ ജോലി ചെയ്തതിനാൽ തങ്ങൾക്ക് വ്യക്തിപരമായ ഓഹരികൾ നൽകണമെന്നായിരുന്നു ഭവിക്കിനോടു വിപിന്റെ അന്യായവും അസ്വീകാര്യവുമായ ആവശ്യം. അതു ശരിയാണെന്ന് ഞങ്ങൾക്കു തോന്നിയില്ല. ഈ ആവശ്യത്തിനു വഴങ്ങേണ്ടതില്ലെന്നു ഞങ്ങൾ തീരുമാനിക്കുകയും ഫോസൺന്റെ പങ്കാളിത്തമില്ലാതെ മുന്നോട്ടു പോകുകയും ചെയ്തു.

കൂടോത്രം

ധനസമാഹരണവുമായി ബന്ധപ്പെട്ട നിരവധി സംഭാഷണങ്ങൾ എന്നെ എന്തു കേൾക്കാനും സന്നദ്ധനാക്കിയിട്ടുണ്ടെന്നാണ് ഞാൻ വിചാരിച്ചിരുന്നതെങ്കിൽ, ഞാനൊരു വിഡ്ഢിയായി നിലകൊള്ളുകയായിരുന്നു. ഈ ഫോൺ സംഭാഷണം കേട്ടു ഞെട്ടാതിരിക്കാൻ മുന്നൊരുക്കങ്ങൾ ഒന്നുമുണ്ടായിരുന്നില്ല.

'*തുംനെ ഹമാരെ ബച്ചോം പർ കാലാ ജാദു കർദിയാ ഹെ* (നിങ്ങൾ ഞങ്ങളുടെ കുട്ടികളിൽ ദുർമന്ത്രവാദം ചെയ്തിരിക്കുകയാണ്),' മറുവശത്തുനിന്നുള്ള ശബ്ദം പറഞ്ഞു.

എന്റെമേൽ ചുമത്തപ്പെടാൻ സാദ്ധ്യതയുള്ള ഏറ്റവും അവസാനത്തെ കുറ്റമായി ഞാൻ കരുതിയിരുന്നതാണ് ദുർമന്ത്രവാദം. എന്നിട്ടും, ഇതാണ് ആ പ്രഭാതത്തിൽ എന്റെ ചെവിയിലേക്ക് പൊട്ടിത്തെറിച്ച യഥാർത്ഥ വാക്കുകൾ. ഇവിടെ കുട്ടികൾ എന്നുദ്ദേശിക്കുന്നത് ശാശ്വതിന്റെ കൂട്ടുകാരായ മൂന്ന് ഐഐടി വിദ്യാർത്ഥികളാണ് – തൻമെയ്, യോഗി, സത്യം. അവർ കോഴ്സ് പാതിയിലിരിക്കെ ഐഐടി പഠനം അവസാനിപ്പിക്കാനും സംരംഭകത്വ സ്വപ്നങ്ങൾ യാഥാർത്ഥ്യമാക്കാനും തീരുമാനിച്ചിരുന്നു. അവരെ തെറ്റിദ്ധരിപ്പിച്ചു കൊണ്ടുപോയതാണെന്നും ഞാനാണ് അതിനുത്തരവാദിയെന്നും അവരുടെ രക്ഷിതാക്കൾ വിശ്വസിച്ചിരുന്നു.

പിന്നീട്, ഭാരത്പേയുടെ വമ്പൻ വളർച്ചയുടെ കഥ തുടങ്ങിയപ്പോൾ മാത്രമാണ് ഞങ്ങൾ വലിയ ലക്ഷ്യങ്ങളുടെ പിറകെയായിരുന്നെന്ന് അവർക്കു ബോധ്യമായത്. 2018 ഓഗസ്റ്റ് 15-ന് ഭാരത്പേയുടെ ആദ്യ ക്യൂആർ പുറത്തുവന്നു. പിന്നീട് ഞങ്ങൾക്കു തിരിഞ്ഞുനോക്കേണ്ടി വന്നിട്ടില്ല.

8

കട്ടകൾ പാകി, പടിപടിയായി...

ഒരു ക്യൂആറും രണ്ടു വക്കീൽ നോട്ടീസുകളും

ക്യൂആർ കോഡ് ലോകത്തേക്കുള്ള ഞങ്ങളുടെ പ്രവേശനത്തെ സ്വാഗതം ചെയ്തത് രണ്ടു വക്കീൽ നോട്ടീസുകളാണ്! പരസ്പരപ്രവർത്തനക്ഷമതയ നുസരിച്ചാണ് ക്യൂആർ കോഡ് നൽകുന്നതെന്നതിനാൽ ഞങ്ങളുടെ കോഡിൽ പേടിഎം, ഫോൺപേ, ഗൂഗിൾപേ തുടങ്ങിയ കൺസ്യൂമർ ആപ്പുകളുടെ ലോഗോകൾ വയ്ക്കേണ്ടത് പ്രധാനപ്പെട്ട കാര്യമാണ്. ഇതിനെയാണ് പേടിഎമ്മും ഫോൺപേയും എതിർത്തത്. വിദ്യാഭ്യാസ ആവശ്യത്തിനും കൺസ്യൂമർ ബോധവത്കരണത്തിനും മറ്റുള്ളവരുടെ ട്രേഡ് മാർക്കുകളുടെ ഉചിതമായ ഉപയോഗത്തിന് അനുവദിക്കുന്ന ട്രേഡ് മാർക്ക് നിയമത്തിലെ വകുപ്പുകൾ കാര്യമായി പഠിക്കേണ്ടിവന്നു. വിവേകമുള്ള മത്സരം നടത്തുന്ന പേടിഎമ്മിന് ഇതു ബോദ്ധ്യപ്പെടുകയും നിയമനടപടി പിൻവലിക്കുകയും ചെയ്തു. ഫോൺപേ പക്ഷേ പിൻവാങ്ങിയില്ല. ഫോൺപേയുമായുള്ള നിയമപോരാട്ടം ഈ നോട്ടീസിനപ്പുറത്തേക്ക് കടന്ന് ഭാരത്പേ എന്ന ബ്രാൻഡ് പേരിലേക്കെത്തി. രണ്ടുവർഷം നീണ്ട കേസിനെക്കുറിച്ചു പറയാതെ ഞാൻ പങ്കെടുത്ത ഒരു വിസി പിച്ചും തുടങ്ങിയിരുന്നില്ല. മൂന്നുവർഷത്തിനു ശേഷം ഞങ്ങൾ പോസ്റ്റ് പേ തുടങ്ങിയപ്പോഴും ഫോൺപേ ഞങ്ങൾക്കു പിന്നാലെ വന്നു. ഫോൺപേ സ്ഥാപകൻ സമീർ നിഗം ഉറച്ചു വിശ്വസിച്ചിരുന്നത് 'പേ' എന്ന പ്രത്യയം അവർക്കവകാശപ്പെട്ടതാണ് എന്നാണ്.'

ഭാരത്പേ എന്നത് സ്മാർട്ടായ പേരായിരുന്നു എന്നതായിരുന്നു ഫോൺപേയുടെ പ്രധാന പ്രശ്നം. സർക്കാർ ഭീം യുപിഐ തുടങ്ങിയപ്പോൾ ആദ്യം പരിഗണിച്ചത് ഭാരത്പേ എന്ന പേരായിരുന്നു. ഭവിക് ഈ പേര് യുപിഐ രേഖകളിൽ കണ്ടെത്തിയതിനെ തുടർന്ന് രജിസ്റ്റർ ചെയ്തിരുന്നു. പെട്ടെന്നു മനസ്സിൽ പതിയുന്നതും ഓർമ്മയിൽ നിൽക്കുന്നതുമായ പേരാണ്. പോരാത്തതിന് ഭാരത് എന്നു കേട്ടാൽ വിശ്വാസം കൂടും. മിക്ക കച്ചവട

ക്കാരും വിചാരിച്ചത് ഞങ്ങളുടേത് സർക്കാർ സ്ഥാപനമാണെന്നാണ്. സേവനം സൗജന്യം കൂടിയായപ്പോൾ പ്രത്യേകിച്ചും. അതായിരുന്നു ഫോൺപേക്ക് ഞങ്ങളുമായുള്ള പ്രാഥമിക പ്രശ്നം.

ത്രിവർണ്ണത്തിന്റെ പശ്ചാത്തലത്തിൽ ദേവനാഗരി ലിപിയിൽ 'പേ' എന്നെഴുതിയ ഞങ്ങളുടെ ലോഗോ അവരുടേതിനു സമാനമാണെന്നായിരുന്നു ഫോൺപേയുടെ ആദ്യപരാതി. ഞങ്ങൾ ലോഗോ മാറ്റി മുന്നോട്ടുപോയി. എന്നിട്ടും മതിയാകാതെ 'പേ' എന്നത് അവരുടെ പേരിന്റെ ഒഴിച്ചുകൂടാനാകാത്ത ഭാഗമായതിനാൽ ഞങ്ങൾക്ക് ഉപയോഗിക്കാനാകില്ലെന്നു പറഞ്ഞ് കേസ് ഫയൽ ചെയ്തു. കേസ് ഞങ്ങൾ ഹൈക്കോടതിയിൽ പോരാടി. 'ആരുടെ പേ ആണിത്? ഫോൺപേ അല്ലെങ്കിൽ ഭാരത്പേ? എന്ന ചോദ്യത്തിന് ഉത്തരമായി' എന്നായിരുന്നു ബോംബെ ഹൈക്കോടതി വിധി വന്നപ്പോൾ *ഹിന്ദു ബിസിനസ്സ് ലൈൻ*-ന്റെ തലക്കെട്ട്. പേ എന്നത് Pay എന്ന വാക്കിനു പകരം സാധാരണമായി ഉപയോഗിക്കുന്നതാണെന്നും അതുകൊണ്ടു പകർപ്പവകാശ നിയമലംഘനമില്ലെന്നും പറഞ്ഞുകൊണ്ടാണ് ഹൈക്കോടതി കേസ് ഞങ്ങൾക്കനുകൂലമായി വിധിച്ചത്. കാര്യമായ മാധ്യമശ്രദ്ധ പിടിച്ചുപറ്റിക്കൊണ്ട് രണ്ടുവർഷത്തിലേറെ നടത്തിയ കേസിന്റെ പരിസമാപ്തിയായിരുന്നു അത്.

ആദ്യകാല സാങ്കേതിക പരിഹാരം

ആദ്യകാലങ്ങളിൽ 'ജുഗാഡ്'' എന്നു വിളിക്കാവുന്ന ഒരു സാങ്കേതിക പരിഹാരം ഞങ്ങൾ ഉപയോഗിച്ചിരുന്നു. ഡൽഹിയിൽ കംപ്യൂട്ടറുകളുടെയും കംപ്യൂട്ടർ ഭാഗങ്ങളുടെയും തിരക്കേറിയ മാർക്കറ്റായ നെഹ്റു പ്ലേസിലെ ആയിരം കച്ചവടക്കാരിൽ നിന്നാണ് കച്ചവടക്കാരെ ചേർക്കുന്ന യാത്ര തുടങ്ങിയത്. അവരുടെ ക്യുആർ കോഡുകൾ ഞങ്ങളുടെ ആശയത്തിന്റെ പരീക്ഷണത്തിനുവേണ്ടി ഭീം യുപിഐ ആപ്പ് വഴി ഉണ്ടാക്കിയതായിരുന്നു. ഭവിക്കിന്റെ ഫോൺനമ്പർ നോട്ടിഫിക്കേഷനുകൾക്കു വേണ്ടി അധിക നമ്പറായി ഭീം യുപിഐ ആപ്പിൽ ചേർത്തിരുന്നു. അപ്പോൾ എസ്എംഎസ് വഴി ഇടപാടുകൾ അറിയാനാകും. ഭവിക് വിമാനത്തിലാണെങ്കിൽ മണിക്കൂറുകളോളം അറിയിപ്പ് വരില്ലെന്ന കാര്യം ഞങ്ങളുടെ ആസൂത്രണത്തിലില്ലായിരുന്നു.

മുന്നോട്ടു പോകുന്തോറും ഈ സംവിധാനം ശരിയാകില്ലെന്നു ഞാൻ മനസ്സിലാക്കി. അതേസമയം പണത്തിന്റെ ഒഴുക്കുമില്ലായിരുന്നു. ഒരു ബാങ്കുമായുള്ള കൂട്ടുകെട്ടായിരുന്നു വേണ്ടത്. ഒരു ഉപഭോക്താവ് ഇടപാടു നടത്തുമ്പോൾ പണം ഞങ്ങളുടെ ബാങ്ക് അക്കൗണ്ടിൽ വരണം. അതു പിന്നെ കച്ചവടക്കാരന്റെ അക്കൗണ്ടിലേക്കു ഉടൻതന്നെ വരവുവയ്ക്കുകയും ചെയ്യും.

ആദ്യമായി ഞാൻ ബന്ധമുണ്ടാക്കിയത് യെസ് ബാങ്കുമായിട്ടായിരുന്നു. ഗ്രോഫേഴ്സിലായിരുന്നപ്പോൾ അവരുമായി ഒരുപാട് ഇടപാടുകൾ

നടത്തിയിരുന്നു. കച്ചവടക്കാർക്ക് ഇടപാട് സൗജന്യമാക്കിയപ്പോഴും ബാങ്കിന് ഇൻകമിംഗ്, (2000-ത്തിനു മുകളിലുള്ള ഇടപാടിന് 0.65 ശതമാനം) ഔട്ട്ഗോയിംഗ് ഇടപാടുകൾക്കു ഞങ്ങൾ പണം നൽകണമായിരുന്നു. ഞങ്ങൾ ഞങ്ങളുടെ മാർഗ്ഗങ്ങളിലൂടെ കച്ചവടക്കാരെ ആകർഷിച്ച് ബിസിനസ്സ് വർദ്ധിപ്പിക്കുകയും അതുവഴി ബാങ്കിന്റെ ഫ്രീഫ്ളോട്ട് വർദ്ധിപ്പിക്കുകയാണെന്നുമായിരുന്നു ബാങ്കിനു ഞങ്ങൾ നൽകിയ ബോധവത്കരണം. ആദ്യത്തെ ബാങ്കിംഗ് കൂട്ടുകെട്ട് ശരിയായപ്പോൾ, ഞാൻ ഭവിക്കിനോട് അവന്റെ എൻജിനീയർമാരെ യെസ് ബാങ്കിന്റെ മുംബൈ ഓഫീസിൽ നിർത്തി കാര്യങ്ങളെല്ലാം തടസ്സമില്ലാതെ നടപ്പാക്കാനാവശ്യപ്പെട്ടു. ശാശ്വതിനൊപ്പം ചേർന്ന മൂന്നു ഐഐടിക്കാർക്ക് ഞങ്ങൾ ഇഎസ്ഒപികൾ ശരിയാക്കിയിരുന്നു. കൂടാതെ പുറത്തുനിന്നുള്ള ടെക് ഏജൻസിയെ വാടകയ്ക്കെടുത്തു. പോരാത്തതിന് ശാശ്വതിന്റെ അച്ഛന്റെ എൻജിനീയറിംഗ് കോളജിൽ നിന്ന് അവസാനവർഷ വിദ്യാർത്ഥികളെയും സംഘടിപ്പിച്ചു. സാങ്കേതിക ചെലവുകൾ പരമാവധി കുറയ്ക്കുകയായിരുന്നു ലക്ഷ്യം.

അടുത്ത നിർണ്ണായക സംഗതിയിലാണ് പിന്നീട് ഞാൻ കൈവച്ചത് : കച്ചവടക്കാരുടെ റിയൽടൈം ഓൺബോർഡിംഗ്. കച്ചവടക്കാരനെ സ്വന്തമാക്കുക, അയാളുടെ ബാങ്ക് അക്കൗണ്ട് വിശദാംശങ്ങൾ വാങ്ങുക, അയാളുടെ നിർദ്ദിഷ്ട ക്യൂആർ കോഡ് അടങ്ങുന്ന കിറ്റ് നൽകുക. ഇതായിരുന്നു നേരത്തെയുണ്ടായിരുന്ന മാതൃക. ഇതിനു വേണ്ടി നിർണ്ണായക സമയമാണ് നഷ്ടപ്പെടുത്തുന്നത്. ഉടൻ തന്നെ വ്യാപാരികളുടെ ഓൺബോർഡിംഗിനായി ക്യൂആർ കിറ്റുകൾ മുൻകൂട്ടി പ്രിന്റ് ചെയ്ത് വച്ചിട്ടുണ്ടെന്ന് ഞാൻ ഉറപ്പാക്കി. കച്ചവടക്കാരന്റെ ബാങ്ക് അക്കൗണ്ട് നമ്പറും ഐഎഫ്എസ്സി കോഡും കച്ചവടസ്ഥലത്തുവച്ച് ക്യൂആർ കോഡുമായി ലിങ്ക് ചെയ്യുകയായിരുന്നു ആകെ ചെയ്യേണ്ടത്. കച്ചവടക്കാരൻ ഫീസൊന്നും ചുമത്തുന്നില്ലെന്നതും പണമിടപാടുകൾ ഉടൻ തന്നെ തീർപ്പാക്കുമെന്നതും വലിയ പ്ലസ് പോയിന്റായിരുന്നു. കച്ചവടക്കാർ പേടിഎമ്മും ഫോൺപേയും ഉപയോഗിച്ചു ശീലിച്ചവരാണ്. അവിടെ ഓരോ ഇടപാടിനും രണ്ടു ശതമാനം ഫീസ് കുറക്കുക മാത്രമല്ല, ഇടപാട് നടന്ന് രണ്ടു ദിവസം കഴിഞ്ഞിട്ടേ കച്ചവടക്കാരുടെ അക്കൗണ്ടിൽ പണം വരികയുമുള്ളൂ.

ഭവിക് സാങ്കേതിക കാര്യങ്ങൾ നോക്കാൻ തുടങ്ങിയപ്പോൾ ഞാൻ പൂർണ്ണമായും മാനേജിംഗ് തന്ത്രം, ബാങ്കിംഗ് ബന്ധങ്ങൾ, പുതിയ ഉത്പന്നങ്ങളുടെ ലോഞ്ചിംഗ്, ധനസമാഹരണം, ടീമിനെ ഒരുക്കൽ എന്നിവയിൽ ശ്രദ്ധിക്കാൻ തുടങ്ങി. വിവിധ നഗരങ്ങളിലേക്ക് ബിസിനസ്സ് വ്യാപിപ്പിക്കുന്നതിലും വിതരണത്തിലും ശ്രദ്ധിക്കാൻ ശാശ്വതിനോട് ആവശ്യപ്പെടുകയും ചെയ്തു.

എനിക്കു മുൻപേയുള്ള എംപ്ലോയി നമ്പർ

ഇടപാടുകൾ കൂടിവന്നതോടെ കാര്യമായ മേൽനോട്ടം വേണ്ടിവന്നത് അഡ്മിനിസ്ട്രേഷനിലാണ്. ആ കുപ്പായത്തിൽ ആരെയെങ്കിലും വയ്ക്കുക എളുപ്പമാണ്. ചെലവു ചുരുക്കേണ്ടതുമുണ്ട്. ആദ്യം തന്നെ മനസ്സിൽ വന്ന പേര് മാധുരിയുടേതാണ്. സ്വന്തമായി കുറച്ചുകാലം ബിസിനസ്സ് നടത്തിയ പരിചയമുള്ള അവൾ മാനേജ്മെന്റിലും അഡ്മിനിലും പൊതുവെ ആൾക്കാരെ കൈകാര്യം ചെയ്യുന്നതിലും സമർത്ഥയാണ്. മറ്റു സഹസ്ഥാപകർ ഇത് അംഗീകരിക്കണമെന്നത് ന്യായമായ കാര്യമാണല്ലോ. 'അവരെ കൊണ്ടുവരൂ. നമുക്കേറ്റവും വിശ്വസിക്കാവുന്ന ഒരാൾ അകത്ത് കാര്യങ്ങൾ നോക്കാനുണ്ടാകുന്നത് എന്തുകൊണ്ടും നല്ലതാണ്.' ഭവിക്കും ശാശ്വതും ഒരേ സ്വരത്തിൽ ഇതുതന്നെയാണ് പറഞ്ഞത്. പിസിജെയിൽ നിന്ന് ഇതുവരെ ഔദ്യോഗികമായി വിട്ടിട്ടില്ല എന്നതിനാൽ എനിക്കു കമ്പനിയിൽ ഡയറക്ടറാകാൻ കഴിഞ്ഞിരുന്നില്ല. അതുകൊണ്ട് മാധുരി ഡയറക്ടറായി. അവളുടെ എംപ്ലോയി നമ്പർ എന്നെക്കാളും മുന്നിലുമായി. ലീസുകൾ, വെണ്ടർ മാനേജ്മെന്റ്, പ്രിന്റർ കോ-ഓർഡിനേഷൻ എന്നിവയ്ക്കു പുറമെ മറ്റുപല കാര്യങ്ങളും അവൾ നോക്കാൻ തുടങ്ങി. പ്രത്യേകിച്ചൊരു എച്ച്ആർ ടീം ഇല്ലാതിരുന്നതിനാൽ, എച്ചആറിന്റെ അധികജോലിയും അവൾക്കായി. അവൾക്ക് അഡ്മിൻ ചാർജ് ആയ ശേഷം, കഴിവുള്ള, ശരിയായ കാഴ്ചപ്പാടുള്ള ഒരാൾ ഉണ്ടെന്ന അറിവ് കമ്പനിയുടെ വളർച്ചയിലേക്കു ശ്രദ്ധിക്കാൻ എന്നെ പ്രാപ്തനാക്കി.

വിസി വാതിലുകളിലെ മുട്ടൽ

കമ്പനിക്കകത്തെ സംവിധാനങ്ങൾ ക്രമപ്പെടുത്തിയ നിലയ്ക്ക് കൂടുതൽ ധനസമാഹരണത്തിനു സമയമായി. ആ ദിവസങ്ങളിൽ ഞാൻ വാതിലിൽ മുട്ടാത്ത ഒരു വിസി (വെഞ്ചർ കാപ്പിറ്റൽ) പോലുമുണ്ടാവില്ല. വളരെ കൗതുകകരമായ ആദ്യകാല കൂടിക്കാഴ്ചകളിലൊന്ന് സെക്വോയയുടെ മൊഹിത് ഭട്നാഗറുമായിട്ടായിരുന്നു. എങ്ങനെയാണ് യുപിഐ പ്രവർത്തിക്കുക എന്നു വിവരിച്ചുകൊണ്ടായിരുന്നു തുടക്കം. സിട്രസ് പേയിൽ നിക്ഷേപിക്കുക മാത്രമല്ല, അവർക്ക് പുറത്തേക്കുള്ള വഴി ഉറപ്പാക്കുകയും ചെയ്ത നിക്ഷേപകനായിരുന്നു അദ്ദേഹം എന്ന വസ്തുത ഉണ്ടായിരുന്നിട്ടും. 'നിങ്ങളുടെ ഫോണും ഡെബിറ്റ് കാർഡും തരിക' ഞാനയാളോട് പറഞ്ഞു. ഇതുവരെ വിസികൾ അതിലൂടെയാണ് ഇടപാടു നടത്തിയിരുന്നതെങ്കിലും യുപിഐക്കാണ് ഭാവിയെന്നത് അവർ തിരിച്ചറിഞ്ഞിരുന്നില്ലെന്ന് ഉറപ്പായിരുന്നു. ഞാൻ പിന്നീട് ഫോൺപേ ആപ്പിൽ അദ്ദേഹത്തിവന് ഒരു അക്കൗണ്ട് ഉണ്ടാക്കി. എന്നിട്ടതിനെ എച്ച്എസ്ബിസി കാർഡുമായി ബന്ധിപ്പിച്ചു. തുല്യമായ ഒരിടപാട് നടന്നു. യുപിഐയുടെ മാജിക് കണ്ട് അദ്ദേഹം അമ്പരന്നു. എന്നിരുന്നാലും, ആദ്യത്തെ ആവേശമല്ലാതെ, അടുത്ത മൂന്നു മാസത്തേക്ക് അവർ ഞങ്ങളിൽ

പണമൊന്നും നിക്ഷേപിച്ചില്ല. പ്രധാന കാരണമെന്തെന്നാൽ, സെക്വോയയ്ക്ക് പൈൻലാബ്സിൽ 70 ശതമാനത്തിലധികം ഓഹരികളുണ്ടായിരുന്നു. ഞങ്ങളുടെ വരവോടെ പൈൻലാബ്സിന് വിപണിയുടെ പങ്ക് കുറയുമെന്ന് അവർ മനസ്സിലാക്കി. പൈൻലാബിന് ഈ സാങ്കേതികവിദ്യ വികസിപ്പിക്കാൻ സമയം നൽകണമായിരുന്നു. അപ്പോഴേക്കും യഥാർത്ഥ സ്ഥാപകൻ ലോകവീർ സ്ഥാപനം വിട്ടിരുന്നു. ടെക് കമ്പനിയെന്നതിലുപരി പൈൻലാബ്സ് ഒരു ഇൻഫ്രാസ്ട്രക്ചർ മാത്രമായി. പൈൻലാബിൻ സാങ്കേതികവിദ്യ വികസിപ്പിക്കാനാകില്ല എന്നുറപ്പായതിനു ശേഷം മാത്രമാണ് സെക്വോയ ഞങ്ങളിൽ നിക്ഷേപിക്കാൻ തയ്യാറായത്.

ടേരു സാൻ

'സിംഗപ്പൂരിലേക്കു വരൂ'. ഞങ്ങളുടെ ഒരു മണിക്കൂർ നേരത്തെ സംഭാഷണത്തിനുശേഷം ടേരു സാൻ-ന്റെ വാക്കുകൾ ഇങ്ങനെയായിരുന്നു. അദ്ദേഹവുമായും അദ്ദേഹത്തിന്റെ കമ്പനി ബീനെക്സ്റ്റുമായും എന്നെ പരിചയപ്പെടുത്തിയത് ഞങ്ങളുടെയൊരു എയ്ഞ്ചൽ നിക്ഷേപകനായ പെപ്പർടാപ്പിലെ നവനീത് സിംഗ് ആയിരുന്നു. നവനീത് അഹമ്മദാബാദ് ഐഐഎമ്മിൽ എന്റെ ബാച്ച്മേറ്റുമായിരുന്നു. പരസ്പര പ്രവർത്തനക്ഷമത വാഗ്ദാനം ചെയ്യുക വഴി ഞങ്ങളൊരു വലിയ പ്രശ്നം പരിഹരിക്കാൻ ശ്രമിക്കുകയാണെന്ന് ആദ്യവിളിയിൽ തന്നെ ടേരു സാൻ തിരിച്ചറിഞ്ഞിരുന്നു. എന്റെ ആദ്യ ആശങ്ക, സിംഗപ്പൂരിലേക്കുള്ള യാത്രയെന്നു പറഞ്ഞാൽ പണം ചെലവഴിക്കണമെന്നതാണ്. അതു നിയന്ത്രിക്കാനാണ് ഞാൻ ആഞ്ഞു ശ്രമിച്ചുകൊണ്ടിരുന്നത്. ഇതുവരെ എയ്ഞ്ചൽ നിക്ഷേപകരിൽ നിന്നുള്ള 1.92 കോടിയെ സമാഹരിക്കാനായിട്ടുള്ളൂ. എന്തായാലും ഈ സാദ്ധ്യത ഉപയോഗിക്കാൻ തീരുമാനിക്കുകയും സിംഗപ്പൂരിലേക്ക് ഒരു ദിവസത്തെ യാത്ര ആസൂത്രണം ചെയ്യുകയും ചെയ്തു. അങ്ങനെ വരുമ്പോൾ ഹോട്ടലിലെ താമസത്തിന്റെ ചെലവ് ഒഴിവാക്കാം.

ചാംഗി എയർപോർട്ടിൽ ഇറങ്ങിയ ശേഷം, നേരെ ബീനെക്സ്റ്റ് ഓഫീസിലേക്കു പോയി. ഞങ്ങളുടെ പ്രി-പ്രിന്റഡ് കിറ്റും എന്റെ കൈയിലുണ്ടായിരുന്നു. ടേരു സാൻ-നെ ഒരു കച്ചവടക്കാരനാക്കിയും രണ്ടുമൂന്നു ഡമ്മി ഇടപാടു നടത്തിയും പെട്ടെന്നൊരു ഡെമോ ചെയ്തു. ടേരു സാൻ വളരെ സാരവത്തായ ജപ്പാൻകാരനായിരുന്നു. വൈകാരിക പ്രതികരണമൊന്നും ആ മുഖത്തു കാണില്ല. കണ്ടത് ഇഷ്ടപ്പെട്ടോ എന്നു മനസ്സിലാക്കാൻ വലിയ വിഷമമായിരുന്നു. ആറു മില്യൺ ഡോളർ പ്രീ മണി വാല്യുവിൽ രണ്ടു മില്യൺ ഡോളറായിരുന്നു എന്റെ ആവശ്യം. പക്ഷേ ടേരു സാനിൽ നിന്ന് ആകെ കേട്ടത് ഗൂഢമായ 'ലഞ്ചിനു പോകാം' എന്ന വാക്കുകളാണ്. യാത്രകൊണ്ട് ഒരു ഫലവുമുണ്ടായില്ലെന്ന തോന്നലിൽ ഞാൻ നിരാശനായി. ലഞ്ചിനായി വിയറ്റ്നാമീസ് റസ്റ്റോറന്റിലേക്കുള്ള ചെറിയ നടത്തത്തിനിടെ ഇക്കാര്യം പുറത്തുകാണിക്കാതിരിക്കാൻ ഞാൻ

ശ്രമിച്ചു. ടേരു സാൻ-നൊപ്പം നാവോ എന്നു പേരുള്ള സഹപ്രവർത്തകനുമുണ്ടായിരുന്നു.

ഉച്ചഭക്ഷണസമയത്തെ സംഭാഷണം ഫിൻടെക് സ്പേസിനെയും, ഞങ്ങളുടെ കുടുംബങ്ങളെയും മറ്റും ചുറ്റിപ്പറ്റിയായിരുന്നു. ഫണ്ടിംഗിനെക്കുറിച്ച് ഒരു സൂചനയുമില്ല. ലഞ്ച് കഴിച്ച് മടങ്ങുമ്പോഴാണ് 7,50,000 ഡോളർ നിക്ഷേപിക്കാനുള്ള ആഗ്രഹം ടേരു സാൻ പ്രകടിപ്പിച്ചത്. ഞാനൊരു തുള്ളലിള ചന്ദ്രനിലെത്തി. ഞാൻ കണ്ട എല്ലാ സ്ഥാപന നിക്ഷേപകരും സോഫ്റ്റ്ബാങ്കും ആലിബാബയും തുണയ്ക്കുന്ന പേടിഎം, വാൾമാർട്ട് പിന്തുണയുള്ള ഫോൺപേ, ഗൂഗിൾപേ, ഫേസ്ബുക്ക് പിന്തുണയുള്ള വാട്ട്സ്ആപ്പ് പേ പോലുള്ള വമ്പന്മാരെ എതിരിടാനുള്ള ഞങ്ങളുടെ കഴിവിൽ വിശ്വാസമില്ലാത്തവരായിരുന്നു. യുപിഐ ഇടം സ്വന്തമാക്കിയിരുന്ന, പണമുണ്ടാക്കുന്ന, അഞ്ച് ടെക് ഭീമൻമാർക്കെതിരെ പണം നിക്ഷേപിക്കാനുള്ള ധൈര്യം ആഗോളതലത്തിൽ അധികം നിക്ഷേപകർക്കുണ്ടായിരുന്നില്ല. ഇതൊരു വിസിയിൽ നിന്നുള്ള ആദ്യ വിജയമായിരുന്നു. വലിയ അംഗീകാരവും.

അമിതാഹ്ലാദം വിമാനത്താവളത്തിൽ എത്തുന്നതുവരെ നീണ്ടു. എന്റെ ഫോൺ ശബ്ദിച്ചു. ടേരു സാൻ-ന്റെ പേരു മിന്നി. കോൾ എടുക്കുന്നതിന് ഏതാനും സെക്കൻഡുകൾക്കു മുമ്പ് എനിക്കുറപ്പായിരുന്നു അദ്ദേഹം മനസ്സു മാറ്റിയെന്ന്. 'ആഷ്നീർ സാൻ, എനിക്ക് താങ്കളോടൊരു കാര്യം ചോദിക്കാമോ?' അദ്ദേഹം ഇങ്ങനെ തുടങ്ങിയപ്പോൾ എന്റെ ഹൃദയമിടിപ്പ് വല്ലാതെ കൂടി. 'നിക്ഷേപം ഒരു മില്യൺ ഡോളറായി എനിക്ക് വർദ്ധിപ്പിക്കാമോ?' അങ്ങനെ പോയി അദ്ദേഹത്തിന്റെ അപേക്ഷ. ഇതിൽ കൂടുതൽ ആശ്വാസമെന്തുണ്ടാകാൻ. ഞാൻ വേഗം സമ്മതിച്ചു. ഇന്ത്യയിലേക്കുള്ള ഫ്ളൈറ്റിലുടനീളം ഞാൻ അന്തംവിട്ട അവസ്ഥയിലായിരുന്നു. ഞങ്ങളെന്തായാലും ഏതോ വലിയ സംഭവത്തിന്റെ തൊട്ടടുത്താണ്. ലാൻഡ് ചെയ്ത ശേഷം ഫോൺ സ്വിച്ചോൺ ചെയ്തനിമിഷം തന്നെ ഒരിക്കൽ കൂടി ടേരു സാൻ-ന്റെ പേര് മിന്നി. വീണ്ടും എന്റെ സംഭ്രമവും കൂടി. ഞാൻ ആയിക്കണക്കിന് അടി മുകളിലെ ആകാശത്തിൽ കുടുങ്ങിക്കിടന്ന മണിക്കൂറുകൾ എന്തോ കാര്യമായി ചിന്തിക്കാൻ ടേരു സാൻ ഉപയോഗിച്ചെന്നും നല്ല വിശേഷമല്ല കൈമാറാനുള്ളതെന്നും എനിക്കുറപ്പായി. ഇത്തവണ ഞാൻ അതിലും അത്ഭുതപരവശനായി. 'എന്റെ നിക്ഷേപം 1.5 മില്യൺ ഡോളറായി ഉയർത്താമോ ആഷ്നീർ സാൻ?' അദ്ദേഹത്തിന്റെ ചോദ്യം. അദ്ദേഹം ഞങ്ങളിലർപ്പിച്ച വിശ്വാസത്തിന് വീണ്ടും വീണ്ടും നന്ദി പറഞ്ഞെങ്കിലും മൊത്തം രണ്ടു മില്യൺ ഡോളർ സമാഹരിക്കാനാണ് ഞാൻ ലക്ഷ്യമിടുന്നത് എന്നതിനാൽ 1.5 മില്യൺ അദ്ദേഹം നിക്ഷേപിച്ചാൽ രണ്ടാമത്തെ നിക്ഷേപകന് കാര്യമായൊന്നും ഉണ്ടാകില്ല എന്ന വസ്തുത ഞാൻ അദ്ദേഹത്തെ ഓർമ്മിപ്പിക്കുകയും ചെയ്തു. എന്റെ ആശങ്ക മനസ്സിലാക്കിയ അദ്ദേഹം നിക്ഷേപം ഒരു മില്യൺ ഡോളറിൽ നിർത്താമെന്നു സമ്മതിച്ചു. വാക്കു

പറഞ്ഞതനുസരിച്ച് അദ്ദേഹം ടേം ഷീറ്റ് ഒപ്പിടുകയും മാസാവസാനത്തോടെ ഒരു മില്യൺ ഡോളർ അയയ്ക്കുകയും ചെയ്തു.

ടേരു സാനിൽ നിന്നു ടേം ഷീറ്റ് കിട്ടിയ ശേഷം സെക്വോയയുമായി വിവരം പങ്കുവച്ചപ്പോഴാണ് അവർ യഥാർത്ഥത്തിൽ ഉണർന്ന് ഗൗരവത്തോടെ ഞങ്ങളിൽ നിക്ഷേപിക്കാൻ ചിന്തിച്ചുതുടങ്ങിയത്. പരപ്രേരണ കൂടാതെ തീരുമാനമെടുക്കാൻ ടേരു സാൻ മിടുക്കനായിരുന്നെങ്കിൽ, സെക്വോയയെ കളത്തിലെത്തിക്കുക ഭഗീരഥ യജ്ഞമായിരുന്നു. കൂടുതൽ നാടകങ്ങൾ കാത്തിരിക്കുന്നുണ്ടായിരുന്നെന്ന് അപ്പോഴെനിക്കറിയില്ലായിരുന്നു.

മറച്ചുവച്ച അപമാനം

'നിക്ഷേപവുമായി മുന്നോട്ടുപോകാൻ ഞങ്ങൾക്കാകില്ല'.

ഒരു പ്രഭാതത്തിൽ സെക്വോയയുടെ ഹർഷ്ജിത് സേഥിയുടെ ഫോൺകോൾ എന്നെ ഞെട്ടിച്ചു. ഞങ്ങൾക്കുള്ള നിക്ഷേപകാര്യങ്ങൾ അദ്ദേഹമാണ് നോക്കുന്നത്. ഞങ്ങൾ ആവശ്യമായ സൂക്ഷ്മതയൊക്കെ പാലിച്ച് രേഖകളുടെ കൈമാറ്റം വരെ നടത്തിയ ശേഷമായിരുന്നു ഇത്. ഇങ്ങനെ മാറിച്ചിന്തിക്കാൻ എന്താണു കാരണമെന്ന എന്റെ ചോദ്യത്തിന് ഭവിക് യുഎസിൽ ക്രെഡിറ്റ് കാർഡ് തട്ടിപ്പ് കേസിൽ പ്രതിയാക്കപ്പെട്ടിട്ടുണ്ടെന്നു തങ്ങൾ കണ്ടെത്തിയെന്നായിരുന്നു മറുപടി. എനിക്കറിയാവുന്ന ഈ വിവരം ഞാൻ അവരുമായി പങ്കുവച്ചിട്ടില്ല എന്നതിനാൽ അവർ അസ്വസ്ഥരായിരുന്നു. എന്റെ നിലപാട് വളരെ ലളിതമായിരുന്നു. ഞാൻ വിധിയെഴുതാൻ ഇരിക്കുകയല്ലാത്തതിനാൽ ഭവിക്കിന്റെ കഴിഞ്ഞ കാലത്തെക്കുറിച്ചുള്ള വിശദാംശങ്ങൾ പങ്കുവയ്ക്കേണ്ട കാര്യം എനിക്കില്ല. എന്നെ സംബന്ധിച്ചും എന്റെ ഏയ്ഞ്ചൽ നിക്ഷേപകരെ സംബന്ധിച്ചും അതൊരു പ്രശ്നമേയല്ല. സഹസ്ഥാപകൻ എന്ന നിലയിൽ ഈ വിവരം പങ്കുവയ്ക്കണോ വേണ്ടയോ എന്നത് ഭവിക്കിന്റെ പ്രത്യേക അവകാശത്തിൽപ്പെട്ടതാണ്. എന്തായാലും ഹർഷ്ജിത്തിന് കാര്യങ്ങൾ ബോധ്യപ്പെട്ടില്ല. ഞങ്ങൾ ഇക്കാര്യം അവരുടെ സിഎഫ്ഒയും ജനറൽ കോൺസലുമായും ചർച്ച ചെയ്യണമെന്നും ആവശ്യപ്പെട്ടു. ബംഗളൂരുവിൽ പോയി അവരോട് കേസിന്റെ കാര്യം വിശദീകരിക്കണമെന്ന് ഞാൻ ഭവിക്കിനോടാവശ്യപ്പെട്ടു. ഞാനവനെ വഞ്ചിക്കുന്നതിനുപകരം വ്യക്തമായും അവന്റെ വിശദീകരണം അവരെ തൃപ്തിപ്പെടുത്തേണ്ടിയിരുന്നു.

ഈ സമയം സെക്വോയ ടേരു സാൻ-നെ വിളിച്ച് ഈ വിവരം അറിയിച്ചു. ഭാഗ്യത്തിന്, അദ്ദേഹത്തിന്റെ പണം ഞങ്ങൾ തൊട്ടിട്ടില്ലായിരുന്നു. ഇപ്പോഴുമത് മൂലധന അക്കൗണ്ടിൽ കിടപ്പുണ്ട്. പിൻവാങ്ങാൻ ആഗ്രഹിക്കുന്നുവെങ്കിൽ അപ്പോൾ തന്നെ പണം മടക്കിനൽകാമെന്നും പണം കുടുങ്ങിപ്പോയെന്നു കരുതേണ്ടതില്ലെന്നും ഞാൻ ടേരു സാൻ-ന് ഉറപ്പുനൽകി. ടേരു സാൻ ഏതായാലും ഇതുകൊണ്ടൊന്നും കുലുങ്ങിയില്ല.

സെക്വോയയുമായുള്ള ഭവിക്കിന്റെ കൂടിക്കാഴ്ച ഉദ്ദേശിച്ച ഫലം ചെയ്തില്ല. ഞങ്ങളുടെ സ്ഥാപനത്തിൽ പണം നിക്ഷേപിക്കണമെങ്കിൽ ഭവിക് പ്രധാനസ്ഥാനത്ത് ഉണ്ടാകാൻ പാടില്ല എന്നതായിരുന്നു അവരുടെ അന്തിമ തീരുമാനം. ഭാവിയിൽ കൂടുതൽ ധനം സമാഹരിക്കുന്നതിനും അധികാരികളിൽ നിന്നു വിവിധ ലൈസൻസ് ലഭിക്കുന്നതിനും ഇത് ആവശ്യമാണെന്നായിരുന്നു അവരുടെ നിലപാട്. അതിൽ എനിക്കൊന്നും ചെയ്യാനുണ്ടായിരുന്നില്ല. ഇതാണ് തീരുമാനമെങ്കിൽ അത് ഭവിക്കിനെ അറിയിക്കണമെന്ന് ഞാൻ സെക്വോയയോടു വ്യക്തമായി പറഞ്ഞു. എന്നെ സംബന്ധിച്ചിടത്തോളം, ഭവിക്ക് പുറത്തുപോകാൻ ആഗ്രഹിക്കുന്നില്ലെങ്കിൽ ഞാൻ അവന്റെ കൂടെ നിൽക്കും. ഈ തീരുമാനത്തിന്റെ പ്രത്യാഘാത മെന്തെന്നാൽ എയ്ഞ്ചൽ നിക്ഷേപകർക്ക് 1.92 കോടിരൂപ ഞാൻ തിരിച്ചുനൽകേണ്ടിവരും എന്നതാണ്. അങ്ങനെ വരുമ്പോൾ, മാൽവിയാ നഗറിലെ എന്റെ വീട് വിറ്റ് അവർക്കു പണം തിരിച്ചുനൽകാം എന്നായിരുന്ന എന്റെ കരുതൽ പദ്ധതി. അതേസമയം, എൻറ എയ്ഞ്ചൽ നിക്ഷേപകർ ക്കെല്ലാം അവരുടെ ആദ്യ നിക്ഷേപത്തിന്റെ 80 മുതൽ 250 മടങ്ങുവരെ ആദായം ലഭിച്ചിരുന്നു. അവരുടെ നിക്ഷേപം പൂർണ്ണമായും സുരക്ഷിത മാണെന്നു ഞാൻ രേഖാമൂലം ഉറപ്പുകൊടുത്തിരുന്നതിനാൽ അവരെ കൈവിടാൻ എനിക്കാകില്ലായിരുന്നു.

ഭവിക്കിന്റെ ഓഹരി വാങ്ങുന്നതിനായി ഒരു ഘടനയുണ്ടാക്കുന്നതിന് സെക്വോയ എന്നെ പിഡബ്ല്യൂസിയുടെ ഹർഷൽ കാംദാറിലേക്കു തന്നെ വിട്ടു. ഗ്രോഫേഴ്സിനെ സിംഗപ്പൂരിലേക്കു മാറ്റുന്നതിൽ ഹർഷൽ നേരത്തെ എന്നെ സഹായിച്ചിരുന്നു. എനിക്കദ്ദേഹത്തെ നന്നായി അറിയാമായിരുന്നു. ഭവിക്കിന്റെ ഓഹരികൾ വ്യത്യസ്തരായ ആളുകൾ മൊത്തം നാലുകോടി രൂപയ്ക്ക് വാങ്ങാമെന്നായിരുന്നു മുന്നോട്ടുവച്ച സാദ്ധ്യത. ഞാനാകട്ടെ എല്ലാ തീരുമാനവും ഭവിക്കിനു വിട്ടു.

സെക്വോയയുടെ ഓഫറിനൊപ്പം നിൽക്കാൻ ഭവിക് തീരുമാനിച്ചു. ഭവിക്കിന്റെ ഓഹരികൾ ബീനെക്സ്റ്റ്, സെക്വോയ, ശാശ്വതിന്റെ അച്ഛൻ, ശാശ്വത്, ഞാൻ, പുതുതായി വന്ന ചില ഏയ്ഞ്ചൽ നിക്ഷേപകർ എന്നിവർ സ്വന്തമാക്കി. ഓഹരിയുടമകളുടെ കരാറിൽ നിന്നു ഭവിക്കിന്റെ പേര് ഒഴിവാക്കി എന്നു മാത്രമല്ല, ഭവിക് ബോർഡിൽ നിന്നു രാജി വയ്ക്കുകയും ചെയ്തു. കമ്പനിയുടെ റോളിൽ നിന്നും ഭവിക് പുറത്തായി. പകരം പുറമെ നിന്നുള്ള കൺസൾട്ടന്റ് എന്ന നിലയിലായി സേവനം. ഔദ്യോഗിക ചട്ടവട്ടങ്ങളിൽ നിയമപരമായി ഒരു സാധുതയുമില്ലായിരുന്നെങ്കിലും, സഹസ്ഥാപകൻ എന്ന നിലയിൽ തന്നെയായിരുന്നു ഞാൻ വ്യക്തിപരമായി ഭവിക്കിനെ കരുതിയിരുന്നത്. എല്ലാ ബോർഡ് മീറ്റിംഗിലും ഭവിക് നിരീക്ഷകനായി പങ്കെടുത്തു. സെക്വോയയുടെ താത്പര്യപ്രകാരം, അത്രയും നേരത്തെ അവൻ പുറത്തുപോകേണ്ടിവന്നതിൽ എനിക്കിപ്പോഴും ദുഃഖമുണ്ട്.

പ്രശ്നമെല്ലാം പരിഹരിച്ചു. സെക്വോയ വാഗ്ദാനം ചെയ്ത തുക പ്രതീക്ഷിച്ചിരിപ്പാണ ഞങ്ങൾ. ഒരു മില്യൺ ഡോളർ ഉപയോഗിക്കാനുള്ള ടേരു സാൻ-ന്റെ അന്തിമ അനുമതിയും കാക്കുന്നു. എയ്ഞ്ചൽ റൗണ്ടിലെ 1.92 കോടി രൂപ ഏകദേശം ഉപയോഗിച്ചുകഴിഞ്ഞു. ദീപാവലി മാസമായ നവംബറിൽ ജീവനക്കാരുടെ ശമ്പളം കൊടുക്കണം എന്നൊരു വിഷമസ്ഥിതി എന്നെ തുറിച്ചുനോക്കി. ഔദ്യോഗിക അക്കൗണ്ടിൽ പണമുണ്ടായിരുന്നില്ല. ആവശ്യമുള്ള ഫണ്ട് എത്തുംവരെ എനിക്കു കോട്ട കാത്തേ തീരൂ. ഞാൻ മാധുരിയോട് അവളുടെ സ്വന്തം അക്കൗണ്ടിൽ നിന്നു ശമ്പളം കൊടുക്കാനുള്ള തുക ഭാരത്പേ അക്കൗണ്ടിലേക്കു മാറ്റാൻ ആവശ്യപ്പെട്ടു. 2018 നവംബർ മറികടക്കാൻ മറ്റു മാർഗ്ഗമുണ്ടായിരുന്നില്ല. അടുത്ത മാസം ആകുമ്പോഴേക്ക് അക്കൗണ്ടിൽ പണമെത്തുമെന്ന പ്രതീക്ഷയിലായിരുന്നു ഞങ്ങൾ. അതുകൊണ്ട്, അഞ്ചു മില്യൺ ഡോളർ പ്രീ-മണി വാല്വേഷനിലും ഏഴു മില്യൺ ഡോളർ പോസ്റ്റ്-മണി വാല്വേഷനിലുമായി രണ്ടു മില്യൺ ഡോളർ സീഡ് റൗണ്ട് പൂർത്തിയായപ്പോൾ ആവേശമല്ല, ആശ്വാസമാണ തോന്നിയത്.

ഫണ്ടിംഗ് ശരിയായതോടെ മാധുരി കമ്പനിയുടെ ഡയറക്ടർ സ്ഥാനം രാജിവച്ചു. ഞാൻ ബോർഡിലേക്കു വന്നു. എങ്കിലും, ഒരു ജോലിക്കാരി എന്ന നിലയിൽ അവൾ പ്രധാനപ്പെട്ട കടമകൾ ചെയ്യുന്നത് തുടർന്നു. ഭവിക് ക്യാപ് ടേബിളിനു പുറത്തായ സ്ഥിതിക്ക്, മറ്റേ സഹസ്ഥാപകൻ ഞാൻ ബോർഡിന്റെ നിയന്ത്രണം പിടിച്ചെടുക്കുന്നു എന്ന തോന്നൽ ഉണ്ടാകരുതെന്നു ഞാൻ കരുതി. സ്ഥാപക നോമിനിയായി മറ്റൊരാളെ ബോർഡിൽ വയ്ക്കാനുള്ള സാദ്ധ്യത അപ്പോഴും എനിക്കുണ്ടായിരുന്നു. മാധുരി പോയതോടെ സെക്വോയയ്ക്ക് ഒരു ബോർഡ് സീറ്റ് കിട്ടി. തിരിഞ്ഞു നോക്കുമ്പോൾ, ഇതൊരു വലിയ തെറ്റായിരുന്നു. മാധുരിയെ സഹസ്ഥാപകയാക്കേണ്ട സമയമായിരുന്നു അത്. എന്റെ സംരംഭക യാത്രയിൽ ഞാൻ പഠിച്ച അനേകം പാഠങ്ങളിലൊന്ന്, ശരിയായ സമയത്ത്, ശരിയായ കഴിവുകളുള്ളയാളെ യഥാസ്ഥാനത്ത് ഇരുത്തിയില്ലെങ്കിൽ അതു വലിയ പരിമിതിയായിത്തീരും എന്നതാണ്.

ബിസിനസ്സിന്റെ കാര്യത്തിൽ ഞങ്ങൾ വളരുകയായിരുന്നു. ആ വർഷം ഡിസംബറായതോടെ പത്തു മില്യൺ ഡോളർ കൂടി സമാഹരിക്കാൻ ഉദ്ദേശിക്കുന്നതായി ഞാൻ സെക്വോയയേയും ബീനെക്സ്റ്റിനേയും അറിയിച്ചു. പുതിയ നിക്ഷേപകരെ തേടേണ്ടെന്നും അവർക്ക് ഈ റൗണ്ടിൽ താത്പര്യമുണ്ടെന്നും അവർ ഒരു ഫോൺകോളിലൂടെ പ്രതികരിച്ചു. ഡിസംബർ റൗണ്ടിൽ ബീനെക്സ്റ്റ് രണ്ടു മില്യൺ ഡോളറും സെക്വോയ എട്ടു മില്യൺ ഡോളറും 30 മില്യൺ ഡോളർ പ്രീ-മണി വാല്വേഷനിൽ നിക്ഷേപിച്ചു. അത്ഭുതപ്പെടുത്തുന്ന പുതിയൊരു നിക്ഷേപകൻ വരാൻ പോകുന്നതായി അപ്പോൾ എനിക്കൊരു പിടിയുമുണ്ടായിരുന്നില്ല.

ഏകദേശം ആ സമയത്ത്, ഇൻസൈറ്റ് പാർട്ണേഴ്സിന്റെ സീനിയർ

ഇൻവെസ്റ്റ്മെന്റ് അസ്സോസിയേറ്റ് ഒരു ചുണക്കുട്ടനായ, യുവ അമേരിക്കൻ സർദാർജി വിന്നി പുജ്ജിയെ പരിചയപ്പെട്ടു. എന്റെ കസിന്റെ ബന്ധു കൂടിയായിരുന്ന അദ്ദേഹം ആ സമയത്ത് ഇന്ത്യയിലെത്തിയിരുന്നു. സെക്വോയയുമായി ടേം ഷീറ്റ് ഒപ്പിട്ട അന്നുതന്നെയാണ് വിന്നി പുജ്ജിയുമായുള്ള എന്റെ കൂടിക്കാഴ്ച നിശ്ചയിച്ചിരുന്നത്. ഡോളറിൽ നിക്ഷേപിക്കാനുള്ള തീരുമാനമറിയിക്കാൻ വിന്നിക്ക് ആ ഒരു കൂടിക്കാഴ്ചയേ വേണ്ടിവന്നുള്ളൂ. 'ഈ റൗണ്ട് പൂർത്തിയായി. മാത്രവുമല്ല, കൂടുതൽ ഓഹരികൾ നേർപ്പിക്കാൻ ഞാൻ ആഗ്രഹിക്കുന്നില്ല.' ക്ഷമാപണത്തോടെ ഞാൻ വിന്നിയെ അറിയിച്ചു. 'ഞാനൊരു പ്രീമിയം അടയ്ക്കാം. അടുത്ത റൗണ്ട് വരെ കാത്തിരിക്കാനുള്ള ക്ഷമയില്ല.' എന്നായിരുന്നു അദ്ദേഹത്തിന്റെ പൊടുന്നനെയുള്ള പ്രതികരണം. ഞാൻ അത്ഭുതപ്പെട്ടുപോയി. ഞങ്ങളുണ്ടാക്കുന്ന ബിസിനസ്സിനുള്ള വലിയ അംഗീകാരം. സെക്വോയ ടേം ഷീറ്റ് ഒപ്പിട്ട അതേദിവസം തന്നെ ഇൻസൈറ്റ് പാർട്ണേഴ്സ് 25 ശതമാനം പ്രീമിയം അടച്ചു. ഇന്നുവരെ ഇൻസൈറ്റ് പാർട്ണേഴ്സ് ഭാരത്പേയുടെ വലിയ നിക്ഷേപകരിൽ ഒന്നാണ്. ഇന്ത്യയിലെ അവരുടെ ഏറ്റവും വലിയ ഹോൾഡിംഗും ഭാരത്പേ തന്നെ. എല്ലാം സാദ്ധ്യമാക്കിയത് നീണ്ടുമെലിഞ്ഞ, ഇപ്പോഴും മുപ്പതു തികയാത്ത വിന്നി പുജ്ജി എന്ന ഈ സർദാറിന്റെ പക്വതയും ദീർഘവീക്ഷണവും തന്നെ. വിന്നി പിന്നീട് ഇൻസൈറ്റ് പാർട്ണേഴ്സ് വിട്ട് ലെഫ്റ്റ് ലൈൻ പാർട്ണേഴ്സ് എന്ന ഒരു വിസി ഫണ്ട് തുടങ്ങി ഒരു ബില്യൺ ഡോളർ ഫണ്ട് സംഭരിച്ചു. അതിൽ ഞാൻ ഏറെ അഭിമാനിക്കുന്ന എൽപി (ലിമിറ്റഡ് പാർട്ണർ) ആണ്.

മരണമുന്നറിയിപ്പ്

'നിങ്ങൾ മരിക്കുമെന്നാണ് ഞാൻ കരുതുന്നത്.' വിന്നിയിൽ നിന്നു വലിയൊരു അംഗീകാരം കിട്ടിയപ്പോൾ, മറ്റൊരു നിക്ഷേപകൻ എന്റെ ബിസിനസ്സ് തകരുമെന്ന പ്രവചനമാണ് നടത്തിയത്. ഇത് റിബ്bിറ്റ് കാപിറ്റലിന്റെ മൂപ്പൻ 'മിക്കി' മൽക്ക ആയിരുന്നു. ഫിൻടെക്ക് ലോകത്തെ വൻമത്സ്യമായിട്ടാണ് മിക്കി ആഗോളതലത്തിൽ അറിയപ്പെട്ടിരുന്നത്. അദ്ദേഹം ഏതെങ്കിലും സ്റ്റാർട്ടപ്പിൽ നിക്ഷേപിച്ചാൽ മറ്റെല്ലാ ഫണ്ടും മൂല്യനിർണ്ണയം നേടും. എന്നിട്ടും ഇവിടെ മിക്കി പറയുന്നു എന്റെ ബിസിനസ്സ് രക്ഷപ്പെടില്ല എന്ന്. 'ഭാരത്പേ മരിക്കുമെന്നറിയുമെങ്കിൽ ആ ദിവസം കൂടി ഒന്നു പറയാമോ?' ഒരൽപം ധിക്കാരത്തോടെ ഞാൻ ചോദിച്ചു. 'രണ്ടു മാസം.' ഒട്ടും സംശയമില്ലാതെ അദ്ദേഹം പറഞ്ഞു. 'രണ്ടു മാസത്തിനകം ഞാൻ മരിച്ചില്ലെങ്കിൽ എന്തു ചെയ്യും?' ഞാൻ നിർബന്ധിച്ചു. 'എങ്കിൽ ഞാൻ നിങ്ങൾക്കൊരു ചെക്കെഴുതും'. മറുപടി വന്നു. മിക്കിയെക്കൊണ്ടു നടപ്പാക്കിക്കുമെന്നെനിക്കുറപ്പുള്ള ഒരു വാഗ്ദാനമായിരുന്നു അത്.

9

വിജയത്തിലേക്കുള്ള പടവുകൾ

'വിജയത്തിലേക്കുള്ള പടവുകൾ കയറുക'. മാൽവിയാ നഗറിലെ കെട്ടിടത്തിൽ ഞങ്ങളുടെ ഓഫീസ് സ്ഥിതി ചെയ്തിരുന്ന രണ്ടാം നിലയിലേക്കുള്ള ലിഫ്റ്റ് ലോബിയിൽ മാധുരി നിക്ഷേപിച്ചിരുന്ന അർത്ഥവത്തായ സന്ദേശമാണിത്. 2019-ന്റെ തുടക്കത്തിലാണ് ഞങ്ങൾ ഈ കെട്ടിടത്തിലേക്കു മാറിയത്. ഉണ്ടായിരുന്ന 5000 ചതുരശ്ര അടിയിൽ പകുതിയോളം സ്ഥലത്തായിരുന്നു ഓഫീസ്. ദൈവത്തിൽ നിന്നുള്ള അടയാളമായിരുന്നു എന്നെ സംബന്ധിച്ച് ഈ ഓഫീസിലേക്കുള്ള മാറ്റം. എന്റെ മുത്തശ്ശൻ സ്ഥാപിക്കുകയും അവസാനം വരെ സേവിക്കുകയും ചെയ്ത ആര്യസമാജത്തിന്റെ അതിർത്തിയോട് തൊട്ടായിരുന്നു ഈ കെട്ടിടം. വാടകക്കാരെ പൊതുവെ സൂക്ഷ്മമായി വിലയിരുത്തുന്ന കെട്ടിട ഉടമ ഈ സ്ഥലം എനിക്കു തന്നത് എന്റെ മുത്തശ്ശനോട് ആഴത്തിലുള്ള ബഹുമാനം കൊണ്ടാണ്. ഇതൊരു യാദൃച്ഛികതയല്ലെന്ന് എന്റെ ഹൃദയത്തിനറിയാമായിരുന്നു.

ലിഫ്റ്റിലെ സന്ദേശത്തിലേക്കു തിരിച്ചുവന്നാൽ, പ്രചോദനാത്മകമായ വാക്കുകളുടെ കളിയിൽ, ശരിക്കും പടവുകൾ കയറാനായിരുന്നു ഞങ്ങൾ ജീവനക്കാരോട് ആവശ്യപ്പെട്ടിരുന്നത്. ചായ്-സുട്ട ഇടവേളകളിൽ താഴേക്കു പോകുന്നത് ജീവനക്കാർക്ക് ബുദ്ധിമുട്ടാക്കുകയും അതു വഴി ലിഫ്റ്റ് പ്രവർത്തിപ്പിക്കുന്നതിന്റെ ചെലവ് ലാഭിക്കുകയും ചെയ്യുക എന്നതായിരുന്നു പ്രഥമ അജണ്ട. തുടക്കം മുതലേ ചെലവുചുരുക്കൽ ഞങ്ങളുടെ മനസ്സിലുണ്ട്. ബാങ്കിൽ പണമുണ്ട് എന്നതിനാൽ വാരിയെറിയാൻ ഉദ്ദേശ്യമുണ്ടായിരുന്നില്ല. ടീമിന്റെ വലിപ്പത്തിലും കർശനനിയന്ത്രണം ഉണ്ടായിരുന്നു. ഒരു ടെക് കമ്പനി ബിസിനസ്സ് വളർച്ചയ്ക്കായി അനുപാതരഹിതമായി ധാരാളംപേരെ നിയമിക്കുന്നത് പ്രവർത്തനമുരടിപ്പുള്ള നോൺ-ടെക് കമ്പനിയാക്കും എന്നായിരുന്നു എന്റെ ഉറച്ച വിശ്വാസം. പകുതി ഫ്ളോറിൽ അറുപതിലേറെ പേര് തിങ്ങിയ ചെറിയ കപ്പലായിരുന്നു ഞങ്ങൾ ഓടിച്ചിരുന്നത്. മുഴുവൻ ഫ്ളോറും എടുത്തപ്പോൾ ജീവനക്കാർ 125 ആയി. കൂടാതെ അടുത്ത

കെട്ടിടത്തിൽ ടെക് ഓഫീസ് തുടങ്ങിയപ്പോൾ അറുപതിലേറെ എൻജിനീയർമാർ ജോലി ചെയ്തു.

ഈ സമയത്ത്, തുടർച്ചയായി ഞാൻ ശ്രമിച്ചുകൊണ്ടിരുന്നത്, വലിയ മാറ്റങ്ങളുണ്ടാക്കുന്ന, നിരവധി ഉത്പന്നങ്ങൾ കൊണ്ടുവരാനായിരുന്നു.

ബാങ്ക് അഥവാ ജഗന്നാഥ് കാ രഥ്

ജീവിതത്തിൽ ഭൂരിഭാഗവും ഒരു ബാങ്കറായിരുന്നതിനാൽ, അടുത്തുനിന്നു കണ്ടിട്ടുള്ള ഒരു കാര്യം ബാങ്ക് പ്രവർത്തിക്കുന്നത് ബോധപൂർവ്വമായ നിസ്സംഗതയിലോ കുത്തകാധികാരത്തിലോ ആണെന്നതാണ്. ഉപഭോക്താവ് യാദൃച്ഛികമായി മാത്രം ബിസിനസ്സിലെത്തുന്നതാണ്. *ബാങ്ക് ഏക് ജഗന്നാഥ് കാ രഥ് ഹെ, സബ് എംപ്ലോയീസ് ഹാഥ് ലഗാ കർ ഘടേ ഹെ, ചലാ കോൻ രഹാ ഹെ പതാ നഹി.* ബാങ്ക് ഒരു രഥത്തെപ്പോലെയാണ്. എല്ലാ ജീവനക്കാരും ഒരു കൈ വയ്ക്കുന്നു. എന്നാൽ ആരാണ് ചലിപ്പിക്കുന്നതെന്ന് ആർക്കുമറിയില്ല.

ബാക്കിയെല്ലാ പ്രൊഫഷനും ഉപഭോക്താവിനെ പിന്തുണയ്ക്കുമ്പോൾ, ബാങ്കുകൾ സ്വന്തം ഉപഭോക്താക്കളെ ഭീഷണിപ്പെടുത്തിയാണ് ബിസിനസ്സ് നടത്തുന്നത് എന്ന വസ്തുതയാണ് ബാങ്കർമാരോട് എന്നിൽ അന്തർലീനമായ ഇഷ്ടക്കേടിനുള്ള കാരണം. നിങ്ങളൊരു ബ്രാഞ്ചിലേക്കു വായ്പയ്ക്കായി ചെല്ലുന്നു. നിങ്ങളെ അടിമുതൽ മുടിവരെ പരിശോധിക്കുന്നു. എന്നിട്ട് പെട്ടെന്നൊരു വിധി പറയുന്നു – *ഇംഗ്ലീഷ് നഹി ആത്തി, ചപ്പൽ പഹനീ ഹെ, കൈസേ കപ്പ്ടെ പഹെന ഹെ* (ഇംഗ്ലീഷ് അറിയില്ല, ചപ്പൽ ആണ് കാലിലിട്ടിരിക്കുന്നത്, നന്നായി വസ്ത്രം ധരിച്ചിട്ടില്ല). ഇതൊക്കെയാണ് ബാങ്ക് മാനേജരുടെ പക്ഷപാതങ്ങൾ. ഉപഭോക്താവ് രാജാവാണ് എന്നു പറഞ്ഞു പഴകിയ പ്രയോഗത്തെ സംബന്ധിച്ചിടത്തോളം അത്രമാത്രം! നിങ്ങൾക്കവർ വായ്പ തരാൻ ഉദ്ദേശിക്കുന്നില്ലെങ്കിൽ നേരിട്ട് ഇല്ല എന്നു പറയില്ല. ബാങ്കർ വലിയ ഏതോ വിദ്യാഭ്യാസസ്ഥാപനത്തിൽ നിന്നു കിട്ടിയ ആലങ്കാരിക ഇംഗ്ലീഷിൽ ഇന്റേണൽ റിസ്ക് ഡിപ്പാർട്ട്മെന്റ് നിങ്ങളുടെ കാര്യം ഓകെ ആക്കിയില്ല എന്നോ ഓഡിറ്റർ അനുവദിച്ചില്ല എന്നോ പറയും. അല്ലെങ്കിൽ പതിവു ബലിയാടിനെ തന്നെ കൊണ്ടുവരും – റിസർവ് ബാങ്ക്. *അഗർ സാമ്നെ സെ സർപ് ഔർ ബാങ്കർ ആ രഹെ ഹോ, തോ ബാങ്കർ കൊ ലട് മാർ ദോ* (ഒരു പാമ്പിനേയും ബാങ്കറേയും നേരിടേണ്ടി വന്നാൽ ബാങ്കറെ അടിക്കു) എന്നുവരെ ഞാൻ പറയും. രക്ഷപ്പെടാനുള്ള സാദ്ധ്യത കൂടുതലാണ്.

ഈ സമീപനങ്ങൾ മാറ്റാനാണ് ഞാൻ ശ്രമിക്കുന്നത്. ഭാരത്പേ വളർത്തുമ്പോൾ കസ്റ്റമറെ ഭീഷണിപ്പെടുത്തരുത് എന്നതാണെന്റെ തത്വശാസ്ത്രം. വിവരങ്ങളുടെ അടിസ്ഥാനത്തിൽ പക്ഷപാതമില്ലാതെ ന്യായമായ പരിഗണന നൽകണം. ഒരു അൽഗോരിതത്തിൽ പ്രവർത്തിക്കുന്ന ടെക് സ്ഥാപനത്തിന് അതു ചെയ്യാനാകും. തുടർച്ചയായ

ഇടവേളകളിൽ ഭാരത്പേയിൽ ഉത്പന്നങ്ങൾ ഇറക്കിയത് ഈ ലക്ഷ്യം മുൻനിർത്തിയാണ്. ബാങ്കിംഗ് സേവനമായി തുടരുമ്പോൾ, ഫിൻടെക് ഉത്പന്നം എന്ന നിലയിൽ ഉപഭോക്താവിനു വേണ്ടി നന്നായി പ്രവർത്തിക്കുന്നു. കൂടാതെ നന്നായി അളന്നെടുക്കാവുന്നതും. സാങ്കേതിക വിദ്യ ബാങ്കിന്റെ ദൗർബല്യമാകുകയാണ് പതിവ്. ഫിൻടെക് സാമ്പത്തിക ശാസ്ത്രവും ബിസിനസ്സും പഠിക്കുന്നത്ര വേഗത്തിൽ ബാങ്കർമാർക്ക് സാങ്കേതികവിദ്യ പഠിച്ചെടുക്കാനാകില്ല.

കടം കൊടുക്കുന്ന ഉത്പന്നങ്ങൾ

2019 ഏപ്രിലിൽതന്നെ കാഷ് ഫ്ളോ ഡിസ്കൗണ്ടിംഗ് എന്ന കടം കൊടുക്കലിന്റെ പരിശുദ്ധ തത്ത്വശാസ്ത്രത്തിനു കീഴിൽ ഒരു കടംകൊടുക്കൽ ഉത്പന്നം ആരംഭിച്ചു. ഇന്ത്യയിലെ കച്ചവടക്കാർ ഒരുപാട് ബുദ്ധിമുട്ടനു ഭവിക്കുന്നുണ്ടെന്ന് നേരത്തേതന്നെ ഞങ്ങൾ മനസ്സിലാക്കി. ഉപഭോക്താക്കൾക്ക് കടം കൊടുക്കുമ്പോൾ അവരുടെ ലാഭം വളരെ കുറവാണ്. കച്ചവടം വലുതാക്കാൻ ശ്രമിക്കുമ്പോഴാകട്ടെ ഔപചാരിക മേഖലയിൽ തൊട്ടടുത്തുള്ള പലവ്യഞ്ജനക്കടയ്ക്ക് കടം വാങ്ങാനുള്ള യാതൊരു സാദ്ധ്യതയുമില്ല. *ബാങ്ക്സ് കോ ദുകാൻദാർ പെ ക്രെഡിറ്റ് കാർഡ് മെഷിൻ ലഗാനി ഹെ ഔർ കറന്റ് അക്കൗണ്ട് ബച്നാ ഹെ ബസ് - കോയി ലെൻഡിംഗ് ഹെ നഹി.* കച്ചവടക്കാരിൽ നിന്നു ബാങ്കിനു വേണ്ടത് ബിസിനസ്സ് കാർഡ് സ്വീകരിക്കുന്ന മെഷിൻ സ്ഥാപിക്കുകയും കറന്റ് അക്കൗണ്ട് മാനേജ് ചെയ്യുകയും മാത്രമാണ്. ബാങ്കർമാർ കച്ചവടക്കാർക്ക് വായ്പ കൊടുക്കുന്നില്ല. അതോടെ മാസം മൂന്നു-നാലു ശതമാനം പലിശ ഈടാക്കുന്ന കൊള്ളപ്പലിശക്കാരുടെ പിടിയിലകപ്പെടുന്നു. ഈ പ്രശ്നം പരിഹരിക്കാനാണ് ഞങ്ങൾ ഇത്തരത്തിലൊരു ഉത്പന്നം ആപ്പിൽത്തന്നെ ഉൾപ്പെടുത്തിയത്. അതൊരു പരിഹാരമായല്ല, ഉത്പന്നമായി നൽകാനാണ് ഞാനാഗ്രഹിച്ചത്.

വ്യാപാരികളുടെ പണമൊഴുക്കിന് ഉള്ളിലായതിനാൽ, ഓരോ മാസവും അവർ എത്ര ബിസിനസ്സ് ചെയ്യുന്നുണ്ടെന്ന് ഞങ്ങൾക്കറിയാമായിരുന്നു. അതിന്റെ അടിസ്ഥാനത്തിൽ മാസത്തിൽ രണ്ടു ശതമാനം പലിശയ്ക്ക് ഞങ്ങൾ വ്യാപാരികൾക്കു കടം കൊടുക്കാൻ തുടങ്ങി. കൗതുകകരമായ കാര്യം, ഞങ്ങൾക്ക് പൈസ വാങ്ങാൻ മാസാവസാനം വരെ കാത്തിരിക്കേണ്ടിയിരുന്നില്ല. മെർച്ചന്റ് ക്യൂആറിലൂടെ വരുന്ന പണത്തിൽ നിന്ന് ദിവസേന ഓട്ടോമാറ്റിക്കായി വസൂലാക്കാം. ഭാരത്പേ ക്യൂആറിലൂടെ ഒരു വ്യാപാരി ദിവസേന ആയിരം രൂപ സ്വീകരിക്കുന്നുണ്ടെങ്കിൽ അയാൾക്ക് ഒരു ലക്ഷം രൂപയുടെ വായ്പ ലഭിക്കും. ഇത് ഒരുവർഷത്തിനകം തിരിച്ചുനൽകിയാൽ മതി. ഞായറാഴ്ചയൊഴികെ എല്ലാദിവസവും 400 രൂപ വീതം ഓട്ടോമാറ്റിക്കായി പിടിക്കും. ഭാരത്പേ ക്യൂആറിലൂടെയുള്ള ബിസിനസ്സിന്റെ അടിസ്ഥാനത്തിൽ ഇതാദ്യമായി

കടയുടമയ്ക്ക് വലിയൊരു തുക വായ്പ ലഭിക്കുകയാണ്. അതേ ക്യുആറിലൂടെ തന്നെ ഓട്ടോമാറ്റിക്കായി അതു തിരിച്ചടയ്ക്കുകയും ചെയ്യുന്നു. എന്റെ ആശയം ലളിതമാണ് : അടിസ്ഥാനപരമായി എന്തെങ്കിലും നിർമ്മിച്ചാൽ വിപണി അതു സ്വീകരിക്കും. ആ ഉത്പന്നത്തിന് ജീവിതകാലമത്രയും വിലയുണ്ടാകും. ഈ തത്വത്തിലൂടെയാണ് ഞങ്ങൾ ഒരു ബില്യൺ ഡോളർ വിതരണം ചെയ്തത്. സമ്പാദിച്ചത് 48 ശതമാനം ഐആർആർ (ഇൻറേണൽ റേറ്റ് ഓഫ് റിട്ടേൺ). ദിവസേന നടക്കുന്ന ഞങ്ങളുടെ കളക്ഷനിലൂടെയാണിത്.

തുടങ്ങി പന്ത്രണ്ടു മാസത്തിനകം തന്നെ ഇന്ത്യ മുഴുവനുമുള്ള വ്യാപാരികൾക്ക് ഈ വ്യവസായത്തിൽ മെർച്ചന്റ് ഫീസ് (എംഡിആർ-മെർച്ചന്റ് ഡിസ്കൗണ്ട് റേറ്റ്) പൂജ്യമാക്കി നൽകാൻ എനിക്ക് കഴിഞ്ഞു. കടം നൽകുന്നതിലൂടെ 48 ശതമാനം ഐആർആർ നേടാനുമായി. ഞങ്ങളുടെ കളക്ഷൻ നിരക്ക് ദശാബ്ദങ്ങളായി നിലനിൽക്കുന്ന സ്ഥാപനങ്ങളെ അപേക്ഷിച്ച് വളരെ കൂടുതലുമായിരുന്നു.

ഓരോ ആറുമാസത്തിലും ഒരു ഉത്പന്നമെന്ന രീതിയാണ് ഇത്തവണ സ്വീകരിച്ചത്. ഈ ഉത്പന്നങ്ങളെ ഹൈപർസ്കെയിൽ ചെയ്യാൻ പറ്റിയ ആൾക്കാരുമുണ്ടായിരുന്നു. എൻബിഎഫ്സി-യിൽ നിന്നോ ബാങ്കിംഗ് ലോകത്തുനിന്നോ വലിയ കൊമ്പന്മാരെയൊന്നും കൊണ്ടുവന്നില്ല. കൊണ്ടുവന്നവർ ബിസിനസ്സിനോടു താൽപര്യമുള്ളവരാണെന്നു ഉറപ്പു വരുത്തിയെന്നു മാത്രം.

പ്രതിമാസം ഒരു ശതമാനം

ഞാൻ മിക്കപ്പോഴും പറയാറുണ്ട് എന്റെ ഉത്പന്നങ്ങൾ വളരെ ലളിതമാണെന്ന്. ഇതൊരു അപമാനമായി ചൂണ്ടിക്കാണിക്കപ്പെടാമെങ്കിലും, വാസ്തവത്തിൽ, ഇതു തന്നെയാണ് അവയുടെ വിജയത്തിനു കാരണം. ഞങ്ങളുടെ വ്യാപാരി നിക്ഷേപ പദ്ധതി അത്തരത്തിലൊന്നാണ്. ബാങ്കുകൾക്ക് അവരുടെ മാർജിൻ മെച്ചപ്പെടുത്തുന്നതിന് സൗജന്യമായി പണം നൽകുന്നതല്ലാതെ കറന്റ് അക്കൗണ്ടുകൾക്കു പലിശ നൽകാത്തത് എന്തുകൊണ്ടാണെന്ന് എനിക്ക് ഒരിക്കലും മനസ്സിലായിട്ടില്ല. വ്യാപാരികൾക്ക് അവരുടെ മൂലധനത്തിന് 12 ശതമാനം വാർഷികപലിശ നേടാനും ഒറ്റ ക്ലിക്കിൽ പണലഭ്യത നൽകാനും പ്രാപ്തമാക്കുന്ന ഒരു കറന്റ് അക്കൗണ്ട് ഓഫർ ചെയ്യുക എന്നതായിരുന്നു എന്റെ ആശയം. ഞങ്ങൾക്കു കൂടുതൽ മാർജിനുകൾ നേടുന്നതിന് ബാങ്കുകൾ എഫ്ഡിക്ക് മികച്ച നിരക്കുകൾ വാഗ്ദാനം ചെയ്യുന്ന ഏഴു ശതമാനത്തിനടുത്തുള്ള റിട്ടേൺ നിരക്ക് നിലനിർത്തുന്നതു സംബന്ധിച്ച് എന്റെ ടീം ചർച്ച ചെയ്തു. വ്യാപാരികളുടെ വിശ്വാസം നേടണമെന്നത് എനിക്കു വളരെ വ്യക്തമായിരുന്നു. കൂടാതെ, ഒരു മാസത്തിൽ ഒരു ശതമാനം എന്ന വസ്തുതയോടൊപ്പം ഈ ഉത്പന്നത്തിന്റെ അതിവേഗപ്രചരണവും ഉണ്ടാകുമെന്നും എനിക്കറിയാമായിരുന്നു, കണക്കു കൂട്ടാൻ വളരെ

എളുപ്പമാണ്. ഇതിനുള്ള ക്രെഡിറ്റിന്റെ ഒരു ഭാഗം ഞാൻ മാധുരിയുടെ ബനിയ ബിസിനസ്സ് കുടുംബത്തിനാണു നൽകുക. വളരെ ലളിതമായ ബിസിനസ്സ് വാക്കുകളിലാണ് അത് സംസാരിച്ചത് – *'മഹിനെ കാ എക് ടക്ക'* – ഒരു മാസം ഒരു ശതമാനം – അവരുടെ അനുഭവത്തിൽ നിന്ന് എനിക്കറിയാമായിരുന്നു അധിക ലിക്വിഡിറ്റിക്ക് ഇതൊരു നല്ല നമ്പറാണെന്ന്. കൂടാതെ, ഉയർന്ന നിരക്ക് ആവർത്തിച്ചുള്ള ബിസിനസ്സ് നേടാനുള്ള പ്രവണതയും ഉറപ്പാക്കുന്നു – പെട്ടെന്ന് പണമാക്കി മാറ്റാവുന്ന ഉത്പന്നമാണെങ്കിലും നിക്ഷേപം കുറയുന്നത് ഞാൻ കണ്ടിട്ടില്ല.

പിന്നീട്, തീർച്ചയായും, കടം നൽകാൻ കൂടുതൽ മൂലധനം ആവശ്യമായി വന്നപ്പോൾ ഞങ്ങൾ കൺസ്യൂമർ ഇടത്തിലേക്കും കയറി – എനിക്കു പ്രിയപ്പെട്ട ഉത്പന്നവുമായി – 12 ശതമാനം ക്ലബ്ബ്. ഉപഭോക്താക്കൾക്ക് കടം കൊടുക്കുന്ന നിരക്കും കടംവാങ്ങുന്ന നിരക്കും ഒന്നുതന്നെയായ ലോകത്തെ ഒരേയൊരു ഫിനാൻഷ്യൽ ഉത്പന്നമാണിത് – 12 ശതമാനം. 12 ശതമാനത്തിനു നൽകുന്ന വായ്പയേക്കാൾ കൂടുതൽ ബാധ്യത സൃഷ്ടിക്കുന്ന ഫിനാൻഷ്യൽ ഉത്പന്നവുമാണ്. അധികതുക ഞങ്ങളുടെ കച്ചവടക്കാർക്കാണു നൽകുന്നത്. ഭാരത്പേ 48 ശതമാനം ഐആർആർ നേടുന്നു.

അടിസ്ഥാനപരമായ നവീകരണത്തിലൂടെയും തടസ്സമില്ലാത്ത നിർവ്വഹണത്തിലൂടെയുമല്ലാതെ ഈ കളി മൂലധനത്തിലൂടെ വിജയിക്കാനാകില്ലെന്ന് എനിക്കു വ്യക്തമായിരുന്നു.

മിക്കിയുടെ വാഗ്ദാനം

2019 മേയിൽ ഒരു വേനൽക്കാല സായാഹ്നത്തിൽ എനിക്ക് ശക്തമായ വാക്കുകളുള്ള ഒരു ഫോൺകോൾ വന്നു : 'നമുക്കിത് ചെയ്യാം'. വിളിച്ചത് മിക്കി മൽക്ക. ഞങ്ങൾ കഴിഞ്ഞ മാസങ്ങളിൽ 'മരിച്ചി'ല്ലെന്നു മാത്രമല്ല, എണ്ണത്തിൽ കൂടുകയാണെന്നും അദ്ദേഹം ശ്രദ്ധിച്ചിരുന്നു. വാഗ്ദാനം ചെയ്തതനുസരിച്ച് ഒരു ചെക്കെഴുതാൻ ഇപ്പോൾ തയ്യാറായിരുന്നു.

അതിനെത്തുടർന്ന് അമേരിക്കയിലേക്കൊരു ധനസമാഹരണ യാത്ര. മിക്കിയടക്കം നിരവധി നിക്ഷേപകരെ കണ്ടു. ഇക്കണോമി ക്ലാസ്സിൽ നീണ്ട പതിനാല് മണിക്കൂർ യാത്ര ചെയ്ത് ഞാൻ സാൻഫ്രാൻസിസ്കോയിൽ ഇറങ്ങി. ഹോട്ടലുകളിൽ താമസിച്ചും 100 ഡോളറിനു യൂബർ വിളിച്ചും കാശുകളയാൻ ഞാൻ തയ്യാറായിരുന്നില്ല. അതുകൊണ്ട് സാക്രമാന്റോയിലെ എന്റെ ഭാര്യാസഹോദരിയുടെ വീട്ടിലേക്കുള്ള ഒന്നരമണിക്കൂർ യാത്രയ്ക്ക് ഞാനൊരു കാർ വാടകയ്ക്കെടുത്തു. വാരാന്ത്യത്തിൽ എത്തിയതിനാൽ തുടർന്നുള്ള തിങ്കളാഴ്ച മുതൽ മാരത്തൺ കൂടിക്കാഴ്ചകളുണ്ടായിരുന്നു. എന്റെ സീഡ് റൗണ്ട് ഡെക്ക് വരെ സോഫ്റ്റ്ബാങ്കിന് അയച്ചുകഴിഞ്ഞിരുന്നതിനാൽ ഈ റൗണ്ടിൽ ഒരു നിക്ഷേപകനെപ്പോലും എനിക്കു ഒഴിവാക്കാനാകുമായിരുന്നില്ല. ഇത് ഒരുതരം അമിതവിൽപ്പനയാണെന്നു ചിലർ കരുതുമെങ്കിലും,

അവിടെ പോയി നിങ്ങളുടെ കഥ പറയാൻ നിങ്ങൾക്കു മടി കാണിക്കാനാകില്ല എന്നതാണു വസ്തുത. ഇന്ന്, ധനസമാഹരണ കഴിവുകൾക്ക് പ്രശസ്തനാണെങ്കിലും ഈ പിച്ചുകൾക്കു പിറകിലുള്ള കഠിനാദ്ധ്വാനമാണ് ആളുകൾ പലപ്പോഴും കാണാതെ പോകുന്നത്. 100 നിക്ഷേപകരെ ചുരുങ്ങിയതു മൂന്നു തവണയെങ്കിലും പിച്ച് ചെയ്താലേ അതിൽ പത്തു പേരെങ്കിലും എന്തെങ്കിലും തരൂ.

ഭാഗ്യത്തിന്, റിബിറ്റ് ഓഫീസിൽ വച്ച് മിക്കിയെ കാണേണ്ടതിന്റെ തലേദിവസം, എന്റെ കൂടിക്കാഴ്ചകൾ വൈകുന്നേരം വരെ നീണ്ടു. ആ സമയത്ത് സാക്രമാന്റോ വരെയുള്ള ഡ്രൈവിംഗ് അസാദ്ധ്യമായിരുന്നു. പിറ്റേന്നു രാവിലത്തെ റിബിറ്റ് കൂടിക്കാഴ്ചയ്ക്ക് സമയത്തെത്താൻ ഒരു ഹോട്ടൽ ബുക്ക് ചെയ്ത് പാലോ ആൾട്ടോയിൽ രാത്രി താമസിക്കുകയേ നിവൃത്തിയുണ്ടായിരുന്നുള്ളൂ. മാറ്റാനുള്ള വസ്ത്രം ഞാൻ എടുത്തിരുന്നില്ല. ഒരേ വസ്ത്രത്തിൽ ഉറങ്ങി, ഒന്നുകുളിച്ച്, വസ്ത്രങ്ങൾ കാഴ്ചക്ക് ഉറങ്ങാൻ ഉപയോഗിച്ചതല്ലെന്ന് തോന്നിക്കണമെന്നാണതിനർത്ഥം. ഒരു ചീർപ്പ് വാങ്ങി മുടിയൊന്നൊതുക്കി എന്നത് മാത്രമായിരുന്നു ആഡംബരം. യൂണിവേഴ്സിറ്റി അവന്യൂവിലെ പ്രശസ്തമായ ആപ്പിൾ സ്റ്റോറിനു മുകളിലായിരുന്നു അവരുടെ ഓഫീസ്. ധനസമാഹരണത്തിന്റെ ഗ്ലാമറിനെക്കുറിച്ച് ഇത്രമാത്രം! ആകസ്മികമായി, ഉറങ്ങാൻ ഉപയോഗിച്ച വസ്ത്രങ്ങളായിരുന്നിട്ടും, മിക്കി തന്റെ വാക്കുപാലിച്ചു. റിബിറ്റ് ക്യാപിറ്റലും സ്റ്റെഡ് വ്യൂവും നയിച്ച സീരീസ് ബി എനിക്കു 50 മില്യൺ ഡോളറിൽ ക്ലോസ് ചെയ്യാൻ കഴിഞ്ഞു.

സൽമാൻ ഖാൻ

ഏകദേശം ഈ സമയത്ത്, പാരമ്പര്യേതരനായ ഒരാൾ എന്നെ സമീപിച്ചു, ബോളിവുഡ് താരം സൽമാൻ ഖാന്റെ മാനേജർ. സൽമാന്റെ സിനിമ '*ഭാരത്*' ആ വർഷം ജൂണിൽ ഇറങ്ങുകയാണ്. ഒരു മനുഷ്യന്റെയും ഒരു രാഷ്ട്രത്തിന്റെയും പരിവർത്തനത്തിന്റെ പേരിലുള്ള യാത്രയുടെ കഥയാണിത്. ഭാരത്പേയ്ക്ക് സഹകരിക്കാൻ ഒരവസരമുണ്ടെന്ന് സൽമാനു തോന്നി. അതു നല്ലവണ്ണം യോജിച്ചതാണെന്നും. ഭാരത്പേ ഉപഭോക്താവിനെ അഭിമുഖീകരിക്കുന്ന ഉത്പന്നമല്ലെങ്കിലും വൈകാതെ ബ്രാൻഡ് ബിൽഡിംഗ് നടത്തേണ്ടിവരുമെന്ന് എനിക്കറിയാമായിരുന്നു. സൽമാൻ ഖാൻ വിവാദങ്ങളുടെ തോഴനായതിനാൽ വിവിധ ബ്രാൻഡുകൾ നെഗറ്റീവ് പബ്ലിസിറ്റി പേടിച്ച് ഇപ്പോഴും സൽമാനൊപ്പം ചേരാൻ മടിച്ചു നിൽക്കുകയായിരുന്നു. ആ നിലയ്ക്ക് ഇതൊരു ധീരമായ നടപടിയാകും. മുന്നോട്ടുപോകാൻ ഞാൻ തീരുമാനിച്ചു. അംഗീകാര ഫീസിനെക്കുറിച്ചുള്ള സംഭാഷണത്തിലേർപ്പെട്ടു. 7.5 കോടിയിൽ തുടങ്ങി വിലപേശി 4.25 കോടിയിൽ ഉറപ്പിച്ചു.

സീരീസ് ബി നടക്കുകയായിരുന്നതിനാൽ, ആ സമയത്ത് 100 കോടിയിൽ താഴെയേ ബാങ്കിലുണ്ടായിരുന്നുള്ളൂ. അതിൽ 15 കോടി

സൽമാൻ നയിക്കുന്ന പ്രചാരണത്തിന് നൽകും. ജൂണിന്റെ തുടക്കത്തിൽ പരസ്യം ഷൂട്ട് ചെയ്തു. ഫാറ്റ് മെൻ എന്ന പുതിയൊരു ചെറിയ കമ്പനിയായിരുന്നു സംവിധായകർ. പരസ്യം ആവേശമുള്ളതും ജനകീയവുമായി. കൂടാതെ രാജ്യത്താദ്യമായി ചെറുകിട വ്യാപാരികളെ ലക്ഷ്യമിട്ടുള്ളതുമായ പരസ്യമായും ഇത് മാറി. ഷൂട്ടിന് മുമ്പ് മൂന്നുമണിക്കൂർ ഞാൻ സൽമാനൊപ്പം ചെലവഴിച്ചു. പൊതുധാരണയ്ക്കു വിരുദ്ധമായി ലോകജ്ഞാനമുള്ളയാളായിരുന്നു സൽമാൻ. ഞങ്ങളുടെ ക്യൂആറിനു മുകളിൽ ഞങ്ങളുടെ ഓഫറുകൾ അംഗീകരിക്കുന്ന സൽമാൻ ഖാന്റെ ചിത്രമുണ്ടായിരുന്നു. സൽമാൻ ഖാനുമൊത്ത് ഭാരത്പേ-യുടെ വിജയിച്ച കൂട്ടാണ് ഫോൺപേയെ ആമിർഖാനിലും ആലിയ ഭട്ടിലുമെത്തിച്ചത്. സൽമാൻ കാരണം ഞങ്ങൾക്ക് കൂടുതൽ മെച്ചം കിട്ടിയെന്നവർ കരുതി.

ചീഫ് ബിസിനസ്സ് ഓഫീസർക്കായി ഒരു തിരച്ചിൽ

ബിസിനസ്സ് വളരുകയും ജോലികളാൽ എന്റെ കൈകൾ നിറയുകയും ചെയ്തപ്പോൾ ദൈനംദിന കാര്യങ്ങൾ നടത്താൻ ആരെങ്കിലും വേണമെന്ന് ഞാൻ മനസ്സിലാക്കി. എന്നാലേ തന്ത്രപരമായ വളർച്ച തടസ്സപ്പെടാതിരിക്കൂ. ഒരു ചീഫ് ബിസിനസ്സ് മാനേജരെ കണ്ടെത്താനുള്ള നിർദ്ദേശം കൊടുത്തു. ഒരു തലവേട്ടക്കാരൻ സുഹൈൽ സമീർ എന്നയാളുടെ സിവി അയച്ചുതന്നു. എനിക്കതിൽ താത്പര്യമുണ്ടായി. മക്കിൻസിയിൽ പ്രായം കുറഞ്ഞ അസ്സോസിയേറ്റ് പാർട്ട്ണർമാരിൽ ഒരാളായി കരിയർ ആരംഭിച്ചു. ഇപ്പോൾ ആർപി-സഞ്ജീവ് ഗോയങ്ക ഗ്രൂപ്പിൽ ജോലി ചെയ്യുന്നു. അയാളുടെ ജോലിയും ജോലിപ്രചോദനവും നന്നായി അറിയാൻ വീട്ടിലേക്കു ഡിന്നറിനു വിളിച്ചു. ആളെ കണ്ടതോടെ വല്ലാതെ ഇഷ്ടമായി. വിജയിക്കാൻ ദൃഢനിശ്ചയമെടുത്തയാൾ. കുടുംബപശ്ചാത്തലം വിവരിച്ചുകൊണ്ട് സുഹൈൽ പറഞ്ഞത് പിതാവ് കാശ്മീരി പണ്ഡിറ്റ് ആയിരുന്നു എന്നാണ്. അമ്മ മുസ്ലിമും. അച്ഛൻ എസ്ബിഐ ഇന്റർനാഷണലിലാണ് ജോലി ചെയ്തിരുന്നത് എന്നതിനാൽ വളർന്നത് വിദേശത്താണ്. ഡൽഹി കോളേജ് ഓഫ് എൻജിനീയറിംഗിലും ഐഐഎം ലക്നൗവിലും പഠിച്ചു. മക്കിൻസിയിൽ ചേർന്ന ശേഷം പ്രധാനമായും കൈകാര്യം ചെയ്തത് ഊർജ്ജവിഭാഗമാണ്. ഇവിടെ വച്ചാണ് സഞ്ജീവ് ഗോയങ്കയെ കണ്ടുമുട്ടിയതും അദ്ദേഹത്തിന്റെ ബിസിനസ്സ് സഞ്ചയത്തിൽ ജോലിക്കു ചേർന്നതും. അവരുടെ സ്നാക്കിംഗ് ബ്രാൻഡായ 'ടൂ യം' തുടങ്ങിയത് സുഹൈൽ ആണെന്നു അവകാശപ്പെട്ടതും എന്നെ ആകർഷിച്ചു. 500 കോടി രൂപ ടേൺഓവറുള്ള ഉത്പന്നമാണത്.

'സഞ്ജീവ് ഗോയങ്കയുടെ മകൻ ഇപ്പോൾ ബിസിനസ്സിൽ ചേരാൻ പോകുകയാണ്. ഇപ്പോൾ പ്രത്യക്ഷപ്പെട്ട അവകാശിക്കു വേണ്ടി ജോലി ചെയ്യാൻ ആഗ്രഹിക്കുന്നില്ല.' എന്തുകൊണ്ടാണ് ഒരു മാറ്റം ആഗ്രഹിക്കുന്നതെന്നു ചോദിച്ചപ്പോൾ ഇതായിരുന്നു മറുപടി. സംഭാഷണം ഡിന്നറിനു ശേഷവും തുടർന്നു. എന്റെ പിതാവിന്റെ നിറഞ്ഞ ബാറിൽ നിന്ന് ഞാനൊരു

ഡ്രിങ്ക് വാഗ്ദാനം ചെയ്തു. ഞാൻ കുടിക്കാറില്ലാത്തതിനാൽ കൂടെ ചേരാൻ നിവൃത്തിയില്ലാത്തതിൽ ക്ഷമ ചോദിക്കുകയും ചെയ്തു. ശമ്പള പ്രതീക്ഷ കളിലേക്കു വന്നപ്പോഴാണ് കിളിപോയത്. താൻ ഏകദേശം ആറുകോടി രൂപ ശമ്പളം വാങ്ങുന്നുണ്ടെന്നും തന്റെ കമ്പനിയിൽ നിന്ന് 15 കോടി രൂപ കിട്ടാനുണ്ടെന്നും സുഹൈൽ പറഞ്ഞു. ചേരണമെങ്കിൽ അതും ഞാൻ നൽകണമെന്നായിരുന്നു ആവശ്യം. ആ നമ്പറായിരുന്നില്ല ഞാൻ നോക്കുന്നത് എന്നതിനാൽ സംഭാഷണം അവിടെ വഴിമുട്ടി.

അല്ലാത്തപക്ഷം, ടീം തീർച്ചയായും കരുത്താർജ്ജിച്ചുകൊണ്ടേയിരുന്നു. ഉയർന്ന വളർച്ചയുടെ പാതയിലായിരുന്നതിനാൽ, അവരെ സന്തോഷി പ്പിക്കാൻ ഒഴിഞ്ഞു കിടന്നിരുന്ന എന്റെ വീട്ടിൽ താമസിപ്പിച്ചു. മുഴുവനായും ഫർണിഷ് ചെയ്ത മാൽവിയാ നഗറിലെ എന്റെ വീട്ടിൽ ഭവിക് രണ്ടു വർഷത്തിലേറെ താമസിച്ചു. വളർച്ചയിൽ ഞങ്ങൾ പാർട്ട്ണേഴ്സ് ആണെന്നു തോന്നിയതിനാൽ ഞാൻ വാടകയൊന്നും വാങ്ങിയിരുന്നില്ല. മാൽവിയാ നഗറിലെ എന്റെ കുടുംബവീടുപോലും പത്തിലേറെ യുവ എൻജിനീയർമാർക്കു താമസിക്കാൻ വിട്ടുകൊടുത്തിരുന്നു. അല്ലെങ്കിൽ ഇത്രയും പേർക്കു വാടകയ്ക്ക് ഇടം കിട്ടുവാൻ വിഷമിക്കുമായിരുന്നു. ഭവിക്കും ശാശ്വതും ഒരു ദിവസം ഗുജറാത്തിലേക്കു തിരിച്ചുപോകണമെന്ന രഹസ്യമായ ആഗ്രഹം സൂക്ഷിച്ചിരുന്നു. ഗുജറാത്തിൽ നിന്നൊരു യൂനികോൺ വന്നിട്ടില്ലെന്നു വിശദമാക്കിയ ഞാൻ അവരുടെ ഡൽഹി ജീവിതം കൂടുതൽ സുഖകരമാക്കാൻ വഴിവിട്ടു സഹായിച്ചു.

മികച്ച നിലയിൽ വർഷമവസാനിക്കുന്നു

2019 അവസാനിച്ചത് യുഎസിലേക്കുള്ള മറ്റൊരു തിരക്കിട്ട ധനസമാഹരണ യാത്രയോടെയാണ്. ഇത്തവണ എന്റെ കൂടെ ആ വർഷമാദ്യം കമ്പനിയിൽ ചേർന്ന അവിരാൽ ഗുപ്തയും ഉണ്ടായിരുന്നു. എന്റെ കൂടെ ഗ്രോഫേഴ്സിൽ ഇന്റേൺ ചെയ്ത ഗുപ്ത പിന്നീട് ലണ്ടൻ ബിസിനസ്സ് സ്കൂളിലേക്കു പോയി. ഇന്ത്യയിൽ തിരിച്ചെത്തിയ ശേഷം നല്ലൊരു ജോലി ലഭിച്ചില്ല. ജോലിക്കായി എന്നെ സമീപിച്ചപ്പോൾ ധനസമാഹരണത്തിൽ ഒപ്പം ചേരാൻ ആവശ്യപ്പെട്ടു. ഈ യാത്രയിൽ നിന്ന് അവിരാലിനെക്കുറിച്ചുള്ള ഒരോർമ്മ കൂടിക്കാഴ്ചകൾക്കിടയിലെ യാത്രയിൽ ക്ഷീണിച്ചു തളർന്നുറ ങ്ങുന്നതാണ്. ഒന്നിനു പിറകെ ഒന്നായി കൂടിക്കാഴ്ചകളിലേക്ക്, അടുത്ത പിച്ചിന് മാനസികമായി തയ്യാറെടുത്തുകൊണ്ട് മൈലുകൾ നീളുന്ന ഡ്രൈവിംഗിലായിരുന്നു അപ്പോൾ ഞാൻ. മുന്നിലുള്ള ലക്ഷ്യമാണ് എനിക്ക് അധിക ഊർജ്ജം തന്നത്. വിട്ടുവീഴ്ചയില്ലാത്ത സമീപനത്തിലൂടെ താരതമ്യേന യുവാക്കളായവരെ ക്ഷീണിപ്പിക്കുകയായിരുന്നു. തീർച്ചയായും അതു ഗുണം ചെയ്തു. ഇത്തവണ സീരീസ് സി ഫണ്ടിംഗിൽ കോട്യു മാനേജ്മെന്റിന്റെ നേതൃത്വത്തിൽ 75 മില്യൺ ഡോളർ സമാഹരിച്ചു. 425 മില്യൺ ഡോളർ പോസ്റ്റ് മണി വാല്യേഷനിൽ.

2019 അങ്ങേയറ്റം അസാധാരണ വർഷമായിരുന്നു. മൂന്ന് ഫണ്ടിംഗ് റൗണ്ട്, രണ്ട് പ്രധാന ഉത്പന്നത്തുടക്കം, വലിയൊരു പ്രചാരണത്തുടക്കം, ഏറ്റവും പ്രധാനമായി ഏതാണ്ട് അര ബില്യൺ ഡോളർ വാല്വേഷനും. ആ സമയത്ത് വെറും പതിനഞ്ചു മാസത്തിനിടെ പൂജ്യം ഡോളറിൽ നിന്ന് 425 മില്യൺ ഡോളറിലേക്ക് വാല്വേഷൻ ഉയർത്തിയ മറ്റൊരു സ്റ്റാർട്ടപ്പ് ഇന്ത്യയിലുണ്ടായിട്ടില്ല.

10

ബന്ധം വഷളാകുന്നു

'36 ലക്ഷത്തിൽ നിലനിർത്തുക'

കമ്പനിയുടെ ചെലവു നിയന്ത്രിക്കുന്ന കാര്യത്തിൽ എന്റെ ശമ്പളത്തിനും പ്രത്യേക പരിഗണനയൊന്നും കിട്ടിയില്ല. അതു കുറഞ്ഞ അവസ്ഥയിൽ തന്നെ തുടർന്നു. മാസങ്ങളിലെ കഠിനാദ്ധ്വാനവും വളർച്ച കൈവരിക്കലും തീരെക്കുറഞ്ഞ ശമ്പളവും. സെക്വോയയിലെ ഹർഷ്ജിത് സിംഗിന് എന്റെ ശമ്പളം കൂട്ടാനായി കത്തെഴുതി. വർഷത്തിൽ 60 ലക്ഷം രൂപയായി എന്റെ ശമ്പളം കൂട്ടുവാനുള്ള നിർദ്ദേശത്തിന് എനിക്കു കിട്ടിയ ഉപദേശം 36 ലക്ഷത്തിൽ നിർത്താനായിരുന്നു. അതെനിക്ക് ആദ്യമായി യാഥാർത്ഥ്യം വെളിപ്പെടുത്തി. വിസികൾ മില്യൺ ഡോളർ സ്വന്തം ശമ്പളമായി എഴുതിയെടുക്കുമ്പോൾ സ്ഥാപകർക്ക് അവരുടെ ന്യായമായ വിഹിതം നൽകാൻ പോലും വിമുഖത കാണിക്കുന്നു. ഇത് പണം എല്ലാ കഠിനജോലികളും ചെയ്യുമെന്ന അവരുടെ തെറ്റായ വിശ്വാസത്തിലുള്ള അങ്ങേയറ്റത്തെ തലതിരിഞ്ഞ യുക്തിയാണ്. അവർ സ്ഥാപകരെ കാണുന്നത് പ്രതിഫലമില്ലാത്ത അടിമകളെപ്പോലെയാണ്.

2020 ജനുവരിയിൽ സീരീസ് സി അവസാനിപ്പിച്ചശേഷം, സെക്വോയയിൽ നിന്നു ഞാൻ നേടിയതെന്താണെന്നു വച്ചാൽ ഫൗണ്ടർ, ഇഎസ്ഒപി ഷെയറുകൾ മൂന്നു മില്യൺ ഡോളറിന്റെ സെക്കൻഡറിയിൽ വാങ്ങാമെന്ന് ഇ-മെയിലിൽ കിട്ടിയ വാഗ്ദാനമാണ്. ഇതിൽ ഒരു മില്യൺ ബീനെക്സ്റ്റിൽ നിന്നും രണ്ടു മില്യൺ ഡോളർ സെക്വോയയിൽ നിന്നുമാണ് വരേണ്ടത്.

'എനിക്ക് തിങ്കളാഴ്ച നിക്ഷേപകകമ്മിറ്റി യോഗമുണ്ട്. അതിൽ സെക്കൻഡറി പാസ്സാക്കിയെടുക്കാം – ഔപചാരികതയുടെ കാര്യമേയുള്ളൂ.' ഒരു വാരാന്ത്യത്തിൽ ഹർഷ്ജിത് എനിക്കു വാഗ്ദാനം ചെയ്തു. ഹർഷ്ജിത്തിനെ വിളിക്കാൻ ഞാൻ ബുധനാഴ്ച വരെ കാത്തിരുന്നു. ഔപചാരിക ഇംഗ്ലീഷിൽ സംസാരിക്കാൻ തുടങ്ങിയപ്പോഴേ എനിക്കെന്തോ

പന്തികേട്ട തോന്നി. 'നമ്മുടെ നിക്ഷേപഘടനയിൽ ചില പ്രശ്നങ്ങളുണ്ട്. അതുകൊണ്ട് നിലവിലുള്ള ഫണ്ടിൽ നിന്നു കൂടുതൽ മൂലധനം സാദ്ധ്യമല്ല.' ഇതായിരുന്ന അവ്യക്തമായ, ഒട്ടും വിശ്വാസയോഗ്യമല്ലാതെ എനിക്കു നേരെയെറിഞ്ഞ ഒഴിവുകഴിവ്. എന്നോടു കളവാണ് പറഞ്ഞതെന്നു വ്യക്തം – അതു ഞാൻ നിസ്സാരമാക്കുകയില്ല. സെക്വോയയുടെ പേരിൽ ഹർഷ്ജിത് നൽകിയ വാഗ്ദാനമനുസരിച്ചാണ് സെക്കൻഡറിയിൽ ടേരു സാൻ ഒരു മില്യൺ ഡോളർ കൊണ്ടുവന്നത്. അവർ തങ്ങളുടെ വാഗ്ദാനത്തിൽ നിന്നു പിൻവാങ്ങുന്നു എന്നതിനു പുറമെ എന്നെ വിഷമിപ്പിച്ചത്, 75 മില്യൺ ഡോളറിന്റെ ഒരു റൗണ്ടിൽ, വരുന്ന എല്ലാ നിക്ഷേപകരെയും മൂല്യനിർണ്ണയത്തിലേക്കു തള്ളിവിടാൻ ഹർഷ്ജിത് എന്നെ പ്രേരിപ്പിച്ചു. എന്നിട്ടും അതൊന്നു കാണേണ്ട പോലും ആവശ്യം സെക്വോയയ്ക്കു തോന്നിയില്ല എന്നതാണ്. ഞാൻ കഠിനമായി ശ്രമിച്ചിട്ടും എന്റെ സീനിയർമാർ സെക്കൻഡറിക്ക് സമ്മതിച്ചില്ല എന്നോ, അല്ലെങ്കിൽ, അവർ ഈ നിർദ്ദേശം നഷ്ടമുണ്ടാക്കുന്നതാണെന്ന് കണ്ടെത്തിയെന്നോ അദ്ദേഹത്തിന് എന്നോടു പറയാമായിരുന്നു. സത്യസന്ധത പുലർത്താതെ ഏതോ പുനഃസംഘടനയുടെ തലയിലിട്ടത് തികഞ്ഞ ബാങ്കർ സ്റ്റൈലിൽ എന്റെ ബുദ്ധിയെ അപമാനിക്കുകയായിരുന്നു. തിരിഞ്ഞുനോക്കുമ്പോൾ, ഹർഷ്ജിത്തിലും സെക്വോയയിലുമുള്ള എന്റെ വിശ്വാസം അന്നു നഷ്ടപ്പെട്ടതാണ്. ഞാനയാളുടെ കോളുകൾ എടുക്കാതെയായി. മാത്രമല്ല, ഭവിക്കിന്റെ വിവാഹത്തിന് ഞങ്ങളൊരുമിച്ച് ഭാവനഗറിലേക്കു പറക്കുമ്പോൾ, വിവാഹസമയത്ത് ഞാൻ ഹർഷ്ജിത്തുമായി ഇടപഴകുമെന്ന് അവൻ പ്രതീക്ഷിക്കേണ്ടതില്ലെന്നും വ്യക്തമാക്കിയിരുന്നു. ഈ എപിസോഡ് വ്യക്തമായും അവരുടെ ദുരുദ്ദേശ്യത്തിന്റെ ആദ്യകാല സൂചനയായിരുന്നു.

യെസ് ബാങ്ക് ലിമിറ്റഡ് മൊറട്ടോറിയത്തിൻ കീഴിൽ

ഈ സംഭവം കൊണ്ടു പിന്മാറാതെ, 2020 മാർച്ചിൽ ധീരമായ ഒരു ജോലിക്കായി ഞാൻ പൂനയിലായിരുന്നു. ഞങ്ങളുടെ വായ്പാപ്രവർത്തനങ്ങൾക്കു നേതൃത്വം നൽകാൻ പരിചയസമ്പത്തും പ്രതിബദ്ധതയുമുള്ള ഒരാളെ വേണ്ടിയിരുന്നു. ബജാജ് ഫിനാൻസിലെ ഏറെ കൊട്ടിഘോഷിക്കപ്പെട്ട മുതിർന്ന ടീമിനെ ഇന്റർവ്യൂ ചെയ്യാൻ ഞാൻ തീരുമാനിച്ചു. ഇവർക്കു വർഷങ്ങളുടെ അനുഭവസമ്പത്തുണ്ട് എന്നു മാത്രമല്ല, ശമ്പളമായും ഇഎസ്ഒപിയായും കോടികൾ സമ്പാദിക്കുന്നുമുണ്ട്. അതുവഴി ടോണി പൂനയിൽ അതിശയകരമായ ജീവിതശൈലിയും. അവരിലൊരാൾ തിരിഞ്ഞുനിന്ന് *ഭായ്, 'ചരസ് പീകേ ആയാ ഹെ ക്യാ?'* (ചരസ്സടിച്ചിട്ടാണോ വന്നത്?) എന്നു പറയുന്നതു കേൾക്കാൻ പോലും തയ്യാറെടുത്തിട്ടാണ് ഞാൻ വന്നിട്ടുള്ളത്. വലിയത് ലക്ഷ്യമിടുന്നതാണ് പ്രധാനം എന്ന് എന്റെ അനുഭവത്തിൽ നിന്നു ഞാൻ പഠിച്ചിട്ടുണ്ട്. രസകരമെന്നു പറയട്ടെ, മുഴുവൻ

പേരും ഞാനുമായി കൂടിക്കണ്ടു – ഒന്നുകിൽ ഗൂഢാലോചനയുടെ പുറത്ത്, അല്ലെങ്കിൽ അവരുടെ സ്വന്തം വിപണിമൂല്യം കണ്ടെത്താൻ. രണ്ടും കൽപ്പിച്ചുള്ള വ്യക്തിപരമായ ഈ നീക്കത്തിലാണ് ഞാൻ വലിയൊരു വാർത്തയറിഞ്ഞത് – 2020 മാർച്ച് അഞ്ചു മുതൽ യെസ് ബാങ്ക് 30 ദിവസത്തെ മൊറട്ടോറിയത്തിലാണ്.

യെസ് ബാങ്കിന്റെ സാമ്പത്തികനില പരുങ്ങലിലായിരുന്നു. കുറച്ചുകാലമായി താഴോട്ടായിരുന്നു പോക്ക്. എങ്കിലും ഈ നീക്കം അപ്രതീക്ഷിതമായിരുന്നു. ഭാരത്പേയിൽ പാർട്ണർ ബാങ്കാണ് യെസ് ബാങ്ക്. അകത്തേക്കും പുറത്തേക്കുമുള്ള മിക്കവാറും എല്ലാ പണമിടപാടുകളും യെസ് ബാങ്ക് കറന്റ് അക്കൗണ്ട് വഴിയാണ്. ഞങ്ങളുടെ ക്യൂആർ കോഡുകൾ യെസ് ബാങ്ക് യുപിഐ ഹാൻഡിലാണ് ഉപയോഗിക്കുന്നത്. ഈയിടെയായി ഐസിഐസിഐ ബാങ്കുമായും ബന്ധമുണ്ടാക്കിയിരുന്നു. 70 ശതമാനം ബിസിനസ്സും യെസ് ബാങ്ക് ക്യൂആർ കോഡ് വഴിയും 30 ശതമാനം ഐസിഐസിഐ ബാങ്ക് വഴിയും എന്നതായിരുന്നു അപ്പോഴത്തെ നില. യെസ് ബാങ്ക് അക്കൗണ്ടുകൾ മരവിപ്പിച്ചതോടെ ഞങ്ങളുടെ 70 ശതമാനം ക്യൂആർ കോഡുകളും ഒറ്റരാത്രികൊണ്ട് പ്രവർത്തിക്കാതെയായി.

ഈ പ്രശ്നം തുടങ്ങിയ ദിവസം തന്നെയാണ് മധുവിധുവിന് ന്യൂസിലൻഡിൽ പോയിരുന്ന ഭവിക് ഇന്ത്യയിൽ തിരിച്ചെത്തുന്നത്. എല്ലാ ക്യൂആർ കോഡുകളും സ്വമേധയാ മാറ്റുക എന്നത് അസാദ്ധ്യമായിരുന്നു എന്നതാണ് ഞങ്ങൾ നേരിട്ട വെല്ലുവിളി. അതിനാൽ ഐസിഐസിഐ ബാങ്ക് ക്യൂആർ കോഡുകളും അതേ ഹാൻഡിലിലൂടെ പ്രവർത്തിക്കുന്ന സാങ്കേതിക പരിഹാരം വേണമായിരുന്നു. അതിന്റെ ചുമതല തന്റെ ടീമുമൊത്ത് ഭവിക് ഏറ്റെടുത്തു. ഇരുപത്തിനാലു മണിക്കൂറിനകം അതെല്ലാം ശരിയാക്കി. യെസ് ബാങ്ക് ഹാൻഡിലിൽ നിന്നു ഐസിഐസിഐ ഹാൻഡിലിലേക്ക്. ഫോൺപേയും ഇരുപത്തിനാലു മണിക്കൂറിനകം ഇതു ചെയ്തു സജീവമായി. അവരായിരുന്നു കൂടുതൽ കുഴപ്പത്തിൽ. വ്യാപാരികളുടെയും ഉപഭോക്താക്കളുടെയും ഭാഗത്തുള്ള അവരുടെ മുഴുവൻ ഇടപാടുകളും യെസ് ബാങ്കിലൂടെയായിരുന്നു.

മറ്റൊരു ധീരമായ നീക്കത്തിൽ, അവർക്കു നിക്ഷേപമുള്ള ഫോൺപേയുടെ എതിരാളി എന്ന നിലയിൽ ഞങ്ങൾ ബിസിനസ്സിലെ അപകടനില തരണം ചെയ്യുന്നതിന് അവരേക്കാൾ ഉൾക്കാഴ്ച പ്രകടിപ്പിച്ചുവെന്നും അവരിൽ നിന്നു വിപണിവിഹിതം അനുദിനം പിടിച്ചെടുക്കുകയാണെന്നും വാൾമാർട്ട് ബോർഡിനെ എഴുതിയറിയിക്കാൻ ഞാനീ അവസരം ഉപയോഗിച്ചു. അവർക്ക് ഒരു വാഗ്ദാനവും നൽകി. ഫോൺപേ ബിസിനസ്സിന്റെ വ്യാപാരിവശം ഭാരത്പേയ്ക്കു വിറ്റാൽ ഞങ്ങൾ ഉപഭോക്തൃ പക്ഷത്തേക്കു കടക്കില്ല എന്ന കിടമത്സരമൊഴിവാക്കുന്ന വാഗ്ദാനമായിരുന്നു അത്. അതൊരു നാണംകെട്ട പ്രവൃത്തിയായി തോന്നുമെങ്കിലും, എതിരാളിക്ക് ഓഫർ നൽകേണ്ടത് അവർ തകർച്ചയിലോ

സംശയത്തിലോ ആയിരിക്കുമ്പോഴാണെന്ന വസ്തുത നിലനിൽക്കുന്നു. അവരെന്റെ വാഗ്ദാനം സ്വീകരിച്ചിരുന്നെങ്കിൽ, ശക്തമായ ഉത്പന്നങ്ങളായ 12 ശതമാനം ക്ലബ്, പോസ്റ്റ് പേ, യൂനിറ്റി എസ്എഫ്ബി എന്നിവയുമായി പോരാടേണ്ടി വരില്ലായിരുന്നു. യഥാർത്ഥത്തിൽ, ഫോൺപേ ഈ നിമിഷം വരെ ഒരു രൂപപോലും ഒരു വ്യാപാരിക്കും വായ്പ നൽകിയിട്ടില്ല.

എൻബിഎഫ്സി ലൈസൻസ്

യെസ് ബാങ്ക് പ്രതിസന്ധിയിൽ നിന്നു കരകയറിയ ശേഷം 2020 മാർച്ചിൽ മറ്റൊരു തിരിച്ചടി നേരിട്ടു. വായ്പാകാര്യത്തിൽ ഞങ്ങൾ എൻബിഎഫ്സി പാർട്ണർമാരായ ലിക്വിലോൺസ്, ലെൻഡെൻക്ലബ്, ഹിൻഡൻ, മംമ്താ പ്രോജക്ട്സ് എന്നിവരുമൊത്താണ് പ്രവർത്തിച്ചിരുന്നത്. മംമ്താ പ്രോജക്ടിലും ഹിൻഡനിലും കമ്പനിയെന്ന നിലയിൽ മൈനോരിറ്റി ഓഹരികൾ എടുത്തിരുന്നു. ലെൻഡൻ ക്ലബ്ബിലും ഇക്വിലോൺസിലും ഞാൻ തന്ത്രപരമായി നിക്ഷേപിച്ചു. പോകെപ്പോകെ, ഞങ്ങൾക്ക് സ്വന്തമായി ഒരു വായ്പാ ലൈസൻസ് ആവശ്യമാണെന്ന് വ്യക്തമായി. നിയമപരമല്ലാതെ പ്രവർത്തിക്കുക എന്നതു ദീർഘകാല സാദ്ധ്യതയല്ല. പേയ്മെന്റ് അഗ്രിഗേറ്റർ എന്ന നിലയിലാണോ ലെൻഡർ എന്ന നിലയിലാണോ ലൈസൻസ് എടുക്കേണ്ടത് എന്നായിരുന്നു സംശയം. ഞങ്ങളുടെ ബിസിനസ്സിന്റെ കാതൽ വായ്പ നൽകലായതുകൊണ്ട് ലെൻഡിംഗ് ലൈസൻസാണ് വേണ്ടതെന്ന് എനിക്കു വ്യക്തമായിരുന്നു.

2019 ഓഗസ്റ്റിന്റെ തുടക്കത്തിൽത്തന്നെ എൻബിഎഫ്സി ലൈസൻസിന് വേണ്ട അപേക്ഷ നൽകി ശ്രമം തുടങ്ങി. റെസിലിയന്റ് ക്യാപിറ്റൽ പ്രൈവറ്റ് ലിമിറ്റഡ് എന്ന പേരിൽ അനുബന്ധ കമ്പനിയും തുടങ്ങി. 2020 മാർച്ചിൽ ഞങ്ങളുടെ എൻബിഎഫ്സി അപേക്ഷ തിരിച്ചയച്ചതായി (നിരസിച്ചതല്ല) റിസർവ് ബാങ്കിൽ നിന്നൊരു അറിയിപ്പ് കിട്ടി. മൗറീഷ്യസ് ആസ്ഥാനമായ ഞങ്ങളുടെ നിക്ഷേപകരെക്കുറിച്ചുള്ള വിശദാംശങ്ങൾ നേടാൻ കഴിയാത്തതിനാലാണിത്. 2020 മുതൽ മൗറീഷ്യസിനെ ഫിനാൻഷൽ ആക്ഷൻ ടാസ്ക് ഫോഴ്സിന്റെ ഗ്രേ ലിസ്റ്റിൽ പെടുത്തിയിരിക്കുകയാണ്. സാന്ദർഭികമായി പറയട്ടെ, ഞങ്ങൾക്ക് വിനയായ മൗറീഷ്യസ് നിക്ഷേപകർ സെക്വോയ ആയിരുന്നു. ഇത് ഞങ്ങൾക്ക് വലിയൊരു തിരിച്ചടിയായി. സെക്വോയയുമായുള്ള ബന്ധത്തിൽ രണ്ടാമത്തെ ആണിയും.

പിന്തിരിയാതെ, ഈ പ്രശ്നം മറികടക്കാൻ ഞാൻ തീരുമാനിച്ചു. ഞങ്ങളുടെ എൻബിഎഫ്സി ലൈസൻസിനുള്ള അപേക്ഷ തിരിച്ചയച്ചെങ്കിലും ബാങ്കിംഗ് ലൈസൻസ് കിട്ടുമെന്ന ധീരമായ വാഗ്ദാനം നിക്ഷേപകർക്കു നൽകാൻ പോലും ഞാൻ തയ്യാറായി. പക്ഷേ, ഈ സമയത്ത് എങ്ങനെയെന്ന് എനിക്ക് അറിയില്ലായിരുന്നു. പിന്നീട്, ഈ വാഗ്ദാനം നിറവേറ്റിയ, ഇന്ത്യൻ ഫിൻടെക് പരിസ്ഥിതിയിലെ ഏക സ്ഥാപകനായി ഞാൻ.

2020 മാർച്ച് അവസാനത്തോടെ ലോക്ക്ഡൗൺ പ്രഖ്യാപിച്ച് രാജ്യവ്യാപകമായി സ്റ്റോപ്പ് ബട്ടൺ അമർത്തുന്നതുവരെ പ്രതിസന്ധി തരണം ചെയ്യാനുള്ള പ്രവർത്തനങ്ങൾ തുടർന്നു. ഭാരത്പേ തുടങ്ങിയതുമുതൽ മാസാമാസം ഞങ്ങൾ വളർച്ച നേടിയിരുന്നു. 2018 ഓഗസ്റ്റിനു ശേഷം ആദ്യമായി 2020 ഏപ്രിൽ വ്യത്യസ്തമായി. ഞങ്ങളെ സംബന്ധിച്ചിടത്തോളം പ്രശ്നം അതിശയോക്തിപരമായിരുന്നു. രാജ്യം മുഴുവൻ സ്തംഭനാവസ്ഥയിൽ ആയിരുന്നെങ്കിലും വായ്പകൾക്ക് സർക്കാർ മൊറട്ടോറിയം പ്രഖ്യാപിച്ചിരുന്നു. ഞങ്ങളുടെ ഭാഗ്യത്തിന് കുടിശ്ശിക അധികമുണ്ടായിരുന്നില്ല. വായ്പാപരിപാടികൾ തുടങ്ങിയിട്ട് ഒരു വർഷമേ ആയിരുന്നുള്ളൂ എന്നതാണ് കാരണം.

വിപണി തുറന്നപ്പോഴും ഭാഗ്യം ഞങ്ങളുടെ കൂടെനിന്നു. പണമിടപാടുകളിൽ യുപിഐ-ക്ക് വലിയ കുതിച്ചുചാട്ടമുണ്ടായി. കറൻസി നോട്ടിലൂടെ വൈറസ് പകരും എന്ന പേടിയായിരുന്നു കാരണം. 2019 സെപ്റ്റംബർ മുതൽ 2020 മാർച്ച് വരെയുള്ള ആറു മാസം യുപിഐ ഇടപാടുകളുടെ കുത്തൊഴുക്ക് മാസത്തിൽ 1.2 ബില്യൺ എന്ന നിരക്കിലായിരുന്നു. 2020 ഏപ്രിലിൽ ഇത് 0.9 ബില്യൺ ആയി കുറഞ്ഞു. എന്നാൽ ലോക്ക്ഡൗൺ വന്ന് ഒരു വർഷമാകുമ്പോഴേക്ക് യുപിഐ ഇടപാടുകൾ മൂന്നിരട്ടി വർദ്ധിച്ചു. മാസം 3.6 ബില്യൺ ഇടപാടുകൾ. കോവിഡ് തരംഗം കാരണം ആളുകൾ സ്വന്തം നാട്ടിലേക്കു തിരിച്ചുപൊയ്ക്കൊണ്ടിരുന്നപ്പോൾ യുപിഐ വന്നഗരങ്ങളിൽ നിന്ന് രണ്ടാം നിര, മൂന്നാംനിര പട്ടണങ്ങളിലേക്കുമെത്തി. ഒരു പണമിടപാടു രീതി എന്ന നിലയിൽ യുപിഐ-ക്ക് വലിയ ഊർജ്ജമാണ് രാജ്യവ്യാപകമായ ലോക്ക്ഡൗൺ നൽകിയത്.

സാഹചര്യവും താഴെത്തട്ടിലെ ബിസിനസ്സിന്റെ നേർക്കാഴ്ചയുമുള്ള ഏക വായ്പാസ്ഥാപനമെന്ന വസ്തുതയും കണക്കിലെടുക്കുമ്പോൾ, ഞങ്ങൾക്കിപ്പോൾ വായ്പാ ബിസിനസ്സ് തുടങ്ങാവുന്നതാണ്. മറ്റു സമാനസ്ഥാപനങ്ങളൊന്നും വർഷാവസാനത്തേക്കല്ലാതെ വായ്പാപദ്ധതികൾ തുടങ്ങില്ല. ഇതു ഞങ്ങൾക്കു വലിയ മുൻതൂക്കമാണ് നൽകുന്നത്.

സുഹൈൽ സമീർ

തുടർച്ചയായ വളർച്ചയെന്നാൽ ദൈനംദിന കാര്യങ്ങൾ നോക്കിനടത്താൻ അടിയന്തിരമായി ഒരാളെ വേണമെന്നാണർത്ഥം. ഞാൻ അപ്രതീക്ഷിതമായി സുഹൈൽ സമീറിനെ വിളിച്ചു. ചീഫ് ബിസിനസ്സ് ഓഫീസർ സ്ഥാനത്തേക്കുവേണ്ടി മുമ്പൊരിക്കൽ ഞങ്ങൾ കൂടിക്കാഴ്ച നടത്തിയിരുന്നു. അന്നു സുഹൈൽ ഗോയങ്ക ഗ്രൂപ്പിൽ നിന്നു കിട്ടാനുള്ള 15 കോടി രൂപയ്ക്കുവേണ്ടി കാത്തിരിക്കുകയായിരുന്നു. ആ തുകയ്ക്ക് എനിക്കൊരിക്കലും വാങ്ങാൻ പറ്റുമായിരുന്നില്ല.

ആളെ ഞാൻ ഓഫീസിലേക്ക് വിളിപ്പിച്ചു. മുമ്പുകണ്ട മനുഷ്യനേ ആയിരുന്നില്ല സുഹൈൽ ഇപ്പോൾ. ഒരുപാട് ഭാരം കുറഞ്ഞു.

മുമ്പത്തെയാളുടെ ഒരു ഭാഗം മാത്രം എന്നേ തോന്നു. നീണ്ട 'മൗലാന' താടി വച്ചിട്ടുണ്ട്. അതോടെ അയാളുടെ ഭാവം തന്നെ മാറിപ്പോയി. *'വെല്ല ബൈത്താ ഹൂം'* (വെറുതെയിരിക്കുകയായിരുന്നു), ഈ ദിവസങ്ങളിൽ എന്തു ചെയ്യുകയായിരുന്നു എന്ന ചോദ്യത്തിനുള്ള കുറ്റസമ്മതം. ആർ. പി. സഞ്ജീവ് ഗോയങ്ക ഗ്രൂപ്പിൽ നിന്ന് 15 കോടി രൂപ കിട്ടിയശേഷം (ഞാനൊരിക്കലും ഉറപ്പു വരുത്തിയിട്ടില്ല) സ്ഥാപനം വിട്ട സുഹൈൽ പുതിയ ജോലി തേടിക്കൊണ്ടിരിക്കുകയാണ്. സംഭാഷണം പുരോഗമിച്ചപ്പോൾ സ്ഥിരശമ്പളമായി 1.75 കോടിയും ആകർഷകമായ ഇഎസ്ഒപിയും ഞാൻ വാഗ്ദാനം ചെയ്തു; ഗ്രൂപ്പ് പ്രസിഡന്റെന്ന ഔദ്യോഗിക പദവിയും. എന്റെ ഉദ്ദേശ്യം ലളിതമായിരുന്നു : ഞാൻ വലിയ പ്രശ്നങ്ങൾ പരിഹരിക്കുമ്പോൾ അവ മികച്ച രീതിയിൽ നടപ്പാക്കാൻ ആരെങ്കിലും വേണമായിരുന്നു. എല്ലാ സിഎക്സ്ഒ-മാരും ബിസിനസ്സ് നടപ്പാക്കലിന്റെ കാര്യത്തിൽ സുഹൈലിനും, നയപരവും ഉത്പന്നത്തെ സംബന്ധിച്ചതും മനുഷ്യവിഭവശേഷിയെ സംബന്ധിച്ചതുമായ കാര്യങ്ങളിൽ എനിക്കും റിപ്പോർട്ട് ചെയ്യത്തക്ക രീതിയിൽ കമ്പനിയിൽ സുഹൈലിന്റെ സ്ഥാനം ഉറപ്പിച്ചു.

അതേസമയം തന്നെ ഒരു സിഎച്ച്ആർഒ-യെയും നിയമിച്ചു – ജസ്പ്രീത് കൗർ. ജീവനക്കാരുടെ വളർച്ച എന്റെ ഉത്തരവാദിത്തമായിരുന്നതിനാൽ ജസ്പ്രീത് എനിക്കായിരുന്നു റിപ്പോർട്ട് ചെയ്യേണ്ടിയിരുന്നത്. എന്റെ കരിയറിലെ നാലു വമ്പൻ നിയമന അബദ്ധങ്ങളിൽ രണ്ടെണ്ണമായിരുന്നു ഇത്.

തുടർന്നുള്ള ദിവസങ്ങളിൽ തൊഴിൽ നൈതികതയുടെ കാര്യത്തിൽ സുഹൈൽ ഉയർന്ന മാർക്ക് നേടി. രാവിലെ നേരത്തെ വന്ന് ഏറെ വൈകുംവരെ ജോലി ചെയ്തു. സ്ഥാപനത്തിനകത്ത് സുഹൃത്തുക്കളെ ഉണ്ടാക്കാനും ഉത്സുകനായിരുന്നു. നിരവധി പേർ സിഇഒ സ്ഥാനം മോഹിച്ചിരിപ്പുണ്ടായിരുന്നു. അങ്ങനെ ഈ നിയമനത്തെ ആശങ്കയോടെ കണ്ടിരുന്നവർ പോലും സുഹൈലിന്റെ അടുത്തുചെന്ന് കൂട്ടായി. കാര്യനിർവ്വഹണത്തിൽ ഒന്നാന്തരമായിരുന്നെങ്കിലും വലിയ കാൻവാസിൽ കാര്യങ്ങൾ കാണാൻ കഴിയാത്തതും പുത്തൻ ആശയങ്ങൾ അവതരിപ്പിക്കാൻ കഴിയാത്തതും എനിക്കു വെല്ലുവിളിയായി. കാര്യനിർവ്വഹണത്തിലാകട്ടെ എനിക്കൊരു പരാതിയുമുണ്ടായിരുന്നില്ല.

ആ സമയത്തുണ്ടായ ചെറിയൊരു സംഭവം എന്നെ അത്ഭുതപ്പെടുത്തി. ഭാരത്പേയിലെ ചീഫ് ഓപ്പറേറ്റിംഗ് ഓഫീസർ ധ്രുവ് ധൻരാജ് ബാൽ എന്നെ വിളിച്ചു. ജസ്പ്രീത് സിഎച്ച്ആർഒ ആയി വരുംമുമ്പ് ധ്രുവിനായിരുന്നു മനുഷ്യവിഭവശേഷിയുടെ അധികച്ചുമതല. രാവിലെ ഒരു അജ്ഞാത ഇ-മെയിൽ സന്ദേശം ലഭിച്ച കാര്യം ധ്രുവ് എന്നെ അറിയിച്ചു. സുഹൈലിന്റെ ഇഎ സ്ഥാനത്തേക്ക് പരിഗണിക്കുന്ന സ്ത്രീയെക്കുറിച്ചായിരുന്നു അത്. വലിയ അബദ്ധമാണ് നിങ്ങൾ കാണിക്കുന്നത് എന്നായിരുന്നു സന്ദേശം. ഈ സ്ത്രീയുമായി സുഹൈലിനു ബന്ധമുണ്ടെന്നും ഈ സ്ത്രീ കാരണമാണ്

ആർ.പി. സഞ്ജീവ് ഗോയങ്ക ഗ്രൂപ്പിൽ നിന്ന് സുഹൈലിനെ പുറത്താക്കിയ തെന്നും സന്ദേശത്തിൽ വെളിപ്പെടുത്തി.

സുഹൈലിനെ പുറത്താക്കിയതാണെന്ന വിവരം എന്നെ ഞെട്ടിച്ചു. ആളുകൾക്ക് സംശയത്തിന്റെ ആനുകൂല്യം നൽകുന്നതായിരുന്നു എന്റെ പതിവുരീതി. ഒന്നുകിൽ ഇക്കാര്യം വിശദമായി അന്വേഷിക്കാം. അല്ലെങ്കിൽ ആ സ്ത്രീയെ നിയമിക്കാതിരിക്കാം. രണ്ടാമത്തെ മാർഗ്ഗമാണ് ഞാൻ സ്വീകരിച്ചത്. സുഹൈലിനെ വിളിച്ച് ഇങ്ങനെയാണറിഞ്ഞതെന്നും ആ സ്ത്രീയെ നിയമിക്കുന്നില്ലെന്നും പറഞ്ഞത് ഓർക്കുന്നു. അതു നന്നായെന്ന് പറഞ്ഞ് സുഹൈൽ അക്കാര്യം ചിരിച്ചുതള്ളി. ഇക്കാര്യം അവിടെ അവസാനിച്ചെങ്കിലും ഈ നിർണ്ണായകസ്ഥാനത്തേക്കുള്ള നിയമനത്തിൽ കൂടുതൽ ശ്രദ്ധ വേണ്ടിയിരുന്നെന്നും അയാളുടെ പഴയ സഹപ്രവർത്തകരിൽ നിന്നു നേരിട്ടു കാര്യങ്ങൾ അന്വേഷിക്കേണ്ടതായിരുന്നു എന്നും പിന്നീടുണ്ടായ സംഭവങ്ങളിൽ നിന്ന് ഞാൻ മനസ്സിലാക്കി.

ട്വിറ്റർ പ്രചാരണം

എന്റെ കൈനിറയെ നയപരവും നടത്തിപ്പുപരവുമായ ഒരുപാട് പ്രശ്നങ്ങളുണ്ടായിരുന്ന സമയത്ത് 2020-ലെ വേനൽക്കാലത്തെപ്പോഴോ പൈൻലാബ്സ് സിഇഒ അമരീഷ് റാവുവിന്റെ തുടർച്ചയായ ട്വീറ്റുകളിലേക്കാണ് ഞാൻ ഉണർന്നത്. പേരു പറയാതെ ഭാരത്പേയെ ഉന്നംവച്ചുള്ളതായിരുന്നു ട്വീറ്റുകൾ. പൂജ്യം ശതമാനം എം.ഡി.ആർ. വാഗ്ദാനത്തിലൂടെ ചില 'ചെറിയ' ഫിൻടെക് കമ്പനികൾ ഇന്ത്യയുടെ പണമിടപാട് ആവാസവ്യവസ്ഥയെ തകർക്കുകയാണെന്നായിരുന്നു റാവുവിന്റെ ട്വിറ്ററിലെ മുറുമുറുപ്പ്. എന്തുകൊണ്ടാണ് ഇത്തരമൊരു ട്വീറ്റ് എന്ന് റാവുവിനോടു വാട്സ്ആപ്പ് ചെയ്തു ചോദിക്കാൻ ഞാൻ തീരുമാനിച്ചു. നിങ്ങൾ വിപണിയെ നശിപ്പിക്കുകയാണെന്നും മന്ത്രാലയത്തിലെ ചിലർ ഇക്കാര്യത്തോട് യോജിച്ചെന്നും പറഞ്ഞത് എന്നെ ശുണ്ഠി പിടിപ്പിച്ചു. *'മിനിസ്ട്രി കി ധംകി കിസെ ദെ രഹെ ഹോ'* (മന്ത്രാലയത്തിന്റെ പേരു പറഞ്ഞ് നിങ്ങൾ ആരെയാണ് ഭീഷണിപ്പെടുത്തുന്നത്?), ഞാൻ ചോദിച്ചു. ഞാൻ നന്നായി അറിയണമെന്നായിരുന്നു മറുപടി. അത് ഞാൻ ഒട്ടും ദയയോടെ സ്വീകരിക്കാത്ത മുഖംമൂടിയണിഞ്ഞ ഭീഷണിയായിരുന്നു.

പൈൻലാബ്സിൽ സെക്വോയയ്ക്ക് 70 ശതമാനം ഓഹരിയുണ്ടായിരുന്നു. സെക്വോയ എംഡി ശൈലേന്ദ്ര സിംഗിന്റെ വളരെ അടുത്തയാളായി അറിയപ്പെട്ടിരുന്ന അമരീഷ്. ഇരുവരും സിംഗപ്പൂരിൽ നിന്നുള്ളവരാണ്. ശൈലേന്ദ്രയുടെ നിക്ഷേപമാണ് പൈൻലാബ്സ്. അതുകൊണ്ടുതന്നെ അവരുടെ മുൻഗണനാക്രമത്തിൽ യോഗ്യത പരിഗണിക്കാതെ ഏറെ മുന്നിലും. യഥാർത്ഥത്തിൽ, മൂന്നു ബില്യൺ ഡോളറിലധികം മൂല്യനിർണ്ണയത്തിൽ പൈൻലാബ്സിനെ പബ്ലിക് ആക്കിയാൽ അമരീഷിന് 50 മില്യൺ ഡോളർ വ്യക്തിഗതഫലം നൽകാൻ

സെക്വോയയ്ക്കു ബാദ്ധ്യതയുണ്ട്. കാലക്രമേണ, യുപിഐ ഇടപാടുകൾ ഉയർന്നപ്പോൾ പൈൻ ലാബിൻ വലിയ നഷ്ടം വന്നുവെന്നത് വേറെ കാര്യം. കാർഡ് ഇടപാടുകൾ സ്തംഭിച്ചതാണ് കാരണം. ക്രെഡിറ്റും യുപിഐ പാളത്തിൽ കയറി. സൈബർ ആക്രമണം നിർത്താൻ ഞാൻ സെക്വോയയോട് അസന്ദിഗ്ധമായി ആവശ്യപ്പെട്ടു. ഇതു ശൈലേന്ദ്രയ്ക്ക് ചൊറിച്ചിലുണ്ടാക്കി. അദ്ദേഹം മിക്കി മൽക്കയെ വിളിച്ച് ഞാൻ അമ്പലത്തേക്കാൾ വലിയ പ്രതിഷ്ഠയാകുന്നെന്നു പറഞ്ഞു. സെക്വോയയുടെ രാഷ്ട്രീയസ്വഭാവം അംഗീകരിച്ച മിക്കി ഞാൻ സെക്വോയയ്ക്ക് എഴുതാൻ പാടില്ലായിരുന്നെന്ന് ഉപദേശിച്ചു. എന്റെ ഓഹരികളെ അവർക്ക് എളുപ്പം കുട്ടിയിടാനാകും. എക്കാലവും ഞാൻ എന്റെ കാര്യം മാത്രം നോക്കിയാണ് നടന്നതെന്നും എനിക്കുനേരെ തിരിഞ്ഞപ്പോൾ തിരിച്ചടിച്ചെന്നു മാത്രമേ യുള്ളുവെന്നും ഞാൻ മിക്കിയോടു പറഞ്ഞു. എന്തായാലും, മിക്കിയെ മാനിച്ചുകൊണ്ട്, ക്ഷമ പറയാൻ ഞാൻ വഴങ്ങി.

എന്റെ ബോർഡിലുണ്ടായിരുന്ന, പേ-യുവിലെ ജിതേന്ദ്ര ഗുപ്തയുടെ ഇടപെടലോടെ ക്ഷമ പറയാൻ സെക്വോയയുമായി അവസരമൊരുങ്ങി. സെക്വോയയുമായുള്ള ബന്ധം അപ്പോഴേക്കും അങ്ങേയറ്റം വഷളായിരുന്നു. 2020 ഓഗസ്റ്റിലെ, അവരുടെ വാർഷിക നിക്ഷേപക സമ്മേളനത്തിലെ പ്രസംഗകൻ എന്ന നിലയിലുള്ള എന്റെ പേര് വെട്ടിക്കളയാൻ വരെ അവർ തീരുമാനമെടുത്തു.

ഈ സംഭവങ്ങളെല്ലാം അരങ്ങേറുമ്പോൾത്തന്നെ, നിയമപരമായ കളിയിലും തോൽവി സംഭവിക്കുമോ എന്ന ആശങ്കയും മിക്കി മുന്നോട്ടുവച്ചു. നിയന്ത്രണങ്ങളെക്കുറിച്ചുള്ള അമിതചിന്തയ്ക്കു കാരണമായത് റിബ്ബിറ്റ് യുഎസിൽ റോബിൻഹുഡ് എന്ന ഫിൻടെക്കിൽ നിക്ഷേപിച്ച് ആകെ വിഷമിച്ച സംഭവമാണ്. പണക്കാരിൽ നിന്നും കവർന്ന് പാവങ്ങൾക്കു നൽകിയ മദ്ധ്യകാലത്തെ ഐതിഹാസിക തസ്കരന്റെ പേരിലുള്ള റോബിൻഹുഡ് ധനകാര്യത്തെ ജനാധിപത്യവത്കരിക്കാൻ ശ്രമിച്ചു. എന്നാൽ കാര്യങ്ങൾ അവരുദ്ദേശിച്ച വഴിക്കു വന്നില്ല. ഉപഭോക്തൃ നിക്ഷേപങ്ങൾ എടുക്കുന്നതിന് ഫെഡറൽ ശിക്ഷാനടപടി സ്വീകരിച്ച തിനെത്തുടർന്ന് കമ്പനി മാസങ്ങളോളം സ്തംഭിച്ചു.

ഞങ്ങളുടെ കാര്യത്തിൽ, എൻബിഎഫ്സി ലൈസൻസ് ലഭിച്ചിട്ടില്ല. ഞങ്ങളുടെ നൂതനവും വിജയകരവുമായ പി2പി ബിസിനസ്സിനെക്കുറിച്ച് റിസർവ് ബാങ്കിനെ തെറ്റിദ്ധരിപ്പിക്കാൻ ധാരാളം പേരുണ്ട്. ചില എതിരാളികൾക്ക് സാങ്കേതികവിദ്യ നവീകരിച്ച് ഈ ഇടത്തിലേക്ക് കടന്നുകയറാനാകുന്നില്ല. മറ്റുള്ളവർ അവരുടെ ഭരണാധികാരികളെ ബോധ്യപ്പെടുത്തി അനുവാദം വാങ്ങാൻ പാടുപെട്ടു. അതിനാൽ മറ്റുള്ളവരെ വലിച്ചു താഴെയിടുന്ന ഞണ്ടിന്റെ മാനസികാവസ്ഥയിലായി. ഞങ്ങളുടെ നിർദ്ദേശങ്ങൾ വിപണിയിൽ അതിവേഗം വളരുകയാണ് എന്നതിനാൽ ഒരു ബാങ്കിംഗ് ലൈസൻസിനുവേണ്ടി നീങ്ങണമെന്നത് വ്യക്തമാണ്.

എനിക്ക ലൈസൻസ് കിട്ടുന്ന സമയംവരെ, ആർബിഐയുമായി ഇടപഴകുന്നതിനും ഞങ്ങളുടെ എതിരാളികൾ പറഞ്ഞുപരത്തുന്ന കഥയല്ലാതെ, ഞങ്ങളുടെ ഉത്പന്നങ്ങളുടെ ശരിയായ ചിത്രം അവർക്ക നൽകുന്നതിനും വിശ്വസനീയമായ ഒരു മുഖം ആവശ്യമാണെന്ന് ഞാൻ മനസ്സിലാക്കി. ഈ സമയത്താണ് ഞങ്ങളുടെ ബോർഡിൽ വരാൻ ഞാൻ കേവൽ ഹാൻഡയെ സമീപിച്ചത്. അദ്ദേഹത്തിന്റെ ഭാര്യയുടെ മാതാപിതാക്കളും എന്റെ മുത്തശ്ശനും മുത്തശ്ശിയും നല്ല സുഹൃത്തുക്കളായിരുന്നു. കേവലിന് മികച്ച കോർപറേറ്റ് കരിയർ ഉണ്ടായിരുന്നു. ഫൈസറിന്റെ ഫിനാൻസ് ഡയറക്ടറായിരിക്കെ, വ്യാജമരുന്ന് നിർമ്മിക്കുന്ന പല ഫാക്ടറികളേയും കെട്ടുകെട്ടിച്ചിരുന്നു. തുടർന്ന് മാഫിയ അദ്ദേഹത്തെ മയക്കമരുന്ന് നൽകി ഒരു കാട്ടിൽ മരിക്കാൻ വിട്ടു. തക്കസമയത്ത് സഹായമെത്തിയതുകൊണ്ട് രക്ഷപ്പെടുകയായിരുന്നു. പിന്നീട് ഫൈസർ ഇന്ത്യയുടെ എംഡിയാകുന്ന ആദ്യത്തെ ഇന്ത്യക്കാരനായി ഉയർന്നു. ഫൈസറിൽ നിന്നു വിരമിച്ചശേഷം യൂണിയൻ ബാങ്ക് ഓഫ് ഇന്ത്യയുടെ ചെയർമാനായും സേവനമനുഷ്ഠിച്ചു.

അങ്ങനെ കേവൽ ഞങ്ങളോടൊപ്പം ചേർന്നു. റിസർവ് ബാങ്കുമായുള്ള സംഭാഷണത്തിന് ഞാൻ വിവരങ്ങൾ തയ്യാറാക്കുമ്പോൾ, ഞങ്ങളുടെ ഭാഗത്തുനിന്ന് സംഭാഷണങ്ങൾക്ക് നേതൃത്വം നൽകാൻ അദ്ദേഹത്തെപ്പോലെ ഔന്നത്യമുള്ള ഒരാൾ ഉണ്ടായത് റെഗുലേറ്റർമാരുടെ സൗഖ്യനിലവാരത്തിലും സ്വീകാര്യതയിലും വലിയ മാറ്റമുണ്ടാക്കി.

ചില തിരിച്ചടികൾക്കിടയിലും, ഞങ്ങൾ ഒരിക്കൽ കൂടി 108 മില്യൺ ഡോളർ (90 മില്യൺ ഡോളർ പ്രൈമറിയിലും 18 മില്യൺ ഡോളർ സെക്കൻഡറിയിലും) 900 മില്യൺ ഡോളറിന്റെ പോസ്റ്റ് മണി വാല്യേഷനിൽ സീരീസ് ഡി ഫണ്ടിംഗിൽ സമാഹരിച്ച് സന്തോഷത്തോടെ വർഷം അവസാനിപ്പിച്ചു. ഒരു ആഭ്യന്തര റൗണ്ടിൽ നിലവിലുള്ള നിക്ഷേപകരും നല്ലതുപോലെ പങ്കെടുത്തു, തീർച്ചയായും, സെക്വോയ ഒഴികെ. ഒന്നുരണ്ടു കാരണത്താൽ ഇത്തവണ യൂണികോൺ ക്ലബ്ബിൽ ബോധപൂർവ്വം ശ്രമിച്ചില്ല. ഒന്നാമതായി, സീരീസ് എ-യിൽ നിന്നുള്ള മുഴുവൻ 75 മില്യൺ ഡോളറും തൊടാതെ കിടപ്പുണ്ട്. അധികമൂലധനമായി 165 മില്യൺ ഡോളറും. ബാങ്കിംഗ് ലൈസൻസിനുവേണ്ടിയുള്ള ചർച്ചകൾ നടക്കുമ്പോൾ, കയ്യിലുള്ള പണം റിസർവ് ബാങ്കിനു മുന്നിൽ കൂടുതൽ വിശ്വാസ്യത നൽകുമെന്ന് എനിക്കുറപ്പുണ്ടായിരുന്നു. രണ്ടാമതായി, ഞങ്ങൾ യൂണികോൺ ക്ലബ്ബിലില്ലാത്തതിനാൽ, ബിസിനസ്സ് ജേർണലിസ്റ്റുകളെന്നു പറയപ്പെടുന്ന ചിലരുടെ അനാവശ്യ ശ്രദ്ധ പിടിച്ചുപറ്റുകയുമില്ല. അവരുടെ മുഴുവൻസമയ ജോലി പുതിയ യൂണികോണുകളെ അപമാനിക്കുകയും വലിച്ചു താഴെയിടുകയുമാണ്.

ഈ സമാഹരണത്തിന്റെ ഒരു ഭാഗം പ്രൈമറി ഓഹരിവിൽപ്പനയിൽ നിന്നാണെങ്കിൽ ബാക്കി സെക്കൻഡറി ഓഹരിയിൽ നിന്നും. അത്

എയ്ഞ്ചൽ നിക്ഷേപകർക്കും ഇഎസ്ഒപി കൈവശമുള്ളവർക്കും എക്സിറ്റ് ചെയ്യാനുള്ള അവസരം നൽകി. അതെ, സീരീസ് ഡി-യിൽത്തന്നെ, ആദ്യം 0.3 മില്യൺ ഡോളർ നിക്ഷേപിച്ചവർക്ക് 18 മില്യൺ ഡോളറിന്റെ ക്യാഷ് റിട്ടേൺ നൽകാനായി. അവരിൽ ചിലർ ഇപ്പോഴും ഭാരത്പേയിൽ നിരവധി മില്യൺ ഡോളർ ഇക്വിറ്റി ഓഹരി ഉടമകളായുണ്ട്. അത് ഇന്ത്യയിൽ എയ്ഞ്ചൽ നിക്ഷേപകർക്കുള്ള ഏറ്റവും മികച്ച നിക്ഷേപമായി മാറി.

കാർ വിചിത്രം

രണ്ടാം ഘട്ട റൗണ്ടിനെക്കുറിച്ച് പറയുമ്പോൾ, വിചിത്രമായൊരു കഥയുണ്ട്. ഐഐടി ഡൽഹിയിൽ നിന്നു ബിരുദമെടുത്തവർക്ക് സൊമാറ്റോ സ്ഥാപകനും സ്റ്റാർട്ടപ്പിന്റെ മുഖചിത്രവുമായ ദീപിന്ദർ ഗോയൽ മാതൃകാ പുരുഷനാണ്. യഥാർത്ഥത്തിൽ, സ്റ്റാർട്ടപ്പുകളുടെ കാലഗണനയനുസരിച്ച്, ദീപിന്ദർ സൊമാറ്റോ തുടങ്ങി. അവിടുന്ന് പടർന്ന് അൽബിന്ദർ ഗ്രോഫേഴ്സ് ആരംഭിച്ചു. പിന്നെ ഞാൻ ഗ്രോഫേഴ്സ് വിട്ട് ഭാരത്പേ തുടങ്ങി. അങ്ങനെ സ്റ്റാർട്ടപ്പ് വംശപരമ്പരയിൽ ദീപിന്ദറാണ് മുത്തശ്ശൻ. ഞാൻ കൊച്ചുമകനും. ദീപിന്ദറിനും ആൽബിന്ദറിനും എനിക്കുമിടയിൽ പൊതുവായുള്ള അഭിനിവേശം വലിയ കാറുകളാണ്. അതൊരു പഞ്ചാബി സ്വഭാവമാകാം. കൂടുതലും ഡൽഹി-ചണ്ഡിഗഢ് ദേശീയപാത ഒന്നിനു ചുറ്റുമുള്ളവർക്ക്. സെക്കൻഡറി എക്സിറ്റിനു ശേഷം അൽബിന്ദറും സൗരഭ് കുമാറും റേഞ്ച് റോവറുകൾ വാങ്ങിയത് ഞാൻ കണ്ടിട്ടുണ്ട്. ഓരോ സെക്കൻഡറി കഴിയുമ്പോഴും ദീപിന്ദർ പുതിയ കാർ വാങ്ങുന്നതും എനിക്കറിയാം. ഞാൻ ഗ്രോഫേഴ്സിലുള്ളപ്പോഴാണ് ദീപിന്ദർ തന്റെ ബിഎംഡബ്ല്യൂ സെഡ് 4 വിറ്റത്. അത് വാങ്ങാൻ ആഗ്രഹമുണ്ടോ എന്ന് ആൽബിന്ദർ എന്നോടു ചോദിച്ചിരുന്നു. ആ നിർദ്ദേശം എന്നെ ആവേശഭരിതനാക്കിയെങ്കിലും ദീപിന്ദർ ബിഎംഡബ്ല്യൂ കൊടുത്ത് പുതിയ പോർഷെ വാങ്ങിയതോടെ അതു പൊലിഞ്ഞു. ഞാനൊരു സെക്കൻഡറി ചെയ്താൽ എനിക്കു ഞാൻ തന്നെ ഒരു കാറു സമ്മാനിക്കുമെന്ന് അന്നു പ്രതിജ്ഞ ചെയ്തതാണ്. പ്രതിജ്ഞയനുസരിച്ച്, ഭാരത്പേയിൽ നിന്ന് ഒരു മില്യൺ ഡോളറിന്റെ ആദ്യ സെക്കൻഡറി ലഭിക്കുന്നതിനു തൊട്ടുമുമ്പ് ഞാനൊരു സെക്കൻഡ് ഹാൻഡ് മേഴ്സിഡെസ് ബെൻസ് ജിഎൽഎസ് വാങ്ങി. ഒരു ഏഴു സീറ്റർ എസ്‌യുവി. 0005 എന്ന ജാർഖണ്ഡ് നമ്പറുള്ള ഈ കാർ മുമ്പ് എം.എസ്. ധോണി ഓടിച്ചതാണെന്ന കഥയും കാറിനൊപ്പം എനിക്കു വിറ്റിരുന്നു. ആ കാറിന്റെ ഉടമകളായിരുന്ന റിയൽ എസ്റ്റേറ്റ് കമ്പനിയുടെ ബ്രാൻഡ് അംബാസഡർ എന്ന നിലയിലായിരുന്നു ഇത് – ഞാനൊരിക്കലും സ്ഥിരീകരിക്കാൻ ശ്രമിക്കാത്ത കഥ.

ഈ കാർ വാങ്ങിയ ശേഷം, റൗണ്ടിനു മുമ്പ് ഞാൻ ഒരു കാർ വാങ്ങിയാലേ ഫണ്ടിംഗ് റൗണ്ട് അവസാനിക്കൂ എന്ന വിചിത്രമായ

അന്ധവിശ്വാസം എന്റെ മനസ്സിൽ അടിയുറച്ചിരുന്നു. ബാലിശമെന്നു തോന്നാമെങ്കിലും, ഇന്ത്യയുടെ ഒരു മത്സരത്തിൽ, നിങ്ങൾ നിൽക്കുന്നിടത്ത് നിൽക്കുന്നതുകൊണ്ടാണ് ഇന്ത്യ സ്കോർ ചെയ്യുന്നതെന്ന വിശ്വാസത്തിൽ പരിഭ്രാന്തരായി സ്ഥാനം മാറാതെ നിൽക്കുന്നതുപോലെയാണിത്. ഭാരത്പേയിലുണ്ടായ കാലത്ത് ഞാൻ വാങ്ങിയ മൂന്നു കാറും രണ്ടാം ഘട്ട റൗണ്ട് അവസാനിപ്പിക്കുന്നതിനു മുമ്പ്, പണം എന്റെ അക്കൗണ്ടിൽ എത്തുന്നതിനും മുമ്പ് വാങ്ങിയതാണ്.

0007 എന്ന നമ്പറുള്ള മേബാക്ക്, സീരീസ് ഡി-ക്കു തൊട്ടുമുമ്പാണ് വന്നത്. 7180 നമ്പറുള്ള പോർഷേ 718 കേമാൻ E സീരീസിനു തൊട്ടുമുമ്പും.

എന്റെ എല്ലാ കാറുകളും ഉപയോഗിച്ച കാറുകളായിരുന്നു (പണത്തിനു കൂടുതൽ മൂല്യം). മദ്യവിരോധി എന്ന നിലയിൽ മദ്യത്തിൽ നിന്നുള്ള സമ്പാദ്യമാണ് ഉപയോഗിച്ചത്. ആഡംബര കാറുകൾ സ്വന്തമാക്കാനുള്ള രസക്കൂട്ട് ഇപ്പോൾ നിങ്ങൾക്കറിയാം – കുടിക്കുകയോ വലിക്കുകയോ ചെയ്യരുത്!

11

സ്വയം രക്തസാക്ഷി

'നിങ്ങൾക്കൊരു ബാങ്കിനായി ലേലം വിളിക്കണോ?' 2020 അവസാനത്തോടെ സെൻട്രം ഗ്രൂപ്പ് ചെയർമാൻ ജസ്പാൽ ബിന്ദ്രയിൽ നിന്നുള്ള ഈ ചോദ്യം എന്നെ അത്ഭുതപ്പെടുത്തി.

ഗ്രോഫേഴ്സിലെ വലിയ ഖജനാവ് കൈകാര്യം ചെയ്യാനുള്ള അവസരം നഷ്ടപ്പെട്ടപ്പോൾ, ഭാരത്പേയുടെ ആദ്യ ദിവസങ്ങളിൽ സെൻട്രം എക്സിക്യൂട്ടീവുമാർ എന്നെ സമീപിച്ചപ്പോൾ തുടങ്ങിയതാണ് സെൻട്രവുമായുള്ള ബന്ധം. ഗ്രോഫേഴ്സിലെ ട്രഷറി കൈകാര്യം ചെയ്തിരുന്ന കോട്ടക്കും സിറ്റിയും എന്നെ എഴുതിത്തള്ളിയിരുന്നു. അവർ ബന്ധപ്പെടുന്നുണ്ടായിരുന്നില്ല. അവരുടേത് സർവ്വസാധാരണമായ *'കുർസി കൊ സലാം'* (കസേരയിലിരിക്കുന്നവനെ മാനിക്കുന്നു) മനോഭാവമായിരുന്നു. സെൻട്രത്തിന്റെ ആർഎമ്മുമാർ – നമുക്കവരെ സു എന്നും റോ എന്നും വിളിക്കാം – ഭാരത്പേയിലെ ആദ്യത്തെ ധനസമാഹരണമായ 1.92 കോടി രൂപ കൈകാര്യം ചെയ്യാനായി എന്നെ വന്നു കണ്ടപ്പോൾ, ഞാൻ വളരെ ചെറുതാണ്, ഈ ഓഫിസിലേക്കുള്ള ടാക്സി വാടകയ്ക്കു പോലും തികയില്ല എന്നു പരിഹസിച്ചു പറയുകയായിരുന്നു ഞാൻ. വ്യക്തമായും അവർക്കെന്നിൽ വിശ്വാസമുണ്ടായിരുന്നു. പിന്നീട് മുഴുവൻ ട്രഷറിയും കൈകാര്യം ചെയ്യാനുള്ള അവസരം കൊടുക്കുകയും ചെയ്തു. കാരണം, ബിസിനസ്സ് ചെറുതായിരുന്നപ്പോഴും കൂടെ നിന്നവരാണവർ. ഈ ബന്ധത്തിനൊപ്പമാണ് ഞാൻ അവരുടെ ചെയർമാൻ ജസ്പാൽ ബിന്ദ്രയെ കണ്ടത്. എന്റെ നിക്ഷേപകരോട് മാസങ്ങൾക്കു മുമ്പ് ഞാൻ ചെയ്തിരുന്ന വാദ്ഗാനം നിറവേറ്റുന്നതായിരുന്നു ബിന്ദ്രയുടെ ചോദ്യം.

അഴിമതിയിൽ കുടുങ്ങിയ പിഎംസി ബാങ്ക് പാപ്പരായതിന്റെ വെളിച്ചത്തിലായിരുന്നു ആ ചോദ്യം. റിസർവ് ബാങ്ക്, മുപ്പതുവർഷത്തെ പാരമ്പര്യമുള്ള സെൻട്രം ഗ്രൂപ്പിനോട് പിഎംസി ഏറ്റെടുക്കാനുള്ള സാദ്ധ്യത ആരായാൻ ആവശ്യപ്പെട്ടിരുന്നു. 2019 സെപ്റ്റംബറിലാണ് പിഎംസി ബാങ്കിന്റെ തട്ടിപ്പു പുറത്തുവന്നത്. മോശം വായ്പകൾ (മൂന്നുമാസത്തിലധികം പലിശ കുടിശ്ശികയായ) മറയ്ക്കാൻ സാങ്കൽപിക അക്കൗണ്ടുകളുണ്ടാക്കി

യെന്നതായിരുന്നു ആരോപണം. 7000 കോടിയിലേറെ വരുമായിരുന്ന ഈ തുക മിക്കവാറും പാപ്പരായിരുന്ന എച്ച്ഡിഐഎൽ ബാങ്കിനു നൽകിയതാണ്. പൊതുജനങ്ങളുടെ പതിനായിരം കോടിയിലധികം രൂപയുടെ നിക്ഷേപം ബാങ്കിലുണ്ട്. അതു കുഴപ്പത്തിലായി. അതുകൊണ്ടാണ് റിസർവ് ബാങ്ക് മൊറട്ടോറിയം പ്രഖ്യാപിച്ചത്. ബാങ്ക് ശരിക്കും വിഷമവൃത്തത്തിലായിരുന്നു. ഒരു ക്രാന്തദർശി തന്നെ വേണമായിരുന്നു ബാങ്കിന്റെ രക്ഷകനാകാൻ.

പ്രസിദ്ധമായ സ്റ്റാൻഡേർഡ് ചാർട്ടേഡ് ബാങ്കറാണ് ജസ്പാൽ. വിരമിച്ചതിനു ശേഷമാണ് സെൻട്രത്തിലെ പദവി ഏറ്റെടുത്തത്. പിഎംസി ഇടപാടിനു വേണ്ടി ആരും സെൻട്രത്തിന് മൂലധനം നൽകില്ലെന്ന് അദ്ദേഹത്തിന് അറിയാമായിരുന്നു. ഇക്കാര്യത്തിൽ ഒരു പങ്കാളി കൂടിയേ തീരൂ. സ്വർഗ്ഗത്തിൽ നടന്ന വിവാഹമാണിതെന്ന് ഞാൻ ഉടൻതന്നെ മനസ്സിലാക്കി. ആർബിഐ സെൻട്രത്തിനു ലൈസൻസ് കൊടുക്കുമ്പോൾ, ഭാരത്പേ എന്ന നിലയിൽ എനിക്കു പണം കൊണ്ടുവരാൻ കഴിയും. അതിനെ ഒരു ഡിജിറ്റൽ ബാങ്കാക്കി മാറ്റാനുള്ള പരിചയം ഉണ്ടെന്നത് ബിന്ദ്രയോട് പെട്ടെന്നു സമ്മതം മൂളാൻ ഇടയാക്കി.

'ഫ്രന്റ് ഫൂട്ടിൽ കളിക്കു,' 50:50 പങ്കാളിത്തം സമ്മതിച്ചുകൊണ്ടുള്ള എന്റെ സന്ദേശം ഇതായിരുന്നു.

2021 ജനുവരിയിൽ ഞങ്ങൾ ഔദ്യോഗികമായി പിഎംസിക്കുവേണ്ടി ലേലം കൊണ്ടു. ലിബർട്ടി ഗ്രൂപ്പിലെ സഞ്ജീവ് ഗുപ്തയും മുംബൈയിൽ നിന്നും ഹൈദരാബാദിൽ നിന്നുമുള്ള രണ്ടു കുടുംബങ്ങളുമായിരുന്നു പങ്കെടുത്ത മറ്റുള്ളവർ. ആഫ്രിക്കയിൽ ഉരുക്കു-ഖനി മേഖലയിൽ പ്രവർത്തിച്ചിരുന്ന രാജ്യാന്തര സമുച്ചയത്തിന്റെ സിഇഒയും ചെയർമാനുമായിരുന്നു സഞ്ജീവ് ഗുപ്ത തന്റെ ആഗോള ബിസിനസ്സിലെ ഫിനാൻഷ്യൽ സർവീസ് മൂലധനം വർദ്ധിപ്പിക്കുകയായിരുന്നു. ഗുപ്തയായിരുന്നു ലേലത്തിൽ എതിരാളി. ലിബർട്ടി ഗ്രൂപ്പിനു മൂലധനം കൊടുത്തിരുന്ന ഗ്രീൻസിൽ കാപിറ്റൽ 2021 മാർച്ചിൽ പാപ്പരായി. അവർ വലിയൊരു ആക്ഷേപത്തിൽ കുടുങ്ങിയിരുന്നു. യുകെയിലെ പ്രധാനമന്ത്രി വരെ ഉൾപ്പെട്ട അന്വേഷണമുണ്ടായി. അതോടെ ലേലത്തിൽ ഞങ്ങൾക്കു മാത്രമായി സ്വാഭാവിക സാധ്യത.

ലേലപ്രക്രിയ 2021 ജനുവരിക്കും ജൂണിനും ഇടയിലായിരുന്നു. ഞങ്ങളുടെ കാതലായ ബിസിനസ്സ് കത്തിക്കയറി. ലാഭത്തിലുള്ള, വായ്പ നൽകുന്ന ഒരേയൊരു ഫിൻടെക്കാണ് ഞങ്ങളുടേത്. പോരാത്തതിന് അപകടസാദ്ധ്യതയില്ലാത്തതും. കാരണം, മറ്റ് ഉപഭോക്താക്കളുടെ പി2പി നിക്ഷേപമായിട്ടാണ് ഇവിടെ ഫണ്ടിംഗ് നടക്കുന്നത്. വലിയ കഥയെന്തെന്നു വച്ചാൽ, ഞങ്ങൾ ബാങ്കിംഗ് ലൈസൻസ് കിട്ടുന്ന ആദ്യ ഫിൻടെക് ആയേക്കുമെന്നതാണ്. ജീവിതത്തിൽ ഒരിക്കൽ മാത്രം കിട്ടുന്ന അവസരവുമായി ഏപ്രിലോടെ ഞാൻ മറ്റൊരു ഫണ്ടിംഗ് റൗണ്ടിനു തയ്യാറെടുത്തു.

മേയിലാണ് അമേരിക്കയിലേക്കുള്ള യാത്ര ആസൂത്രണം ചെയ്തിരുന്നത്. 2021 മാർച്ച്-ഏപ്രിലിൽ രാജ്യം കോവിഡ് തരംഗത്തിൽ മുങ്ങി. ഈ സമയത്തെ യാത്ര ഒട്ടും ശരിയായിരുന്നില്ല. നടപ്പാക്കേണ്ട പ്രധാനകാര്യമാണിതെന്ന് എനിക്കറിയാമായിരുന്നു. മുമ്പത്തെ കോവിഡ് തരംഗത്തിനു ശേഷമുള്ള വിവരമനുസരിച്ച് യുപിഐ രജിസ്ട്രേഷൻ വളരെയധികം വർദ്ധിച്ചിരുന്നു. ഇത്തവണയും വലിയ വ്യത്യാസമൊന്നും ഉണ്ടാകാനിടയില്ല. ഈ അവസരം പിടിച്ചെടുത്തേ മതിയാകൂ. ആദ്യത്തെ കോവിഡ് തരംഗത്തിലും ഞങ്ങൾ ഒരു ദിവസം ഓഫ് എടുക്കാതെ ജോലി ചെയ്തിരുന്നു. ഞാൻ യഥാർത്ഥത്തിൽ കോവിഡിനെ കണക്കാക്കിയിരുന്നില്ല. ഇത് ചില ജീവനക്കാരെ അസ്വസ്ഥരാക്കിയിരുന്നു. കോവിഡ് കാലത്ത് ജോലി ചെയ്തിരുന്നില്ലെങ്കിൽ ഞങ്ങളുടെ ഉത്പന്നങ്ങൾ സാദ്ധ്യമാവുക യില്ലായിരുന്നു എന്നതാണ് സത്യം.

ടീമിന്റെ കാര്യം പറഞ്ഞാൽ, ദൈനംദിന കാര്യങ്ങൾ ഏൽപ്പിക്കാവുന്ന കൂടുതൽ പേരുണ്ട്. 2021 ഫെബ്രുവരിയിൽ ശാർദുൽ അമർചന്ദ് മംഗൾദാസ് (SAM) പങ്കാളിയായ സുമീത് സിംഗിനെ ഞങ്ങളുടെ ജനറൽ കൗൺസെലായി നിയമിച്ചു. ഗ്രോഫേഴ്സിലെ ധനസമാഹരണസമയത്ത് അദ്ദേഹത്തിന്റെ കൂടെ ധാരാളം ജോലി ചെയ്തിരുന്നു. ഗ്രോഫേഴ്സ് റൗണ്ട് അവസാനത്തിൽ ഞാൻ സിംഗപ്പൂരിൽ കൊണ്ടുപോയപ്പോഴായിരുന്നു അദ്ദേഹത്തിന്റെ ആദ്യ വിദേശസന്ദർശനം. ഗ്രോഫേഴ്സ് വിട്ടതിനു ശേഷം, മാധുരിയും ഞാനും അദ്ദേഹത്തിന്റെ വിവാഹത്തിന് ജയ്പൂരിൽ പോയിരുന്നു. ബാങ്കിംഗ് ലൈസൻസ് എടുക്കാൻ തീരുമാനിച്ചിരുന്നതിനാൽ നിയമപ്രശ്നങ്ങൾ നോക്കാൻ പരിചയസമ്പന്നനായ ഒരാൾ വേണമായിരുന്നു. 80 ലക്ഷം രൂപ പ്രവേശനബോണസ്സും ഒരു കോടിയിലധികം സിടിസിയും വേണ്ടിവന്നു സുമീറിനെ കിട്ടാൻ. ഒരു വർഷത്തിനകം നിക്ഷിപ്തമാകുന്ന ഇഎസ്ഒപിയും ഓഫർ ചെയ്യേണ്ടി വന്നു. എന്റെ മൂന്നാമത്തെ നിയമന മണ്ടത്തരമായിരുന്നു ഇത് – ഏറ്റവും വലുതും.

ഭരണപരമായ എല്ലാ കാര്യങ്ങളും കൈകാര്യം ചെയ്തിരുന്നത് മാധുരിയായിരുന്നു. ബാങ്കിംഗ് ഓപ്പറേഷനും വിൽപ്പനക്കാരുടെ ലാഭ വിഹിതവും വർദ്ധിച്ചുവരുന്നു. സെൻട്രത്തിലൂടെ ട്രഷറിയും മാധുരി നിയന്ത്രിക്കുന്നു. കൂടാതെ എല്ലാ സൗകര്യങ്ങളുടെയും കെട്ടിടങ്ങളുടെയും പുതിയ ഓഫീസുകളുടെയും ചുമതലയുമുണ്ട്. സുഹൈൽ ചേർന്ന ശേഷം എല്ലാ വിഭാഗങ്ങൾക്കും ബജറ്റ് അനുവദിക്കാൻ ഞാൻ ആവശ്യപ്പെട്ടു. ഈ ബജറ്റിന്റെ മേൽനോട്ടവും മാധുരിക്കായിരുന്നു. വിമർശനങ്ങൾക്കു വഴി തെളിക്കുന്നതും നന്ദിയില്ലാത്തതുമായ ജോലിയാണ് മാധുരി ചെയ്യുന്നത് എന്ന് സുഹൈൽ ഒരു സ്റ്റാഫ് മീറ്റിംഗിൽ പരാമർശിച്ചിരുന്നു. ജോലിഭാരം ഉണ്ടായിട്ടും സിഎഫ്ഒയെ നിയമിക്കില്ല എന്നത് ഞങ്ങളുടെ യോജിച്ച തീരുമാനമായിരുന്നു. സ്ഥാപകന്റെ ഭാര്യയായതുകൊണ്ടാണ് മാധുരി ഈ സ്ഥാനത്തിരിക്കുന്നത് എന്ന് ആർക്കും തോന്നരുതെന്ന് ഞങ്ങൾ രണ്ടു പേർക്കുമുണ്ടായിരുന്നു. ഞാനറിയുന്ന മറ്റു സ്ഥാപകരേക്കാൾ മെച്ചമായാണ്

ഞങ്ങൾ കാര്യങ്ങൾ നടത്തിയത്. തിരിഞ്ഞുനോക്കുമ്പോൾ, എന്തായാലും ഇക്കാര്യം ഞാൻ മറ്റാർക്കും ശിപാർശ ചെയ്യില്ല. എന്റെ അനുഭവം എനിക്ക് പറഞ്ഞുതന്ന കാര്യം സ്ഥാപകനെന്ന നിലയിൽ മാനേജ്മെന്റിനെ നിങ്ങളുടെ കീഴിൽ നിർത്തണമെന്നാണ്. കാര്യങ്ങളെ സ്ഥാപനവത്ക രിക്കാൻ തിരക്കു കൂട്ടേണ്ടതില്ല. യഥാർത്ഥത്തിൽ, പ്രഫഷണൽ മികവിന് വിശ്വസ്തതയെയും റിസ്കെടുക്കാനുള്ള കഴിവിനെയും മറികടക്കാനാകില്ല.

സുഹൈലിന്റെയും ജസ്നീതിന്റെയും കാര്യത്തിലായിരുന്നു ചില പല്ലുവേദനകൾ കടന്നുവന്നത്. അവർ രണ്ടുപേരും കൂടി ഓഫീസിൽ കറങ്ങിനടന്നു. വിൽപ്പന ടീമിലെ സഹിൽ ചൗളയുമുണ്ടാകും അവർക്കൊപ്പം. രാഷ്ട്രീയക്കാരനും പരദൂഷണക്കാരനുമെന്ന പേരു കേൾപ്പിച്ചയാളാണ് ചൗള. സിഇഒ ആകേണ്ട ആൾ ചെറിയൊരു ഉപജാപകസംഘത്തെ കൊണ്ടുനടക്കുന്നത് ഒട്ടും ഭൂഷണമല്ല. അത് അയാളുടെ സാദ്ധ്യത കെടുത്തുക യേയുള്ളൂ. ജസ്നീതിന്റെ കാര്യത്തിലാണെങ്കിൽ ഈ കൂട്ടുകെട്ട് ജീവനക്കാരുടെ വിശ്വാസ്യത നേടിയെടുക്കുന്നതിനു തടസ്സമാകും എന്നായിരുന്നു ഭവിക്കടക്കം പലരും കരുതിയത്. ആളുകളെപ്പറ്റി അങ്ങേയറ്റത്തെ ഗ്രഹണ ശക്തിയുള്ള മാധുരിക്കും ജസ്നീതിന്റെ പോക്കിൽ തൃപ്തിയുണ്ടായിരുന്നില്ല. ഞാൻ പ്രതീക്ഷിച്ചത്, പക്വതയുള്ള പ്രഫഷണൽസ് എന്ന നിലയിൽ സംവിധാനവുമായി ലയിച്ചുചേരുമ്പോഴേക്കും രണ്ടുപേരും തെറ്റുതിരുത്തു മെന്നാണ്. പക്ഷേ, യുഎസ് യാത്രയ്ക്കു പുറപ്പെടുംമുമ്പ് സഹിലിനോടു ജോലി ഉപേക്ഷിക്കുവാൻ ആവശ്യപ്പെടേണ്ടിവന്നു. മൂന്നുപേരും ചേർന്നുള്ള സാഹചര്യം കമ്പനിക്കു ഗുണകരമാകുന്നുണ്ടായിരുന്നില്ല.

സുഹൈലിനെക്കുറിച്ച് മറ്റൊരു ദുരൂഹമായ കാര്യവും മാധുരിയും ഞാനും ശ്രദ്ധിച്ചു. തന്റെ ഭാര്യ രുചിയെക്കുറിച്ച് പലപ്പോഴും പറയുമെങ്കിലും ആരും ആ സ്ത്രീയെ കണ്ടിട്ടില്ല. ഐഐഎം ലക്നൗവിലെ ബാച്ച്മേറ്റായിരുന്ന അവർ എന്നും ഡാൽമിയ ഗ്രൂപ്പിൽ ജോലി ചെയ്യുകയാണ് എന്നുമാണ് പറഞ്ഞിരുന്നത്. ഞങ്ങളുടെ ഏതെങ്കിലും കൂട്ടായ്മയിലോ കോർ ടീമിനുവേണ്ടി എന്റെ വീട്ടിൽ പലപ്പോഴായി നടത്തിയ ഡിന്നറുകളിലോ രുചിയുടെ സാന്നിദ്ധ്യമുണ്ടായിരുന്നില്ല. സുഹൈലിന്റെ സാമൂഹികമാധ്യമ അക്കൗണ്ടു കളിലൊന്നും രുചിയുടെ ഒരു ഫോട്ടോ പോലും ഉണ്ടായിരുന്നില്ലെന്നും മാധുരി പറഞ്ഞു. അതയാളുടെ തികച്ചും വ്യക്തിപരമായ കാര്യമായതിനാൽ ഞങ്ങൾ പ്രതികരിക്കേണ്ടതുണ്ടായിരുന്നില്ല. ഇതെല്ലാം ചേർന്ന് സുഹൈലിന്റെ മൊത്തം സ്വഭാവത്തെക്കുറിച്ച് ഞങ്ങളുടെ മനസ്സിൽ തുടർച്ചയായ സംശയങ്ങളുണ്ടായി എന്നുമാത്രം.

അമേരിക്കയിലേക്കുപോകും മുമ്പ്, എന്റെ അഭാവത്തിൽ ചെയ്യേണ്ട ജോലികളെക്കുറിച്ച് എല്ലാവർക്കും വ്യക്തമായ നിർദ്ദേശം നൽകിയിരുന്നു. വലിയൊരു ടെക് ടീമിനെ വാർത്തെടുക്കാൻ ജസ്നീതിനെ ഏൽപ്പിച്ചു. സ്റ്റാർട്ടപ്പുകൾ ടെക് വിദഗ്ദ്ധർക്കുവേണ്ടി പണം വാരിയെറിയുന്നതിനാൽ ടെക്കികളെ കിട്ടാൻ വലിയ ബുദ്ധിമുട്ടായിരുന്നു. പോസ്റ്റ് പേ, 12% ക്ലബ് എന്നീ പുതിയ ഉത്പന്നങ്ങൾ പൂർത്തിയാക്കാൻ ഭവിക്കിനും സുഹൈലിനും

നിർദ്ദേശം നൽകി. അതിന്റെ എല്ലാ വിശദാംശങ്ങളും അവർക്കു നൽകിയിരുന്നു.

യാത്രയ്ക്കു തയ്യാറെടുത്തുകൊണ്ടിരിക്കെ ഏപ്രിൽ 28-ന് ട്രാവൽ ഏജന്റിന്റെ വിളിയെത്തി. കോവിഡ് സ്ഥിതി കാരണം യുഎസിലേക്കുള്ള അവസാന ഫ്ളൈറ്റ് ഏതാനും ദിവസങ്ങൾക്കുള്ളിലാകുമെന്ന വിവരമാണ് അവർ പങ്കുവച്ചത്. പോകണമെങ്കിൽ മേയ് ഒന്നിനു മുമ്പു പോകണം. പെട്ടെന്നുതന്നെ പോകണമെന്നു തീരുമാനിച്ചു. പക്ഷേ, ഒന്നാം തീയതി ഞാനും മാധുരിയും കുട്ടികളും വിമാനത്താവളത്തിലെ ചെക്ക് ഇൻ കൗണ്ടറിൽ നിൽക്കുമ്പോഴാണ് യുഎസിലേക്കുള്ള അവസാന ഫ്ളൈറ്റ് മേയ് നാലിനാണെന്ന അറിയിപ്പു വന്നത്.

അമേരിക്കയിൽ മേയ് എട്ടിനു തുടങ്ങുന്ന ഒരുപാട് നിക്ഷേപക കൂടിക്കാഴ്ചകൾ ഒരുക്കിയിരുന്നു. ഇടയ്ക്കുള്ള ദിവസങ്ങൾ സെൽഫ് ക്വാറന്റൈനിൽ ഇരിക്കും. അതുകൊണ്ട് ഞങ്ങൾ നേരിട്ട് സിസ്റ്റർ-ഇൻ-ലോയുടെ വീട്ടിൽ പോയില്ല. പകരം ആദ്യ കുറച്ചുദിവസം എയർബിഎൻബി-യിൽ താമസിച്ചു. പ്രധാനമായും, യുഎസിൽ എത്തിയതിന്റെ പിറ്റേദിവസം പ്രതിരോധ വാക്സിനെടുക്കണമെന്നത് ഉറപ്പാക്കേണ്ടതുണ്ടായിരുന്നു.

കടുവ ഗർജ്ജിക്കുന്നു

എന്റെ സന്ദർശനത്തിനു മുമ്പുതന്നെ പിച്ച് ഡെക്ക് എല്ലാ നിക്ഷേപകർക്കും അയച്ചുകഴിഞ്ഞതാണ്. വിശേഷിച്ചും ഞങ്ങളുടെ ബാങ്ക് ലേലം കൂടുതൽ പ്രതീക്ഷ നൽകുന്നതായതിനാൽ. ഞങ്ങളുടെ 'കാപ് ടേബിളി'ലേക്കു കൊണ്ടുവരാൻ ആകാംക്ഷയോടെ കാത്തിരിക്കുന്ന നിക്ഷേപകരാണ് ടൈഗർ ഗ്ലോബൽ. ഗ്രോഫേഴ്സിലായിരുന്നപ്പോൾ ടൈഗർ ഗ്ലോബൽ ടീമുമായി അടുത്തിടപെട്ടതാണ്. അവരെക്കുറിച്ച് ഇന്ത്യൻ വിപണിയിലെ പൊതു കാഴ്ചപ്പാട് ഭ്രമങ്ങളും ഭാവനയുമനുസരിച്ച് പ്രവർത്തിക്കുന്നവർ എന്നാണ് – *'ജിസ്പർ സ്കോട്ട് കാ ദിൽ ആ ജാതാ ഹെ, ഉസ് പർ പൈസേ ലഗാ ദേതേ ഹെ ഏക് ഫോൺകാൾ പർ'* (സ്ഥാപകനെന്ന നിലയിൽ സ്കോട്ട് നിങ്ങളെ ഹൃദയം കൊണ്ടു വരിച്ചാൽ, ഒരൊറ്റ ഫോൺകാളിൽ നിങ്ങൾക്കായി എത്ര പണവും മുടക്കും)' – എന്തായാലും അവരാണ് ഞങ്ങളുടെ ബിസിനസ്സിന്റെ ശരിയായ പങ്കാളികളാകേണ്ടതെന്ന് എനിക്കറിയാമായിരുന്നു. ടൈഗർ ഗ്ലോബൽ പാർട്ട്ണർ സ്കോട്ട് ഷ്ളെയ്ഫറുമായി മുമ്പു കണ്ടുമുട്ടിയിട്ടുണ്ട്. 2019-ൽ അദ്ദേഹം ഡൽഹിയിലെത്തിയപ്പോഴായിരുന്നു ഇത്. ഞാൻ കാണുമ്പോൾ അദ്ദേഹം ബെയ്ജിംഗിൽ നിന്ന് അപ്പോൾ എത്തിയിട്ടേ ഉണ്ടായിരുന്നുള്ളൂ. താമസിച്ചിരുന്ന ഡൽഹി ഒബ്റോയ് ഹോട്ടലിൽ രാത്രി പത്തു മണിക്കായിരുന്നു കൂടിക്കാഴ്ച. ഒരു മണിക്കൂറോളം എന്റെ ബിസിനസ്സ് മാതൃക വിവരിക്കുമ്പോൾ ജറ്റ്ലാഗ് (വേഗമേറിയ ദീർഘദൂര യാത്രകൾ മൂലം ശരീരത്തിന്റെ സമയനിഷ്ഠ താളം തെറ്റുമ്പോഴുണ്ടാകുന്ന ക്ഷീണവും ആലസ്യവും) കൊണ്ട് അദ്ദേഹം

അക്ഷരാർത്ഥത്തിൽ ചരിഞ്ഞുകൊണ്ടിരുന്നു. ഞാൻ പറഞ്ഞതു മുഴുവൻ കേട്ടെങ്കിലും, ജറ്റ്ലാഗ് ഉണ്ടായിരുന്നതിനാൽ, അതിൽ എത്രത്തോളം ഉൾക്കൊണ്ടു എന്ന് എനിക്ക് ഉറപ്പില്ലായിരുന്നു.

ഡിജിറ്റൽ ലഡ്ജർ ആൻഡ് ബുക് കീപ്പിംഗ് ആപ്പായ ഓകെക്രെഡിറ്റിൽ ഇതിനകം ടൈഗർ നിക്ഷേപിച്ചു കഴിഞ്ഞിരുന്നു. ബുക് കീപ്പിംഗ് ആപ്പ് എന്ന നിലയിൽ ഓകെക്രെഡിറ്റും ഖാതാ ബുക്കും ജനകീയമായേക്കാമെങ്കിലും ഇതിന്റെ പേരിൽ വായ്പ കൊടുക്കൽ നടക്കില്ലെന്നു ഞാൻ സ്കോട്ടിനോട് വിവരിച്ചത് ഓർക്കുന്നു. ഞാൻ ഖാതാ ബുക്ക് ആപ്പ് തുറന്ന് കാര്യങ്ങൾ നേരിട്ടു കാണിച്ചുകൊടുക്കുക കൂടി ചെയ്തു. മുകേഷ് അംബാനി എന്നൊരു എൻട്രി എനിക്ക് ആയിരക്കണക്കിനു കോടി രൂപ കടപ്പെട്ടിരിക്കുന്നുവെന്നുള്ളത് കാണിച്ചുകൊടുത്തു. മുകേഷ് അംബാനി എന്റെ ഖാതാ ബുക്കിൽ കാണിച്ചിരുന്ന കോടികൾ എനിക്ക് കടപ്പെട്ടിരിക്കുന്നു എന്നതിന്റെ അടിസ്ഥാനത്തിൽ പണം കടംകൊടുക്കാം എന്ന് അർത്ഥമാക്കുന്നതേയില്ല. എന്തെങ്കിലുമുണ്ടെങ്കിൽ, ആപ്പ് വെറും ശൈശവദശയിലാണ് എന്നതു മാത്രമാണ് കാണിക്കുന്നത്. സീറോസിൽ ഇടേണ്ട ലിമിറ്റേഴ്സ് വരെ ഇട്ടിട്ടില്ല. അമേരിക്കൻ സമ്പദ്ഘടനയിൽ 'ഞാൻ നിനക്ക് കടപ്പെട്ടിരിക്കുന്നു' എന്നു മാത്രം മതിയെങ്കിൽ, ഇന്ത്യയിൽ നിയമപരമായ കരാർ പ്രകാരം ലഭിക്കേണ്ടവ നടപ്പിലാക്കുന്നത് കോടതികളിലെ നീണ്ട പ്രക്രിയവഴിയാണെന്ന് ഞാൻ വിശദീകരിച്ചു കൊടുത്തു. അതിനാൽ നിങ്ങൾ വായ്പ നൽകുന്ന വ്യക്തിയുടെ പണമൊഴുക്കിൽ ആയിരിക്കുമ്പോൾ മാത്രമേ ഇന്ത്യയിൽ പണവായ്പ നല്കുന്നത് സാധ്യമാകൂ. യഥാർത്ഥത്തിൽ, ബുക്ക് കീപ്പിംഗ് എന്നത് പണവായ്പയെ ന്യായീകരിക്കുമെങ്കിൽ വിസികളും പിഇയും രാജ്യത്തെ മുഴുവൻ കണക്കുകളും സൂക്ഷിക്കുന്ന ടാലിയിൽ (ആകസ്മികത എന്നു പറയാം, അംബാനിയുടെ ഉടമസ്ഥതയിലുള്ള) പണം നിക്ഷേപിക്കുമായിരുന്നു. എന്നിരുന്നാലും സ്കോട്ട് എന്റെ വാദം എത്രത്തോളം സ്വീകരിച്ചെന്ന് എനിക്കു മനസ്സിലാക്കാൻ കഴിഞ്ഞില്ല.

2019 നവംബറിൽ സ്കോട്ടുമായി മറ്റൊരു കൂടിക്കാഴ്ച നടന്നിരുന്നു. അത് ഞാൻ ന്യൂയോർക്കിലെത്തിയപ്പോഴായിരുന്നു. ഇത്തവണ, മാൻഹട്ടന്റെ ഹൃദയഭാഗത്ത് സെൻട്രൽ പാർക്കിന്റെ മുന്നിലുള്ള അദ്ദേഹത്തിന്റെ ഗംഭീര ഓഫീസിലായിരുന്നു കണ്ടുമുട്ടൽ. അദ്ദേഹത്തിന്റെ സഹപ്രവർത്തകൻ അലക്സ് കുക്ക് ഞങ്ങളോടൊപ്പം ചേർന്നു. ഓകെക്രെഡിറ്റിൽ നിക്ഷേപിച്ചതിനാലും ഫ്ളിപ്കാർട്ട് വഴി ഫോൺപേയിൽ പാരമ്പര്യ നിക്ഷേപകരായതിനാലും കുക്ക് ഞങ്ങളുടെ ബിസിനസ്സ് തള്ളിക്കളഞ്ഞു. ഒരിക്കൽ സ്കോട്ട് മുറിയിൽ പ്രവേശിച്ചതോടെ മൊത്തം അന്തരീക്ഷം മാറിമറിഞ്ഞു. എന്നെ അത്ഭുതപരതന്ത്രനാക്കി പതിനഞ്ച് മിനിറ്റ് സ്കോട്ട് ഡൽഹിയിലെ ഞങ്ങളുടെ ആദ്യ കൂടിക്കാഴ്ച കുക്കിനു വിവരിച്ചുകൊടുത്തു. അന്നു ഞാൻ വിശദീകരിച്ചുകൊടുത്ത, ഞങ്ങളുടെ ബിസിനസ്സിനെക്കുറിച്ചുള്ള സൂക്ഷ്മാംശങ്ങൾ പോലും വള്ളിപുള്ളിവിടാതെ അദ്ദേഹം വിവരിച്ചു. ജെറ്റ്ലാഗ്

കൊണ്ട് ക്ഷീണിച്ച അവസ്ഥയിലായിരുന്നു അന്നദ്ദേഹം എന്നോർക്കണം. കുക്കിനു കാര്യങ്ങൾ ശരിക്കങ്ങോട്ടു ബോധിച്ചില്ലെങ്കിലും അദ്ദേഹം ഫിൻടെക് അനലിസ്റ്റിനെ വിളിച്ചുവരുത്തി അമേരിക്കയിലെ ഒരു കമ്പനിയുടെ മാതൃക വിശകലനം ചെയ്തു. കടകളിൽ പിഒഎസ് മെഷിൻ സ്ഥാപിച്ച് ചെറിയ ബിസിനസ്സ് വായ്പ്പാ ഇടം കണ്ടെത്തുന്ന കമ്പനിയായിരുന്നു അത്. ഞങ്ങളുടെ ഇടപാട് നടന്നില്ലെങ്കിലും ആ കൂടിക്കാഴ്ചയോടെ സ്കോട്ടിനോടുള്ള ബഹുമാനം പലമടങ്ങ് വർദ്ധിച്ചു.

ഇത്തവണ, അലക്സിനേയും സ്കോട്ടിനേയും സൂം മീറ്റിംഗിൽ കാണാമെന്നായിരുന്നു പറഞ്ഞത്. രാവിലെ അലക്സ് സൂമിലെത്തിയെങ്കിലും സ്കോട്ടിനെ കണ്ടില്ല. കഠിനമായ നിരാശയായി എനിക്ക്. ഇതവർക്ക് താത്പര്യമില്ലാത്തതിനാലാണെന്നും എനിക്കു തോന്നി. ചെറിയ ആശയ്ക്കു വക നൽകിക്കൊണ്ട് മീറ്റിംഗ് അതേ വൈകുന്നേരത്തേക്ക് പുനഃക്രമീകരിച്ചു. സൂമിൽ ലോഗിൻ ചെയ്തപ്പോൾ ഞാൻ സ്വർഗ്ഗത്തിലെത്തിയതുപോലെയായി. പുരാതന ഫാഷനിലുള്ള വെള്ളവസ്ത്രം ധരിച്ച് അതാ സ്കോട്ട് ഇരിക്കുന്നു. തിളങ്ങുന്ന തലയ്ക്കൊപ്പം അദ്ദേഹത്തിനു ചുറ്റുമുള്ള എല്ലാം വെട്ടിത്തിളങ്ങി. ഒരു ഹായ് പറയാൻ മാത്രം ഞാൻ സമയമെടുത്തപ്പോഴേക്ക്, അദ്ദേഹം ഞാൻ എങ്ങനെയാണ് വലിയൊരു ബിസിനസ്സ് കെട്ടിപ്പടുക്കുന്നതെന്നും ഭാരത്പേ ചെയ്യുന്നത് ഫോൺപേയ്ക്കു ചെയ്യാൻ കഴിയില്ലെന്നു ബോധ്യപ്പെട്ടതായും സ്വാഗതമെന്നോണം പറഞ്ഞു. കൗതുകകരമെന്നു പറയട്ടെ, ആ സംഭാഷണത്തിൽ എഫിൽ തുടങ്ങുന്ന തെറിവാക്ക് സ്കോട്ട് 28 തവണ ഉപയോഗിച്ചു. ആ കോളിന്റെ അവസാനം നൂറു മില്യൺ ഡോളർ ഭാരത്പേയിൽ നിക്ഷേപിക്കാനുള്ള ആഗ്രഹം സ്കോട്ട് പ്രകടിപ്പിച്ചു. മൂന്നു ബില്യൺ ഡോളറിന്റെ വാല്യേഷനും. ഇന്നേരമൊക്കെയും സ്കോട്ടിന്റേത് അമിതാവേശമാണെന്ന് അലക്സ് കുക്കിന്റെ മുഖഭാവം പറയുന്നുണ്ടായിരുന്നു. ഈ ഭാവം തിരിച്ചറിഞ്ഞ സ്കോട്ട് ഈ റൗണ്ട് 2.5 ബില്യൺ ഡോളറിൽ എത്തിച്ചാൽ സന്തുഷ്ടനാകുമെന്നും തുടർന്നു പറഞ്ഞു.

തീർച്ചയായും അതൊരു വലിയ വിജയമായിരുന്നു. കഠിനാദ്ധ്വാനത്തിലൂടെ നേടിയ വിജയം. ടൈഗർ ഗ്ലോബൽ എന്റെ കാപ് ടേബിളിൽ ഇല്ലായിരുന്നെങ്കിലും തികഞ്ഞ ശുഷ്കാന്തിയോടെ ഞങ്ങളുടെ മാസപുരോഗതി അവർക്കയച്ചുകൊണ്ടിരുന്നു. ഞങ്ങളുടെ വളർച്ചയ്ക്ക് അവർ നേരിട്ട് സാക്ഷിയാകണമെന്ന ഉദ്ദേശ്യത്തോടെയായിരുന്നു ഇത്. അവർ ഏതെങ്കിലുമൊരു നിക്ഷേപകരായിരുന്നില്ല. മറിച്ച് സ്ഥാപകരെ പറക്കാൻ പ്രാപ്തമാക്കിയ ഒന്ന്. അവരുടെ കാര്യപ്രാപ്തിയായിരുന്നു എന്നെ സ്പർശിച്ച മറ്റൊരു കാര്യം. ഗ്രോഫേഴ്സിൽ അവർ ഒരുപാട് പശ്ചാത്തല പഠനം നടത്തി. ഞങ്ങളുടെ ആപ്പ്സ്റ്റോർ വിലയിരുത്തലുകൾ, ഞങ്ങളുടെ എൻപിഎസ് സ്കോർ വിലയിരുത്തൽ, ഉപഭോക്താക്കളുമായി നേരിട്ടുള്ള സംഭാഷണം, ഇതിൽ ചിലതൊന്നും സ്ഥാപകരെന്ന നിലയിൽ ഞങ്ങൾ പോലും ചെയ്തിരുന്നില്ല.

ടൈഗർ വന്നതോടെ മറ്റു നിക്ഷേപക കൂടിക്കാഴ്ചകളൊക്കെ അനായാസമായി. ആകെക്കൂടി എനിക്കു പറയേണ്ടിയിരുന്നത് 100 മില്യൺ

ഡോളറുമായി ടൈഗർ ഗ്ലോബലാണ് മുന്നിൽ നിന്നു നയിക്കുന്നത് എന്നുമാത്രം. സാൻ ഫ്രാൻസിസ്കോയിൽ മൂന്നാഴ്ചകൊണ്ട് ആഴ്ചയിൽ 10 നിക്ഷേപകരെ വീതം കണ്ടു. കൂടാതെ ന്യൂയോർക്കിൽ വച്ചും ചിലരെ കാണാനിടയായി.

ഈ ധനസമാഹരണത്തിലെ അവിശ്വസനീയമായ കാര്യം 250 മില്യൺ ഡോളറാണ് ഞാനാഗ്രഹിച്ചതെങ്കിലും 625 മില്യൺ ഡോളറിന്റെ വാഗ്ദാനങ്ങൾ ഒപ്പുവച്ചു എന്നതാണ്. ഇതിൽ നിലവിലുള്ള നിക്ഷേപകരും പെടും. അവരുടെ ആനുപാതിക വിഹിതത്തേക്കാൾ അധികം തരാൻ മത്സരിക്കുകയായിരുന്നു. ഇപ്രാവശ്യം വളർച്ചാഫണ്ടിലൂടെ സെക്വോയയും പങ്കെടുത്തു. സീരീസ് സി-യിലും ഡി-യിലും അവർ പുറത്തായിരുന്നു. പ്രാഥമിക പിഴിയലിലൂടെ 370 350 മില്യൺ ഡോളറും ദ്വിതീയവാങ്ങലിലൂടെ 20 മില്യൺ ഡോളറും സമാഹരിച്ചപ്പോൾ 255 മില്യൺ ഡോളർ നിക്ഷേപിക്കാൻ തയ്യാറുള്ള വമ്പന്മാരോട് പറ്റില്ലെന്നു പറയേണ്ടിവരുന്നത് എനിക്ക് ചിന്തിക്കാൻ പോലും കഴിയില്ല.

ഐസിസി, ബുഷിന്റെ ജാമാതാവ്, ക്വിഷെ പിന്നെ പലരും

2020 ഡിസംബർ ആയപ്പോഴേക്ക് ഐസിസി ലോകകപ്പിൽ ഭാരത്പേ ഒരു സ്പോൺസറാകാനുള്ള തീരുമാനം ഞാൻ എടുത്തിരുന്നു. ഐപിഎല്ലിനെ അപേക്ഷിച്ച് ഇത് കൂടുതൽ ചെലവുകുറഞ്ഞതും അലങ്കോലമല്ലാത്തതുമായിരുന്നു. ബ്രാൻഡ് പ്രചാരണമായിരുന്നു ലക്ഷ്യം. ഐപിഎൽ എടുപ്പിക്കാൻ ഒരുപാട് മീഡിയ സെയിൽസ് ആൾക്കാർ എന്നെ കാണാൻ വരാറുണ്ടായിരുന്നു. അതാകെ അലങ്കോലമായിട്ടാണ് എനിക്കു തോന്നിയത്. ടീം ജഴ്സിയിലെ ലോഗോയുടെ എണ്ണം തന്നെ ഭാവനാതീതമായിരുന്നു. ഭാരത്പേ ലോഗോയും ക്യൂആർ കോഡും കളിക്കാരുടെ പൃഷ്ഠത്തിൽ വയ്ക്കാമെന്ന ഒരു ഓഫർ ഞാനോർക്കുന്നു. വിറ്റുപോയിട്ടില്ലാത്ത ഒരേയൊരിടം അതുമാത്രമായിരുന്നു. ഞാൻ ഗൗരവത്തോടെ പറഞ്ഞതല്ലെന്നു പരസ്യവിൽപ്പനക്കാരൻ കരുതിയപ്പോൾ, ഞാൻ പകുതി തമാശ പറയുക മാത്രമായിരുന്നു. അവർ അത് അനുവദിച്ചിരുന്നുവെങ്കിൽ, അവർ ഞങ്ങളുടെ മാനം കപ്പൽ കയറ്റിയേനെ.

2020 ഡിസംബറിൽ രാജ്യാന്തര ക്രിക്കറ്റ് കൗൺസിലുമായി (ഐസിസി) ഇടപാടുണ്ടാക്കി. അവർക്ക് രണ്ടു സ്പോൺസർഷിപ്പാണ് ഉണ്ടായിരുന്നത്. ഗ്ലോബൽ (ഉയർന്നത്), ഒഫീഷ്യൽ (താഴ്ന്നത്). ഭാരത്പേയോ അനുബന്ധ കമ്പനിയോ ഒന്നും മൂന്നും വർഷങ്ങളിൽ പരസ്പരം മാറി 27 മില്യൺ ഡോളറിന് ഗ്ലോബൽ സ്പോൺസർമാരാകാം എന്നായിരുന്നു ഓഫർ. (ഇതിൽ ഇന്ത്യയിൽ നടക്കുന്ന ടി20 ലോകകപ്പും ഏകദിനലോകകപ്പും ഉൾപ്പെടുമായിരുന്നു). കൂടാതെ, രണ്ടാമത്തെ വർഷം ഒഫീഷ്യൽ സ്പോൺസറുമാകാം (ഓസ്ട്രേലിയയിൽ നടക്കുന്ന ടി20 ലോകകപ്പ്) അവരുടെ ആദ്യ മത്സരം ഐസിസി ലോക ടെസ്റ്റ്

ചാമ്പ്യൻഷിപ്പായിരുന്നു. സതാംപ്ടണിൽ ഇന്ത്യയും ന്യൂസിലൻഡും തമ്മിൽ നടന്ന അഞ്ചു ദിവസത്തെ മത്സരം യുഎസിൽ നിന്നു മടങ്ങുംവഴി കാണാൻ നിശ്ചയിച്ചു.

ഭവിൻ തുരാഖിയ എന്ന എന്റെയൊരു നല്ല സുഹൃത്ത് മധ്യലണ്ടനിലെ വീട്ടിൽ താമസിക്കാൻ എന്നെ ക്ഷണിച്ചു. ഭവിനും സഹോദരനും ഇന്ത്യയിലെ അതിസമ്പന്നരിൽപ്പെട്ടവരാണ്. കടുത്ത കോവിഡ് നിയന്ത്രണമുള്ള സമയമായതിനാൽ ഹോട്ടലിൽ താമസിക്കുന്നതിനേക്കാൾ അവിടെ താമസിക്കുന്നതാവും നല്ലതെന്നു കരുതി ഞാൻ ക്ഷണം സ്വീകരിച്ചു. വിമാനമിറങ്ങി പത്തുദിവസം ക്വാറന്റൈനിലിരുന്നു രണ്ടാമത്തേയും എട്ടാമത്തെയും ദിവസം പരിശോധിച്ചു ഫലം റിപ്പോർട്ട് ചെയ്യണമെന്നായിരുന്നു അപ്പോൾ യുകെയിലെ നിയമം. നേരത്തെ ക്വാറന്റൈനിൽ നിന്നു പുറത്തുവരണമെങ്കിൽ അഞ്ചാം ദിവസവും ഒരു ടെസ്റ്റെടുക്കണം. ഇതിനു യുക്തിയില്ലെന്ന് എനിക്കു തോന്നി. രണ്ടാം ദിവസം ഞാൻ നെഗറ്റീവാണെങ്കിൽ കോവിഡ് കൊണ്ടുവന്നിട്ടില്ലെന്നുറപ്പാണ്. പിന്നെ ക്വാറന്റൈന്റെ ആവശ്യമില്ല. സർക്കാരുകളെ സംബന്ധിച്ച് യുക്തിക്ക് പ്രസക്തിയില്ല. വിനോദസഞ്ചാരികളെ നിരുത്സാഹപ്പെടുത്താനോ ദേശീയ ഹെൽത്ത് സർവീസിനു പണം കണ്ടെത്താനോ ആവും യുകെ സർക്കാരിന്റെ നീക്കമെന്നു ഞാൻ കരുതി.

ഭവിന്റെ വീട് ഓക്സ്ഫോർഡ് തെരുവിനു പിൻവശത്തെ പരമ്പരാഗത നാലുനില കെട്ടിടമായിരുന്നു. ഞങ്ങൾക്കൊരു നില തന്നെ തന്നു. വന്നിറങ്ങി ഒരു ദിവസമേ ആയിരുന്നുള്ളൂ എന്നതിനാൽ ഞങ്ങൾ ക്വാറന്റൈനിൽ പോകണമായിരുന്നു. കുട്ടികൾ തുള്ളിക്കളിച്ചു പുറത്തുപോകാനൊരുങ്ങി. ഇറങ്ങിയപ്പോൾത്തന്നെ രണ്ടാം ദിവസത്തെ ടെസ്റ്റിനുള്ള കിറ്റ് തന്നിരുന്നു. ഞാൻ ഈ ടെസ്റ്റ് കിറ്റുകളുടെ ഫോട്ടോ എടുക്കാനിടയായി. പിന്നീട് കുട്ടികളെയും കൂട്ടി ഹൈഡ് പാർക്കിൽ പോയി. ഞങ്ങൾ പാർക്കിലിരിക്കുമ്പോൾ ആരോഗ്യവകുപ്പിൽ നിന്നൊരു ഫോൺകോൾ വന്നു. ഞങ്ങൾ ക്വാറന്റൈനിലാണെന്ന് ഉറപ്പാക്കാനായിരുന്നു അത്. പാർക്കിൽ കുട്ടികളുടെ അലർച്ച പശ്ചാത്തലത്തിൽ കേട്ട സ്ത്രീ ഞങ്ങൾക്കു കിട്ടിയ ടെസ്റ്റ്കിറ്റിലെ ബാർകോഡ് വായിക്കാൻ ആവശ്യപ്പെട്ടു. ഞങ്ങൾ വീട്ടിൽത്തന്നെയാണെന്ന് ഉറപ്പാക്കാനായിരുന്നു ഇത്. ഫോണിലെ ചിത്രങ്ങൾ കാരണം ആ ടെസ്റ്റ് പാസാകാൻ കഴിഞ്ഞു. പക്ഷേ ഞങ്ങളെ ഭയപ്പെടുത്താൻ അതു മതിയായിരുന്നു. വേഗം ഭവിന്റെ വീട്ടിലേക്കു മടങ്ങി.

ഭവിന്റെ സഹോദരൻ ദിവ്യാംഗും അടുത്ത ദിവസം ലണ്ടനിലെത്തുന്നുണ്ടായിരുന്നു. വിമാനത്താവളത്തിൽ നിന്നു ദിവ്യാംഗ് എത്തുന്നതിനു മുമ്പുതന്നെ, ക്വാറന്റൈനിലായോ എന്നറിയാൻ വീട്ടിൽ പോലീസ് എത്തിയിരുന്നതായി ബട്‌ലർ അറിയിച്ചു. ആ സംഭവം ഞങ്ങളെ അത്ഭുതപ്പെടുത്തി. അടുത്തദിവസം രാവിലെ ദിവ്യാംഗിനെയും കൂട്ടുകാരിയെയും ചെറുതായി പരിചയപ്പെട്ടു. ഒരു ദിവസത്തിനുശേഷം വീട്ടിലെ

മറ്റൊരാളെയും പരിചയപ്പെടാനിടയായി. ഞങ്ങൾ കാണുമ്പോൾ, അയാൾ നടുമുറ്റത്ത് വിശാലമായൊരു പ്രഭാതഭക്ഷണം ആസ്വദിക്കുകയായിരുന്നു. ഞാൻ ഭവിന്റെ സുഹൃത്താണെന്ന വേഗത്തിൽ സ്വയം പരിചയപ്പെടുത്തി. സംഭാഷണത്തിനിടെ എന്താണു ചെയ്യുന്നതെന്നു ചോദിച്ചു. നെറ്റ്ഫ്ളിക്സിനുവേണ്ടി അനിമേറ്റഡ് ചിത്രങ്ങൾ ചെയ്യാറുണ്ടെന്നായിരുന്നു മറുപടി. ഇതെന്റെ മകനിൽ ജിജ്ഞാസയുണർത്തി. കാർട്ടൂണുകൾ ഉണ്ടാക്കാറുണ്ടോ എന്നായിരുന്നു അവന്റെ ചോദ്യം. മുതിർന്നവർക്കു വേണ്ടിയുള്ളതാണെന്നു കേട്ടതോടെ അവന്റെ താത്പര്യം പോയി. വീട്ടിലെ യഥാർത്ഥ അതിഥികളായ ഞങ്ങളിൽ നിന്ന് ബട്‌ലറുടെ പൂർണ്ണശ്രദ്ധ ഇദ്ദേഹത്തിലേക്കു പോയത് മാധുരി ശ്രദ്ധിച്ചു. ഞങ്ങളോടു സൗഹൃദത്തിലായിരുന്നിട്ടും ഞങ്ങൾക്കു തരാതിരുന്ന വിശിഷ്ടസാധനങ്ങൾ ഇദ്ദേഹത്തിന്റെ പ്ലേറ്റിൽ കണ്ടു. ഇതിൽ അസന്തുഷ്ടയായ മാധുരി, പരിഹാസത്തോടെ എനിക്കും അദ്ദേഹത്തിനുമിടയിൽ ഒഴിഞ്ഞുകിടന്ന ഇരിപ്പിടത്തിൽ ചെന്നിരുന്നു. എന്നിട്ടൊരു കീഷ് എടുത്തുപൊട്ടിച്ചു കഴിക്കാൻ തുടങ്ങി. ഞങ്ങൾക്കതു സ്വയം തരാത്തതിനു അദ്ദേഹം മാപ്പുപറയാനൊരുങ്ങി.

അവസാനദിവസം യാത്രപറയാൻ നേരമായപ്പോൾ ഞങ്ങൾ ആതിഥ്യ മര്യാദയ്ക്കു നന്ദി പറയാൻ ദിവ്യാംഗിനെ കണ്ടു. തന്റെ സുഹൃത്തിനൊപ്പം ചെലവഴിക്കാൻ സമയം കിട്ടിയോ എന്ന് ദിവ്യാംഗ് ചോദിച്ചു. ചെറുതായൊന്നു കണ്ടതേയുള്ളൂന്നായിരുന്നു എന്റെ മറുപടി. അദ്ദേഹത്തിന്റെ പേര് ക്രെയ്ഗ് കോയ്ൻ എന്നാണെന്നും ബാർബറ ബുഷിന്റെ ഭർത്താവാണെന്നും പറഞ്ഞു. ആ പേരു കേട്ടിട്ട് എനിക്കൊന്നും തോന്നിയില്ല. ഏതോ പ്രധാനപ്പെട്ട ആളാണെന്നു മാത്രം മനസ്സിലാക്കി. ഈ സമയത്ത് മാധുരിയും കുട്ടികളും കാറിൽ കയറിയിരുന്നു. കുറച്ചു ദിവസത്തേക്ക് മാധുരിയുടെ സുഹൃത്തിന്റെ വീട്ടിലാണ് ഞങ്ങളുടെ താമസം. കാറിലെത്തിയപാടെ ഞാൻ മാധുരിയോടു തമാശ പറഞ്ഞു : *തുനെ സച്ച്മുച്ച് പംഗാ കിയാ ഹെ* (നീ തീർച്ചയായും എന്തോ കുഴപ്പമൊപ്പിച്ചിട്ടുണ്ട്). എന്നിട്ട് ക്രെയ്ഗ് കോയ്ൻ എന്നു വേഗം ഗൂഗിൾ ചെയ്തു നോക്കാൻ പറഞ്ഞു. ഇദ്ദേഹത്തിന്റെ കീഷാണ് മാധുരി മര്യാദയില്ലാതെ തിന്നത്. തീർച്ചയായുമത് മുൻ അമേരിക്കൻ പ്രസിഡന്റ് ജോർജ് ബുഷിന്റെ മകളുടെ ഭർത്താവായിരുന്നു. അതോടെ അവർ എത്തുന്നതിനു മുമ്പു പോലീസ് വീട്ടിൽ വന്നതിന്റെ കാര്യം പിടികിട്ടി. രഹസ്യാന്വേഷകർ പരിശോധിച്ചതാകാനാണ് എല്ലാ സാദ്ധ്യതയും.

മാധുരിയുടെ സുഹൃത്തിന്റെ വീട്ടിലെത്തി ക്രിക്കറ്റ് കളി കാണാൻ ഒരുങ്ങുമ്പോൾ രാവിലെ ഏഴുമണിക്ക് എനിക്കൊരു കോൾ വന്നു. അതു കളി മാറ്റുന്ന ഒന്നായിരുന്നു. 'നമ്മൾ പിഎംസി ലേലം ജയിച്ചു' ജസ്പാൽ ബിന്ദ്ര പറഞ്ഞു. ഔദ്യോഗികമായി, രാജ്യത്ത് ബാങ്കിംഗ് ലൈസൻസുള്ള ഏക ഫിൻടെക് ഞങ്ങളായെന്നതിന്റെ ആഹ്ലാദം അണപൊട്ടി. ക്രിക്കറ്റിൽ ന്യൂസിലൻഡ് ഇന്ത്യയെ തോൽപ്പിച്ച് ചരിത്രം സൃഷ്ടിച്ചെങ്കിലും ആ നഷ്ടം അത്ര വലുതായി തോന്നിയില്ല. ഞാൻ ചരിത്രം സൃഷ്ടിച്ചു കഴിഞ്ഞിരുന്നു!

തിരികെ വീട്ടിലേക്ക്

തിരികെ ജോലിക്കെത്തിയപ്പോൾ അത്ര സുഖകരമല്ലാത്ത സംഭവവികാസങ്ങളുണ്ടായിരുന്നു. പുതിയ ഉത്പന്നങ്ങളുടെ പേരു പറഞ്ഞ് ഞാൻ യുഎസിൽ പണം സമാഹരിക്കുമ്പോൾ പോസ്റ്റ് പേയിലോ 12% ക്ലബ്ബിലോ ഒരു ജോലിയും നടന്നിരുന്നില്ല. എന്താണു സംഭവിക്കുന്നതെന്ന ചോദ്യത്തിന് 'സംസാരിക്കാം, പക്ഷേ ഓഫീസിൽ വച്ചല്ല' എന്നായിരുന്നു ഭവിക്കിന്റെ മറുപടി. എന്റെ വീട്ടിൽ വച്ച് കണ്ടപ്പോൾ അവന്റെ വിശദീകരണം *'ടെക് ടീം ഉഡ് ഗയീ ഹെ'*. ടെക് ടീമിലെ വലിയൊരു വിഭാഗം രാജിവച്ചുപോയി. ഞാൻ പോകുമ്പോൾ അറുപതിലേറെ പേരുണ്ടായിരുന്ന ടെക് ടീം ഇപ്പോൾ നാൽപ്പതായി ചുരുങ്ങി. ആളുകളെ എടുക്കുന്നത് തന്റെ ഉത്തരവാദിത്തമല്ലെന്നും ഭവിക്ക് തുടർന്നു പറഞ്ഞു.

ജസ്നീത് എന്താണു ചെയ്യുന്നതെന്ന ചോദ്യത്തിനുള്ള മറുപടി എന്നെ ഞെട്ടിച്ചു. 'ജസ്നീതും സുഹൈലും തമ്മിൽ കാണുന്നുണ്ട്. യഥാർത്ഥത്തിൽ, സുഹൈലിപ്പോൾ ജസ്നീതിനൊപ്പമാണ്. ജോലി സാഹചര്യം തികച്ചും അനാരോഗ്യകരമാണ്.' അവൻ പറഞ്ഞു. ജസ്നീത് പുറത്തുപോകണമെന്ന് എനിക്കു പൂർണ്ണമായും ബോദ്ധ്യപ്പെട്ടു. ഈ സമയത്ത് ജസ്നീതിനെ ഒഴിവാക്കിയാൽ അടുത്തുതന്നെ നിക്ഷിപ്തമാകുന്ന ഒരു കോടി രൂപയുടെ ഇഎസ്ഒപി ലാഭിക്കാമെന്ന് ഞങ്ങളുടെ സിഒഒ ധ്രുവ് അറിയിച്ചു. സീരീസ് ഇ അവസാനിക്കുകയും ഒരു ബാങ്ക് ഏറ്റെടുക്കുകയും ചെയ്ത ഈ സമയത്ത് ഒരു നാടകം വേണ്ടെന്നു ഞാൻ തീരുമാനിച്ചു. അവളുടെ ഇഎസ്ഒപി നിക്ഷിപ്തമായി സെക്കൻഡറിയിൽ പണമാകുമെന്നതു മറ്റൊരു വിഷയം. അടുത്തയാഴ്ച തന്നെ അവൾ രാജിയെഴുതിത്തന്നു. ജസ്നീതിനെക്കുറിച്ച് മാധുരിയുടെ ആദ്യത്തെ അഭിപ്രായം ശരിയായി. 'ജസ്നീത് രാജിവച്ചതായി അറിയാമോ? എനിക്കറിയില്ല.' ജസ്നീതിന്റെ രാജിക്കു ശേഷം ഇങ്ങനെ പറയാൻ സുഹൈൽ തന്റേടം കാണിച്ചു. അവരുടെ ബന്ധം സ്ഥാപനം മുഴുവൻ അറിയാമെന്നിരിക്കെ, സുഹൈൽ അവളുടെ രാജി അറിഞ്ഞിട്ടില്ലെന്നു ഞാൻ മാത്രം വിശ്വസിക്കണം. ശരിക്കും അന്തംവിട്ടു. തത്കാലം ഞാനതു വിട്ടെങ്കിലും ഒട്ടും വിശ്വസിക്കാൻ പറ്റാത്ത ആളുമായാണ് ഇടപെടുന്നതെന്ന് എനിക്കപ്പോൾ ഉറപ്പായിരുന്നു.

ടെക് ടീമിനെ വീണ്ടും പുനഃസംഘടിപ്പിക്കുകയായിരുന്നു എന്റെ മുന്നിലെ വലിയ പ്രശ്നം. അടുത്ത മൂന്നുമാസം ഇതിനായി ഓടിനടന്നു. ടെക് ടീം വീണ്ടും സജീവമായി. മുൻഗണനാടിസ്ഥാനത്തിൽ അർദ്ധവാർഷിക വിലയിരുത്തൽ നടത്തിയെന്നുറപ്പാക്കുകയായിരുന്നു ഞാൻ ആദ്യം ചെയ്തത്. ബാക്കിയുള്ള ടെക് ടീമിനെ നിലനിർത്താൻ അധിക ഇഎസ്ഒപികൾ വാഗ്ദാനം ചെയ്യുകയും ചെയ്തു. അതു കഴിഞ്ഞശേഷം ബോർഡിൽ പുതിയ അംഗങ്ങളെ കൊണ്ടുവരാൻ എന്തെങ്കിലും കടുംകൈകൾ ചെയ്യേണ്ടിയിരുന്നു. ഞങ്ങളുടെ ടെക് അഭിമുഖത്തിൽ നിന്നുള്ള സ്ഥാപനമാറ്റത്തിന്റെ നിരക്ക് കുറവായിരുന്നു. ക്രെഡിൽ ഇതു

കൂടുതലാണെന്നറിഞ്ഞു. കൂടുതലായി അന്വേഷിച്ചപ്പോൾ ക്രെഡ് ഓഫർ ലെറ്ററിനൊപ്പം പുതിയ ജീവനക്കാർക്ക് ഒരു ലാപ്ടോപ്പും നൽകുന്നുണ്ടെന്നറിഞ്ഞു. ഞങ്ങൾക്കതിലും മികച്ച ഓഫർ നൽകേണ്ടിയിരുന്നു. ജോലിക്കാരെ ക്ഷണിച്ചുകൊണ്ടുള്ള ഞങ്ങളുടെ പരസ്യവാചകം ഇതായിരുന്നു : എൻജിനീയർക്ക് ശരാശരി വാർഷിക ശമ്പളം 20 ലക്ഷം രൂപ. തലവേട്ടക്കാർക്ക് കമ്മീഷനായി മൂന്നു ലക്ഷം രൂപയും നൽകും. ഈ മൂന്നുലക്ഷം എണ്ണാൻ ആരംഭിക്കേണ്ടിവരുമെന്ന് ഉടൻ തന്നെ എനിക്കു ബോദ്ധ്യമായി.

ഞങ്ങളുടെ സെയിൽസിൽ ജോലിചെയ്യുന്ന കരൺ ബൈക്ക് കമ്പക്കാരനാണ്. മൂന്നു ലക്ഷത്തിന് ഏതു ആഡംബര ബൈക്കാണ് കിട്ടുകയെന്ന ചോദ്യവുമായി ഞാൻ കിരണിന്റെ അടുത്തെത്തി. സാധാരണ കെടിഎം അല്ലെങ്കിൽ റോയൽ എൻഫീൽഡിനു പുറമെ ബിഎംഡബ്ല്യൂ ബൈക്ക് ലഭിക്കുമെന്ന് കിരൺ തിരിച്ചുവിളിച്ചു പറഞ്ഞു. ഒരു വിജയ ഫോർമുല കിട്ടിയതായി എനിക്കു മനസ്സിലായി. മിക്ക യുവടെക്കികളും രഹസ്യമായി സൂപ്പർബൈക്ക് ആഗ്രഹിക്കുന്നവരാണ്. അതുകൊണ്ടിതു ശരിയാകും. ഇതേക്കുറിച്ചൊരു വിവരം വൈറലാകാൻ ലിങ്ക്ഡ്ഇന്നിൽ ഇടേണ്ട കാര്യമേ ഉണ്ടായിരുന്നുള്ളൂ. ഭാരത്പേ പുതുതായി ചേരുന്ന ടെക്കികൾക്ക് സൂപ്പർബൈക്ക് കൊടുക്കുന്നു എന്നതു വ്യവസായത്തെയാകമാനം ഇളക്കിമറിച്ചു. റിക്രൂട്ട്മെന്റ് മാർക്കറ്റ് തകർക്കുകയാണെന്നു പറഞ്ഞ് നിരവധി സ്ഥാപകർ വ്യക്തിപരമായി എന്നെ ശപിച്ചു. ഭാവിയിൽ വലിയൊരു പ്രശ്നമാകാൻ സാദ്ധ്യതയുള്ള ഒന്നിനെ നേരത്തെ കണ്ടറിഞ്ഞു മുളയിലെ നുള്ളിക്കളയുകയായിരുന്നെന്ന് ഞാൻ വിശ്വസിച്ചു. അമേരിക്കയിലെ എന്റെ സഹജീവികളിൽ നിന്നു ഞാനറിഞ്ഞത് അവിടെ എൻജിനീയർമാരെ കിട്ടാൻ വളരെ ബുദ്ധിമുട്ടായി എന്നാണ്. ഗൂഗിളിൽ നിന്നും ഫേസ്ബുക്കിൽ നിന്നുമൊക്കെ വരുന്നവർ ചോദിക്കുന്ന ശമ്പളം ഒരു മില്യൺ ഡോളറൊക്കെയാണ്. ഫിൻടെക് സ്ഥാപകർ അവിടെ ശരിക്കും വിഷമവൃത്തത്തിലാണ്. വാണിജ്യഹിറ്റുകളില്ലാതെ വേലിയേറ്റം തടയുന്നതിനുള്ള ഒരു മാർഗ്ഗമായിരുന്നു ഇത്. ഞങ്ങളോടൊപ്പം ചേരുകയും ബൈക്ക് സ്വന്തമാക്കുകയും ചെയ്യുന്നവർക്ക് ഒരു വർഷത്തെ ലോക്ക്ഇൻ പീരീഡ് ഉണ്ടായിരുന്നു എന്നതും അധിക മേന്മയായി.

അതിനു പുറമെ മുഴുവൻ ടെക് ടീമിനും ലോകകപ്പ് കഴിയുംവരെ ദുബായിൽ നിന്നു പ്രവർത്തിക്കാനാകുമെന്ന വാഗ്ദാനവും നൽകി. കോവിഡ് ഭീതി കാരണം ടി20 ലോകകപ്പ് ഇന്ത്യയിൽ നിന്നു ദുബായിലേക്കു മാറ്റിയിരുന്നു. ഞങ്ങൾ സ്പോൺസർ ചെയ്തിരുന്നതിനാൽ ആവശ്യത്തിനു പാസുകൾ ലഭിച്ചിരുന്നു. ഇനി എൻജിനീയർമാർ ഭാരത്പേയിൽ ചേരാതിരിക്കുന്നതിനു കാരണമൊന്നുമില്ല. ആനുപാതികമല്ലാത്തതെന്നും 'നിക്ഷേപകരുടെ പണം ധൂർത്തടിക്കുകയാണെ'ന്നും കിടമത്സരത്തിന്റെ ഫലമായി ആക്ഷേപമുയർന്നെങ്കിലും അതല്ലായിരുന്നു സത്യം. റിക്രൂട്ട്മെന്റിന്റെ കാര്യത്തിലെങ്കിലും മത്സരം ഇല്ലാതാക്കുകയായിരുന്നു

ഞങ്ങൾ. തൊഴിൽദാതാവ് എന്ന നിലയ്ക്കുള്ള ഭാരത്പേയുടെ ബ്രാൻഡ് നന്നായി ഉറപ്പിക്കുകയും ചെയ്തു.

ഉത്പന്നത്തിന്റെ കാര്യത്തിൽ ഞാൻ അടുത്തതായി പുറത്തിറക്കിയത് പോസ്റ്റ്പേ ആണ്. 'ഇപ്പോൾ വാങ്ങൂ, പിന്നീട് പണമടയ്ക്കൂ' സേവനം. ദുബായിലെ ടി20 ലോകകപ്പിനോടനുബന്ധിച്ചുള്ള നീക്കമായി ഇത്. ഇതിന്റെ ചുമതല സുഹൈലിൽ നിന്ന് ഞാൻ ഏറ്റെടുത്തു. രണ്ടുമാസം ഞാൻ സ്ഥലത്തില്ലാതിരുന്ന കാലത്ത് ഇക്കാര്യം ഒന്നും ചെയ്തിരുന്നില്ല. ഉപഭോക്താക്കൾക്ക് ആപ്പ് വഴി പത്തുലക്ഷം രൂപ വരെ ക്രെഡിറ്റ് അനുവദിക്കും. പോസ്റ്റ്പേയിലൂടെ ഒരാൾക്ക് ക്യൂആർ കോഡ് ഉപയോഗിച്ചോ കാർഡ് ഉപയോഗിച്ചോ എവിടെനിന്നു വേണമെങ്കിലും പണമടയ്ക്കാം. ബാങ്ക് അക്കൗണ്ട് വഴിയുമാകാം. വലിയ വാങ്ങൽ മാത്രമല്ല, ഇഎംഐ വഴിയുള്ള കൊച്ചു വാങ്ങലുകളും പോസ്റ്റ്പേ ഉറപ്പാക്കുന്നു. ഇത്തരത്തിലുള്ള ആദ്യത്തെ ഉത്പന്നം. '*മുജേ ഗോൾ ഗപ്പെ ഇഎംഐ പെ ബേച്ച്നെ ഹെ* (തെരുവുഭക്ഷണമടക്കമുള്ള ദൈനംദിന വാങ്ങലുകളും മാസതവണകളായി ചെയ്യാനാകണം, കാർഡ് മെഷീനില്ലാതെ)'. ഇതായിരുന്നു പോസ്റ്റ്പേ തുടങ്ങുന്നതിൽ എന്റെ പ്രചോദനം.

ഉപഭോക്തൃ ഇടത്തിലേക്കുള്ള മുന്നേറ്റം 12% ക്ലബ്ബിലൂടെ തുടർന്നു. 12 ശതമാനം വാർഷിക പലിശയ്ക്ക് കടംകൊടുക്കുകയോ കടം വാങ്ങുകയോ ആകാം. ലോകത്തിലെ ഏക സീറോ സ്പ്രെഡ് ഉത്പന്നമാണിത്. ഈ ആപ്പിലൂടെ ഞങ്ങൾ കുറെ ധനം സമാഹരിച്ച് വ്യാപാരി വായ്പകളായി വിന്യസിച്ചു. ഇവിടെ മൂലധനത്തിന്റെ വില 12 ശതമാനമായതിനാൽ വ്യാപാരി കടം കൊടുക്കുന്ന ഭാഗത്തിന് ഐആർആർ 48 ശതമാനമാകും. മികച്ച എൻബിഎഫ്സി-കൾ സ്പ്രെഡിലൂടെ നേടുന്നതിന്റെ ആറേഴിരട്ടി ഞങ്ങൾ നേടും. രണ്ട് ഉത്പന്നങ്ങളും ഉടൻ ഹിറ്റുകളായി ഫിൻടെക് വിപണിയെ ഇളക്കി.

ദുബായിലെ താമസം

ഐസിസി ലോകകപ്പ് തുടങ്ങിയതോടെ മുഴുവൻ ടെക് ടീമും ദുബായിലെത്തി. മറ്റു കമ്പനികളുടെ വേട്ടയാടൽ ഒഴിവാക്കാൻ ദീപാവലി വരെ അവരെ അവിടെ പിടിച്ചുനിർത്തുകയായിരുന്നു ആശയം. കാലുമാറ്റത്തിന് അവസരം കൊടുക്കാതിരിക്കാൻ ഇന്ത്യൻ നിയമസഭാംഗങ്ങളെ റിസോർട്ടുകളിൽ കൊണ്ടുപോയി താമസിപ്പിക്കുന്ന അതേ തന്ത്രം. എല്ലാവരുടെയും യാത്രയുടെയും താമസത്തിന്റെയും ചുമതല മാധുരിയെയാണ് ഏൽപ്പിച്ചിരുന്നത്. ടീമിലെ ഓരോ അംഗത്തിനും 3750 ദിർഹവും (ഏകദേശം 80,000 രൂപ) അനുവദിച്ചിരുന്നു. സമ്പാദ്യം ഇന്ത്യൻ രൂപയിലും ചെലവ് ദിർഹത്തിലും എന്ന തോന്നൽ ഉണ്ടാകാതിരിക്കാനായിരുന്നു ഇത്. പകൽ ജോലി കഴിഞ്ഞ് രാത്രി എല്ലാവർക്കും കളി കാണാൻ പോകാം. ഏറെ പ്രതീക്ഷിച്ചിരുന്ന ഇന്ത്യ-പാക്കിസ്ഥാൻ മത്സരം കാണാൻ കോർ ടീമിനൊപ്പം ഞാനും

ദുബായിലെത്തിയിരുന്നു. താജ് ഹോട്ടലുമായി വിലപേശി മാധുരി നല്ലൊരു പാക്കേജ് നേടിയിരുന്നു. മത്സരത്തിനു ശേഷം എല്ലാവർക്കും വിശ്രമിക്കാൻ ഞങ്ങൾ പ്രസിഡൻഷ്യൽ സ്യൂട്ട് വരെ ബുക്ക് ചെയ്തു.

ഇതുവരെ ഞങ്ങൾ ഐസിസിക്ക് പണമൊന്നും നൽകിയിരുന്നില്ല. വിദേശത്തെ കായികമത്സരങ്ങളാകുമ്പോൾ യുവജനകാര്യ-സ്പോർട്സ് മന്ത്രാലയത്തിൽ നിന്ന് അനുമതി ആവശ്യമുണ്ടെന്നതാണ് കാരണം. എന്തോ കാരണത്താൽ ഈ അനുമതി വൈകി. ഞങ്ങളുടെയും ബൈജ്യൂസി ന്റേയും. സുഹൈലും സുമീതും സാങ്കേതികത്വം സംഘാടകരോടു വിശദീകരി ച്ചെങ്കിലും പണം അടയ്ക്കുമെന്ന് എന്റെ വ്യക്തിപരമായ ഉറപ്പ് ഐസിസി ആവശ്യപ്പെട്ടു. മൂന്നു വർഷത്തേക്ക് 200 കോടിക്കടുത്ത് രൂപയാണ് ഞങ്ങൾ വാഗ്ദാനം ചെയ്തിരുന്നത്. പക്ഷേ ഇന്ത്യയിൽ നിന്നു നൽകുമ്പോൾ 36 കോടി ജിഎസ്ടി കൂടി അധികമായി നൽകേണ്ടിവരും. മാധുരിക്കും എനിക്കും ദുബായ് സർക്കാർ ഗോൾഡൻ വിസ തന്നിരുന്നു. അങ്ങനെ ഞങ്ങൾ ഭാരത്പേയുടെ അനുബന്ധ കമ്പനി ദുബായിൽ തുടങ്ങി. മാധുരിയുടെ നിർദ്ദേശമായിരുന്നു ഇത്. ഭാരത്പേയിൽ നിന്നുള്ള പണം ഈ കമ്പനി യിലേക്കു കൈമാറ്റം ചെയ്ത് അത് പിന്നീട് ഐസിസിക്കു നൽകാനാവും. ഇതിന് മന്ത്രാലയത്തിന്റെ അനുമതിയുടെ ആവശ്യമില്ല, ജിഎസ്ടിയുടെ പ്രശ്നവുമില്ല. ഈ ക്രമീകരണത്തിൽ ഐസിസി സന്തുഷ്ടരായി. ദുബായ് കമ്പനിയിലൂടെ നൽകുകയാണെങ്കിൽ അഞ്ചു ശതമാനം വാറ്റ് തട്ടിക്കിഴിക്കാമെന്ന് ഐസിസി സമ്മതിച്ചിരുന്നു. ഈ ഘടനയുണ്ടാക്കുക വഴി മാധുരി കമ്പനിക്ക് 5 മില്യൺ യുഎസ് ഡോളറാണ് ലാഭിച്ചത്.

ടീമിലെ ചില പ്രധാന അംഗങ്ങൾക്കായി ഞാൻ സംഘടിപ്പിച്ച ഒരു ബോട്ട് യാത്രയോടെയാണ് ദുബായ് യാത്രയുടെ ഉജ്ജ്വല പരിസമാപ്തി യായത്. ബോട്ട് ഭവിൻ തുരാഖിയയുടേതായിരുന്നു. ദുബായിലുള്ള സമയത്തെ ഉപയോഗത്തിനായി ആദരവോടെ എനിക്കു വിട്ടുതന്നതായിരുന്നു. ഇവിടെയും ഞങ്ങൾക്കൊരു അത്ഭുതമുണ്ടായിരുന്നു. ഇന്നോവെൻ കാപിറ്റലിന്റെ തരാന ലൽവാനിയെ കൂട്ടിയാണ് സുഹൈൽ വന്നത്. ഈ കമ്പനി വഴിയാണ് ഞങ്ങൾ മൊത്തക്കച്ചവടം നടത്തിയിരുന്നത്. അവരെ ഒന്നിച്ചു പലയിടത്തും കണ്ടതായും പതിവായി ഒരുമിച്ചു യാത്ര ചെയ്യുന്നതായും അപവാദപ്രചാരണമുണ്ടായിരിക്കെ ഒരു ഔദ്യോഗിക കാര്യത്തിൽ ഒന്നിച്ചുള്ള പ്രത്യക്ഷപ്പെടൽ എല്ലാവരേയും അമ്പരപ്പിച്ചു. ഉണ്ടെന്നു പറയപ്പെടുന്ന തന്റെ ഭാര്യ ദുബായ് യാത്രയോടൊപ്പം ചേരുമെന്നു സുഹൈൽ സൂചിപ്പിച്ചിരുന്നെങ്കിലും അതുണ്ടായില്ല. എന്റെ അടുത്ത ദുബായ് യാത്രയിലും യാദൃച്ഛികമായി സുഹൈലിനെ കണ്ടുമുട്ടി. സുഹൈൽ അവിടെയെത്താനുണ്ടായ കാരണം എന്താണെന്നറിയില്ലെങ്കിലും.

മാരകമായ അബദ്ധം

തിരിഞ്ഞുനോക്കുമ്പോൾ, ഈ സമയത്താണ് വിലയിരുത്തലിൽ ഞാനൊരു

തെറ്റ് വരുത്തിയത്. അതിനു വലിയ വില കൊടുക്കേണ്ടിയും വന്നു. ബാങ്ക് ലൈസൻസ് നേടിയ ശേഷം ജസ്പാൽ ബിന്ദ്രയുമായുള്ള കൂടിക്കാഴ്ചയ്ക്കായി ഭവിക്കും ഞാനും സുഹൈലും സുമീതുമൊത്ത് മുംബൈയിലായിരുന്നു. രാത്രി ഞാനെന്റെ മുറിയിൽ തന്നെ വിശ്രമിച്ചപ്പോൾ, ബാക്കിയുള്ളവർ ഭവിക്കിന്റെ മുറിയിൽ മദ്യപിക്കുന്നത് തുടർന്നു. അടുത്ത പ്രഭാതത്തിൽ ഭവിക്കിന് എന്നോടെന്തോ പറയാനുണ്ടായിരുന്നു. 'ആളുകൾക്ക് മാധുരിയെക്കുറിച്ച് ഒരുപാട് ഉത്കണ്ഠയുണ്ട്'. എന്നെ അത്ഭുതപ്പെടുത്തിക്കൊണ്ട് ഭവിക് പറഞ്ഞു. സിഎക്സ്ഒ അല്ലാത്തതിനാൽ, ബജറ്റിന്റെ കാര്യത്തിൽ മാധുരിയോടു മറുപടി പറയാൻ അവർ ആഗ്രഹിക്കുന്നില്ല എന്ന് കൂടുതൽ ചോദിച്ചപ്പോൾ ഭവിക് പറഞ്ഞു. 'മാധുരിക്ക് ബോർഡിൽ ഇടം കൊടുത്താൽ മാർച്ചോടെ ഞാൻ വിടും' സുഹൈൽ കഴിഞ്ഞ രാത്രി ഞങ്ങളോടു പറഞ്ഞു. ഭവിക് അറിയിച്ചു.

ശാശ്വതിനും എനിക്കും സ്ഥാപകരെന്ന നിലയിൽ നാല് ബോർഡ് സീറ്റിന് അവകാശമുണ്ട്. ഒരു ബോർഡ് സീറ്റ് സുഹൈലിനും മറ്റൊന്നു മാധുരിക്കും നൽകാമെന്നായിരുന്നു ഞാൻ വിചാരിച്ചിരുന്നത്. വഴിവിട്ട് ഉയർത്താൻ തീരുമാനിച്ചിരുന്നതിനാൽ, സുഹൈലിന്റെ പ്രസ്താവന കേട്ട് ഞാൻ ഞെട്ടി. ബിസിനസ്സിന്റെ വളർച്ചയുടെ ഘട്ടത്തിൽ പല മൂല്യങ്ങളും അഴിച്ചുവിടരുതെന്ന് ഞാൻ തീരുമാനിച്ചു. ഈ വിവരത്തിന്റെ അടിസ്ഥാനത്തിൽ, നാലാമത്തെ ബോർഡ് സീറ്റ് ഒഴിച്ചിടാൻ ഞാൻ തീരുമാനിച്ചു. ധനസമാഹരണം അവസാനിപ്പിച്ച ശേഷം ബോർഡംഗമാക്കുന്നതിനൊപ്പം സുഹൈലിനെ സിഇഒ ആക്കാനും പോവുകയായിരുന്നു.

'ഈ തീരുമാനത്തെക്കുറിച്ച് നിങ്ങൾ ചിന്തിച്ചു എന്നു കരുതുന്നു. മിക്കി മൽക്ക ഒരു ഫോൺകോളിൽ എന്നോടു പറഞ്ഞു. ഞാൻ സുഹൈലിനെ സിഇഒ ആയി ഉയർത്തുന്നതും അദ്ദേഹത്തെ ബോർഡിൽ ഉൾപ്പെടുത്തുന്നതും ഭാരത്പേയോടുള്ള എന്റെ ഉത്തരവാദിത്വത്തിൽ കുറവൊന്നും വരുത്തുകയില്ലെന്നും, പൂർണ്ണ ഉത്തരവാദി ഞാൻ ആകുമെന്നും ആവർത്തിച്ചുറപ്പിക്കാൻ ബോർഡ് മീറ്റിംഗ് വിളിക്കാൻ മിക്കി ആഗ്രഹിച്ചു. അദ്ദേഹം പറഞ്ഞതനുസരിച്ച്, അവരുടെ പണം എന്നിലൂടെയാണ് സഞ്ചരിക്കുന്നത്. അവർ സുഹൈലിനെ ഒട്ടും പരിഗണിക്കുന്നില്ല. പിന്തിരിഞ്ഞു നോക്കുമ്പോൾ, ഈ സമയത്ത് ഞാൻ മാധുരിയെ ബോർഡിൽ കൊണ്ടുവരണമായിരുന്നു. അതെന്റെ ബോർഡ് സീറ്റായിരുന്നു. മാനേജ്മെന്റിന്റെയോ നിക്ഷേപകരുടേയോ അല്ല. അതിൽ തീരുമാനമെടുക്കാൻ എനിക്കാണ് പൂർണ്ണ അധികാരം. ബോർഡിൽ ആരുടെയൊപ്പം ഇരിക്കണമെന്നു പറയാൻ സുഹൈലിന് യാതൊരു കാര്യവുമില്ല. എന്റെ സ്വന്തം താത്പര്യം സംരക്ഷിക്കുന്നതിനു പകരം ഞാൻ കമ്പനിയുടെ വളർച്ചയിലും നേട്ടത്തിലും അന്ധനായിരുന്നു. മുഴുവൻ കഥയും അറിഞ്ഞ ശേഷം ഒരു സുഹൃത്ത് കൃത്യമായി നിരീക്ഷിച്ച പോലെ, 'നിങ്ങൾ ബിസിനസ്സിന്റെ വളർച്ചയ്ക്ക് അനുയോജ്യമായതാണ് ചെയ്തത്, എന്നാൽ *തു നെ അപ്നി ബലി ചടാ ദീ* (നിങ്ങൾ സ്വയം രക്തസാക്ഷിയായി)'.

12

ഷാർക്ക് ടാങ്ക്

ഫിലിം സിറ്റിയിൽ *ഷാർക്ക് ടാങ്ക് ഇന്ത്യ*-യുടെ ഷൂട്ടിംഗ് പൂർത്തിയാക്കിയപ്പോൾ മോഹിപ്പിക്കുന്ന ബ്ലൂ ടിക്കില്ലാത്ത എന്റെ സ്വകാര്യ ഇൻസ്റ്റാഗ്രാം അക്കൗണ്ടിന് 285 ഫോളോവേഴ്സ് ആണ് ഉണ്ടായിരുന്നത്. തിരിച്ച് ഞാൻ 315 പേരെ ഫോളോ ചെയ്യുന്നുണ്ടായിരുന്നു. ഷോയുടെ ആദ്യ സീസണിൽ പങ്കെടുക്കാൻ ഞാൻ സമ്മതിച്ചപ്പോൾ, ഇതൊരു ഐതിഹാസിക ടെലിവിഷൻ ഷോ ആയിരിക്കുമെന്നും, നാണംകുണുങ്ങിയായ ഒരു വ്യക്തിയെ ദേശീയ യുവബിംബമാകാൻ പ്രേരിപ്പിക്കുമെന്നും, സാമൂഹിക മാധ്യമങ്ങളിൽ എന്നെ പിന്തുടരുന്നവർ തിങ്ങിനിറഞ്ഞ് മേൽക്കൂര പൊളിക്കുമെന്നും ചിന്തിക്കുന്നതു പോലും അതിശയോക്തിയായിരുന്നു. എന്നിട്ടും എനിക്കു വേണ്ടി *ഷാർക്ക് ടാങ്ക്* ഇന്ത്യ ശരിക്കും ചെയ്തത് ഇതാണ്. അല്ലെങ്കിൽ ഞാൻ *ഷാർക്ക് ടാങ്കിനു* വേണ്ടി ചെയ്തത്!

എന്റെ തുടക്കത്തിലെ ഏയ്ഞ്ചൽ നിക്ഷേപകരിലൊന്നാണ് വെഞ്ച്വർ കാറ്റലിസ്റ്റ്സ്. ഷാർക്ക് പാനലിനെ നിശ്ചയിക്കാൻ അവരാണ് *ഷാർക്ക് ടാങ്ക്* ടീമിനെ സഹായിച്ചിരുന്നത്. അവർ തന്നെയാണ് എന്റെ പേര് നിർദ്ദേശിച്ചതും. സോണി ടെലിവിഷനിൽ സംപ്രേഷണം ചെയ്യാൻ പോകുന്ന *ഷാർക്ക് ടാങ്ക്* ഒരു പ്രശസ്തമായ, അന്താരാഷ്ട്ര രൂപഘടനയിലുള്ള ഷോ ആയിരുന്നു. ഇതിൽ ധനസമാഹരണത്തിനു വേണ്ടി ശ്രമിക്കുന്ന ബിസിനസ്സ് ഉടമകൾ നിക്ഷേപകർ അഥവാ 'സ്രാവുകൾ'ക്കു മുന്നിൽ അവരുടെ ബിസിനസ്സ് ആശയങ്ങൾ അവതരിപ്പിക്കും. ഘടന അറിയാമായിരുന്നെങ്കിലും *ഷാർക്ക് ടാങ്ക്* യുഎസിന്റെ ഒരു എപിസോഡ് പോലും ഞാൻ പൂർണ്ണമായി കണ്ടിട്ടുണ്ടായിരുന്നില്ല.

2021 ജൂലൈയിൽ *ഷാർക്ക് ടാങ്ക്* നടത്തിപ്പുകാരനായ ബിമൽ ഉണ്ണികൃഷ്ണനുമായി ഞാനൊരു സൂം കോളിലായിരുന്നു. ആ കോൾ നയിച്ചത് എന്റെ വീട്ടിൽ ഒരുക്കിയ ഒരു റിക്കാർഡിംഗ് സെഷനിലേക്കാണ്. അതിൽ സോണി ടീം ഉണ്ടാക്കിയ ചില വ്യാജ അവതരണങ്ങളുണ്ടായിരുന്നു. അവയോട് മുൻകൂട്ടി തയ്യാറെടുക്കാതെ എനിക്കു പ്രതികരിക്കേണ്ടിവന്നു.

സോണിയുടെ താത്പര്യം വളരുന്നതു കണ്ടപ്പോൾ, ഈ കൂട്ടുകെട്ട് മുന്നോട്ടുപോയാൽ അതെന്നെയൊരു ജനകീയ ബിംബമോ മറ്റോ ആക്കിയേക്കുമെന്ന് ഞാൻ മനസ്സിലാക്കി. തിരക്കേറിയ ബിസിനസ്സ് കാര്യങ്ങളുടെ മദ്ധ്യത്തിൽ, ബിസിനസ്സിനു പുറത്തുള്ള കാര്യങ്ങൾക്ക് ആഷ്നീറിന് സമയമുണ്ടെന്ന് എന്റെ നിക്ഷേപകർ കരുതുന്നതിൽ – *ആഷ്നീർ ഡിസ്റ്റാക്റ്റ് യാ വേല ഹോ ഗയാ ഹെ* – ഞാനൽപം ആശങ്കാകുലനായിരുന്നു. അഭിപ്രായമാരാഞ്ഞ് മിക്കി മൽക്കയ്ക്ക് എഴുതിയതോർക്കുന്നു. കാര്യമാത്രപ്രസക്തമായിരുന്നു അദ്ദേഹത്തിന്റെ പ്രതികരണം : തെരുവിലൂടെ നടന്നുപോകുമ്പോൾ ആളുകൾ തന്നെ തിരിച്ചറിയുന്നത് വ്യക്തിപരമായി താൻ ഇഷ്ടപ്പെടുന്നില്ല എന്നാണ് അദ്ദേഹം പറഞ്ഞത്. അദ്ദേഹം അങ്ങനെയായിരുന്നു. മിക്കിയുടെ 'നിങ്ങൾ നിങ്ങളായി ചെയ്യുക' എന്ന സന്ദേശത്തിനു ശേഷം സെക്വോയയിലെ ഹർഷ്ജിതിനോടും വിവരം പറഞ്ഞു. അദ്ദേഹത്തിനും കാര്യമായ എതിർപ്പൊന്നുമുണ്ടായിരുന്നില്ല. എനിക്കു പോകാൻ പാതയൊരുങ്ങി.

സോണിയോടൊപ്പം മറ്റൊരു മോക്ക് അവതരണം കൂടി ഉണ്ടായി. ഈ സെഷനിൽ സാധ്യതയുണ്ടെങ്കിലും ഇതുവരെ സ്ഥിരീകരിച്ചിട്ടില്ലാത്ത രണ്ടു ഷാർക്കുകൾ : ബോട്ട്-ന്റെ സഹസ്ഥാപകൻ അമൻ ഗുപ്തയും ഞാനും. സോണി ടീം ഈ ഘട്ടം ഹോട്ടലിൽ വച്ചു ചെയ്യാമെന്നാണ് കരുതിയതെങ്കിലും വെറുതെ പണം കളയേണ്ടെന്നു പറഞ്ഞ് സന്തോഷത്തോടെ എന്റെ വീട് വിട്ടുകൊടുത്തു. ആദ്യമായിട്ടാണ് അമനെ കാണുന്നത്. അദ്ദേഹത്തിൽ പരിഭ്രമം കലർന്ന ഊർജ്ജം നിറഞ്ഞിരിക്കുന്നതായി ചിന്തിച്ചത് ഓർക്കുന്നു. *ഉസ്കോ* ഷാർക്ക് ടാങ്ക് *ചാഹിയെ ഥാ*, അദ്ദേഹം *ഷാർക്ക് ടാങ്ക്* പാനലിൽ ഉണ്ടാവണമെന്ന് അതിയായി ആഗ്രഹിക്കുന്നു. ആ സമയത്ത് എന്നെക്കാൾ കൂടുതൽ അദ്ദേഹത്തിനത് ആവശ്യമുണ്ടായിരുന്നു.

അവർ ഞങ്ങളെ രണ്ടുപേരേയും ഒരുമിച്ച് സ്ക്രീനിലാക്കി. അതിനുശേഷം ലഞ്ചിന് രാജ്മ ചാവൽ കഴിക്കുമ്പോൾ അമൻ എന്നോടു ചോദിച്ചു : ആഷ്നീർ *ഭായ്, ക്യാ ലഗ്താ ഹെ, ലേംഗെ യാ നഹി* (അവർ നമ്മളെ എടുക്കുമെന്നു കരുതുന്നുണ്ടോ)? എന്റെ നിസ്സംഗമായ '*ക്യാ ഫറക് പഡ്താ ഹെ* (അതിനെന്ത് പ്രസക്തി)? വികാരാധീനനായി പ്രതികരണം, *മേനേ ഷാർക് ടാങ്ക് ദേഖ് കർ ധന്താ ബനായാ ഹെ* (ഷാർക്ക് ടാങ്ക് കണ്ടു വളർന്ന് അതിൽ നിന്ന് പ്രചോദനം ഉൾക്കൊണ്ടാണ് എന്റെ സ്വന്തം ബിസിനസ്സ് തുടങ്ങിയത്).' ഈ ഷോയിലായിരിക്കുക എന്നതിൽ എന്തോ വലിയ കാര്യമുണ്ടെന്ന് അപ്പോഴാണ് ആദ്യമായി ഞാൻ തിരിച്ചറിഞ്ഞത്.

ഞാൻ ഷോയിലുണ്ടെങ്കിൽ, സഹ പാനലിസ്റ്റുമാർ ആരെന്നതായിരുന്നു എന്നെ സംബന്ധിച്ച അങ്ങേയറ്റം പ്രാധാന്യമുള്ള കാര്യം. സോണി ടീമുമായി സംസാരിക്കാൻ ഞാൻ മാധുരിയെ അനുവദിച്ചു. നമ്മുടെ ഏറ്റവുമടുത്ത സ്റ്റാർട്ടപ്പ് വൃത്തത്തിനപ്പുറത്ത് ഷോയ്ക്ക് വലിയൊരു മൂല്യം ഉണ്ടായിരിക്കാമെന്നും അവൾ പെട്ടെന്നു തന്നെ തിരിച്ചറിഞ്ഞു. ഞാനതിൽ ഉണ്ടായിരിക്കണമെന്നതിൽ പൂർണ്ണബോധ്യവും വന്നു. ബിമലിനോടു

സംസാരിച്ചപ്പോൾ സാദ്ധ്യതയുള്ള സഹപാനലിസ്റ്റുകളെക്കുറിച്ചറിഞ്ഞു. ഇതിൽ Shaadi.com-ലെ അനുപം മിത്തലിനെ ഞങ്ങളുടെ സീഡ് റൗണ്ടിൽ ഞാൻ തന്നെ പിച്ച് ചെയ്തിട്ടുള്ളതാണ്. അദ്ദേഹം നിക്ഷേപിക്കാൻ തയ്യാറായിരുന്നെങ്കിലും അപ്പോഴേക്കും സെക്വോയ പണമിടാമെന്നു സമ്മതിച്ചിരുന്നു. അതുകൊണ്ട് പിന്നീട് ഞാനദ്ദേഹത്തിന്റെ പിറകെ പോയില്ല. അദ്ദേഹത്തിന്റെ ഓഫീസ് കാന്റീനിലെ ദോശക്കച്ചവടക്കാരന്റെ പക്കൽ ഭാരത്പേ ക്യൂആർ ഉണ്ടായിരുന്നു. അദ്ദേഹം എന്തെങ്കിലും ആവശ്യമുണ്ടെങ്കിൽ എന്നെ നേരിട്ടു വിളിക്കുമായിരുന്നു. മറ്റുള്ളവരെക്കുറിച്ചു പറയുമ്പോൾ, ലെൻസ്കാർട്ടിലെ പീയുഷ് ബൻസാലിനെ ഞാൻ കണ്ടിട്ടില്ല. അദ്ദേഹം ചെയ്യുന്ന ബിസിനസ്സിനോട് എനിക്കു വലിയ പരിഗണനയുണ്ട്. സോഫ്റ്റ് ബാങ്കിൽ നിന്ന് അദ്ദേഹം ഫണ്ട് സമാഹരണം നടത്തിയിരുന്നതിനാൽ, സോഫ്റ്റ് ബാങ്ക് നിക്ഷേപിച്ച സ്ഥാപകനൊപ്പം വേദി പങ്കിടുന്നതിൽ എനിക്കു സന്തോഷമുണ്ടായിരുന്നു. അമനെ ഞാൻ കണ്ടുകഴിഞ്ഞു. ഒരു ഡി2സി ബ്രാൻഡ് തുടങ്ങിയതിലെ വിജയം എനിക്കറിയാം. ഞങ്ങൾ മുന്നോട്ടു പോകുമ്പോൾ, ഷുഗർ കോസ്മെറ്റിക്സിലെ വിനീത സിംഗ് ഷോയിലുണ്ടാകുമെന്നറിഞ്ഞു. ഐഐഎമ്മിൽ എന്റെ ഒരു വർഷം ജൂനിയറായിരുന്നു. കാമ്പസിൽ വച്ച് ഒരിക്കലും സംസാരിച്ചിട്ടില്ലെങ്കിലും ഞങ്ങൾ ചെയ്യുന്ന ബിസിനസ്സ് സംബന്ധിച്ച് പരസ്പര ബഹുമാനമുണ്ടായിരുന്നു. എനിക്കറിയാത്ത ഒരാൾ എംക്യൂർ ഫാർമസ്യൂട്ടിക്കൽ-സിന്റെ നമിത ഥാപ്പർ ആണ്. മാമാ എർത്തിന്റെ സഹസ്ഥാപകൻ ഗസൽ അലഘുമായി എനിക്ക് പൊതു എപ്പിസോഡുകളില്ല. അവരുടെ യോഗ്യതയും ഒരുപോലെ ശ്രദ്ധേയമാണ്. മൊത്തത്തിൽ, ചില *'ഗ്യാൻ പേൽനെ വാലെ'* (ജ്ഞാന വിതരണക്കാരായ) നിക്ഷേപകർക്കും എയ്ഞ്ചലുകൾക്കും ഒപ്പമല്ല, വലിയ ചില സ്ഥാപകർക്ക് ഒപ്പമാണ് പങ്കെടുക്കുന്നത് എന്നതിൽ ഞാൻ സന്തുഷ്ടനായിരുന്നു.

അതിനൊന്നും അപ്പോഴും, ടെലിവിഷനിൽ പ്രത്യക്ഷപ്പെടുന്നതിന്റെ എന്റെ ഭയം അകറ്റാനായില്ല. അതെനിക്ക് സ്വാഭാവികമായ കാര്യമായിരുന്നില്ല. ഞാനൊരിക്കലും പ്രസംഗകനായിരുന്നില്ല. സ്കൂൾ അസംബ്ലിയിൽ നൂറുകണക്കിനു കുട്ടികൾക്കു മുന്നിൽ പ്രഭാതവാർത്തകൾ വായിക്കുമ്പോൾ എന്റെ കാലുകൾ വിറച്ചത് എനിക്കോർമ്മയുണ്ട്. ആദ്യ ഷൂട്ടിനു പോകേണ്ട ആ വാരാന്ത്യത്തിൽപോലും എനിക്കു രണ്ടു മനസ്സായിരുന്നു. ഒരിക്കൽ സെറ്റിലെത്തിയപ്പോൾ അങ്ങേയറ്റത്തെ പോസിറ്റീവ് ഭാവം അനുഭവിച്ചു. ശരിയായ സെലിബ്രിറ്റി സ്റ്റൈലിൽ ഞങ്ങൾക്ക് ആഡംബര വാനും സകല പരിവാരങ്ങളുമുണ്ടായിരുന്നു – മേക്കപ്പ് ആൾക്കാർ, വസ്ത്രാലങ്കാരക്കാർ, ബൗൺസർമാർ, സെറ്റിലേക്കു നടക്കുമ്പോൾ കുട ചൂടിത്തരാൻ വരെ ആളുകളുണ്ടായിരുന്നു. ഞങ്ങൾക്ക് അങ്ങേയറ്റത്തെ പ്രാധാന്യം അനുഭവപ്പെട്ടു എന്നു പറഞ്ഞാൽ കുറഞ്ഞുപോകും. അമിതലാളനയാൽ ഞങ്ങൾ വഷളാക്കപ്പെട്ടിരുന്നു.

തീർച്ചയായും, അത്രയും പ്രാധാന്യമുണ്ടായാൽ അതിനൊരു വിലയും

കൊടുക്കേണ്ടിവരും. എനിക്ക് ഭാര്യയുടെ കോപമായിരുന്നു വില. എല്ലാ ഷൂട്ടിനും മാധുരി കൂടെ വന്നിരുന്നു. ഷൂട്ടിന്റെ ആദ്യദിവസം തന്നെ തമാശയുള്ള ഒരു സംഭവമുണ്ടായി. ഞാനെന്റെ ആഡംബര വാനിൽത്തന്നെയായിരിക്കുമ്പോൾ വസ്ത്രാലങ്കാരക്കാരന്റെ അസിസ്റ്റന്റായ ഒരു പെൺകുട്ടി എന്റെ അടുത്തേക്കു വന്ന് നിരുപദ്രവകരമായ ഒരു ചോദ്യം ചോദിച്ചു : ആഷ്നീർ സർ, *കപ്ഡേ ആ ഗയേ ഹെ, പെഹനാ ദൂ* (താങ്കളുടെ വസ്ത്രങ്ങൾ വന്നിട്ടുണ്ട്, ധരിപ്പിച്ചോട്ടെ?) ആഡംബര വാനിനകത്ത് മറ്റൊരാളുണ്ടെന്ന് അവൾ പ്രതീക്ഷിച്ചിട്ടുണ്ടാകില്ല – എന്റെ പൊസസ്സീവായ ഭാര്യ. ഞാൻ വസ്ത്രം ധരിക്കുമ്പോൾ ആ പെൺകുട്ടിയോട് പുറത്തു നിൽക്കാൻ ആവശ്യപ്പെട്ടുവെന്നു മാത്രമല്ല, മാധുരി ബിമലിന്റെ അടുത്തു ചെന്ന് ഇത്രയും പ്രാധാന്യം ആവശ്യമില്ലെന്നറിയിക്കുകയും ചെയ്തു. *'ചനേ കാ ഝാഡ് പർ മത് ചഡാവോ ഇനേ'* (ഇദ്ദേഹത്തെ ആവശ്യമില്ലാതെ ഇത്രയും പുകഴ്ത്തല്ലേ) എന്നായിരുന്നു അവൾ പറഞ്ഞ യഥാർത്ഥ വാക്കുകൾ. ഞങ്ങൾ വലിയ വ്യവസായികളല്ലെന്നും, സാധാരണക്കാരായ മദ്ധ്യവർഗ്ഗക്കാരാണെന്നും ഞങ്ങളെ നിലത്തു നിർത്തിയാൽ മതിയെന്നും. ഞങ്ങളുടെ സ്റ്റാഫിനെ കുറയ്ക്കണമെന്നും പുരുഷ ഷാർക്കുകൾക്ക് പുരുഷ വസ്ത്രാലങ്കാരം മതിയെന്നു പറയാൻപോലും മാധുരി മടിച്ചില്ല.

അതാ, അടുത്ത ദിവസം തന്നെ ഞങ്ങളുടെ ജോലിക്കാരുടെ എണ്ണം കുറച്ചു. എല്ലാ ഷാർക്കും അമ്പരന്നു. അമൻ ആകെ പരിഭ്രാന്തനായി മാധുരിയോടു ചോദിച്ചു : *ആപ് സബ് ഷൂട്ട്സ് പർ ആയേഗാ* (നിങ്ങൾ എല്ലാ ഷൂട്ടിനും വരുമോ)? ഉവ്വെന്നു മാധുരി പറഞ്ഞപ്പോൾ എന്നെ വശത്തേക്കു മാറ്റിനിർത്തിയിട്ട്, ഇതിനെന്തെങ്കിലും ചെയ്യണമെന്ന് അഭ്യർത്ഥിച്ചു. ആഷ്നീർ ഭായ്, *കുച്ച് കരോ, സാരാ ഗ്ലാമർ ഹി ഖതം ഹോ ഗയാ ഹെ* (ആഷ്നീർ എന്തെങ്കിലും ചെയ്യൂ, ഷൂട്ടിംഗിന്റെ എല്ലാ ഗ്ലാമറും പോയി), സ്വതസിദ്ധമായ ശൈലിയിൽ അദ്ദേഹം പറഞ്ഞു.

വസ്ത്രങ്ങളെക്കുറിച്ചു പറയുമ്പോൾ, *ഷാർക്ക് ടാങ്കി*നോടുള്ള കോപത്തിന് ഒരു കാരണം ഇതാണ്. ഞങ്ങളുടെ വസ്ത്രങ്ങൾ നിരവധിതവണ ആവർത്തിച്ചു. കാഴ്ചക്കാരിൽ നിന്നുള്ള ഒരു പ്രതികരണം : *അമീർ ഹോ, കപ്ഡെ തോ ബദൽ ലോ* (പണക്കാരല്ലേ, വസ്ത്രങ്ങൾ മാറ്റൂ). ഏത് എപിസോഡാണ് അന്തിമമായി പ്രക്ഷേപണം ചെയ്യുക എന്ന് ടീമിന് ഉറപ്പില്ല. എഡിറ്റിംഗാകുമ്പോഴേക്ക് എപിസോഡുകളുടെ തുടർച്ച പ്രശ്നമാകും. അങ്ങനെയാണ് പ്രേക്ഷകർ ആഴ്ചകൾക്കു ശേഷവും ഞങ്ങളെ ഒരേ വേഷത്തിൽ കാണുന്നത്. 4.5 കോടി രൂപ ചെലവിൽ നിർമ്മിച്ച കൂറ്റൻ സെറ്റാണ് *ഷാർക്ക് ടാങ്ക്*-ന്റേത്. ഏറെ ചർച്ച ചെയ്യപ്പെട്ട *'കോഫി വിത്ത് കരൺ'* എന്ന പരിപാടിക്കുവേണ്ടി സെറ്റിട്ട അതേ കലാസംവിധായകനാണ് ഇതിന്റെയും കൈകാര്യകർത്താവ്. സെറ്റ് അത്രയും വലുതായതിനാൽ മറ്റു ഷാർക്കുകളും മത്സരാർത്ഥികളും എന്താണ് പറയുന്നതെന്നു ഇയർഫോണുകളിലൂടെയല്ലാതെ കേൾക്കാൻ കഴിയുമായിരുന്നില്ല. റിയാലിറ്റി ഷോയിൽ എല്ലാം തിരക്കഥയ്ക്കനുസരിച്ചാണെന്ന പൊതുവിശ്വാസ

ത്തിനു വിരുദ്ധമായി *ഷാർക്ക് ടാങ്ക്*-ൽ ഒന്നും മുൻകൂട്ടി എഴുതിവെച്ചിരുന്നില്ല. ഒരു ദിവസം എത്ര അവതരണങ്ങളുണ്ടാകുമെന്നോ ഏതൊക്കെ കമ്പനികളാണ് അവതരിപ്പിക്കുന്നത് എന്നു പോലും ഞങ്ങൾക്കറിയു മായിരുന്നില്ല. വാരാന്ത്യത്തിലടക്കം, എല്ലാ ആഴ്ചയും മൂന്നു ദിവസം ഞങ്ങൾ ഷൂട്ടു ചെയ്യും.

തുടക്കത്തിൽത്തന്നെ ഞാനെല്ലാ തീയതികളും ഉറപ്പുനൽകിയിരുന്നു, ദുബായിൽ ടി20 ലോകകപ്പ് ക്രിക്കറ്റ് ഫൈനലിനു പോകേണ്ട ആഴ്ചയൊഴിച്ച്. എല്ലാ ആഴ്ചയിലും ഞങ്ങൾ മുംബൈയിലേക്കു യാത്ര ചെയ്യും. ഒന്നുകിൽ വ്യാഴാഴ്ച പോയി ഞായറാഴ്ച മടങ്ങും. അല്ലെങ്കിൽ വെള്ളിയാഴ്ച പോയി തിങ്കളാഴ്ച. പീയുഷ്, അമൻ, മാധുരി, ഞാൻ – ഡൽഹിയിൽ നിന്ന് എല്ലാ ആഴ്ചയും വിമാനം കയറും. ആ യാത്ര ഞങ്ങളെ പരസ്പരം കാലുവാരുന്നത്ര അടുപ്പമുള്ള സുഹൃത്തുക്കളാക്കി. വിമാനത്താവളത്തിൽ, അമൻ മാസ്ക് എടുത്തുമാറ്റി ആരെങ്കിലും തിരിച്ചറിയുന്നുണ്ടോ എന്നു നോക്കാൻ ചുറ്റിനടക്കും. ഞങ്ങൾ പറയും, '*തേരേ കോ കോയി നഹി ജാൻതാ* (നിങ്ങളെ ആർക്കും അറിയില്ല).' രാവിലെ എട്ടുമണിമുതൽ രാത്രി പത്തുവരെ ദീർഘസമയം തിരക്കുപിടിച്ച് ചെലവഴിക്കുമ്പോൾ സഹജഡ്ജുമാരെന്ന നിലയിലും വലിയ സൗഹൃദം ഉടലെടുത്തു. നമിത അവളുടെ കമ്പനി ഗസ്റ്റ് ഹൗസിൽ നിന്ന് ഞങ്ങൾക്ക് കഴിക്കാൻ കൊണ്ടുവരുന്ന ചില പലഹാരങ്ങളുടെ പേരിലാണ് ഈ ബന്ധം കെട്ടിപ്പടുത്തത്.

ഈ സൗഹൃദത്തിനിടയിൽ, സഹഷാർക്കുമായി ഒരേയൊരിക്കലേ തർക്കമുണ്ടായുള്ളൂ. ജീവിതത്തിലും *ഷാർക്ക് ടാങ്ക്*-ലും എന്റെ അഭിപ്രായം രേഖപ്പെടുത്തുന്ന സ്റ്റൈൽ അങ്ങേയറ്റം സത്യസന്ധമായിരുന്നു. (തുറന്നടിക്കുന്നത് എന്നു വായിക്കുക), ഷോയിൽ എന്റെ നിലയും അമേരിക്കൻ *ഷാർക്ക് ടാങ്ക്*-ലെ ഷാർക്കിന്റെ നിലയും തമ്മിലുള്ള താരതമ്യം ചിലർ നടത്തിയിരുന്നു. ബിമൽ അയച്ചുതന്ന അമേരിക്കൻ ഷോയുടെ ഒരു ലിങ്കു പോലും ഞാൻ തുറന്നു നോക്കിയിരുന്നില്ല. *മേം അപ്നി തരഹ് കർ രഹാ ഥാ* – ഞാൻ തികച്ചും ഞാൻ മാത്രം. ആദ്യത്തെ ചില എപിസോഡുകളുടെ ഷൂട്ടു കഴിയുമ്പോൾ ബിമൽ എന്റെ അടുത്തു വന്നു താക്കീതു നൽകുമായിരുന്നു. '*പഹലെ തേരി പിടായ് ഹോഗി ബട്ട് ബാദ് മേം* people will love you. (ആദ്യം നിങ്ങൾ വെറുക്കപ്പെടും, അതിനുശേഷം സ്നേഹിക്കപ്പെടും)'. ഏതെങ്കിലും ഭാഗം എഡിറ്റ് ചെയ്യണോ എന്ന് ഷൂട്ടിന്റെ ആദ്യദിവസങ്ങളിൽ ബിമൽ എന്നോട് ചോദിക്കുകപോലുമുണ്ടായി. ഞാൻ വിശ്വസിക്കുന്ന കാര്യങ്ങളാണ് പറഞ്ഞത് എന്ന വ്യക്തത ഉള്ളതുകൊണ്ട് വേണ്ടതെല്ലാം എടുക്കുവാനുള്ള പൂർണ്ണസ്വാതന്ത്ര്യം അദ്ദേഹത്തിന് ഞാൻ നൽകി.

ബിമൽ പ്രവചിച്ചതുപോലെയാണ് കാര്യങ്ങൾ നീങ്ങിയത്. ആദ്യത്തെ ആഴ്ച സംപ്രേഷണം ചെയ്ത ഷോ എനിക്ക് പ്രത്യേകിച്ച് അതികഠിനമായിരുന്നു – ബ്ലൂ ടിക്ക് വന്ന പുതിയ ഔദ്യോഗിക

ഇൻസ്റ്റാഗ്രാമിൽ വരുന്ന നെഗറ്റീവ് കമന്റ് വായിക്കാൻ അർദ്ധരാത്രി പോലും ഞാൻ എഴുന്നേൽക്കാറുണ്ടായിരുന്നു. അപ്പോഴേക്കും അരങ്ങേറാൻ തുടങ്ങിയിരുന്ന ഭാരത്പേ നാടകത്തിൽനിന്നുള്ള വിദ്വേഷം *ഷാർക്ക് ടാങ്ക്*-ലെ അവതരണങ്ങളെക്കുറിച്ചുള്ള എന്റെ തുറന്ന പ്രതികരണങ്ങൾക്കെതിരെയും അലയടിച്ചു എന്നതു മറ്റൊരു കാര്യമാണ്. ബോർഡ്റൂം രാഷ്ട്രീയം അവസാനിക്കുന്നതെങ്ങനെയെന്ന് ആൾക്കാർക്ക് ഒരുപിടിയുമുണ്ടായിരുന്നില്ല. എന്റെ സമൂഹമാധ്യമങ്ങളിൽ പോസ്റ്റുകളോ ഫോളോവേഴ്സോ ഇല്ലാത്ത വ്യാജ അക്കൗണ്ടുകളിൽ നിന്നു '*തു ചോർ ഹെ സാലെ, കോട്ടക് വാലെ കോ ഗാലി ക്യോം ദി* (നീ എരണംകെട്ടവനാടാ, കോട്ടക്കിൽ നിന്നുള്ളവരെ നീയെന്തിനാണ് തെറി വിളിച്ചത്)? തുടങ്ങിയ ആക്രോശങ്ങൾ നിലച്ചിരുന്നില്ല.

ഞാനെന്റെ ചുമതലയോടു സത്യസന്ധത പുലർത്തുന്നുണ്ടെന്ന് ഒരുപാടു പേർ ചിന്തിച്ചു തുടങ്ങിയതോടെ അടുത്തയാഴ്ച മുതൽ എന്തായാലും ഒരു ധ്രുവീകരണമുണ്ടായി. ഫണ്ട് നിഷേധിച്ചുകൊണ്ടു ഒരാളുടെ ബിസിനസ്സ് മാതൃകയെ പ്രശംസിക്കുന്നതിൽ കാര്യമില്ലെന്ന അവരുടെ തിരിച്ചറിവായിരുന്നു കാരണം. അങ്ങേയറ്റം അടിസ്ഥാന യാഥാർത്ഥ്യങ്ങളിൽ വേരൂന്നിയ ഹിന്ദി സംസാരിക്കുന്ന എന്റെ വ്യക്തിത്വത്തെ ആളുകൾ ഊഷ്മളമായി സ്വീകരിച്ചതായി തോന്നി. സത്യത്തിൽ എന്നെ പിന്തുടരുന്നവരിൽ ഭൂരിഭാഗവും ബിസിനസ്സ് സമൂഹത്തിൽ നിന്നാണെന്ന് എനിക്കു പെട്ടെന്നുതന്നെ മനസ്സിലായി. എന്നാൽ ഞാൻ തൊഴിലാളി വിഭാഗത്തിന്റേയോ ഇംഗ്ലീഷ് സംസാരിക്കുന്നവരുടെയോ പ്രിയപ്പെട്ടവനായിരുന്നില്ല. ചുരുക്കി പറഞ്ഞാൽ, *മെം മെഷേഡ് യാ പൊളിറ്റിക്കലി കറക്ട് ബൻദേ കാ ബൻദ ഹി നഹി ഹൂം*, ഞാൻ സത്യസന്ധതയേക്കാൾ മറ്റൊന്നിനേയും വിലമതിക്കുന്ന ആളല്ല.

ഒരു സഹ ഷാർക്കുമായുണ്ടായ കശപിശയും ഇക്കാര്യത്തിൽ തന്നെയായിരുന്നു. ഒരവസരത്തിൽ ഒരു മത്സരാർത്ഥിയോട് ആവശ്യത്തിലേറെ രൂക്ഷമായി പ്രതികരിച്ചെന്നു നമിത കരുതി. അവരുടെ കാഴ്ചപ്പാടുകൾ സ്വാഗതാർഹമായിരുന്നു. പക്ഷേ എന്നോടു പറയുന്നതിനു പകരം മറ്റു ഷാർക്കുകളുമായാണ് അവരതു പങ്കുവച്ചത്. എന്റെ ഇയർപീസ് അപ്പോഴും വച്ചിരുന്നതുകൊണ്ടു മാത്രമാണ് എനിക്കതു കേൾക്കാൻ കഴിഞ്ഞത്. നേരിട്ടു പറയാൻ മടിയില്ലാത്ത ആളായതിനാൽ ഞാൻ അവരെ നേരിട്ടു. എന്നോട് നേരിട്ടു സംസാരിച്ചാൽ നന്നായിരുന്നുവെന്ന് ഞാൻ പറഞ്ഞു. തീർച്ചയായും അടുത്ത ദിവസം തന്നെ ഞങ്ങൾ പ്രശ്നം പരിഹരിച്ചു. ഞാൻ ചെന്ന് അവരെ ആലിംഗനം ചെയ്തു. അവർ പറഞ്ഞ കാര്യത്തിലല്ല, അതെന്നോട് നേരിട്ടു പറഞ്ഞില്ലെന്നതിലാണ് പ്രശ്നമെന്നു ഞാൻ വ്യക്തമാക്കി. അതോടെ ഞങ്ങൾക്കിടയിലെ വായു ശുദ്ധമായി.

മറ്റൊരു കാര്യത്തിലും ആദ്യത്തെ ആഴ്ച പരുക്കനായിരുന്നു. ഉപഭോക്തൃമുഖമുള്ള ഡി2സി ബ്രാൻഡുകളുടെ സ്ഥാപകരായതിനാൽ മത്സരാർത്ഥി

കൾക്ക് അമനേയും വിനീതയേയും അറിയാമായിരുന്നു. അതുകാരണം പലരും അവരോടു കൂടുതൽ ആഭിമുഖ്യം കാണിച്ചു. അതിനർത്ഥം, മറ്റു ഷാർക്കുകൾ ആകർഷകമായ ഇടപാട് വാഗ്ദാനം ചെയ്യുന്നുണ്ടെങ്കിലും നിക്ഷേപകർ എന്ന നിലയിൽ ഈ ഷാർക്കുകൾക്ക് പിച്ചർമാർ മുൻതൂക്കം നൽകി. അവരുടെ ബിസിനസ്സ് കെട്ടിപ്പടുക്കുന്നതിൽ ഈ ഷാർക്കുകളിൽ നിന്ന് പ്രവർത്തനസഹായം ലഭിക്കുമെന്ന് പ്രതീക്ഷിച്ചായിരുന്നു അത്. സുഖപ്രദമായ വസ്ത്രങ്ങളുടെ ബ്രാൻഡായ ബുമ്മറിന്റെ സ്ഥാപകനോട് എന്റെ അതൃപ്തി അറിയിച്ച എപിസോഡ് വളരെ പ്രശസ്തമായിരുന്നു. മുഷിഞ്ഞിരുന്ന ഒരുപാടു പിച്ചുകളുടെ അവസാനത്തിലായിരുന്നു അത്. ഇടപാടുകളെ അതിന്റെ യോഗ്യതയിൽ വിലയിരുത്തുന്നതിനു പകരം ഡി2സി ഷാർക്കുകളോട് മത്സരാർത്ഥികൾ കൂടുതൽ അടുപ്പം കാണിക്കുന്നതായി തോന്നി. ആ എപിസോഡിനുശേഷം മത്സരാർത്ഥികൾക്കിടയിൽ '*ആഷ്നീർ സെ ബച്ച് കർ രഹ്ന* (ആഷ്നീറിനെ സൂക്ഷിക്കുക)' എന്നൊരു അടക്കംപറച്ചിലുണ്ടായതായി എന്നോടു പറഞ്ഞു.

കിയാരാ അദ്വാനി എന്നെ വിവാഹമോചനത്തിന്റെ വക്കിലെത്തിച്ചപ്പോൾ

ബോളിവുഡ് താരം കിയാരാ അദ്വാനിക്ക് *ഷാർക് ടാങ്കു*മായി ബന്ധമൊന്നുമില്ലാതിരുന്നിട്ടും എന്റെയൊരു ഷൂട്ട് യാത്രയിൽ അവരായിരുന്നു എന്റെ ഏക അജണ്ട. എല്ലാ വാരാന്ത്യങ്ങളിലും ഷൂട്ടിംഗ്, ബാക്കിയുള്ള സമയം ജോലി, എന്റെ അമ്മയ്ക്ക് കുറേക്കാലമായി എന്നെ സംസാരിക്കാൻ കിട്ടാറില്ലായിരുന്നു. ആ വൈകുന്നേരം വീണ്ടും യാത്രയ്ക്കൊരുങ്ങവെ അവർ പറഞ്ഞു : '*ബഹുത് ബഡാ ആദ്മി ഹോ ഗയാ ഹെ, നസർ ഹി നഹി ആതാ* (വലിയ ആളായിപ്പോയി, കാണാൻ പോലും കിട്ടുന്നില്ല).' അന്നു രാവിലെ തന്നെ സ്റ്റാർട്ടപ്പ് സ്ഥാപകനായി ഒരു സുഹൃത്ത് ഓഫീസിൽ വന്നിരുന്നു. കുശലം പറച്ചിലിനിടെ ഞാനും മാധുരിയും കല്യാണക്കാര്യത്തെക്കുറിച്ച് ചോദിച്ചു. '*കിസി മൂവി സ്റ്റാർ സെ ബാത് ചൽ രഹി ഹെ* (ഒരു സിനിമാതാരവുമായി സംസാരം നടക്കുന്നുണ്ട്)' എന്നായിരുന്നു നിസംഗമായ മറുപടി. ഈ ബോളിവുഡ് ബന്ധം ഞങ്ങളുടെ കൗതുകമുണർത്തി. കൂടുതൽ ചോദിച്ചപ്പോൾ പറഞ്ഞത് ബോളിവുഡ് ബന്ധങ്ങളിൽ പ്രത്യേക പ്രാവീണ്യമുള്ള സീമ ആന്റിയെന്നൊരാൾ വിവാഹദല്ലാളായുണ്ടെന്നാണ്. ആരെയാണ് നോക്കുന്നതെന്ന ചോദ്യത്തിന് കിയാരാ അദ്വാനിയെയാണ് പറ്റിയ ആളായി പറഞ്ഞത്. ഞാൻ വലിയ ആളായെന്ന അമ്മയുടെ ആക്ഷേപത്തിനു മറുപടിയായി ഞാൻ ചിരിച്ചുകൊണ്ട് പറഞ്ഞു, '*ആപ്കോ പതാ നഹി ഹെ മാർക്കറ്റ് മെം ആജ്കൽ ക്യാ ചൽ രഹാ ഹെ. ആജ് കെ ദിൻ ശാദി ഹോ രഹി ഹോതി നാ, തോ കിയാരാ അദ്വാനി കാ രിഷ്താ ആതാ ആപ്കെ ബേടേ കേലിയേ* (വിപണിയിൽ ഇപ്പോൾ നടക്കുന്നത് എന്താണെന്ന്

നിങ്ങൾക്കറിയില്ല. ഇപ്പോളാണ് വിവാഹം നടന്നിരുന്നതെങ്കിൽ എനിക്ക് കിയാരാ അദ്വാനിയെ വേണമെങ്കിലും കിട്ടിയേനേ)'.

ഇതു കേട്ടതും മാധുരിയുടെ മുഖം കനത്തു – ഈ സംഭാഷണത്തെ തമാശയായി ആസ്വദിക്കാൻ അവൾക്കായില്ല. അവളുടെ ശരീരഭാഷയിൽ പെട്ടെന്നൊരു മാറ്റം ഞാൻ കണ്ടു. ഷൂട്ടിനു വേണ്ടി ഞങ്ങൾക്ക് അന്നു രാത്രി മുംബൈയിലേക്കു യാത്ര ചെയ്യാനുള്ളതാണ്. വിമാനത്തിൽ ഭക്ഷണം കൊണ്ടുവരികയും കഴിക്കാൻ ഞാൻ നിർബന്ധിക്കുകയും ചെയ്യുന്നതുവരെ മാധുരി എന്നോടൊന്നും സംസാരിക്കാതെ മൗനവ്രതത്തിലായിരുന്നു. പെട്ടെന്നൊരു അണക്കെട്ട് പൊട്ടിയതുപോലെ. '*തുമെ കിയാരാ അദ്വാനി സേ ശാദി കർനി ഹെ* (നിങ്ങൾക്ക് കിയാരാ അദ്വാനിയെ വിവാഹം ചെയ്യണോ)?' കോപാകുലയായി അവൾ ആഭരണങ്ങൾ ഊരിമാറ്റാൻ തുടങ്ങി. ഇവിടെ ഞാൻ പൂർണ്ണമായും അകപ്പെട്ടു. തുടർന്നുള്ള അര മണിക്കൂർ അവളെ കല്യാണം കഴിക്കുമ്പോൾ ഞാൻ ആരുമല്ലായിരുന്നെന്നും *ഷാർക്ക് ടാങ്ക്*-ലെത്തിയത് തന്റെ പ്രേരണയാലാണെന്നുമൊക്കെ പൊട്ടിത്തെറിച്ചു കൊണ്ടിരുന്നു. ഞാനാകട്ടെ അവളെന്റെ കൈയിലേക്കു തള്ളിയ ആഭരണങ്ങളുമായി കൈകൾ കൂട്ടിപ്പിടിച്ച് ഇരിക്കുകയായിരുന്നു. ഹെഡ്ഫോൺ വെച്ച് നെറ്റ്ഫ്ളിക്സിൽ സിനിമ കാണുകയായിരുന്ന പ്രായമായ ഒരു മാന്യൻ അതെല്ലാം മാറ്റിവച്ച് വിമാനത്തിലെ ലൈവ് സിനിമ കാണാൻ തുടങ്ങിയത് കൺകോണിലൂടെ ഞാനറിഞ്ഞു. ലൈവ് വിനോദപരിപാടികളുമായി ഇത് ബിസിനസ്സ് ക്ലാസ്സിലെ സഹയാത്രികർക്ക് മിക്കവാറും ഏറ്റവും മികച്ച ഫ്ളൈറ്റായിരുന്നിരിക്കും.

വിമാനമിറങ്ങിയ ശേഷം ഇക്കഥ ഞാനെന്റെ സഹഷാർക്കുകളോടു പറഞ്ഞപ്പോൾ അവർക്ക് എന്നെ ധാരാളം പരിഹസിക്കാനുള്ള വക ഞാനറിയാതെ തന്നെ നൽകുകയായിരുന്നു.

* * *

എല്ലാറ്റിലുമുപരി, *ഷാർക്ക് ടാങ്ക്*-ന്റെ രംഗചിത്രീകരണവും സംപ്രേഷണവും സമ്മിശ്ര അനുഭവമായിരുന്നു എനിക്ക്. തീർച്ചയായും വലിയ ബഹുജന അംഗീകാരമുണ്ടായി. ഏഴുലക്ഷത്തിലധികം യഥാർത്ഥ ഫോളോവർമാരുമായി എന്റെ സാമൂഹിക മാധ്യമ അക്കൗണ്ടുകൾ നിറഞ്ഞുകവിഞ്ഞു. ഹാസ്യരൂപേണ പകർത്താനും പങ്കുവയ്ക്കാനും യോഗ്യതയുള്ള വ്യക്തിത്വമായി ഞാൻ എന്നു പറയേണ്ടതില്ലല്ലോ. പുറത്തിറങ്ങുമ്പോഴൊക്കെ ചിത്രമെടുക്കാനുള്ള ആവശ്യമുയർന്നു. അപരിചിതർക്കു മുന്നിലും ക്യാമറയ്ക്കു മുന്നിലും അങ്ങേയറ്റം ശ്രദ്ധിച്ചിരുന്ന മനുഷ്യൻ പോയിമറഞ്ഞു. *ഷാർക്ക് ടാങ്ക്*-ൽ കണ്ട എന്നിൽ നിന്നു പ്രചോദിതരായി പുതിയ സ്റ്റാർട്ടപ്പുകൾ തുടങ്ങിയെന്നും തുടങ്ങിയവ മെച്ചപ്പെടുത്തിയെന്നുമൊക്കെ ഓരോരുത്തർ പറയുമ്പോഴാണ് ഞാൻ ഏറ്റവും കൂടുതൽ സന്തോഷിച്ചത്. ഞാൻ

അറിയപ്പെടാനുള്ള കാരണം എന്റെ ആദ്യപ്രേമമായ സംരംഭകത്വ മാണെന്നത് എനിക്ക് അങ്ങേയറ്റം സവിശേഷമായ വികാരമായി. വലിയ, സംഘടിതമായ ബിസിനസ്സുകൾക്കുള്ള ഭാഷയെന്ന നിലയിൽ ഇംഗ്ലീഷിനുള്ള തിളക്കം എടുത്തുകളയാനായി എന്നതാണ് എനിക്കുണ്ടായ മറ്റൊരു നേട്ടം. വിജയിക്കാതെ വരുമ്പോൾ അതു മൂടിവയ്ക്കാനാണ് ഇംഗ്ലീഷ് കൂടുതലും ഉപയോഗിച്ചിരുന്നത് എന്നാണ് എനിക്കു തോന്നിയത്. ബിസിനസ്സ് ഇടപാടുകളിൽ ഹിന്ദി പറയുന്നത് സാധാരണമാക്കുകയാണ് പകരം ഞാൻ ചെയ്തത്.

ഇതെല്ലാം, ഭാരത്പേയിലെ ചുരുൾ നിവർന്ന വലിയ നാടകത്തോ ടൊപ്പമാണ് നടന്നത്. പൊതുജനങ്ങൾക്കു മുന്നിൽ വലിയ രക്തച്ചൊരിച്ചിൽ തന്നെയാണുണ്ടായത്. എന്നെ സംബന്ധിച്ച് ഏറെ ബുദ്ധിമുട്ടുണ്ടായ സമയമായിരുന്നു അത്. എന്റെ സഹ ഷാർക്കുകളിൽ നിന്നും ഷോയിൽ നിന്നു തന്നെയുമുള്ള ശ്രദ്ധ ഈ സംഭവങ്ങൾ തട്ടിയെടുക്കുന്നതിൽ എനിക്കു കുറ്റബോധമുണ്ടായിരുന്നു. എന്റെ ജീവിതത്തിലെ ഏറ്റവും വെല്ലുവിളി നിറഞ്ഞ കാലത്തിലൂടെ കടന്നുപോകുകയായിരുന്നു ഞാൻ. ഞാൻ വിശ്വസിച്ച ആൾക്കാർ തന്നെ ഞാൻ ഒരോ ഇഷ്ടികയായി പണിത സ്ഥാപനം എന്നിൽനിന്നു പിടിച്ചെടുക്കാൻ ശ്രമിക്കുകയായിരുന്നു എന്നത് വിരോധാഭാസമായി. അതും, എന്റെ സംരംഭകത്വ കഴിവുകളെ പൊതുജനം കൈയടിച്ചു പ്രോത്സാഹിപ്പിച്ചുകൊണ്ടിരുന്ന സമയത്ത്.

എല്ലാ എപ്പിസോഡുകളും സംപ്രേഷണം ചെയ്തുകഴിഞ്ഞ സമയത്ത്, ഷാർക്ക് ടാങ്കിൽ പങ്കെടുത്തതാണോ ഈ വലിയ നാടകത്തിനും എന്റെ വീഴ്ചയ്ക്കും കാരണമായത് എന്നുവരെ പലരും ചോദിച്ചിരുന്നു. അതാണെങ്കിലും അല്ലെങ്കിലും *ഷാർക്ക് ടാങ്ക്*-ൽ പങ്കെടുത്തതിന് എനിക്കൊരു ഖേദവുമില്ല. ഷോ എനിക്കൊരു പൊതുവ്യക്തിത്വം നൽകിയെന്നത് നിഷേധിക്കാനാ കില്ല. മറ്റു വശങ്ങളുമായി ചേർന്ന് അതു മാരകമായ ഒരു മിശ്രിതമായി മാറിയെന്നു മാത്രം. അതുപക്ഷേ തീർത്തും വ്യത്യസ്തമായ ഒരു കഥയാണ്.

ഈ രക്തച്ചൊരിച്ചിലിനിടയിലും ഒരു കാര്യം എനിക്കുറപ്പാണ്. അവരെത്ര തന്നെ ശ്രമിച്ചാലും ഈ ഷാർക്കിന്റെ ആവേശം എടുത്തുകളയാ നാകില്ല തന്നെ!

13

നൈക്കാ ഐപിഒയും കോട്ടക് വീരഗാഥയും

23 ജൂലൈ 2021

'സർ, *116 പർ ഖുലാ ഹെ ഷെയർ* (ഷെയർ 116-ൽ ലിസ്റ്റ് ചെയ്തിട്ടുണ്ട്).'

'വിൽക്കൂ.'

'*മുജേ ആപ്കോ റെക്കോർഡഡ് ലൈൻ പർ ലേനാ ഹോഗാ* (ഞാൻ നിങ്ങളെ ഒരു റെക്കോർഡഡ് ലൈനിൽ എത്തിക്കും).'

ഇടക്കാലത്ത് ഓഹരിവില ഉയരുകയായിരുന്നു.

'ഷെയറിന് 136 രൂപ എന്ന കണക്കിൽ നടപ്പാക്കി.'

സൊമാറ്റോ ഐപിഒ തുറന്ന് എട്ട് മിനിറ്റിനകം ഞാൻ 2.25 കോടി രൂപയിലധികമുണ്ടാക്കി.

* * *

സീരീസ് സി, ഡി, ഇ റൗണ്ടിൽ നിന്നു കിട്ടിയ മിക്ക ദ്വിതീയ വിൽപ്പനാ പരിഗണനകളും തിരിച്ച് മറ്റു സ്റ്റാർട്ടപ്പുകളിൽ നിക്ഷേപിച്ചിരിക്കുകയായിരുന്നു ഞാൻ. അതിൽ ആശ്ചര്യപ്പെടേണ്ട കാര്യമില്ല, കാരണം, നേരത്തെ ഉറങ്ങാൻ കിടന്നിരുന്ന, മദ്യപനല്ലാത്ത എനിക്ക് മറ്റു വലിയ ചെലവുകൾ ഇല്ലായിരുന്നു. ഒരു കാര്യം വ്യക്തമാണ് : ഒരു സ്റ്റോക്ക് മാർക്കറ്റ് പബ്ലിക് ഇക്വിറ്റി പോർട്ട്ഫോളിയോ സൃഷ്ടിക്കുന്നത് എന്റെ രീതിയായിരുന്നില്ല. നിങ്ങളുടെ പന്തയം സംരക്ഷിക്കുകയാണെങ്കിൽ ശരാശരി വരുമാനം ലഭിക്കുമെന്ന് എനിക്കുറപ്പാണ്. തുടക്കക്കാരായ, ഉയർന്ന റിസ്ക് സാദ്ധ്യതയുള്ള സംരംഭകരിൽ നിക്ഷേപിക്കുന്നതാണ് എന്നെ ആവേശഭരിതനാക്കാറ്. ഗ്രോഫേഴ്സിലുള്ളപ്പോൾ പോലും പ്രതീക്ഷയുണർത്തുന്ന ബിരാ പോലുള്ള

(യാ, മദ്യപനല്ലാതിരുന്നിട്ടും) കമ്പനികളിൽ നിക്ഷേപിച്ച കൊണ്ട് നേരത്തെ ഈ യാത്ര തുടങ്ങിയിരുന്നു. ഭാരത്പേയിൽ എന്റെ റിസ്ക് ആഭിമുഖ്യം കൂടി. വ്യക്തിഗത കമ്പനികൾക്കു പുറമെ യുഎസിലെ രണ്ടു ടെക് ഫണ്ടിലും നിക്ഷേപിച്ചു : ഭാരത്പേയിലെ നിക്ഷേപകരായ റിബിറ്റ്, ഇരുപത്തിനാലാം വയസ്സിൽ വിന്നി പുജ്ജി തുടങ്ങിയ ലെഫ്റ്റ് ലൈൻ കാപിറ്റൽ. ഇൻസൈറ്റ് പാർട്ട്ണർമാരായിരിക്കെ ഭാരത്പേയിലുള്ള തന്റെ ആദ്യകാലവിശ്വാസം പുജ്ജി പുനഃസ്ഥാപിച്ചിരുന്നു.

ധാരാളം സ്വകാര്യ ടെക് കമ്പനികൾ ഐപിഒയിലൂടെ ലിസ്റ്റ് ചെയ്യപ്പെട്ട വർഷമായിരുന്നു 2021. അപ്പോഴേക്ക് സെൻട്രത്തിലെ എന്റെ വെൽത്ത് മാനേജ്മെന്റ് ആർ എം മാരായ റോ-യും സു-യും കോട്ടക്കിലേക്കു മാറിയിരുന്നു. എന്നിക്കു സെൻട്രവുമായി ഇപ്പോഴും ബന്ധമുള്ളതിനാൽ, എന്നെ കോട്ടക്കിൽ മറച്ചുവയ്ക്കുന്നതിന് ഞാനെന്റെ ഐപിഒ നിക്ഷേപം അവരിലൂടെയാണ് ചെയ്തിരുന്നത്. ശക്തമായ അടിത്തറയുള്ള നാലു ഐപിഒയിൽ മാത്രമേ ഞാൻ നിക്ഷേപിക്കുകയുള്ളൂ എന്ന് ഞാൻ അവരോടു പറഞ്ഞിരുന്നു : സൊമാറ്റോ, ഡെൽഹിവെറി, നൈക്കാ, പോളിസിബസാർ.

പല കണക്കുകൂട്ടലുകളാലും ഞാൻ സൊമാറ്റോയിൽ ബുള്ളിഷ് ആയിരുന്നു. തീർച്ചയായും എനിക്കു ദീപിന്ദറിനെ അറിയാമായിരുന്നു. വലിയതു നിർമ്മിക്കാനും കഠിനമായി പരിശ്രമിക്കാനുമുള്ള കഴിവിലും എനിക്ക് വലിയ വിശ്വാസമുണ്ടായിരുന്നു. അടിസ്ഥാനപരമായി, കോവിഡ് മഹാമാരി മൂലം അവരുടെ ബിസിനസ്സ് വർദ്ധിച്ചു. ഓഫീസുകളിലെ ഒറ്റയ്ക്കും തെറ്റയ്ക്കുമുള്ള ഓർഡറുകൾക്കു പകരം വീടുകളിലേക്ക് കുടുംബത്തിലെ മൂന്നും നാലും പേർക്കുള്ള ഭക്ഷണം ഓർഡർ ചെയ്യാൻ തുടങ്ങി. മാത്രമല്ല, ലോക്ക്ഡൗൺ കാലത്ത് റസ്റ്റോറന്റുകൾ പൂർണ്ണമായും ആപ്പ് ഓർഡറു കളെയാണ് ആശ്രയിച്ചിരുന്നത്. അതുകൊണ്ട് പാർസൽ നിരക്ക് താഴുന്നതും വലിയ ബുദ്ധിമുട്ടുണ്ടാക്കിയില്ല. മറുവശത്ത്, ഡെലിവറി ബോയ്സിന്റെ ഇടയിലെ തൊഴിൽ അരക്ഷിതത്വം ഡെലിവറി ചെലവ് താഴ്ത്തി. യഥാർത്ഥത്തിൽ, യുപിഐ ഇടപാടുകളുടെ കുതിച്ചുകയറ്റത്തെപ്പോലെ, രാജ്യത്തെ ഭക്ഷണ വിതരണരംഗത്തെ സാമ്പത്തികപ്രശ്നം കോവിഡ് ഒറ്റരാത്രികൊണ്ട് മാന്ത്രികമായി പരിഹരിക്കുന്നതാണ് കണ്ടത്.

സൊമാറ്റോ ഐപിഒയ്ക്ക് ഞാൻ 100 കോടി രൂപവരുന്ന അപേക്ഷ നൽകിയപ്പോൾ എങ്ങനെയാണ് അത്രയും പണം കണ്ടെത്തുന്നതെന്ന് എല്ലാവരും അന്തംവിട്ടു. അത് ചെറിയൊരു പ്രേരണയുടെ മാത്രം കാര്യമാണ് – ഐപിഒ ഫിനാൻസിംഗ്. എന്റെ കീശയിൽ നിന്ന് അഞ്ചു കോടിയെടുത്ത് നിക്ഷേപിക്കുമ്പോൾ, കോട്ടക് വെൽത്ത് ഒരാഴ്ചത്തേക്ക് പത്തുശതമാനം വാർഷിക നിരക്കിൽ 95 കോടിരൂപ തരും (ഐപിഒ ഫണ്ടുകൾ തടയപ്പെടുന്ന കാലയളവ്). പലിശയിനത്തിലുള്ള 20 ലക്ഷം രൂപ ഓഹരി വാങ്ങുവാനുള്ള അധിക ചെലവാകും.

ഐപിഒയിൽ മുപ്പതു മടങ്ങിലേറെ അധിക സബ്സ്ക്രിപ്ഷനുകൾ ഉണ്ടായപ്പോൾ എനിക്ക് മൂന്നു കോടി രൂപയിലധികം വരുന്ന ഓഹരികൾ

അനുവദിച്ചു. ഗ്രേ മാർക്കറ്റ് പ്രീമിയം ആശ്രയിച്ച എന്റെ ആർഎമ്മുമാർ സൊമാറ്റോ ഓഹരി 76 രൂപയ്ക്കു പകരം 85-90 രൂപയിൽ ലിസ്റ്റ് ചെയ്യുമെന്ന് പ്രതീക്ഷിക്കുകയായിരുന്നു. എന്നിരുന്നാലും, ഇത് കൂടുതൽ മെച്ചപ്പെടുമെന്ന് എനിക്ക് ഉറപ്പുണ്ടായിരുന്നു. ഓഹരി 116 രൂപയ്ക്കു ലിസ്റ്റു ചെയ്തപ്പോൾ എന്റെ എല്ലാ ഓഹരികളും വിൽക്കാൻ ഞാനവർക്ക് അനുവാദം നൽകി. ആ കച്ചവടം നടന്നപ്പോഴേക്ക് എനിക്ക് ഓഹരിക്ക് 136 രൂപ വീതം വിൽപ്പനവില കിട്ടി. പലിശ കഴിച്ചുള്ള ലാൻഡിംഗ് കോസ്റ്റ് 82-85 രൂപയായിരിക്കെ, ഞാൻ ഒടുവിൽ 2.25 കോടി രൂപയിലധികമുണ്ടാക്കി. അൽപ്പം അത്യാഗ്രഹത്തോടെ സൊമാറ്റോക്കു ശേഷം കാർ ട്രേഡ് ഐപിഒയിലേക്കു പോയെങ്കിലും അവിടെ 25 ലക്ഷം രൂപ നഷ്ടത്തിലാണ് കലാശിച്ചത്.

2021 ഒക്ടോബറോടെ വമ്പന്മാരായ നൈക്കാ ഐപിഒയുടെ സമയമായിരുന്നു. അതൊരു സൂപ്പർ ഡൂപ്പർ ഹിറ്റാകുമെന്ന് എനിക്ക് തുടക്കത്തിൽത്തന്നെ അറിയാമായിരുന്നു. കോട്ടക്കിൽ ഫാൽഗുനി നയ്യാറുടെ കീഴിൽ ജോലി ചെയ്തിരുന്നതുകൊണ്ട് അവരുടെ കഴിവുകൾ അറിയാമായിരുന്നു എന്നു മാത്രമല്ല, സ്റ്റെഡ് വ്യൂവിൽ എന്നോടൊപ്പമുണ്ടായിരുന്ന, നൈക്കായിൽ നിക്ഷേപിച്ച പൊതു നിക്ഷേപകർ, അവരുടെ ബിസിനസ്സിനെക്കുറിച്ച് വളരെ നല്ല അഭിപ്രായമാണ് പറഞ്ഞത്.

ഒക്ടോബർ 27-ന് *ഷാർക്ക് ടാങ്ക്* ഷൂട്ടിന് മുംബൈയിലേക്കുള്ള യാത്രയ്ക്കു തൊട്ടുമുമ്പ് കോട്ടക്കിലെ എന്റെ കക്ഷികൾ ഐപിഒ നിക്ഷേപത്തിനുവേണ്ടിയുള്ള വായ്പാരേഖകൾ അയച്ചുതന്നു. ആകെ 200 പേജുകൾ. മാൽവിയാനഗറിലെ ഓഫീസിലിരുന്ന് വളരെ കഷ്ടപ്പെട്ട് അതിൽ ഒപ്പിട്ട് തള്ളിയത് ഓർക്കുന്നു. ഈ ഒപ്പിടൽ കർമ്മത്തിന് എളുപ്പമുള്ള ഡിജിറ്റൽ മാർഗ്ഗമുണ്ടാകുമെന്ന് ഞാൻ കോട്ടക്ക് കക്ഷികളോട് പറയുകപോലും ചെയ്തു. '*യേ പേപ്പേഴ്സ് വൈസേ ഭീ ചൂഹെ ഖായേംഗെ* (എന്തായാലും, ഏതെങ്കിലുമൊരവസരത്തിൽ ഈ പേപ്പറുകൾ എലി തിന്നും).' ചില പേജുകളിൽ ഒന്നിലേറെ ഒപ്പിടേണ്ടിയിരുന്നു. വായ്പയെടുക്കൽ അത്ര എളുപ്പമല്ലെന്നു നിങ്ങളെ ഓർമ്മിപ്പിക്കാമെന്നല്ലാതെ ഒന്നിലേറെ ഒപ്പിന്റെ കാര്യമെന്തെന്ന് എനിക്കു പിടികിട്ടിയിട്ടില്ല.

മുംബൈയിലെത്തിയശേഷം ഞാൻ നേരെ ജനറൽ അറ്റ്ലാന്റിക്കുമായുള്ള കൂടിക്കാഴ്ചയ്ക്കായി പോയി. അവിടെ വച്ച് എനിക്ക് മാധുരിയുടെ ഫോൺകോൾ വന്നു. 'നിങ്ങൾ ഒപ്പിടേണ്ട കുറച്ചു രേഖകൾ കൂടി കോട്ടക് കക്ഷികൾ ഒരാൾ വശം കൊടുത്തയയ്ക്കുന്നുണ്ട്.' അവർ പറഞ്ഞു. ബികെസിയിലെ ഒരു റസ്റ്റോറന്റിലെ കൂടിക്കാഴ്ചയ്ക്കു മുമ്പ് പുറത്ത് സെക്യൂരിറ്റിക്കാരന്റെ കുടക്കീഴിലിരുന്ന് ആ രേഖകളിലും ഒപ്പുവച്ചത് ഓർക്കുന്നുണ്ട്. അടുത്ത ദിവസം, അതായത് ഒക്ടോബർ 28-നായിരുന്നു ഐപിഒ തുടങ്ങേണ്ടത്. അതേദിവസം പിന്നീട്, *ഷാർക്ക് ടാങ്ക്* ഷൂട്ടിനു വേണ്ടി തയ്യാറെടുക്കുമ്പോഴാണ് കോട്ടക് നൈക്കാ ഐപിഒയിൽ നിക്ഷേപിക്കുന്നില്ലെന്ന് എന്റെ ആർഎം പറഞ്ഞായി മാധുരി വന്ന് അറിയിച്ചത്. എന്നെ അത് വല്ലാതെ അത്ഭുതപ്പെടുത്തി. ഫാൽഗുനി മുൻ കോട്ടക് ആണെന്നതു മാത്രമായിരുന്നില്ല,

ഐപിഒ നന്നായിപോകുമെന്ന പ്രതീക്ഷയുമുള്ളതാണ്. എന്തുകൊണ്ടാണ് കോട്ടക് അതിൽ നിക്ഷേപിക്കാത്തത്? ഞാനുടനെ എന്താണ കാര്യമെന്നറിയാൻ എന്റെ ആർഎം റോയെ വിളിച്ചു. 'വിപണി അത്ര നല്ലതല്ല. പണം കിട്ടിയാൽ പോലും 20 കോടിയോളമേ വരൂ. അതത്ര കാര്യമല്ല.' അയാളുടെ നിസംഗമായ മറുപടി. 'നിങ്ങളാരും ഈ ഐപിഒയിൽ നിക്ഷേപിക്കുന്നില്ലെങ്കിൽ എന്തിനാണ് എന്നെക്കൊണ്ട് 500 പേജുള്ള രേഖകളിൽ ഒപ്പുവയ്പ്പിച്ചത്?' ഞാൻ ചോദിച്ചു. പക്ഷേ അതിന് വ്യക്തമായ മറുപടി കിട്ടിയില്ല. പകരം, ഒരു കോട്ടക് കസ്റ്റമർക്കും ഈ ഫിനാൻസിംഗ് കിട്ടിയിട്ടില്ലെന്ന് അറിയിക്കുക മാത്രമാണുണ്ടായത്.

കാര്യങ്ങൾ ബോദ്ധ്യപ്പെടാതെ, ഞാൻ മാധുരിയെ വിളിച്ച് സുഹൈലുമായി ഇക്കാര്യം സംസാരിക്കാനാവശ്യപ്പെട്ടു. സുഹൈലും ഇതിന് അപേക്ഷിച്ച കാര്യം എനിക്കറിയാമായിരുന്നു. 'എനിക്ക് 20 കോടിയുടെ ഫിനാൻസിംഗ് കിട്ടി' മാധുരിക്ക് സുഹൈലിന്റെ മറുപടി. അതെനിക്കു പണി തന്നു – കോട്ടക് എക്സിക്യൂട്ടീവ് മറ്റൊരു കഥയാണ് പറഞ്ഞത്. മറ്റുള്ളവർക്കു വായ്പ കൊടുത്തെന്നിരിക്കെ എന്തിനാണ് എന്നോട് കള്ളം പറഞ്ഞതെന്ന വളരെ കൃത്യമായ ചോദ്യം ചോദിക്കാനായിരുന്നു ഇത്തവണ ആർഎമ്മുമാർക്കുള്ള എന്റെ കോൾ. അവരുടെ മറുപടി ഇത്തവണയും ഒട്ടും വിശ്വസനീയമായിരുന്നില്ല. കോട്ടക്കിലെ വെൽത്ത് മാനേജ്മെന്റ് ടീമിനകത്ത് മറ്റു ചില ഗ്രൂപ്പുകളുണ്ടെന്നും ചില ഫണ്ടിംഗ് ലഭിക്കാൻ മാർഗ്ഗമുണ്ടെന്നും പറയുകയായിരുന്നു അവർ ചെയ്തത്. അവരുടെ വലിയ താത്പര്യമില്ലാത്ത സമീപനവും, പച്ചക്കള്ളങ്ങളും എന്നെ വല്ലാതെ അത്ഭുതപ്പെടുത്തി. ഫിനാൻസിംഗിൽ അവർക്കു താത്പര്യമില്ലെങ്കിൽ യഥാസമയം അതെന്നെ അറിയിക്കുകയായിരുന്നു വേണ്ടിയിരുന്നതെന്ന് ഞാനവരെ ഓർമ്മിപ്പിച്ചു. എനിക്ക് മറ്റു വല്ല സ്ഥാപനത്തേയും സമീപിക്കാമായിരുന്നു. മാർജിൻ മണി മാറ്റിവയ്ക്കലടക്കം എന്റെ ഭാഗത്തുനിന്ന് എല്ലാ നടപടികളും പൂർത്തിയാക്കിയിട്ടും എന്നെ അറിയിക്കാനുള്ള സാമാന്യ മര്യാദപോലും കാണിക്കാതിരുന്നത് വിചിത്രമായിരുന്നു. അവരുടെ മുകളിലുള്ളവരോട് സംസാരിക്കണമെന്ന് ആവശ്യപ്പെട്ടപ്പോൾ അവർ എന്റെ കോളുകൾ എടുക്കുന്നത് നിർത്തി. ഇതേ ആളുകളാണ് ഞങ്ങളുടെ ബിസിനസ്സിന്റെ പേരിൽ ബോണസ് നേടിയതെന്നോർക്കണം. കോട്ടക്കിൽ ആഷ്നീർ ഗ്രോവറുമായുള്ള ബന്ധം പറഞ്ഞ് ഭാരത്പേ അക്കൗണ്ട് നേടാൻവരെ അവർ ശ്രമിച്ചതാണ്. വ്യക്തമായും, അവർക്കൊന്നും നട്ടെല്ലുണ്ടായിരുന്നില്ല. ആളുകളുടെ പണം കൊണ്ട് ഇടപാട് നടത്തുമ്പോൾ അവർ നിസ്സാരമായാണ് കാണുന്നത്. ഈ കച്ചവടത്തിൽ 20 കോടി രൂപയുടെ ലാഭം നഷ്ടപ്പെടുന്നതല്ല കാര്യം. മൂല്യങ്ങൾക്കുപരി കക്ഷികളോട് കള്ളംപറയാൻ അവർക്കുള്ള പ്രധാനവൈദഗ്ദ്ധ്യം ഉപയോഗിക്കാൻ ഈ ബാങ്കർമാർക്കുണ്ടായ ധൈര്യമാണ് എന്നെ പ്രകോപിപ്പിച്ചത്.

തീർത്തും പ്രൊഫഷണലല്ലാത്ത ഈ പെരുമാറ്റത്തിൽ പ്രകോപിതനായ ഞാൻ മറ്റു മാർഗ്ഗമില്ലാതെ ഭാരത്പേയിലെ എന്റെ ജനറൽ

കൗൺസൽ സുമിത് സിംഗിനെ വിളിച്ചു. കോട്ടക്കിനോട് ധനസഹായമോ, അവരുടെ തെറ്റായ കൈകാര്യം ചെയ്യൽ മൂലം എനിക്കുണ്ടായ നഷ്ടത്തിന് പരിഹാരമോ നൽകാൻ ആവശ്യപ്പെടുന്ന ലീഗൽ നോട്ടീസ് തയ്യാറാക്കാൻ ആവശ്യപ്പെട്ടു. അവർ ഐപിഒ ഫിനാൻസിംഗ് മാസങ്ങൾക്കു മുമ്പ് എഴുതി വാഗ്ദാനം ചെയ്തതാണ്. ഐപിഒ ഓപ്പണിംഗിന്റെ ഒരു ദിവസം മുമ്പു തന്നെ രേഖകളെല്ലാം തയ്യാറാക്കുകയും ചെയ്തു.

ബാങ്കർമാരെക്കുറിച്ചുള്ള എന്റെ ചിത്രത്തിന് ബലം നൽകുന്നതായിരുന്നു വക്കീൽ നോട്ടീസിന് കോട്ടക്കിൽ നിന്ന് എനിക്കു കിട്ടിയ മറുപടി. നിയമപ്രകാരമുള്ള യാതൊരു വാഗ്ദാനവുമുണ്ടായിരുന്നില്ലെന്നു സൗകര്യപ്രദമായി പറഞ്ഞൊഴിയുകയായിരുന്നു അവർ. കള്ളങ്ങളെ നേരിടുമ്പോൾ അഭിഭാഷകർക്കു പിന്നിലൊളിക്കുന്നത് ബാങ്കർമാരുടെ തനതു സ്വഭാവമാണ്. ഇടപാടുകാരെ നിസ്സാരമായി കാണാനുള്ള കലയിൽ അവർ വിദഗ്ധരാണ്.

നവംബർ ഒന്നിന് ഐപിഒ വിൽപ്പന അവസാനിപ്പിച്ചതിനാൽ ഇനി അതിനെ പിന്തുടർന്നിട്ടു കാര്യമില്ല. അവർ എന്നോടു ചെയ്തതു വച്ച് കോട്ടക് വെൽത്ത് മാനേജ്മെന്റുമായുള്ള എന്റെ ബന്ധം അവസാനിച്ചെന്നു മാത്രം എനിക്കുറപ്പായിരുന്നു. ഞാനവർക്ക് ഉയർന്ന ജീവിതകാല മൂല്യമുള്ള വലിയൊരു കക്ഷിയായിരിക്കെയാണിതെന്നതിനാൽ വിഷയം അവസാനിപ്പിച്ചു.

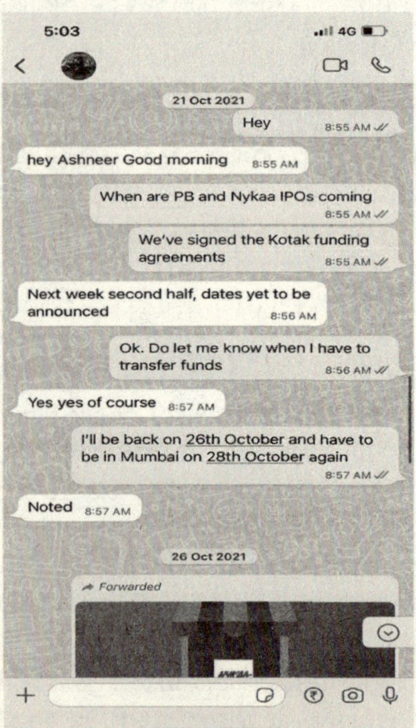

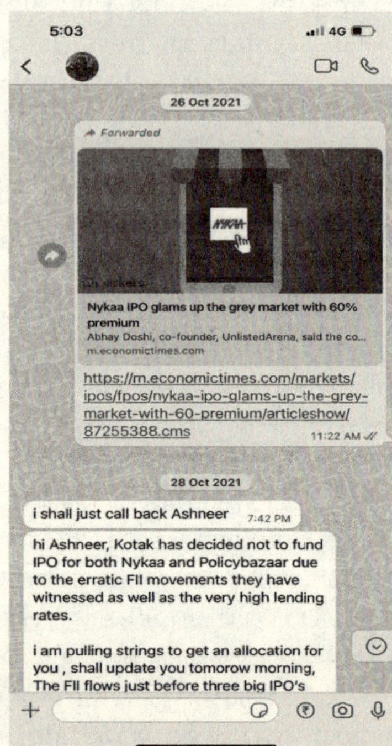

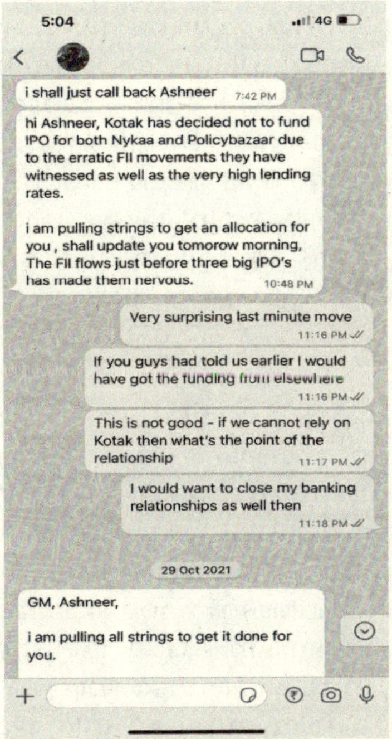
5:04
4G
i shall just call back Ashneer 7:42 PM
hi Ashneer, Kotak has decided not to fund IPO for both Nykaa and Policybazaar due to the erratic FII movements they have witnessed as well as the very high lending rates.
i am pulling strings to get an allocation for you , shall update you tomorow morning, The FII flows just before three big IPO's has made them nervous. 10:48 PM
Very surprising last minute move 11:16 PM
If you guys had told us earlier I would have got the funding from elsewhere 11:16 PM
This is not good - if we cannot rely on Kotak then what's the point of the relationship 11:17 PM
I would want to close my banking relationships as well then 11:18 PM
29 Oct 2021
GM, Ashneer,
i am pulling all strings to get it done for you.

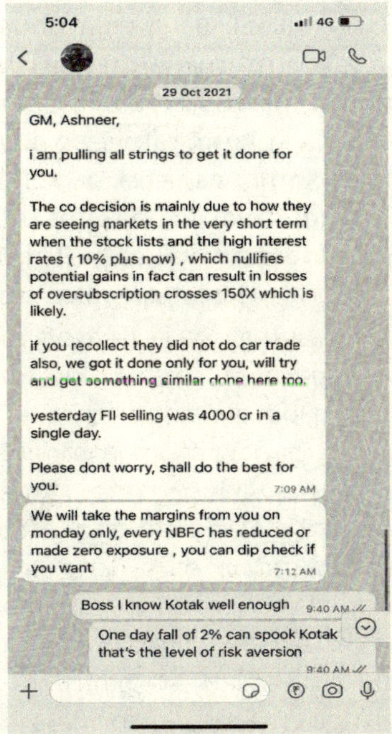
5:04
4G
29 Oct 2021
GM, Ashneer,
i am pulling all strings to get it done for you.
The co decision is mainly due to how they are seeing markets in the very short term when the stock lists and the high interest rates (10% plus now) , which nullifies potential gains in fact can result in losses of oversubscription crosses 150X which is likely.
if you recollect they did not do car trade also, we got it done only for you, will try and get something similar done here too.
yesterday FII selling was 4000 cr in a single day.
Please dont worry, shall do the best for you. 7:09 AM
We will take the margins from you on monday only, every NBFC has reduced or made zero exposure , you can dip check if you want 7:12 AM
Boss I know Kotak well enough 9:40 AM
One day fall of 2% can spook Kotak that's the level of risk aversion 9:40 AM

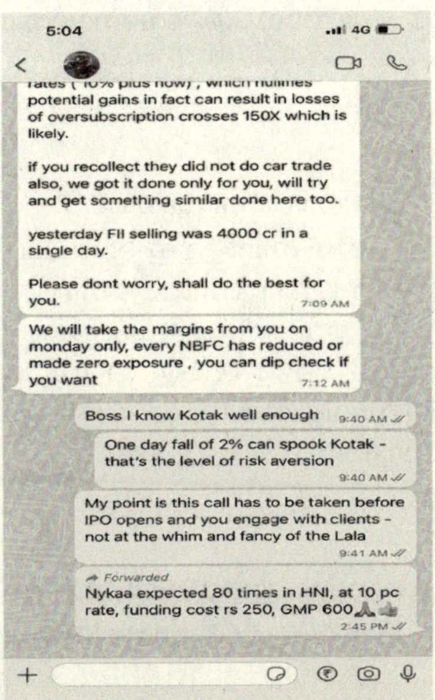
5:04
4G
potential gains in fact can result in losses of oversubscription crosses 150X which is likely.
if you recollect they did not do car trade also, we got it done only for you, will try and get something similar done here too.
yesterday FII selling was 4000 cr in a single day.
Please dont worry, shall do the best for you. 7:09 AM
We will take the margins from you on monday only, every NBFC has reduced or made zero exposure , you can dip check if you want 7:12 AM
Boss I know Kotak well enough 9:40 AM
One day fall of 2% can spook Kotak - that's the level of risk aversion 9:40 AM
My point is this call has to be taken before IPO opens and you engage with clients - not at the whim and fancy of the Lala 9:41 AM
Forwarded
Nykaa expected 80 times in HNI, at 10 pc rate, funding cost rs 250, GMP 600 2:45 PM

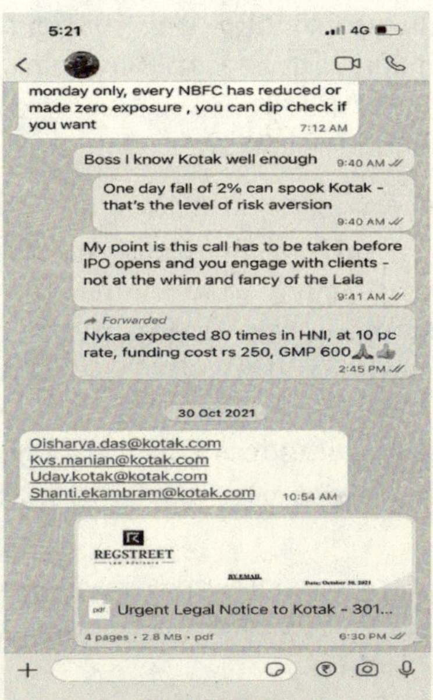
5:21
4G
monday only, every NBFC has reduced or made zero exposure , you can dip check if you want 7:12 AM
Boss I know Kotak well enough 9:40 AM
One day fall of 2% can spook Kotak - that's the level of risk aversion 9:40 AM
My point is this call has to be taken before IPO opens and you engage with clients - not at the whim and fancy of the Lala 9:41 AM
Forwarded
Nykaa expected 80 times in HNI, at 10 pc rate, funding cost rs 250, GMP 600 2:45 PM
30 Oct 2021
Oisharya.das@kotak.com
Kvs.manian@kotak.com
Uday.kotak@kotak.com
Shanti.ekambram@kotak.com 10:54 AM
REGSTREET
Urgent Legal Notice to Kotak - 301...
4 pages · 2.8 MB · pdf 6:30 PM

പോളിസി ബസാർ ഐപിഒയിൽ ഞാൻ വീണ്ടും 2 കോടി രൂപ ലാഭമുണ്ടാക്കി. 84 കോടി അപേക്ഷയ്ക്ക് സ്വന്തം ഫണ്ടിൽ നിന്ന് എട്ടു കോടിയാണ് ആദ്യം നിക്ഷേപിച്ചത്. എന്നാൽ പിന്നീട് ക്ലോസിംഗിന് അഡീഷണൽ മാർജിൻ മണിയായി മൂന്നു കോടി രൂപ കൂടി അയച്ചുകൊടുത്തു. കാരണം, ഫിനാൻസിയർമാർ കരുതിയതുപോലെ ഓവർ സബ്സ്ക്രൈബ്ഡ് ആയിരുന്നില്ല ഐപിഒ. ഐപിഒ വിലയേക്കാൾ 25 ശതമാനം ഉയർന്ന് പോളിസിബസാർ ഓപ്പൺ ചെയ്തപ്പോൾ അതെനിക്കു മെച്ചമായി. പോളിസിബസാർ ഐപിഒയിലെ എന്റെ പങ്കാളിത്തം കോട്ടക്ക് വെൽത്തിന്റെ മുഖ്യശത്രുവായ ഐഐഎഫ്എൽ വഴിയായിരുന്നു.

പേടിഎം ഐപിഒയുടെ കാര്യം വന്നപ്പോൾ അതിൽ നിക്ഷേപിക്കേണ്ടെന്നാണ് ഞാൻ തീരുമാനിച്ചത്. ചൈനീസ് ആലിബാബ ഗ്രൂപ്പിന് ഇന്ത്യയിലെ ജനങ്ങളുടെയും പേടിഎമ്മിന്റെയും ചെലവിൽ പതിനായിരം കോടി രൂപയുടെ സെക്കൻഡറി എക്സിറ്റ് വാഗ്ദാനം ചെയ്യുന്നതിനായി ഐപിഒ ഓവർപ്രൈസ് ചെയ്യുന്നതു കാണുന്നത് സങ്കടകരമാണ്. ഇതിന് പ്രൈമറി ഇൻഫ്യൂഷൻ ആവശ്യമായിരുന്നു. പേടിഎം സ്ഥാപകൻ വിജയ് ശേഖർ ശർമ്മ ഐപിഒയ്ക്ക് 16 മില്യൺ യുഎസ് ഡോളറിനടുപ്പിച്ച് വിലയിട്ടിരുന്നെങ്കിൽ ഏതെങ്കിലും തലത്തിൽ അദ്ദഹത്തിന്റെ ഓഹരികൾക്കു പിന്തുണ കിട്ടുമായിരുന്നു എന്നാണ് ഒരു ബാങ്കർ എന്ന നിലയിൽ ഞാൻ കരുതുന്നത്. 16 ബില്യൺ യുഎസ് ഡോളർ വാല്വേഷൻ ഒലിച്ചുപോകുന്നതും അതിലും വളരെ ചെറിയ സ്വകാര്യ ഫിൻടെക് കമ്പനികൾ ഉയർന്ന വാല്വേഷൻ നേടുമ്പോൾ, പേടിഎം 6 ബില്യൺ ഡോളറിൽ വ്യാപാരം നടത്തുന്നതും കാണുമ്പോൾ വേദനാജനകം എന്നല്ലാതെ മറ്റൊന്നും പറയാനില്ല.

26 ഡിസംബർ 2021

വിഷയം : 'ആഷ്നീർ തന്റെ ഏറ്റവും മോശമായ അവസ്ഥയിൽ.'

തീർത്തും അസാധാരണമായ ഒരു പേരിൽ നിന്നുള്ള ഇ-മെയിലിന്റെ ശബ്ദം എന്റെ ശ്രദ്ധ പിടിച്ചുപറ്റി. ട്വിറ്ററിൽ പ്രശസ്തമായ 'യൂണികോൺ ബാബ' എന്ന പേരിൽ നിന്ന് എനിക്കും ഭവിക്കിനും സൂചകങ്ങളുള്ള മെയിലിൽ നാലു മിനിറ്റ് 28 സെക്കൻഡ് ദൈർഘ്യമുള്ള ഓഡിയോ ഫയലായിരുന്നു. അതിൽ കോട്ടക്കിലെ റിലേഷൻഷിപ്പ് മാനേജരുമായി സംസാരിക്കുന്നത് ഞാനാണ് എന്നതായിരുന്നു 'ആരോപണം.'

ആ മെയിൽ ഇങ്ങനെയായിരുന്നു :

ഇന്നു വൈകുന്നേരം ഞാനിതു പരസ്യപ്പെടുത്തും. ഇതു വിഷലിപ്തമാണ്, നിങ്ങൾക്ക് ആളുകളെ കൊല്ലുമെന്നു ഭീഷണിപ്പെടുത്താൻ കഴിയില്ല. WTF!

ഞാനീ സന്ദേശത്തെ കാര്യമായെടുത്തില്ല. ഇങ്ങനെ മറുപടി നൽകി :

> ഹഹ – ആളുകൾ എന്തു കെട്ടുകഥയുമുണ്ടാക്കും. കേൾക്കാൻ രസമുണ്ടെങ്കിലും ഈ നിർമ്മിത ഓഡിയോയോട് പ്രതികരിക്കണമെന്നു കരുതുന്നില്ല.

ഈ ഭീഷണി ഗൗരവമായി എടുക്കണമെന്ന് പറഞ്ഞ് കൃത്യമായി മറുപടി വന്നു :

> ബോസ്, നിങ്ങൾ സാഹചര്യത്തിന്റെ ഗൗരവം മനസ്സിലാക്കുന്നില്ല. നിയമപാലകർ തീരുമാനിച്ചുകൊള്ളും. ഒരിക്കലിത് പുറത്തായാൽ എന്റെ കൈയിൽ നിന്നുപോകും.

കാര്യങ്ങൾ വിശദമാക്കി ഒരിക്കൽ കൂടി ഞാനയാൾക്കു മറുപടി നൽകി :

> ഡ്യൂഡ് – നിങ്ങൾ പോസ്റ്റ് ചെയ്യുന്നതെന്താണെന്നതിനെക്കുറിച്ച് ചിന്തിക്കുക. അപമാനിക്കാനായി ലോകം എന്റെ പുറകെയാണ് – അവരുടെ കൈയിലെ കരുവാകണോ അതോ സ്വയം മനസ്സിലാക്കണോ എന്നതു നിങ്ങളുടെ കാര്യം. ആദ്യം വസ്തുതകൾ വ്യക്തമാക്കാൻ അനുവദിക്കുക – നൈക്കാ ഐപിഒയുടെ സമയത്ത് ഞാൻ ഷൂട്ടിലായിരുന്നു. രണ്ടാമതായി, ഞാനല്ല, എന്റെ ഭാര്യയാണ് ഇത് കൈകാര്യം ചെയ്യുന്നത്. മൂന്നാമതായി, ഇതിൽ വല്ല പവിത്രതയും ഉണ്ടായിരുന്നെങ്കിൽ ബാങ്ക് അന്നേ നടപടിയെടുത്തേനെ. ഈ ഓഡിയോ പുറത്തുവിടാൻ ഞാൻ *ഷാർക്ക് ടാങ്ക്*-ൽ വരുന്നതുവരെയൊന്നും അവർ കാത്തുനിൽക്കുമായിരുന്നില്ല. അത്തരം കാര്യങ്ങളിൽ ശ്രദ്ധിക്കുക – കളിക്കരുത് എന്നു മാത്രമാണ് ഞാൻ പറയുക. തുടർന്നുള്ള ഐപിഒകൾക്കായി എനിക്ക് മറ്റെവിടെയെങ്കിലും നിന്ന് ധനസഹായം ലഭിക്കുമെന്ന് നിങ്ങൾ മനസ്സിലാക്കണം. ഇതെല്ലാം വിശ്വസിക്കാൻ നിങ്ങളെ പ്രേരിപ്പിക്കുന്ന എന്തെങ്കിലും ഞാൻ നിങ്ങൾക്ക് അയച്ചുതരാം.

എന്റെ ഇ-മെയിലിനെ അവഗണിച്ച് യൂണികോൺ ബാബ ഭീഷണി തുടർന്ന് തന്റെ അജണ്ടയിൽ ഉറച്ചുനിന്നു :

> 'അപമാനിക്കാനായി ലോകം എന്റെ പിറകെയാണ്' – ഇതെനിക്കറിയാം, ഇതിനോടു ഞാൻ നൂറു ശതമാനം യോജിക്കുന്നു – വ്യവസായത്തിലെ വമ്പൻ പേരുകളും കൂടുതൽ കരുത്തരും ഒരവസരത്തിനായി നോക്കിയിരിക്കുകയാണ്. നിങ്ങളുടെ ജോലിക്കാർക്കായി ഒന്നര മടങ്ങു മുതൽ രണ്ട് മടങ്ങുവരെ വാഗ്ദാനം തയ്യാറാണ്. ഞാൻ

> തമാശ പറയുകയല്ല. ബൈ ദ വേ, നിങ്ങളുടെ ഭാര്യയും നിയമമനുസരിച്ച് ഇതിലൊരു കക്ഷിയാണ്. എനിക്ക് ഈ ഓഡിയോ രണ്ടുമാസം മുമ്പ് കിട്ടിയതാണ്. പക്ഷേ ഞാനൊന്നും ചെയ്തില്ല. ഷാർക്ക് ടാങ്കാണെന്നെ പ്രകോപിപ്പിച്ചത്. അത്രതന്നെ. ഇനി നിങ്ങളാണ് തീരുമാനിക്കേണ്ടത്.

ഒരിക്കൽ കൂടി ഞാനയാളെ ബോധ്യപ്പെടുത്താൻ ശ്രമിച്ചു :

> സർ – സത്യമെന്താണെന്ന് ഞാൻ നിങ്ങളോടു പറഞ്ഞു. കെട്ടുകഥയെക്കുറിച്ച് പ്രതികരിക്കാൻ നമുക്കാർക്കും കഴിയുമെന്ന് ഞാൻ കരുതുന്നില്ല. ഇതു നിങ്ങളുടേതാണ് സർ – ഇതാ വ്യക്തമായ ആശയവിനിമയം – അവിടെ എന്നോടാണ് മോശമായി പെരുമാറിയത്. മറ്റേ കക്ഷി വാട്സ്ആപ്പിൽ പച്ചക്കള്ളമാണ് പറയുന്നതെന്നല്ലാതെ ഞാനൊന്നും പറഞ്ഞിട്ടില്ല – രണ്ടു ഐപിഒയിലും കോട്ടക് ഫണ്ടിംഗ് നടത്തിയിട്ടുണ്ടെന്നു നിങ്ങൾക്കറിയാം. ഞാൻ പറഞ്ഞതുപോലെ – ഈ ഓഡിയോ പരിഹാസ്യവും നിയമസാധുതയില്ലാത്തതും വ്യാജവുമാണ്. ജോലിക്കാർക്കുള്ള രണ്ട് മടങ്ങ്-മൂന്ന് മടങ്ങ് വാഗ്ദാനം എന്താണെന്നു പിടികിട്ടിയില്ല. എന്താണത്?

ഈ ഇമെയിൽ ലഭിച്ചിരുന്ന ഭവിക് ഈ സമയത്ത് ഇടപെട്ടു. യൂണികോൺ ബാബയുമായി താൻ സംസാരിക്കണോ എന്നായിരുന്നു ഭവിക്കിന്റെ ചോദ്യം. '*തു ഉസ്കോ ജാൻതാ ഹെ* (നിങ്ങൾക്കയാളെ അറിയാമോ)? എന്നായിരുന്നു എന്റെ അത്ഭുതം കൂറിയ മറുചോദ്യം. ഭവിക്കിനെയും ഇമെയിലിൽ മാർക്ക് ചെയ്തിരുന്നതു കൂടി കണക്കിലെടുത്തായിരുന്നു എന്റെ പ്രതികരണം. *മേരാ കണക്ട് ഹെ* (എനിക്കൊരു ബന്ധമുണ്ട്)'. അവൻ പറഞ്ഞു. എന്താണ് കാര്യമെന്നറിയുന്നതിനുവേണ്ടി മുന്നോട്ടുപോകുവാൻ ഞാൻ അവനു സമ്മതം കൊടുത്തു.

അൽപ്പസമയം കഴിഞ്ഞ് ഭവിക് തിരിച്ചുവിളിച്ചു. ഈ ഓഡിയോ മുക്കാൻ യൂണികോൺ ബാബ 2,40,000 ഡോളർ മാർക്കറ്റിംഗ് മണിയാണ് ആവശ്യപ്പെടുന്നതെന്നായിരുന്നു വിവരം. ഉടൻ തന്നെ യൂണികോൺ ബാബയുടെ മെയിലും വന്നു.

> ഹലോ ടീം,
>
> പരസ്യ പദ്ധതികൾ പങ്കിടുന്നതിനെക്കുറിച്ച് ചർച്ച ചെയ്തതുപോലെ
>
> Unicon Baba Early Stage Investors List Advertiser Rate Card for BharatPe

Ad Unit	Period	Category Cost	Currency
BharatPe Banner of UB Investor	24 months		Banners on all sheets

> List 2,40,000 USDT
>
> Unicon Baba Early Stage Investor List
>
> https://docs.google.com/spreadsheets/d/1apBh9pNKvoLovDoS48QUGCXZhC-6H36u)31M4COIjg/
>
> USDT Address
>
> 0x104288958be8e70B9A7a80723174eBDc4561d9Dc
>
> നിങ്ങൾക്കു രണ്ടുവർഷത്തിനിടെ ഉയർന്ന സാധ്യതയുള്ള 800-1000 സ്റ്റാർട്ടപ്പ് ഇടപാടുകൾ പ്രതീക്ഷിക്കാം. പ്രതിച്ഛായ നിർമ്മാണതന്ത്രങ്ങളിൽ ഞാനും സഹായിക്കാം. അതു കഥയാകെ മാറ്റും. ഈ കാലയളവിൽ 20-25 പോസിറ്റീവ് ഷൂട്ടൗട്ടും പിആർ പ്ലഗും നൽകാം.
>
> നിങ്ങളുടെ ആശങ്കകൾ അറിയിക്കു. പങ്കുവച്ച മാർക്കറ്റിംഗ് പദ്ധതി ധാരണകൾ പൂർണ്ണമായും മാറ്റിമറിക്കും.
>
> പിന്തുണ പ്രതീക്ഷിച്ചുകൊണ്ട് നന്ദി.

മുമ്പത്തെ ഇ-മെയിൽ പ്രകാരം ഇതു ശുദ്ധമായ ബ്ലാക്ക്മെയിലിംഗ് ആണ്. ഇതിന് ഞാനൊരിക്കലും വഴങ്ങില്ല എന്നായിരുന്നു, യൂണികോൺ ബാബയ്ക്ക് എന്റെ മറുപടി. ഓഡിയോ ക്ലിപ്പിൽ ഞാനാരെ ഭീഷണിപ്പെടുത്തിയെന്നാണോ പറയുന്നത്, അതേ കോട്ടക് റിലേഷൻഷിപ്പ് മാനേജർ പുതുവത്സരാശംസകൾ നേരാനായി ഇന്ന് എന്റെ ഓഫീസിൽ വന്നിരുന്നെന്നും ഞാൻ കൂട്ടിച്ചേർത്തു :

> ഹായ്. ഈ വ്യാജ ഓഡിയോ പരസ്യപ്പെടുത്തുമെന്നു പറഞ്ഞ് 2,40,000 അമേരിക്കൻ ഡോളർ ബിറ്റ്കോയിനായി ആവശ്യപ്പെടുന്നത് അവസാനിപ്പിക്കുക. ഇതു കൊള്ളയടിക്കുന്നതിനു തുല്യമാണ്, ഇവിടെ അങ്ങനെയല്ലെന്നു ഞാൻ പ്രതീക്ഷിക്കുന്നു (ട്വിറ്ററിലെ നിങ്ങളുടെ സ്വന്തം വിശ്വാസ്യതയ്ക്കായി). സു (നിങ്ങളുടെ വ്യാജ ഓഡിയോയിലെ മറുകക്ഷി) ഇന്നലെ പുതുവത്സരാശംസകൾ നേരാൻ എന്റെ ഓഫീസിൽ വന്നിരുന്നു എന്നറിയുക (ഒപ്പം വ്യാജ ഓഡിയോയെക്കുറിച്ച് ഹൃദയപൂർവ്വമുള്ള പരിഹാസവും). കൂടാതെ നിങ്ങൾ ഇവിടെ കാണിക്കുന്ന സാഹസങ്ങൾക്ക് സംയുക്ത നിയമ നടപടിക്കും സമ്മതം അറിയിച്ചിട്ടുണ്ട്. കൂടാതെ, ഈ വ്യാജ ഓഡിയോയും മീമുകളും എന്റെ നിക്ഷേപകർക്കയയ്ക്കുന്നതു നിർത്തുക – ഞങ്ങൾക്ക് നിങ്ങളുടെ അജണ്ട/പ്രതികാരം മനസ്സിലാകുന്നില്ല. ആദരവോടെ ആഷ്നീർ.

അതിനുമപ്പുറമായി ഇമെയിലിൽ ഫോട്ടോ കൂടി അറ്റാച്ച് ചെയ്തശേഷം ഈ കൗതുകകരമായ എപിസോഡ് മറന്നു.

2022 ജനുവരി ആദ്യം ഞാൻ മാതാപിതാക്കളുമൊത്ത് ഉദയ്പൂർ സന്ദർശനത്തിലായിരുന്നു. ഈ സമയത്തായിരുന്നു *ഷാർക് ടാങ്ക്*-ന്റെ മുൻകാല എപിസോഡുകൾ സംപ്രേഷണം ചെയ്തിരുന്നത്. കോവിഡ് മാസ്കിനു പിന്നിലും ആളുകൾ തിരിച്ചറിഞ്ഞത് എന്നെ അത്ഭുതപ്പെടുത്തി. ഒരു ദിവസം രാവിലെ ഉണർന്നപ്പോൾ എന്റെ ഫോൺ നിരവധി സന്ദേശങ്ങൾ കൊണ്ട് മൂളുന്നത് കണ്ടു. ആദ്യത്തേത് മിക്കി മൽക്കായുടേതായിരുന്നു. 'ട്വിറ്ററിൽ ഒരു ഓഡിയോയുണ്ട്. അത് നിങ്ങളാണോ?' അധികം ആലോചനയോ ഉപചാരങ്ങളോ ഇല്ലാതെ അദ്ദേഹം ചോദിച്ചു. ട്വിറ്റർ തുറന്നപ്പോൾ, @BabuBongo എന്ന അക്കൗണ്ടിൽ നിന്ന് ഒരു ഓഡിയോ ക്ലിപ്പ് അടങ്ങിയ സൗണ്ട്ക്ലൗഡ് ലിങ്ക് ഇട്ടിരിക്കുന്നതു കണ്ടു. 'എങ്ങനെയാണ് സമ്പന്നരായ സ്ഥാപകർ പാവപ്പെട്ട ബാങ്ക് ഉദ്യോഗസ്ഥരെ പരിഗണിക്കുന്നത്', അടിക്കുറിപ്പ് ഉദ്ഘോഷിച്ചു. മുളയിലെ നുള്ളുന്നതാണു നല്ലതെന്നു കരുതി ഞാൻ ട്വിറ്ററിൽത്തന്നെ പ്രതികരിക്കാൻ തീരുമാനിച്ചു. ഏതോ തട്ടിപ്പുകാരൻ പണം തട്ടാൻ വേണ്ടി ഇട്ട വ്യാജ ഓഡിയോ ആണെന്നും തട്ടിപ്പിനു ഞാൻ വഴങ്ങിയില്ലെന്നും വ്യക്തമായി എഴുതി. യൂണികോൺ ബാബയ്ക്കയച്ച മെയിലിന്റെ സ്ക്രീൻഷോട്ടും ഇതിനോടു ചേർത്തു.

ഈ സമയത്ത്, ഭവിക് ഇടപെട്ട് ഓഡിയോ നീക്കംചെയ്യാൻ ട്വിറ്റർ ടീമുമായി സംസാരിക്കാമെന്നു പറഞ്ഞു. അതേ വൈകുന്നേരം, ഓഡിയോ നീക്കംചെയ്തു. ഇല്ലാത്ത ഒരു ഓഡിയോ സന്ദേശത്തിനുള്ള മറുപടിയാണ് ഇപ്പോൾ എന്റേതായി ട്വിറ്ററിലുള്ളത്. ആദ്യത്തെ ട്വീറ്റ് നീക്കം ചെയ്തതിനാൽ എന്റെ പ്രതികരണവും നീക്കം ചെയ്യുന്നതാണ് നല്ലതെന്ന് എന്റെ പിആർ ടീം ഉപദേശിച്ചു. ഞാൻ വ്യക്തമായ മറുപടി നൽകിയിരുന്നെന്നും, എന്നാൽ ആരോപണവുമായി ഇട്ട വീഡിയോ നീക്കം ചെയ്ത സാഹചര്യത്തിൽ മറുപടി മാത്രം കിടക്കുന്നത് അനുചിതമായതുകൊണ്ടു മാത്രം അത് നീക്കം ചെയ്തതാണെന്നും ഞാൻ നിക്ഷേപകരെ അറിയിച്ചു. ഇതിനകം തന്നെ ആളുകൾ ആ ഓഡിയോ ക്ലിപ്പ് യു ട്യൂബിൽ ഇട്ടിരുന്നു.

വ്യക്തമായി പ്രതികരിച്ചതിനാൽ, വിവാദങ്ങൾ അകന്നുവെന്നു ഞാൻ കരുതിയെങ്കിൽ, കൂടുതൽ വലിയ ഞെട്ടൽ കാത്തിരിക്കുന്നുണ്ടായിരുന്നു. ഉദയ്പൂരിൽ നിന്നു ഡൽഹിയിലെത്തിയപ്പോഴേക്ക് മറ്റൊരു വാർത്ത കറങ്ങിനടക്കാൻ തുടങ്ങിയിരുന്നു. ഒക്ടോബർ ആദ്യം ഞാനും കോട്ടക്കും തമ്മിൽ കൈമാറിയ വക്കീൽ നോട്ടീസുകൾ മാധ്യമങ്ങൾക്ക് ചോർന്നിരിക്കുന്നു. ഈ നോട്ടീസുകളെക്കുറിച്ചറിയുന്ന മൂന്നു കക്ഷികളേയുള്ളു – ഞാൻ, സുമീത് സിംഗ് (ഭാരത്പേയുടെ ജനറൽ കൗൺസൽ), കോട്ടക്. അപ്പോൾ, ചോർച്ച വ്യക്തമായും ഒന്നുകിൽ എന്റെ ജനറൽ കൗൺസലിൽ നിന്നോ അല്ലെങ്കിൽ കോട്ടക്കിൽ നിന്നോ. മാധ്യമങ്ങൾ പ്രതികരണത്തിനായി സമീപിച്ചപ്പോൾ, വക്കീൽ നോട്ടീസുകൾ കൈമാറിയതായി കോട്ടക് പ്രസ്താവനയിൽ സമ്മതിച്ചു. പോരാത്തതിന്, ഞാൻ അവരുടെ ഒരു

ജീവനക്കാരനെ ഭീഷണിപ്പെടുത്തിയതായും പറഞ്ഞു. ഏതെങ്കിലും തരത്തിലുള്ള ഓഡിയോയെക്കുറിച്ച് പരാമർശിക്കാത്ത കോട്ടക്കിന്റെ അനാവശ്യ പ്രതികരണം മാധ്യമങ്ങൾക്ക് കൂടുതൽ തീറ്റയായി. അവരതിനെ നേരത്തെ കറങ്ങിനടന്ന ഓഡിയോയുമായി ബന്ധപ്പെടുത്തുകയും ആ ഓഡിയോ സത്യമായിരിക്കുമെന്ന് റിപ്പോർട്ട് ചെയ്യുകയും ചെയ്തു.

വ്യക്തമായും ഗൂഢാലോചന നടത്തിയുള്ള കളിയായിരുന്നു അത്. വൈകാരികമായി എന്നെ വളരെയധികം ബാധിച്ച സംഭവം. ഞാനവരെ സഹായിച്ചപ്പോൾ പോലും, കോട്ടക്കും അവരുടെ മനസ്സാക്ഷിയില്ലാത്ത ആർഎം-മാരുമാണ് എന്നോട് അനീതി കാണിച്ചത് എന്നിരിക്കെ, മാധ്യമങ്ങൾ എന്നെയൊരു വില്ലനായി ചിത്രീകരിച്ചു. ഈ സമയത്ത് ഞാൻ ടെലിവിഷനിൽ പതിവായി ഉണ്ടായിരുന്നു എന്നത് കാര്യങ്ങൾ കൂടുതൽ വഷളാക്കി! *ഷാർക് ടാങ്ക്*-ൽ എന്നെ കണ്ട ആളുകൾ ഗൂഗിൾ ചെയ്തു നോക്കിയപ്പോൾ ഒരു കൂട്ടം നെഗറ്റീവ് വാർത്തകളാണ് എനിക്കുചുറ്റും കണ്ടത്. അതവരുടെ വെറുപ്പ് വർദ്ധിപ്പിച്ചു.

'ആഷ്നീർ ഗ്രോവർ കേസ് : കോട്ടക് മഹീന്ദ്ര ബാങ്ക് ഉചിതമായ നിയമനടപടി തേടുന്നു' – *ബിസിനസ്സ് സ്റ്റാൻഡാർഡ്*. 'ഒരു നീക്കം ചെയ്ത ട്വീറ്റ്, അധിക്ഷേപകരമെന്ന് ആരോപിക്കപ്പെട്ട ഒരു കോൾ : ഫിൻടെക് ഭാരത്പേ *Vs* കോട്ടക്'' –*എൻഡിടിവി*. വിരാമമില്ലാതെ തലക്കെട്ടുകൾ ഉരുണ്ടു.

'നീയൊന്നും ചെയ്തില്ലെന്നിരിക്കെ നിന്നെ എന്തിനാണിങ്ങനെ ബാധിക്കുന്നത്?' കൂടുതൽ ശ്രദ്ധ ലഭിക്കാതാകുമ്പോൾ ഇതെല്ലാം ഇല്ലാതാകുമെന്ന് എന്റെ കുടുംബം എനിക്കുറപ്പ് നൽകിയപ്പോഴും ഞാൻ അത്ര നല്ലൊരു മാനസികാവസ്ഥയിലായിരുന്നില്ല. വാർത്തകൾ അതിന്റെ വഴിക്കു പോകട്ടെ എന്നു കരുതി ഞാൻ പതിഞ്ഞുകിടന്നു. കുറച്ചു ദിവസത്തേക്ക് ഞാൻ ഫോൺ സ്വിച്ചോഫാക്കി വച്ചു. നിക്ഷേപകരോട് സംസാരിക്കാൻ സുഹൈലിനേയും സുമീതിനേയും ചുമതലപ്പെടുത്തി. ഭാവനയെ എങ്ങനെ വലിച്ചുനീട്ടിയാലും ഇതൊരു യാദൃച്ഛികതയാകാൻ ഇടയില്ലെന്നും തീർച്ചയായും ബോധപൂർവ്വമുള്ള ചതിയാണെന്നുമുള്ള കാര്യമാണ് എന്നെ ശരിക്കും അലട്ടിയത്. ആരാണിതിനു പിന്നിൽ, എനിക്കൊരു പിടിയുമില്ലായിരുന്നു. ഇവിടെ എല്ലാവരും വളരുന്നു എന്നുറപ്പുവരുത്തി ഞാൻ രാവും പകലും അദ്ധ്വാനിക്കുകയാണ്. എങ്കിലും, ആരോ തീവ്രമായും കൂടുതൽ മിടുക്കോടെയും എന്നെ വലിച്ചു താഴെയിടാനും അവസാനിപ്പിക്കാനും പ്രയത്നിക്കുകയാണ്.

'പ്രതിസന്ധികൾ കൈകാര്യം ചെയ്യുന്നതിൽ മികച്ച ഒരു മാധ്യമ ഏജൻസിയെ നിയമിക്കാമെന്ന് സെക്വോയ നിർദ്ദേശിച്ചിട്ടുണ്ട്, അത് നമ്മുടെ കാഴ്ചപ്പാട് എല്ലാവരിലുമെത്തിക്കാൻ സഹായിക്കും', മാധ്യമ ആക്രമണങ്ങൾക്കിടയിൽ ഭവിക് അറിയിച്ചു. ഞങ്ങളുടെ കാഴ്ചപ്പാട് വ്യക്തമാക്കുന്ന ഒന്നും മാധ്യമങ്ങളിൽ വന്നുകാണാഞ്ഞപ്പോൾ, എനിക്കതു

കൂലമായാണോ പ്രതികൂലമായാണോ ഏജൻസിയെ നിയോഗിച്ചതെന്ന് ഞാൻ അത്ഭുതപ്പെട്ടു.

'നിങ്ങൾ ഓക്കെയാണോ' അന്തരീക്ഷത്തിലെ സ്പഷ്ടമായ പിരിമുറുക്കം തിരിച്ചറിഞ്ഞ് മാധുരി ഒരു ദിവസം രാവിലെ ചോദിച്ചു. സുമീത് ഇപ്പോഴെന്നെ വിളിച്ചിരുന്നു. എനിക്കെതിരെ എഫ്ഐആർ ഫയൽ ചെയ്യാനാകുമോ എന്ന അന്വേഷണത്തിലാണ് ഉദയ് കോട്ടക് എന്ന് സുഹൈലിൽ നിന്നു കേട്ടതായി അവൻ പറഞ്ഞു. സംഗതികളുടെ വിചിത്രമായ മാറിമറിയലിൽ അന്തംവിട്ട ഞാൻ മാധുരിയെ അറിയിച്ചു. ഈ വെളിപ്പെടുത്തൽ അവളെ സമ്മർദ്ദത്തിലാക്കുമെന്നു കരുതിയ എന്നെ അവളുടെ ചോദ്യം അത്ഭുതപ്പെടുത്തി. 'അകത്തുനിന്നു കിട്ടുന്ന വിവരങ്ങളെല്ലാം സത്യമാണെന്നു നിങ്ങൾക്കുറപ്പാണോ.' അവൾ ചോദിച്ചു. 'എനിക്കറിയില്ല മാഡ്സ്. അയാളാണത് തയ്യാറാക്കിയത് എന്നിരിക്കെ, കോട്ടക്കുമായി കൈമാറിയ വക്കീൽ നോട്ടീസിനെക്കുറിച്ച് അറിയുന്ന ഒരേയൊരാൾ സുമീത് മാത്രമാണെന്നതാണ് നീയെന്നെ ചിന്തിപ്പിച്ച ഒരു കാര്യം. യഥാർത്ഥത്തിൽ അവ കൈമാറി മാസങ്ങൾക്കു ശേഷമാണ് അതേക്കുറിച്ചു കഥകൾ പുറത്തുവന്നതെന്നതും എപിസോഡ് ദുരൂഹമാക്കുന്നു. കുടിലമായതെന്തോ സംഭവിക്കുന്നുണ്ട്. ഏതായാലും, ഞാനെന്റെ മനസ്സു മാറ്റി. കുറച്ചു ദിവസത്തേക്ക് ഞാൻ സ്വമേധയാ അവധിയിൽ പോകുന്നതാണ് ഈ ദ്രോഹകരമായ ബഹളമൊക്കെ ഒന്നടങ്ങാൻ നല്ലതെന്നു തോന്നുന്നു. അത് പരദൂഷണക്കാർക്കൊക്കെ അൽപ്പം വിശ്രമം നൽകും. നമുക്ക് നമ്മുടെ ബിസിനസ്സിൽ ശ്രദ്ധ കേന്ദ്രീകരിക്കാനുമാകും. പൂർത്തിയാക്കാനായി ഒരുപാടു കാര്യങ്ങളുണ്ട്.' എന്റെ പദ്ധതി മാധുരിയുമായി പങ്കുവച്ചുകൊണ്ട് ഞാൻ പറഞ്ഞു.

'മാധ്യമങ്ങൾ വെറുപ്പിന്റെ അങ്ങേയറ്റമാണ് കാണിക്കുന്നത്. നിങ്ങളിൽ നിന്ന് പ്രത്യേകിച്ചൊരു മാധ്യമ നീക്കവും കാണുന്നുമില്ല. പ്രശ്നങ്ങൾ കെട്ടടങ്ങുംവരെ അവധിയിൽ പോകാനാണു ഞാൻ ആലോചിക്കുന്നത്.' ഞാൻ ഭവിക്കിനോടും സുമീതിനോടും സുഹൈലിനോടും പറഞ്ഞു. അവരെ കൂടിക്കാഴ്ച്ചയ്ക്കായി എന്റെ വീട്ടിലേക്കു വിളിച്ചതായിരുന്നു. എന്റെ അളിയൻ ഷോനക്കും മുറിയിലുണ്ടായിരുന്നു. എല്ലാവരുടേയും ശരീരഭാഷ പഠിക്കാൻ അയാൾ അൽപ്പം മാറിയാണ് ഇരുന്നത്.

'അതൊരു നല്ല ആശയമല്ല. കൊടുങ്കാറ്റിനെ മെരുക്കുകയാണ് വേണ്ടത്.' ഉടനെ തന്നെ ഭവിക് എന്റെ ആശയത്തെ തള്ളിക്കളഞ്ഞു. ആ ഓഡിയോ ക്ലിപ്പ് ആഷ്നീറിന്റേതല്ലെന്നു തെളിയിക്കാൻ ഫോറൻസിക് പരിശോധന നടത്താൻ നിക്ഷേപകർ ആവശ്യപ്പെടുന്നുണ്ട്. സുഹൈലും സുമീതും എന്നെ മണ്ടത്തരത്തിനു പ്രേരിപ്പിക്കുന്നതു പോലെ തോന്നി. എനിക്ക് ആരോടും ഒന്നും തെളിയിക്കാനില്ലെന്ന് ഞാനവരെ ഓർമ്മിപ്പിച്ചു. 'നിങ്ങൾ അവധിയിൽ പോകേണ്ടതുണ്ടെന്നു ഞാൻ കരുതുന്നില്ല. മൂന്നുവർഷമായി നിക്ഷേപകർക്ക് നമ്മളോടൊപ്പം നല്ലതേ ഉണ്ടായിട്ടുള്ളൂ.

അവർ ക്ഷമാശീലരായിരിക്കണം. നിങ്ങൾക്കു വേണമെങ്കിൽ സ്വമേധയാ അവധിക്ക് അപേക്ഷിക്കാം. ബോർഡിൽ, നിങ്ങളില്ലാതെ ബിസിനസ്സ് മുന്നോട്ടു കൊണ്ടുപോകാനാകില്ലെന്നു പറഞ്ഞ് നിക്ഷേപകർക്കൊപ്പം ഞങ്ങളത് നിരസിക്കാം.' അവരുടെ ഉദ്ദേശ്യം വ്യക്തമാക്കിക്കൊണ്ട് ഭവിക് പറഞ്ഞു. അവധിയപേക്ഷ അയയ്ക്കുമെന്ന എന്റെ തീരുമാനവും അതു നിരസിക്കാമെന്ന അവരുടെ തീരുമാനവുമായ സ്ഥിതിക്ക് ഞാനെന്റെ ചിന്തകൾ കടലാസിൽ പകർത്താനൊരുങ്ങി. അതിന്റെ ഒരു കരട് എന്റെ മെയിൽ ഐഡിയിലേക്കയച്ചാൽ വേണ്ട മാറ്റങ്ങൾ നിർദ്ദേശിക്കാം. സുമീത് വാഗ്ദാനം ചെയ്തു.

ആ മീറ്റിംഗിനു ശേഷം മാധുരിയോടൊപ്പം മാധുരിയുടെ മാതാപിതാക്കളെ കാണാൻ പാനിപ്പത്തിലേക്കൊരു വാരാന്ത്യസന്ദർശനം നടത്തി. ഞാനൊരു മതബോധമുള്ള ആളല്ലെങ്കിലും, ഞങ്ങളെ പ്രശസ്തരാക്കിയെന്നു തോന്നിക്കുന്ന സംഭവവികാസങ്ങളിൽ ആകെ കലുങ്ങിയിരുന്നതിനാൽ ഈ യാത്രയിൽ മാധുരി എന്നെ ചണ്ഡീഗഢിലെ ഒരു ജൈനമുനിയുടെ അടുത്ത് കൊണ്ടുപോയി. ഇംഗ്ലീഷ് സംസാരിക്കാനാകുന്ന ആ ജൈനമുനി കണ്ടപാടെ, രണ്ടു ചോദ്യങ്ങളാണു ചോദിച്ചത് : 'നിങ്ങൾ സന്തുഷ്ടനാണോ? നിങ്ങൾക്കു ചുറ്റുമുള്ള മനുഷ്യർ ശുദ്ധരാണോ?' സമീപകാല സംഭവങ്ങളോർത്ത് ഞാനീ ചോദ്യങ്ങൾക്കു മുന്നിൽ ഒന്നു പതറി. രണ്ടു ചോദ്യത്തിനും അസന്ദിഗ്ധമായ 'അല്ല' എന്ന മറുപടിക്ക് അൽപസമയം മാത്രമേ വേണ്ടിവന്നുള്ളൂ.

തിരിച്ചു പാനിപ്പത്തിലെത്തിയപ്പോൾ എന്റെ മകന്റെ ഫോണിൽ മിക്കി വിളിച്ചു. എന്റെ ഫോൺ സ്വിച്ചോഫായിരുന്നു. ഞാൻ നിങ്ങളെ സ്നേഹിക്കുന്നുവെന്നും നിങ്ങളെ ഏറ്റവും നന്നായി പിന്തുണയ്ക്കുന്ന ആളാണെന്നും നിങ്ങൾക്കറിയാം. പക്ഷേ, യുദ്ധം ചെയ്യുന്നതിനുവേണ്ടി മറ്റൊരു ദിവസം കൂടി ജീവിക്കുവാൻ നിങ്ങളീ പോരാട്ടത്തിൽ തോൽക്കണം സുഹൃത്തേ! എന്നായിരുന്നു എന്നെ അങ്ങേയറ്റം ആശയക്കുഴപ്പത്തിലാക്കിയ അദ്ദേഹത്തിന്റെ ദുരൂഹമായ സന്ദേശം. കാര്യങ്ങൾ ശരിയായ വഴിയിലല്ലെന്നു തോന്നുന്നതായി ഞാൻ മാധുരിയോടും അവളുടെ പിതാവിനോടും കുമ്പസാരിച്ചു.

വീട്ടിലെത്തിയ ശേഷം, മുൻ നിശ്ചയപ്രകാരം, ഞാനൊരു ഹൃദയസ്പർശിയായ കുറിപ്പെഴുതാനിരുന്നു. ഭാരത്പേയിൽ നടത്തിയ തളർച്ചയറിയാത്ത അധ്വാനം വിവരിച്ച ഞാൻ മാർച്ച് അവസാനം വരെ താത്കാലികമായ സ്വമേധയാ അവധിയിൽ പോകുകയാണെന്നും പറഞ്ഞു. 'ഈ കാലയളവ് ഉത്പന്ന വികസനത്തിന്റെ അടുത്ത ഘട്ടത്തെക്കുറിച്ചും ലാഭത്തിലേക്കുള്ള ഭാരത്പേയുടെ വഴിയെക്കുറിച്ചും ഐപിഒയെക്കുറിച്ചും ആഴത്തിൽ ചിന്തിക്കാൻ ഉപയോഗിക്കു'മെന്ന് ഞാൻ എന്റെ കുറിപ്പിൽ വ്യക്തമാക്കിയിരുന്നു. എന്റെ കുറിപ്പുമായി ബന്ധപ്പെട്ട് സുമീത് ചില നിർദ്ദേശങ്ങൾ മാധുരിക്ക് അയച്ചെങ്കിലും ഞാനതു സ്വീകരിച്ചില്ല.

ഞാനെഴുതിയത് നിയമരേഖയായിരുന്നില്ല, മറിച്ച് ഹൃദയരേഖയായിരുന്നു എന്നതാണ് കാരണം. കത്ത് ഞാൻ ഔദ്യോഗികമായി ബോർഡിനും നിക്ഷേപകർക്കും അയച്ച ശേഷം, ആഷ്നീറിന്റേത് അമിത പ്രതികരണ മാണെന്നും തുടർന്നുള്ള കാര്യം ആലോചിക്കാൻ മീറ്റിംഗ് വിളിക്കണമെന്നു മാവശ്യപ്പെട്ട് സുഹൈൽ എന്റെ കത്തുമായി ബന്ധപ്പെട്ടു ബോർഡിനൊരു കുറിപ്പു നൽകി. ആ കുറിപ്പിന്റെ പകർപ്പ് മാധുരിക്കും കിട്ടി. ജനുവരി 13-ന് അനൗദ്യോഗിക ബോർഡ് മീറ്റിംഗ് വിളിച്ചതായും ഔദ്യോഗികമായി രേഖപ്പെടുത്തിയില്ലെങ്കിലും എന്റെ അവധിയപേക്ഷ ഏകകണ്ഠമായി തള്ളിക്കളഞ്ഞതായും കേവൽ ഹാൻഡയും മറ്റുള്ളവരും പിന്നീടെന്നെ അറിയിച്ചു.

യഥാർത്ഥത്തിൽ, ഞാൻ വ്യക്തിപരമായി രജ്നീഷ് കുമാറിനെ പോയി കണ്ടു. മാധുരിയുടെ എൻഐഎഫ്ടി ബാച്ച്മേറ്റിന്റെ അച്ഛനായിരുന്നു അദ്ദേഹം. എസ്ബിഐയുടെ മുൻ ചെയർമാനും. ആ വർഷമാദ്യം അദ്ദേഹത്തെ ഞാൻ യാദൃച്ഛികമായി കണ്ടുമുട്ടുകയായിരുന്നു. 50 ലക്ഷം രൂപ വാർഷിക സിറ്റിംഗ് ഫീസിനും രണ്ടു കോടി രൂപയുടെ ഇഎസ്ഒപിക്കും കമ്പനിയുടെ പ്രഫഷണൽ ഡയറക്ടറായി ചേരാൻ സമ്മതിക്കുകയായിരുന്നു (ഓഫീസിലെ ആദ്യദിനം തന്നെ സമ്മർദ്ദം ചെലുത്തി ഇഎസ്ഒപി മൂന്നു കോടിയിലേക്കു മാറ്റിയിരുന്നു – അത്യാഗ്രഹത്തിന്റെയും ദുരുദ്ദേശ്യത്തിന്റെയും ആ ആദ്യസൂചന ഞാൻ വായിച്ചെടുക്കേണ്ടതായിരുന്നുവെന്നത് മറ്റൊരു കാര്യം). എന്റെ നാലാമത്തെ നിയമനത്തെറ്റായിരുന്നു രജ്നീഷ് – എന്റെ ശവപ്പെട്ടിയിലെ അവസാനത്തെ ആണി – മറ്റു മൂന്നുപേർ സുഹൈൽ സുമീർ (സിഇഒ), ജസ്നീത് (സിഎച്ച്ആർഒ), സുമീത് സിംഗ് (ജിസി).

രജ്നീഷ് ആ സമയത്ത് പുറത്തു പ്രകടിപ്പിച്ചിരുന്ന അഭിപ്രായം, വിഷയം മാധ്യമങ്ങൾ ഊതിവീർപ്പിച്ചതാണെന്നും അത് അതിന്റെ സ്വാഭാവിക അന്ത്യം കാണുമെന്നുമായിരുന്നു. കോട്ടക്കിലെ ചില ഉന്നതരുമായി സംസാരിച്ച് മധ്യസ്ഥതയ്ക്കും അദ്ദേഹം ശ്രമിച്ചു. രജ്നീഷ് കുമാർ കോട്ടക് ഫണ്ട് ബോർഡിലുണ്ടായിരുന്നു.

കാര്യങ്ങൾ അവസാനത്തോടടുക്കുകയാണെന്നാണ് ഞാൻ കരുതിയതെങ്കിലും വരാനിരിക്കുന്ന രക്തച്ചൊരിച്ചിലിനെക്കുറിച്ച് എനിക്കൊരു ഊഹവും ഉണ്ടായിരുന്നില്ല.

14

ആത്യന്തിക വഞ്ചന

സ്റ്റാർട്ടപ്പ് ലോകത്ത് ഏറ്റവും വലിയ കവറേജ് കിട്ടിയ വിവാദമാണ് ഭാരത്പേയിൽ നിന്നുള്ള എന്റെ പുറത്താകൽ. മാധ്യമപ്രവർത്തകരുടെ വേഷം കെട്ടിയ, മനസ്സാക്ഷിയും ആദർശവുമില്ലാത്ത ആൾക്കാർ വലിയ പങ്കുവഹിച്ചു. അതിലും പ്രധാനമായി കമ്പനിയുടെ സ്ഥാപകനെ പുറത്താക്കാൻ ഏറ്റവും വലിയ മാക്യവെല്ലിയൻ തന്ത്രം മെനഞ്ഞ എന്റെ സ്വന്തം ഓഹരിയുടമകൾ. സത്യം കെട്ടുകഥയേക്കാൾ വിചിത്രമാണെന്നു തുടർന്നുള്ള പേജുകളിൽ നിങ്ങൾക്കു ബോധ്യപ്പെടും. അതൊരിക്കലും പരസ്യമല്ല.

കുതന്ത്രങ്ങളുടെ സൂക്ഷ്മാംശങ്ങൾ മനസ്സിലാക്കാൻ ചില കഥാപാത്രങ്ങളെയും, അവർക്ക് എനിക്കെതിരേ പ്രവർത്തിക്കാനുണ്ടായ പ്രചോദനവും പരിചയപ്പെടുത്തേണ്ടതുണ്ട്.

1. ശാശ്വത് മൻസുഖ്ഭായ് നക്രാണി : ഇരുപത്തിനാലുകാരനായ സഹസ്ഥാപകൻ. ഡൽഹി ഐഐടിയിൽ നിന്നുള്ള ഡ്രോപ്പൗട്ട്. 'ശരിയായ സ്ഥലത്ത് ശരിയായ സമയത്ത്'' എത്തിയതിനാൽ മാത്രം ദശലക്ഷങ്ങൾ സമ്പാദിച്ചു. 'ഒന്നും ചെയ്യാത്തത് കൂടുതൽ പ്രതിഫലം നൽകുന്നു' എന്ന ആശയത്തിന്റെ പ്രതിരൂപം. പിന്നീട് കമ്പനിയിൽ ചേർന്ന സിഇഒ സുഹൈലാണ് ശാശ്വതിനെ സ്വാധീനിച്ചത്. എസ്എച്ച്എയിൽ ഒപ്പുവച്ചയാളും സ്ഥാപക ഡയറക്ടറും എന്ന നിലയിലാണ് ഈ തന്ത്രങ്ങളിൽ ശാശ്വതിന്റെ വിലപ്പെട്ട സംഭാവന. മറ്റുള്ളവർക്ക് ഉപയോഗിക്കാൻ നിന്നുകൊടുത്ത എല്ലാം തികഞ്ഞ ഉപകരണം. ഒരു ബോർഡ് യോഗത്തിലും ഒരു വാക്കു പോലും പറഞ്ഞിട്ടില്ല. ഒരു രൂപ പോലും അയാളുടെ പേരിൽ ആരും നിക്ഷേപിച്ചിട്ടില്ല. ഞാൻ ഭാരത്പേയുടെ ഏകമുഖമായി മാറിയപ്പോൾ, സ്വയം ചെറുതായതായി തോന്നിത്തുടങ്ങിയിരിക്കാം. മറ്റു തന്ത്രശാലികൾ തീർച്ചയായും ഇക്കാര്യം കുത്തിവച്ചിട്ടുമുണ്ടാകും.

സെക്കൻഡറികളിൽ അയാളും അയാളുടെ പിതാവും കോടികൾ സമ്പാദിക്കുമെന്ന് ഞാൻ ഉറപ്പുവരുത്തിയിട്ടും ഈ സംഭവം നടക്കുന്ന കാലത്തൊന്നും ഒരിക്കലും എന്റെ ഫോൺകോൾ എടുത്തില്ല. ആദ്യം ഐഐടി പഠനം പൂർത്തിയാക്കാതെ പുറത്തുവന്ന ശാശ്വത് പിന്നീട് തിരിച്ചുപോയി ബിരുദപഠനം പൂർത്തിയാക്കുമ്പോൾ വലിയ ഭാരങ്ങളെടുത്ത് ഞാനാണ് അയാളെ നിക്ഷേപകരിൽ നിന്ന് സംരക്ഷിച്ചത് എന്നതാണ് മറ്റൊരു വിരോധാഭാസം.

2. ഭവിക് കൊളാദിയ : 'ബ്രൂട്ടസ്, നീയും?' വിശ്വാസവഞ്ചകരുടെ കൂട്ടത്തിൽ ഭവിക്കും ഉണ്ടെന്ന കണ്ടെത്തൽ എനിക്ക് അത്രയും വേദനാജനകമായിരുന്നു. അമേരിക്കയിലെ പരാജയപ്പെട്ട തുടക്കത്തിനു ശേഷം അവനെ വിശ്വസിക്കുകയും വീണ്ടെടുപ്പിനു സഹായിക്കുകയും ചെയ്ത ഏക മനുഷ്യൻ ഞാനായിരുന്നു. ഭാരത്പേ തുടങ്ങി മാസങ്ങൾക്കകം കമ്പനി 1.9 കോടി രൂപ മാത്രം സമാഹരിച്ചിരിക്കെ നാലുകോടി രൂപയുടെ സെക്കൻഡറി ചെയ്യാൻ ഞാനനുവദിച്ചു. അയാളുടെ പ്രിയപ്പെട്ട വിഷയമായ ടെക് കൈകാര്യം ചെയ്യാനുള്ള ചുമതല നൽകി. അതിലും പ്രധാനമായി, ഒരിക്കൽപോലും സഹോദരനിൽ കുറഞ്ഞൊരു പരിഗണന നൽകിയിട്ടില്ല. ഭവിക് എന്റെ മാൽവിയാ നഗറിലെ വീട്ടിൽ ഒരു പൈസപോലും വാടകയില്ലാതെ രണ്ടു വർഷമാണ് താമസിച്ചത്. ബിസിനസ്സ് തുടങ്ങാൻ മാധുരി അയാളുടെ ഭാര്യക്ക് കോടികൾ വായ്പ നൽകി. ഭാരത്പേ വലുതായപ്പോൾ താൻ പുറത്താകുന്നുവെന്നൊരു തോന്നലുണ്ടായിത്തുടങ്ങിയോ? അതല്ലെങ്കിൽ, സ്വബോധം അവരെ വിശ്വസിക്കരുതെന്ന് പറഞ്ഞിട്ടും, സുഹൈലും സുമീതും കുടിയുടെയും വലിയുടേയും സെഷനുകൾ സാവധാനം എനിക്കെതിരെയുള്ള വിഷം കുത്തിവയ്ക്കാൻ ഉപയോഗിച്ചോ? അതുമല്ലെങ്കിൽ, ആഷ്നീർ പുറത്തായാൽ, ഭവിക്കിനെ ഭാരത്പേ കാപ് ടേബിളിൽ വീണ്ടുമെത്തിക്കാമെന്ന് സുമീത് വാഗ്ദാനം നൽകിയോ?

3. സെക്വോയ : ഒരേയൊരു സ്ഥാപനം – അല്ലെങ്കിൽ, ഒരു വ്യക്തിയായ ഈ രാഷ്ട്രീയസംഘടനയാണ് എനിക്കെതിരെ ഏറ്റവും വലിയ കോടാലി പ്രയോഗിച്ചത്. വിമുഖത കാട്ടിയ നിക്ഷേപകരായിരുന്നു ആദ്യം. 500 മില്യൺ ഡോളറിലേറെ വിലയുള്ള 19 ശതമാനം ഓഹരിയുമായി അവരാണ് ഭാരത്പേയിലെ ഏറ്റവും വലിയ ഓഹരിയുടമകൾ. ബാങ്ക് ലൈസൻസും പോസ്റ്റ്പേ തുടങ്ങിയതും വഴി പൈൻലാബ്സിൽ ശൈലേന്ദ്രയുടെ പത്തുവർഷത്തെ നിക്ഷേപത്തിന്റെ തിളക്കം ഞാൻ തട്ടിയെടുത്തു. പൈൻലാബ്സ് ഐപിഒ ആയി സെക്വോയയ്ക്കു വലിയ നേട്ടം ഉണ്ടാക്കിക്കൊടുക്കേണ്ടതായിരുന്നു. ഭാരത്പേയും പൈൻലാബ്സും തമ്മിലൊരു ലയനമുണ്ടായാൽ ഏറ്റവും ഗുണം അവർക്കായിരുന്നു. ഞാനുണ്ടെങ്കിൽ ഈ ലയനം ഒരിക്കലും നടക്കില്ലെന്ന് അവർക്കറിയാമായിരുന്നു.

4. മിക്കി (റിബിറ്റ്) : ഈ ഭൂഗോളത്തിലെ ഏറ്റവും മിടുക്കനായ ഫിൻടെക് നിക്ഷേപകൻ. താൻ പണം ഇട്ടതിന്റെ പിൻബലത്തിൽ യുഎസ് ഫണ്ടുകൾ ഭാരത്പേയിൽ നിക്ഷേപം നടത്തിയെന്ന വസ്തുതയിൽ അദ്ദേഹം ഉറച്ച് വിശ്വസിക്കുന്നു. ഒരുമിച്ച് ജോലി ചെയ്യുന്ന എല്ലാ ഭർതൃ-ഭാര്യ ജോഡിയും തട്ടിപ്പുകാരാണെന്ന ഭ്രാന്തമായ വിശ്വാസം പുലർത്തുന്നു. അമേരിക്കയിൽ മിക്കിയുടെ ഏറ്റവും വലിയ നിക്ഷേപമുള്ള റോബിൻഹുഡ് പൊതുജനങ്ങളിൽ നിന്ന് നിക്ഷേപങ്ങൾ സ്വീകരിച്ചതിന് ഫെഡറൽ റിസർവ് ഇടപെട്ട് കടുത്ത നിയന്ത്രണങ്ങൾ ഏർപ്പെടുത്തിയിരുന്നു. ഈ പശ്ചാത്തലത്തിൽ, കോട്ടക് പ്രശ്നം ഭാരത്പേയുടെ ബാങ്കിംഗ് ലൈസൻസ് നഷ്ടപ്പെടുത്താൻ ഇടയാക്കുമെന്ന പരിഭ്രാന്തിയിലായോ? അതോ *ഷാർക്ക് ടാങ്ക്*-ൽ പോകുന്നതിനെതിരെയുള്ള തന്റെ സൂചനകളും വ്യംഗ്യ സന്ദേശങ്ങളും ഞാൻ അവഗണിച്ചതിലുള്ള അസന്തുഷ്ടിയെത്തുടർന്ന് എന്നെ നിലയ്ക്കു നിർത്താൻ സമയമായെന്ന തോന്നലോ?

5. രജ്നീഷ് കുമാർ : സ്റ്റേറ്റ് ബാങ്ക് ഓഫ് ഇന്ത്യയുടെ മുൻ ചെയർമാൻ. മാധുരിയും ഞാനും ചേർന്ന് ബോർഡിലേക്കു ക്ഷണിച്ചു. തുടക്കത്തിൽത്തന്നെ കമ്പനിയിൽ നിയന്ത്രണം വേണമെന്നും ഭാരത്പേയിൽ നിന്നു പണമുണ്ടാക്കണമെന്നുമുള്ള സൂചനകൾ എന്റെ അനിഷ്ടം കാരണം അവഗണിച്ചു. ഓഫീസിലെ ആദ്യദിവസം തന്നെ ഇഎസ്ഒപി രണ്ടുകോടിയിൽ നിന്ന് മൂന്നു കോടിയാക്കിയത്, സെൻട്രവുമായി ഞാൻ ഡിഎൽഎഫ് ഗോൾഫ് ലിങ്ക്സിൽ കൂടിക്കാഴ്ച നടത്തുമ്പോൾ ഡിഎൽഎഫ് ഗോൾഫ് കോഴ്സിൽ അദ്ദേഹത്തിനൊരു സൗജന്യ അംഗത്വം വാങ്ങിക്കൊടുക്കാൻ എന്നോടാവശ്യപ്പെട്ടത് – ധാരാളമുണ്ട് സൂചനകൾ. നന്നായി നടപ്പാക്കിയ തന്ത്രത്തിൽ, ഇദ്ദേഹമാണ് ഏറ്റവും കൂടുതൽ കളിച്ചത്.

6. സുഹൈൽ സമീർ : മക്കിൻസി, ഐഐഎം ലക്നൗ തുടങ്ങിയ നിലയും വിലയുമുള്ള സ്ഥാപനങ്ങളിലുള്ള എന്റെ വിശ്വാസം നഷ്ടപ്പെടുത്തിയ വ്യക്തി. അവന്റെ നീചമായ പദ്ധതികൾ നേരത്തെ തിരിച്ചറിഞ്ഞതിനാൽ മാധുരിയെ അവൻ വെറുത്തു. വൈകാതെ പുതിയ സിഎഫ്ഒ ചുമതലയേൽക്കുമെന്ന് ഞാൻ പറഞ്ഞിരുന്നു. അത് തന്റെ ചിറകരിയുമെന്ന് അവൻ കരുതിയതുകൊണ്ടാവണം അവൻ അരക്ഷിതനായിരുന്നു. ഇന്ത്യൻ സ്റ്റാർട്ടപ്പുകളിൽ ആർക്കും നൽകുന്നതിലും കൂടുതൽ ഇഎസ്ഒപികൾ ഞാൻ സുഹൈലിനു നൽകി. സിഇഒയും ബോർഡിലെ ഡയറക്ടറും ആക്കിയതിനു പുറമെ ഒരു വർഷത്തിനകം 11 കോടി രൂപയുടെ ലിക്വിഡിറ്റിയും നൽകി. ചതിയുടെ രൂപത്തിലായിരുന്നു തിരിച്ചടവ്. ഞാൻ മദ്യപിക്കില്ലെന്നതു മുതലാക്കി, ഭവിക്കിനെയും ശാശ്വതിനെയും കൂട്ടി മദ്യപസദസ്സുകളിൽ എനിക്കെതിരെ വിഷം കുത്തിവച്ചു.

7. സുമീത് സിംഗ് : ജനറൽ കൗൺസെലായി കൊണ്ടുവന്നു. അയാൾ എപ്പോഴും ആഗ്രഹിച്ച ജീവിതശൈലി അയാൾക്ക് അനുവദിക്കാത്തതിനാൽ അയാൾ മാധുരിയെ വെറുത്തെന്നു ഞാൻ വിശ്വസിക്കുന്നു. അയാൾ ജനറൽ കൗൺസെലായി വന്നശേഷം കേസ് നടത്തിപ്പിനുള്ള ചെലവ് ഇത്രമാത്രം കൂടുന്നതെന്തേയെന്ന ലളിതമായ ചോദ്യത്തിന്, '*ഇൻകോ തോ മെം ദേഖ് ലൂംഗ* (ഇപ്പോൾ അവർക്കുള്ള സ്ഥാനം ഞാൻ കാണിച്ചുകൊടുക്കാം)' എന്നു ശപഥം ചെയ്തു. അഭിഭാഷകനാണെങ്കിലും ബിസിനസ്സ് ചെയ്യാൻ കഴിവുണ്ടെന്നു വിശ്വസിച്ചു. എന്റെ കണക്കുകൂട്ടലിൽ, പിറകിൽ നിന്നു കുത്തുന്ന, വ്യാമോഹിയായ പൊങ്ങച്ചക്കാരനും എന്റെ മിന്നുന്ന വളർച്ചയിൽ അസൂയാലുവും മാത്രമായിരുന്നു അയാൾ.

ഈ ആളുകളെല്ലാം, ബോർഡിനു നൽകിയ കത്തിൽ മാധുരി ശരിയായി വിശേഷിപ്പിച്ചതുപോലെ പുരുഷവർഗീയവാദികളായിരുന്നു. കൂടാതെ, അവസാനം പറഞ്ഞ മൂന്നുപേർക്കും വളരെ സവിശേഷമായ സമാനതയുണ്ടായിരുന്നു – എല്ലാവരും ഇഎസ്ഒപി ടേം വിലപേശി (ഒന്ന്, രണ്ട്, മൂന്ന് വർഷങ്ങളിൽ നിക്ഷിപ്തമാക്കൽ). അതാകട്ടെ സ്ഥാപനത്തേക്കാൾ ഏറെ മെച്ചപ്പെട്ടത്. യഥാർത്ഥത്തിൽ, സ്ഥാപകൻ എന്ന നിലയിൽ എനിക്ക് നാലുവർഷത്തെ ലോക്ക്-ഇൻ ഉണ്ടായിരുന്നു. പക്ഷേ അവർക്കുണ്ടായിരുന്നില്ല.

പദ്ധതിയുടെ വിശദമായ ക്രമം നിങ്ങൾക്കു വേണ്ടി ലേഔട്ട് ചെയ്യാൻ എന്നെ അനുവദിക്കുക. പദ്ധതി നന്നായി സമന്വയിപ്പിച്ച ആറു ഘട്ടങ്ങളിലായാണ് നടപ്പാക്കിയത്.

- ഒന്നാംഘട്ടം : 6-19 ജനുവരി : എംഡി താത്കാലിക അവധിയിൽ. എൻജിനീയർ ആഷ്നീർ പുറത്ത്. ബോർഡിന്റെ നിയന്ത്രണം ഏറ്റെടുക്കുന്നു.
- രണ്ടാംഘട്ടം : 16-26 ജനുവരി : അഭിഭാഷകരെയും അക്കൗണ്ടന്റുമാരെയും കൊണ്ടുവന്ന് ന്യായവാദങ്ങളുണ്ടാക്കി അദ്ദേഹത്തിന്റെ താത്കാലിക അവധി സ്ഥിരം അവധിയാക്കുക.
- മൂന്നാംഘട്ടം : 26 ജനുവരി-18 ഫെബ്രുവരി : വ്യാജ അന്വേഷണം നടത്തി എല്ലാം മാധ്യമങ്ങൾക്കു ചോർത്തിക്കൊടുത്ത് രാജിവയ്ക്കാൻ മാധുരിക്കും ആഷ്നീറിനും സമ്മർദ്ദമുണ്ടാക്കുക.
- നാലാംഘട്ടം : 18 ഫെബ്രുവരി - 1 മാർച്ച് : സൗകര്യപൂർവ്വം മാധുരിയെ പിരിച്ചുവിടുക (എസ്എച്ച്എ സംരക്ഷണമില്ല), മാധ്യമങ്ങൾക്കു വിവരങ്ങൾ ചോർത്തുന്നതു തുടരുക, അങ്ങനെ എസ്എച്ച്എയ്ക്കു കീഴിലുള്ള ആഷ്നീറിനെ മാറ്റാൻ ന്യായവാദം കണ്ടെത്തുക.
- അഞ്ചാംഘട്ടം : 1 മാർച്ച് : അവസാന ഗെയിം.

- ആറാംഘട്ടം : 1 മാർച്ച് മുതൽ മുന്നോട്ട് : പൊതുജന വിചാരണയിൽ ആഷ്നീറിനെ അപകീർത്തിപ്പെടുത്താൻ മാധ്യമങ്ങൾക്ക് തെറ്റായ വിവരങ്ങൾ നൽകുന്നതു തുടരുക.

ഒന്നാംഘട്ടം : ആഷ്നീറിനെ താത്കാലിക അവധിയിലാക്കുക

സ്വമേധയാ അവധിക്കുള്ള എന്റെ അപേക്ഷ നിരസിച്ചെന്ന അറിവോടെ, എന്നെത്തന്നെ ഉണർത്തി ഓഫീസിൽ തിരിച്ചെത്താൻ ഞാൻ തീരുമാനിച്ചു. ഞാൻ എല്ലായ്പ്പോഴും എന്നെത്തന്നെ പടുത്തുയർത്തുകയായിരുന്നു. സമ്മർദ്ദപൂർണ്ണമായ സമയങ്ങളിൽ ഞാൻ ഏറ്റവും നന്നായി ചെയ്യുതിൽ ശ്രദ്ധ കേന്ദ്രീകരിക്കാനുള്ള ഒരു കാരണമായിരുന്നു – പടുത്തുയർത്തൽ. എങ്കിലും മര്യാദയില്ലാത്ത ഒരു ഞെട്ടലാണ് എന്നെ കാത്തിരുന്നത്. അടുത്ത ദിവസം ഞാൻ ഓഫീസിലുണ്ടാകുമെന്ന് മിക്കി മൽക്കയ്ക്ക് വാട്സ്ആപ്പിൽ സന്ദേശമയച്ചപ്പോൾ സംഭവങ്ങൾക്ക് വിചിത്രമായ തിരിവാണുണ്ടായത്. താഴെപ്പറയുന്ന പ്രതികരണമാണ് എനിക്കു ലഭിച്ചത് :

1. ഇത് കമ്പനിയെ സംബന്ധിച്ചുള്ള ശരിയായ വഴിയാണെന്ന് നിങ്ങളുടെ ബോർഡിന്റെ പിന്തുണയും അംഗീകാരവും വേണം.
2. ജാഗ്രതയും അന്വേഷണവും കമ്പനി ഇനിയും പൂർത്തിയാക്കേണ്ടതുണ്ട്.
3. ഒരു പെരുമാറ്റച്ചട്ടത്തിന് അംഗീകാരം നൽകേണ്ടതുണ്ട്.
4. ഓഫീസിലേക്കു പോകുംമുമ്പ് നിങ്ങൾ ഒരു ബോർഡ് മീറ്റിംഗ് സംഘടിപ്പിക്കേണ്ടതുണ്ട്. അതു ശരിയായ തീരുമാനമാണോ എന്നത് ബോർഡ് അംഗീകരിക്കേണ്ടതുണ്ട്.
5. ബോർഡിന് ഒരു മാധ്യമപദ്ധതി തയ്യാറാക്കേണ്ടതുണ്ട്. പരിണിതഫലങ്ങളുടെ നിയമപരമായ റിസ്ക് വിലയിരുത്തൽ വേണം.
6. കണ്ടെത്തലുകളും ക്രമീകരണങ്ങളും യഥാസമയം മുഴുവൻ ടീമംഗങ്ങളിലുമെത്തിക്കാൻ സംവിധാനം വേണം. ഇതിനെല്ലാം ശേഷം നിങ്ങൾക്ക് ജോലിയിൽ തിരികെ പ്രവേശിക്കാം. ഇത് വ്യക്തമല്ലേ?

ഇതിന് തീർച്ചയായും നിലവിലുള്ള കോട്ടക് പ്രശ്നവുമായി യാതൊരു ബന്ധവുമില്ല. മിക്കി മുഴുനീള കളിക്കാരനായെന്നത് എനിക്കു വ്യക്തമായി കാണാമായിരുന്നു.

18 ജനുവരി 2022, 10.29 പി.എം.

മിക്കിയുടെ പദ്ധതിയനുസരിച്ച്, അടുത്ത ദിവസം രാവിലെ എട്ട് മണിക്കുള്ള

ബോർഡ് മീറ്റിംഗിനുള്ള ക്ഷണം വൈകാതെ എന്റെ മെയിൽ ബോക്സിലെത്തി.

19 ജനുവരി 2022, 7.55 എ.എം.

ബോർഡ് മീറ്റിംഗിനു തൊട്ടുമുമ്പ് മിക്കി മൽക്കയുടെ പേര് ഫോണിൽ തെളിഞ്ഞത് എന്നെ അത്ഭുതപ്പെടുത്തി. 'തയ്യാറായെന്നു കരുതുന്നു. മീറ്റിംഗിൽ ശാന്തനായിരിക്കുക' എന്നായിരുന്നു മിക്കിയുടെ ആവശ്യപ്പെടാത്ത ഉപദേശം. അതോടെ, മിതമായി പറഞ്ഞാൽ വരാൻ പോകുന്ന ശത്രുതാപരമായ സംഭവങ്ങൾക്ക് അരങ്ങൊരുങ്ങി.

8 എ.എം., ഭാരത്പേ ബോർഡ് മീറ്റിംഗ്

സൂം കോളിലേക്കു കയറിയ ശേഷം, ബോർഡ് മീറ്റിംഗിന്റെ ഔപചാരികതകൾ കഴിഞ്ഞ് മിക്കി നേരെ കാര്യത്തിലേക്ക് എടുത്തുചാടി. ഞാൻ സ്വമേധയാ അവധിയിൽ പോകുന്നത് കമ്പനിയുടെ ഉത്തമ താത്പര്യത്തിന് യോജിച്ചതാകുമെന്ന് മിക്കി പറഞ്ഞു. തുടർന്ന് അഭിപ്രായം പറയാൻ മറ്റുള്ളവരെ ക്ഷണിച്ചു.

എന്നെ വിസ്മയിപ്പിച്ചുകൊണ്ട് ശാശ്വത്, സുഹൈൽ, സുമീത് എന്നിവർ ഞാൻ അവധിയിൽ പോകണമെന്ന തീരുമാനത്തെ പിന്തുണച്ചു.

ഇതെങ്ങനെ സത്യമാകും? അവിടെയെന്തോ തെറ്റു പറ്റിയിട്ടുണ്ട്. എന്റെ മനസ്സ് കുതിച്ചു. ഇതേ ആൾക്കാരാണ് സ്വമേധയാ അവധിയിൽ പോകാമെന്നു ഞാൻ തന്നെ നിർദ്ദേശിച്ചപ്പോൾ എതിർത്തതും പിന്നീട് 13-ലെ ബോർഡ് മീറ്റിംഗിൽ എന്റെ നിർദ്ദേശം തള്ളിയെന്നു പറഞ്ഞതും. ഞാൻ പൂർണ്ണമായും ഞെട്ടലിലായി. പിന്നെ ഞാൻ സൂം വിൻഡോയിൽ ഭവിക്കിനെ തിരഞ്ഞു. 'എന്തിനാണദ്ദേഹത്തെ അവധിയിൽ വിടുന്നത്? എന്നത്തേക്കാളും ഇപ്പോൾ നമുക്ക് ആളെ ആവശ്യമുണ്ട്.' ഭവിക് ഇങ്ങനെ പറയുന്നത് ഞാൻ കേട്ടു. എന്തുകൊണ്ടാണ് എന്നെ അവധിയിൽ അയയ്ക്കുന്നതെന്ന ചോദ്യത്തോടെ, അതുവരെ നടന്ന സംഭവങ്ങൾ എന്നെ വലിച്ചെറിഞ്ഞ അവസ്ഥയെ ഭവിക് തകർത്തു. എന്തിനാണ് എന്നെ വളഞ്ഞാക്രമിക്കുന്നതെന്നു ഞാൻ അത്യന്തം വികാരാധീനനായി. സ്വമേധയാ അവധിയിൽ പോകാമെന്ന എന്റെ നിർദ്ദേശം നിങ്ങൾ തന്നെയല്ലേ നേരത്തെ തള്ളിയതെന്നും ഞാൻ ചോദിച്ചു. എന്റെ വികാരാധീനമായ അപേക്ഷ എന്തെങ്കിലും സ്വാധീനം ചെലുത്തുമെന്നു ഞാൻ കരുതിയെങ്കിൽ ഞാനവരെ കുറച്ചുകാണുകയായിരുന്നു. ആ ദിവസത്തെ ഞെട്ടലുകൾ അവസാനിച്ചിട്ടില്ലായിരുന്നു. ഭവിക് മലക്കംമറിയാൻ അധികം സമയം വേണ്ടിവന്നില്ല. അതേ മീറ്റിംഗിൽത്തന്നെ മറുകണ്ടം ചാടി. ഞാൻ അവധിയിൽ പോകുന്നത് അത്ര മോശം ആശയമല്ലെന്നായിരുന്നു പുതിയ വെളിപാട്.

ഭൂരിപക്ഷ തീരുമാനത്തിനെതിരെ നിലപാടെടുത്തത് രണ്ടുപേർ മാത്രമായിരുന്നു – രജ്നീഷ് കുമാറും കേവൽ ഹാൻഡയും. പക്ഷേ, അവർക്കു വോട്ടില്ല. 'നിങ്ങളുടെ സ്വന്തം ടീം തന്നെ നിങ്ങളോടൊപ്പം നിൽക്കുന്നില്ല. അവരും നിങ്ങൾ അവധിയിൽ പോകണമെന്ന പക്ഷമാണ്.' മിക്കിയുടെ വാക്കുകൾ ഞാനൊരു തോറ്റ യുദ്ധമാണ് പോരാടുന്നതെന്ന തീക്ഷ്ണ സത്യവുമായി മുഖാമുഖം നിർത്തി. എന്നെ സംബന്ധിച്ച് അങ്ങേയറ്റം വൈകാരിക നിമിഷമായിരുന്നു അത്. ഞാൻ വളർത്തുകയും സംരക്ഷിക്കുകയും ചെയ്ത അതേ ആളുകൾ തന്നെ എന്നെ മുഴുവനായും കൈവിട്ടതായി തോന്നിയ നിമിഷം.

'ഓക്കെ, ഇതാണ് നിങ്ങൾക്കെല്ലാം വേണ്ടതെങ്കിൽ, ഞാൻ സ്വമേധയാ അവധിയിൽ പോകാം. മാധുരിയും പോകണമെന്നാണോ നിങ്ങളുടെ ആവശ്യം?' ഞാൻ ആലങ്കാരികമായി ചോദിച്ചു. വികാരങ്ങൾ എന്നെ കീഴടക്കിയിരുന്നു. വിഷയം ചർച്ച ചെയ്യാനായി യോഗത്തിൽ നിന്നു മാറിനിൽക്കാൻ രജ്നീഷ് കുമാർ ഈ സമയം എന്നോട് ആവശ്യപ്പെട്ടു. ഏതാനും മിനിറ്റുകൾക്കു ശേഷം, എന്റെ സ്വമേധയാ അവധി നിർദ്ദേശം സ്വീകരിച്ചതായും കമ്പനിക്ക് ഔദ്യോഗികമായി അപേക്ഷ നൽകണമെന്നും ഫോൺകോളിലൂടെ അറിയിച്ചു. ഒരു സ്റ്റാഫ് മീറ്റിംഗ് വിളിച്ച് എന്റെ തീരുമാനം എല്ലാ ജീവനക്കാരെയും അറിയിക്കാനും നിർദ്ദേശിച്ചു.

ഈ അട്ടിമറി നടപ്പാക്കിയ രീതി നൽകിയ ഞെട്ടലിൽ ആടിയുലഞ്ഞു കൊണ്ടു ഞാൻ മാധുരിയോട് ജോലിക്കു പോകാനും എല്ലാ കാര്യങ്ങളും നടപ്പാകുന്നുണ്ട് എന്നുറപ്പു വരുത്താനും നിർദ്ദേശിച്ചു. അതേസമയം, ആവശ്യത്തിനു പൂക്കൾ സംഘടിപ്പിച്ച് എല്ലാ ജീവനക്കാർക്കും അയയ്ക്കാൻ ഏർപ്പാടാക്കി. കമ്പനിയുടെ വിഷമകരമായ ഘട്ടമാണിതെന്നും എല്ലാവരും ചേർന്നു ധീരമായി ഇതിനെ നേരിടണമെന്നും പറയുന്ന ഒരു കുറിപ്പും ഇതോടൊപ്പം നൽകി. സ്വമേധയാ അവധിയിൽ നിന്ന് വൈകാതെ തിരിച്ചുവരുമെന്നും ഞാനവർക്ക് ഉറപ്പുനൽകി. അന്നു ജോലി കഴിഞ്ഞ് മാധുരി വന്നത് ആകെ അവശനിലയിലാണ്. 'ഇന്നു ഞാനനുഭവിച്ച നെഗറ്റീവ് വൈബ് എത്രയാണെന്ന് എനിക്കു നിങ്ങളോട് പറയാനാവില്ല.' അഗ്നിപരീക്ഷയെക്കുറിച്ച് അവൾ പറഞ്ഞു. 'എല്ലാവരുടെയും ശരീരഭാഷ തന്നെ മാറി. കാലുയർത്തിവച്ചാണ് സുഹൈൽ ഇരിക്കുന്നത്. അയാൾ മാധ്യമപ്രവർത്തകരോട് സംസാരിക്കുന്നതുവരെ ഞാൻ കേട്ടു.' എന്റെ അവധിയെക്കുറിച്ച് പത്രക്കുറിപ്പു കൊടുക്കുകയല്ലാതെ കമ്പനിയിൽ നിന്നാരും മാധ്യമങ്ങളുമായി ബന്ധപ്പെടരുതെന്ന് വ്യക്തമായി ചർച്ച ചെയ്തു തീരുമാനിച്ചിരുന്നതാണ്.

ഒന്നും ഹൃദയത്തിലേക്കെടുക്കേണ്ടെന്നു ഞാൻ മാധുരിയെ സമാധാനിപ്പിക്കാൻ ശ്രമിച്ചെങ്കിലും എന്റെ ഫോണിലേക്കു വന്ന സന്ദേശം എന്നെ പുകച്ചു. മാധുരി രാജിവയ്ക്കണമെന്നാവശ്യപ്പെട്ട് സുഹൈലിന്റെ

സന്ദേശമായിരുന്നു അത്. മാധുരി രാജിവയ്ക്കണമെന്ന നിർദ്ദേശം ബോർഡ് തള്ളിയതായി ബോർഡ് മീറ്റിംഗിനു ശേഷം കേവൽ ഹാൻഡ എന്നെ അറിയിച്ചിരുന്നു. ഇതിനു വിരുദ്ധമായി ആരെങ്കിലും എന്തെങ്കിലും പറഞ്ഞാൽ സൂക്ഷിക്കണമെന്നും. മാധുരിയുടെ രാജി ബോർഡ് അംഗീകരിച്ചിട്ടില്ലെന്നു സുഹൈലിനു മറുപടി നൽകി. അതിനുള്ള മറുപടി ഹർഷ്ജിതും മിക്കിയും മാധുരി പോകാനാഗ്രഹിക്കുന്നു എന്നായിരുന്നു. 'ഈ വിഷയത്തിൽ നിന്നു വിട്ടുനിൽക്കുക' എന്നായിരുന്നു എന്റെ അസന്ദിഗ്ധമായ പ്രതികരണം. വ്യക്തമായും, അവർക്കെല്ലാം പുതിയ യജമാനന്മാരെ കിട്ടിയിരുന്നു – ഇതിനകം തന്നെ ഞാനവർക്ക് ആരുമല്ലാതായിക്കഴിഞ്ഞിരുന്നു.

രണ്ടാം ഘട്ടം : നമുക്കവരുടെ അവധി സ്ഥിരമാക്കാം

20 ജനുവരി 2022

ഞെട്ടിക്കുന്ന സംഭവങ്ങളുടെ പ്രവാഹം തടസ്സമില്ലാതെ തുടർന്നു. സ്വമേധയാ അവധിക്ക് ഞാൻ സമർപ്പിച്ച അപേക്ഷ ബോർഡ് അംഗീകരിച്ചു എന്നു ബോർഡ് മീറ്റിംഗിന്റെ മിനിട്ട്സിൽ രേഖപ്പെടുത്തിയെന്നു പറയുന്ന ഒരു ഇമെയിൽ എനിക്കു ലഭിച്ചു. മാധുരിയുടെ രാജിക്കത്തും അംഗീകരിച്ചതായി അത് തുടർന്നു പറയുന്നു.

അവർക്ക് ഇത്ര തരംതാഴ്ന്നു പ്രവർത്തിക്കാനാകുമെന്നും ഇത്ര വിധേയരാകാൻ കഴിയുമെന്നും എനിക്കു വിശ്വസിക്കാൻ കഴിഞ്ഞില്ല. ഞാൻ പെട്ടെന്നുതന്നെ തിരിച്ചെഴുതി. മാധുരിയുടെ രാജി ബോർഡ് സ്വീകരിച്ചിട്ടില്ലെന്ന് എനിക്കറിയാമെന്നും ആ മീറ്റിംഗിൽ അവർ പങ്കെടുത്തിട്ടില്ലായിരുന്നതിനാൽ സാങ്കേതികമായി അവൾക്കുവേണ്ടി എനിക്കു രാജി നൽകാനാകുമായിരുന്നില്ലെന്നും പ്രസ്താവിച്ചുകൊണ്ടായിരുന്നു മറുപടി. വ്യക്തമായും, യോഗത്തിൽ എന്റെ വൈകാരികമായ ചോദ്യത്തെ അവർക്കനുകൂലമായി ഉപയോഗിക്കുകയായിരുന്നു. എന്റെ എതിർപ്പോടെ, മിനിട്ട്സ് തിരുത്തി.

നടന്നുകൊണ്ടിരിക്കുന്ന കൂട്ടക്കൊല കാരണം അടുത്ത ദിവസം രാവിലെ ജോലിക്കു പോകേണ്ടെന്ന് മാധുരി തീരുമാനിച്ചു. ആ ദിവസം ഓഫീസിൽ തിരക്കിട്ട പ്രവർത്തനങ്ങളുടെ മുഴക്കമായിരുന്നെന്ന് അവിടെയുണ്ടായിരുന്നവർ പിന്നീട് എന്നോടു പറഞ്ഞു. മൂന്നര വർഷമായി പരിചിതമായിരുന്ന പോസിറ്റീവ് കാര്യങ്ങളായിരുന്നില്ല അന്നു നടന്നത്.

സാധാരണയായി എന്റെ ബിസിനസ്സ് ചർച്ചകളിൽ എന്റെ അച്ഛൻ നിഷ്ക്രിയനായിരിക്കുകയാണ് പതിവ്. ആ ദിവസം, എന്തായാലും, സുഹൈലിന്റെയും സുമീതിന്റെയും വഞ്ചനയിൽ ശക്തമായ നീരസം പ്രകടിപ്പിച്ചു. മാധുരി നിരവധി തവണ ഈ ആളുകളെക്കുറിച്ചുള്ള എതിരഭിപ്രായം പറഞ്ഞപ്പോൾ, ഞാൻ വിചാരിച്ചത് അവൾ കുറച്ചധികം

സന്ദേഹവാദിയാവുകയാണെന്നായിരുന്നു. ആ ദിവസം അച്ഛനും അതുതന്നെ പറഞ്ഞപ്പോൾ എന്റെയുള്ളിൽ വലിയൊരു മണി മുഴങ്ങി. എന്റെ മൂക്കിനു താഴെ ഒരു ഗൂഢാലോചന എങ്ങനെ ആസൂത്രണം ചെയ്തു എന്നെന്നെ മനസ്സിലാക്കിക്കുന്ന മണിമുഴക്കമായിരുന്നു അത്.

കമ്പനിയുടെ ജീവനക്കാരനോ ഓഹരിയുടമയോ അല്ലാത്ത ഭവിക് എങ്ങനെയാണ് ഓഫീസിലെ കംപ്യൂട്ടറുകളുടെ ചുമതല ഏറ്റെടുത്തതെന്ന് ബോർഡിനോട് എഴുതി ചോദിക്കാൻ ഞാൻ തീരുമാനിച്ചു. ഇതാണോ ഞാൻ അവധിയിൽ പോകണമെന്നു നിർബന്ധം പിടിക്കാനുണ്ടായ കാരണമെന്നും കൃത്യമായി ചോദിച്ചു. ഒരാളും എന്റെ മെയിലിന് മറുപടി നൽകാൻ തയ്യാറായില്ല. പകരം, സുഹൈലിൽ നിന്നു മാധുരിക്കൊരു മെയിൽ കിട്ടി. കോർപറേറ്റ് ഗവേണൻസ് കാര്യങ്ങളുടെ അന്വേഷണത്തിന്റെ ഭാഗമായി അവളെ താത്കാലിക അവധിയിൽ വിട്ടിരിക്കുകയാണെന്നും അതുകൊണ്ട് ഓഫീസിലേക്കുള്ള പ്രവേശനം തടഞ്ഞതായും അറിയിക്കുന്നതായിരുന്നു സന്ദേശം.

അതിനിടെ ഭവിക് വിളിച്ചു നമുക്കു കാണാമെന്നു പറഞ്ഞു. പഞ്ചശില ക്ലബ്ബിലായിരുന്നു കൂടിക്കാഴ്ച നിശ്ചയിച്ചത്. സമയത്തുതന്നെയെത്തിയത് എന്നോടിതു പറയാനായിരുന്നു : '*മുജെ നഹി പതാ ക്യാ ഹോ രഹാ ഹെ ഔർ ഇസെ കൈസെ ഖതം കർനാ ഹെ. സുഹൈൽ കുച്ച് ചലാ രഹാ ഹെ* (എന്താണ് സംഭവിക്കുന്നതെന്നോ ഇതെങ്ങനെ അവസാനിപ്പിക്കണമെന്നോ എനിക്കറിഞ്ഞുകൂടാ. സുഹൈൽ എന്തൊക്കെയോ ചെയ്യുന്നുണ്ട്).' ആ സമയത്ത് ഭവിക്കുമൊത്ത് സഹാനുഭൂതി പങ്കിടാനുള്ള കഴിവ് എനിക്കുണ്ടായിരുന്നെന്ന് തോന്നുന്നില്ല. ബോർഡ് മീറ്റിംഗിൽ എനിക്കെതിരെ തിരിഞ്ഞത് ഭവിക്കാണെന്ന കാര്യം ഓർമ്മിപ്പിക്കുക മാത്രം ചെയ്തു. ഇനി ഞാനെന്താണു ചെയ്യുകയെന്ന വിവരം കിട്ടാനായാണ് ഭവിക് വന്നതെന്നാണ് എന്റെ ഊഹം. അവനോടൊപ്പം കളിക്കാൻ ഞാനും നിശ്ചയിച്ചു. ശരിക്കും എന്തെങ്കിലും ചെയ്യണമെന്നാഗ്രഹമുണ്ടെങ്കിൽ ശാശ്വതിനെ കൂട്ടിവരാൻ ഞാൻ സ്പഷ്ടമായി പറഞ്ഞു. നമുക്കൊരുമിച്ച് സുഹൈലിനെ ബോർഡിൽ നിന്നു പുറത്താക്കാം. പദ്ധതിയോട് തലകുലുക്കി സമ്മതിച്ചെങ്കിലും ഈ കൂടിക്കാഴ്ചയ്ക്കു ശേഷം ആൾ പെട്ടെന്ന് അപ്രത്യക്ഷനായി!

22 ജനുവരി 2022

ദിവസം തുടങ്ങിയത് മറ്റൊരു ഇമെയിലിൽ നിന്നാണ്. അതിൽ പറഞ്ഞത് രണ്ടംഗ കോർപറേറ്റ് ഗവേർണൻസ് കമ്മിറ്റി രൂപീകരിച്ചു എന്നാണ്. എന്തു പറയാൻ, സുഹൈൽ സമീറും സുമീത് സിംഗുമാണ് അംഗങ്ങൾ. എല്ലാവരും ഇമെയിലിന് അതിവേഗം സമ്മതം മൂളിയപ്പോൾ കമ്മിറ്റി ഉണ്ടാക്കിയ രീതിയിൽ ഞാൻ അതൃപ്തി അറിയിച്ചു. പ്രമേയത്തിന് അനുമതി നൽകിയ രീതിയെ രജ്നീഷ് കുമാറും എതിർത്തു. ബോർഡ് മീറ്റിംഗിലെ

ചർച്ചയിലൂടെയേ ഇത്തരം അനുമതി നൽകാനാവൂ എന്ന് അദ്ദേഹം വ്യക്തമായി പറഞ്ഞു. അതിനുശേഷം പെട്ടെന്നു തന്നെ 23 ജനുവരി എന്ന തീയതിയിൽ, മാറ്റംവരുത്തിയ പ്രമേയം എല്ലാവർക്കുമയച്ചു. റിവ്യൂ കമ്മിറ്റിയുടെ പ്രവർത്തനങ്ങൾക്ക് മേൽനോട്ടം വഹിക്കാൻ രജ്നീഷ് കുമാറിനെ നിയമിച്ചു. അപ്പോഴാണ് അദ്ദേഹം എനിക്കെതിരെ തിരിഞ്ഞത്. സുമീത് സിംഗ് നേരത്തെ പാർട്ട്ണറായിരുന്ന ശാർദുൽ അമർചന്ദ് മംഗൾദാസ് എന്ന നിയമകാര്യ സ്ഥാപനത്തെ റിവ്യൂ കമ്മിറ്റിയുടെ നിയമോപദേശകരായി നിയമിച്ചതായും അറിയിച്ചിരുന്നു.

കമ്മിറ്റിയുടെ ഘടനയെപ്പറ്റിയുള്ള അഭിപ്രായവ്യത്യാസം ഞാൻ രേഖാമൂലം അറിയിച്ചു. ഓഹരിയുടമകളുടെ കരാറിനും ആർട്ടിക്കിൾസ് ഓഫ് അസോസിയേഷനും വിരുദ്ധമാണ് ഇതെന്ന് ഞാൻ ചൂണ്ടിക്കാട്ടി. ബോർഡിന്റെ കമ്മിറ്റികളിൽ ബോർഡിന്റെ ഘടന തന്നെയാകണമെന്നാണ് നിബന്ധന. സുമീത് സിംഗ് ബോർഡംഗമല്ല. അതിനാൽ റിവ്യൂ കമ്മിറ്റിയിലെ സ്ഥാനം നിയമാനുസൃതമല്ല. എന്റെ എതിർപ്പുകൾ എന്തായാലും മറ്റു ചർച്ചകളൊന്നുമില്ലാതെ തള്ളിക്കളഞ്ഞു.

ചുരുക്കിപ്പറഞ്ഞാൽ, കുറച്ചുദിവസമായി സംഭവിച്ചുകൊണ്ടിരുന്ന കാര്യങ്ങൾ എനിക്കു നല്ലതായിരുന്നില്ല. കൂടുതൽ ചിന്തിക്കുന്തോറും കോട്ടക്കുമായി കൈമാറിയ ലീഗൽ നോട്ടീസുകളുടെ ബോധപൂർവ്വമുള്ള ചോർച്ച സ്ഥാപനത്തിനകത്തെ ആന്തരിക പ്രവർത്തനത്തിന്റെ ഭാഗമായിരുന്നെന്ന് എനിക്കു പൂർണ്ണബോധ്യമായി. അക്കാര്യം അറിയാമായിരുന്ന ഏക ആളായിരുന്ന സുമീത് സിംഗ് ആണിത് നടപ്പിലാക്കിയത്. മാധ്യമങ്ങളിൽ കഥയുണ്ടാക്കാൻ അത് തന്ത്രപൂർവ്വം ഉപയോഗിക്കുകയും ചെയ്തു. എന്തായാലും, അതുപോലും അവരുടെ ചെറിയ ഉദ്ദേശ്യമേ നിറവേറ്റിയുള്ളൂ. തികച്ചും പക്ഷപാതപരമായ കോർപറേറ്റ് ഗവേർണൻസ് കമ്മിറ്റിയുണ്ടാക്കി എപ്പിസോഡിന് കൂടുതൽ നാടകീയത പകരാനുള്ള ശ്രമമായിരുന്നു പിന്നീടുണ്ടായത്. ബിസിനസ്സിന്റെ കട്ടകൾ പെറുക്കിവയ്ക്കുന്നതിൽ ഞാൻ പരിഹാസ്യമാം വിധം വ്യാപൃതനായിരുന്നപ്പോൾ, മൂക്കിനു തൊട്ടുതാഴെ നടന്ന അട്ടിമറിയിലേക്ക് ശ്രദ്ധിച്ചിരുന്നെങ്കിൽ എനിക്കിത്ര പെട്ടെന്ന് കീഴടങ്ങേണ്ടി വരുമായിരുന്നില്ല എന്നതൊരു വസ്തുതയാണ്. അതുകൊണ്ട് ഞാൻ ബോർഡിനെഴുതാൻ തീരുമാനിച്ചു. അതായത് കോട്ടക്കിന്റെ അഭിഭാഷകരുമായി സംസാരിച്ചതിന്റെ വെളിച്ചത്തിൽ ഞാനിപ്പോൾ മെച്ചപ്പെട്ട അവസ്ഥയിലാണ്. അവരുടെ പ്രതികരണത്തിൽ പ്രശ്നപരിഹാരത്തിനു സാദ്ധ്യത കണ്ടില്ലെങ്കിലും, പ്രശ്നം കൂടുതൽ വഷളാകുന്നില്ല എന്നു ഞാൻ ബോർഡിനെ അറിയിച്ചു. എന്റെ സ്വമേധയാ അവധി റദ്ദാക്കാൻ ഞാൻ തയ്യാറാണെന്നും അടുത്ത ദിവസം മുതൽ ഓഫീസിൽ ഹാജരാകാമെന്നും തുടർന്നറിയിച്ചു. ഈ ഇമെയിൽ അയച്ച് ഒരു മണിക്കൂറിനകം എന്നെ മറ്റൊരു ബോർഡ് മീറ്റിംഗിനു ക്ഷണിച്ചു.

25 ജനവരി 2022

ഇത്തവണ ഞാൻ സൂം മീറ്റിംഗിലേക്ക കയറിയപ്പോൾ, അതിലെ ഒരു വിൻഡോയിൽ ഉന്നതനായ ഒരു അഭിഭാഷകനുണ്ടായിരുന്നു. പതിവു ബോർഡ് യോഗത്തിൽ അദ്ദേഹത്തിന്റെ സാന്നിദ്ധ്യം തീർത്തും ദുരൂഹ മാണെന്നു പറഞ്ഞാൽ കുറഞ്ഞുപോകും. എന്തായാലും സംഭവിക്കുന്നതെല്ലാം അസാധാരണ കാര്യങ്ങളാണല്ലോ. 10-15 മിനിറ്റിനു ശേഷം രജ്നീഷ് കുമാർ ചേർന്നു. അഭിഭാഷകന്റെ സാന്നിദ്ധ്യം ആവശ്യമില്ലെന്നു പറഞ്ഞ അദ്ദഹം യോഗത്തിൽ നിന്നു മാറാൻ ആവശ്യപ്പെട്ടു. ശരിയാണ്, അവരുടെ നോട്ടത്തിൽ, അഭിഭാഷകന്റെ സാന്നിദ്ധ്യത്തിലൂടെ എന്നെ ഭയപ്പെടുത്തുക യെന്ന ലക്ഷ്യം നേടിയെടുത്തു. ഇപ്പോൾ, അവരുടെ അജണ്ട മുന്നോട്ടുകൊണ്ടു പോകാൻ അവർക്ക് ഉയർന്ന അഭിഭാഷകരുണ്ടെന്ന് വ്യക്തമായി. ഈ സമയത്ത്, മിക്കി മൽക്ക യോഗത്തിനിടെ തന്റെ ക്യാമറ ഓൺ ചെയ്യുന്നി ല്ലെന്ന് അറിയിച്ചു. ഇത് മിക്കവാറും യോഗത്തിലുള്ള മറ്റുള്ളവർക്ക് (അവർ വഴിതെറ്റുന്നുണ്ടെങ്കിൽ) തുടർച്ചയായി വാട്സ്ആപ്പ് സന്ദേശമയയ്ക്കാനാകും. എല്ലാ ബോർഡ് മീറ്റിംഗിനും മുമ്പ് ചെയ്യുന്ന പ്രതിജ്ഞ ഞങ്ങളുടെ കൂടെ മുറിയിൽ വേറെയാരുമില്ലെന്ന് (തീരുമാനത്തെ സ്വാധീനിക്കുന്ന) ഉറപ്പിക്കാനാണ്. ഫോണിലൂടെ ഇടയ്ക്കിടെ നിർദ്ദേശങ്ങൾ വന്നുകൊണ്ടിരു ന്നാൽ ഈ പ്രതിജ്ഞയ്ക്ക് യാതൊരു അർത്ഥവുമില്ല. ഈ ബോർഡ് മീറ്റിംഗുകളുടെ വീഡിയോകൾ കമ്പനി പുറത്തുവിടുകയോ ആർഒസി അവയുടെ രേഖകൾ ആവശ്യപ്പെടുകയോ ചെയ്താൽ, ഇന്ത്യൻ കമ്പനികൾ വിദേശ നിക്ഷേപകരുടെ കൈകളിലെ കളിപ്പാവകളായി മാറിയെന്നു വ്യക്തമാകും.

റിവ്യൂ കമ്മിറ്റി ഓഹരിയുടമകളുടെ കരാറും കമ്പനിയുടെ ആർട്ടിക്കിൾസ് ഓഫ് അസ്സോസിയേഷന്റെ വ്യവസ്ഥകളും പാലിക്കുന്നില്ല എന്ന് ഔദ്യോഗികമായി അറിയിച്ചിരുന്നതിനാൽ, ഞാൻ ഒരിക്കൽ കൂടി ബോർഡ് മീറ്റിംഗിൽ എതിർപ്പറിയിച്ചു. ബോർഡിലില്ലാത്ത സുമീതിന് ഒരു കമ്മിറ്റിയുടേയും ഭാഗമാകാനാകില്ല. റിവ്യൂ കമ്മിറ്റി കോട്ടക്ക് വിഷയത്തെക്കുറിച്ചാണെങ്കിൽ, സുമീതാണ് കോട്ടക്കിനുള്ള നോട്ടീസ് തയ്യാറാക്കിയത്. പിന്നെങ്ങനെ അയാൾ ഉൾപ്പെട്ട ഒരു വിഷയത്തിൽ വിധിയെഴുതാൻ അയാൾക്കു തന്നെ പറ്റും? സുഹൈലിന്റെ നിയമനത്തിലും എതിരഭിപ്രായമുണ്ട്. സുഹൈൽ ബോർഡംഗമായത് സിഇഒ എന്ന നിലയിലല്ല. ഞാനും ശാശ്വതും നിർദ്ദേശിച്ചതനുസരിച്ചാണ്. ഞാനാ നാമനിർദ്ദേശം ഇപ്പോൾ പിൻവലിക്കാൻ ആഗ്രഹിക്കുന്നു. നിയമോ പദേശകരായ അമർചന്ദ്, മംഗൾദാസ് ആൻഡ് കമ്പനിയുടെ കാര്യത്തിൽ അവർ പക്ഷപാതരഹിതരാണെന്ന് പറയാനാകില്ല. സുമീത് സിംഗ് അവരുടെ പഴയ ജീവനക്കാരനാണ്. '*ശാർദ്ദൂൽ മുജെ അപ്നാ ബേട്ടാ സമജ്താ ഹെ. സാഹിബ് മുജെ അപ്നി കോഠി പെ ബുലാതെ ഹെ വീക്കെൻഡ് പെ* (ശാർദ്ദൂൽ എന്നെ മകനെപ്പോലെയാണ് കാണുന്നത്).'

സുമീത് തന്നെ എന്നോട് വിശദീകരിക്കിയിട്ടുണ്ട്. പക്ഷേ, എന്റെ എല്ലാ ന്യായവാദങ്ങളും ബധിരകർണ്ണങ്ങളിലാണ് പതിച്ചത്. അവരുടെ മനസ്സുകളിൽ അപ്പോഴേക്കും എന്റെ ചരമക്കുറിപ്പെഴുതിക്കഴിഞ്ഞിരുന്നു.

കൗതുകകരമെന്നു പറയട്ടെ, ജനുവരി 25-നാണ് അൽവാരെസ് ആൻഡ് മാർസെൽ എന്നൊരു മാനേജ്മെന്റ് കൺസൾട്ടന്റ് സ്ഥാപനത്തെ ബന്ധപ്പെട്ടതെന്ന കാര്യം ആദ്യമായി ബോർഡിനു മുമ്പാകെ വരുന്നത്. ഞാനൊരു സമയവിഭ്രാന്തിയിലായപോലെ തോന്നി. പ്രത്യക്ഷത്തിൽ ഇപ്പോൾ ചുമതലയേൽപ്പിച്ച സ്ഥാപനം ചില പ്രാഥമിക കണ്ടെത്തലുകളോടെയാണ് വന്നതെന്നും അതിന്റെ അടിസ്ഥാനത്തിലാണ് എന്നെ നിർബന്ധിത അവധിയിൽ വിടുന്നതെന്നുമാണ് എന്നോട് പറഞ്ഞത്. അവരുടെ റിപ്പോർട്ട് ജനുവരി 24 എന്ന തീയതിവെച്ചാണെന്ന് പിന്നീട് മാധ്യമ റിപ്പോർട്ടുകളിൽ നിന്നും ഞാനറിഞ്ഞു. എന്നുവെച്ചാൽ, അവരോട് ഔദ്യോഗികമായി ആവശ്യപ്പെടുന്നതിനു മുമ്പു തന്നെ അവർ റിപ്പോർട്ട് നൽകിയിരുന്നോ?

നടന്നുകൊണ്ടിരിക്കുന്ന വിശദീകരിക്കാനാകാത്ത സംഭവങ്ങളിൽ ഞെട്ടിത്തരിച്ച്, ബോർഡ് മീറ്റിംഗിൽ ഞാൻ നിരവധി മറ്റു ചോദ്യങ്ങളുമുയർത്തി. ഈ പ്രക്രിയയെല്ലാം തുടങ്ങാൻ അവരെ ആദ്യംതന്നെ പ്രേരിപ്പിച്ചതെന്താണ്? അറിയിപ്പിൽ സൂചിപ്പിക്കുന്നതുപോലെ, കോർപറേറ്റ് ഗവേർണൻസ് എന്നത് കമ്പനിയുടനീളമുള്ള നയങ്ങളുടെ പൊതുവായ അവലോകനമായിരുന്നെങ്കിൽ എന്തുകൊണ്ടാണ് എല്ലാവരും അതിന്റെ പരിധിയിൽ വരാത്തത്? എന്തുകൊണ്ട് അവരെ അവധിയിൽ വിട്ടില്ല? ഇതിനൊന്നും ഒരുത്തരവും കിട്ടിയില്ല. പകരം, നിർദ്ദേശം ബോർഡിന് വോട്ടിംഗിനിടണമായിരുന്നുവെന്നതിനാൽ, എന്നോട് ആ കോളിൽ നിന്നിറങ്ങിപ്പോകാൻ ഉപചാരങ്ങളൊന്നുമില്ലാതെ ആവശ്യപ്പെടുകയായിരുന്നു.

ഞാൻ നിർബന്ധിത അവധിയിൽ പോകണമെന്ന് ബോർഡ് തീരുമാനിച്ചെന്നും കമ്പനിയിലെ ഉത്തരവാദപ്പെട്ടവരിൽ തന്നോടല്ലാതെ മറ്റാരോടും സംസാരിക്കാൻ അനുവാദമില്ലെന്നും അറിയിച്ചുകൊണ്ടുള്ള രജ്നീഷ് കുമാറിന്റെ മെയിൽ പിറ്റേദിവസം വന്നു.

മൂന്നാം ഘട്ടം : മാധ്യമ ആക്രമണം

സെക്വോയയുടെ ശക്തി പ്രദർശിപ്പിക്കാനുള്ള അവസരമാണിനി. രഹസ്യസ്വഭാവം കാത്തുസൂക്ഷിക്കാൻ എനിക്ക് നിർദ്ദേശം ലഭിച്ചിരുന്നുവെങ്കിലും, ബോർഡ് മീറ്റിംഗിന്റെ ഓരോ മിനിറ്റും തത്സമയം മാദ്ധ്യമങ്ങൾക്കു നൽകുകയായിരുന്നു. കമ്പനിക്കോ ബോർഡിനോ മുമ്പിൽ ഇതുവരെ ഹാജരാക്കിയിട്ടില്ലാത്ത, മുൻകൂട്ടി നിശ്ചയിച്ച റിപ്പോർട്ടുകൾ.

യഥാർത്ഥത്തിൽ, ഓരോ തവണയും റിപ്പോർട്ടുകൾ മാദ്ധ്യമങ്ങൾക്കു ചോരുമ്പോൾ എന്തുകൊണ്ടാണിങ്ങനെ സംഭവിക്കാൻ അനുവദിക്കുന്ന

തെന്നു ചോദിച്ചുകൊണ്ട് ഞാൻ രജ്നീഷ് കുമാറിനു കത്തെഴുതുമായിരുന്നു. 'ഇതൊരു വലിയ, ചോർച്ചയുള്ള സ്ഥാപനമാണ്. ഇമെയിലിലല്ലാതെ കാര്യങ്ങൾ സീൽ ചെയ്ത കവറുകളിൽ തരാൻ ഞാൻ എല്ലാവരോടും നിർദ്ദേശിച്ചിട്ടുണ്ട്.' അദ്ദേഹം എന്നോടു പറഞ്ഞു. എന്റെ അഭിപ്രായത്തിൽ അതൊരു മുടന്തൻ ഒഴിവുകഴിവായിരുന്നു.

ഈ സമയത്ത്, മാദ്ധ്യമങ്ങളിൽ എന്റെ പ്രതിച്ഛായ തകർക്കുന്നതിനായി സമ്പൂർണ്ണമായതും പ്രതിഫലം നൽകി ചെയ്യിക്കുന്നതുമായ പ്രചാരണം നടക്കുന്നുണ്ടായിരുന്നു. ഓരോ റിപ്പോർട്ടിലും പേരു വെളിപ്പെടുത്താനാഗ്രഹിക്കാത്ത കമ്പനി എക്സിക്യൂട്ടീവുകളുടെ പേരിൽ ക്ഷുദ്രമായ ഊഹാപോഹങ്ങൾ തിരുകിക്കയറ്റുകയായിരുന്നു. ലൈവ്മിന്റിലെ ഒരു റിപ്പോർട്ടിൽ പറഞ്ഞത് 'തട്ടിപ്പ് സംശയ'ത്തിന്റെ പേരിൽ ഭാരത്പേ ആഷ്നീർ ഗ്രോവറെ പിരിച്ചുവിടാൻ സാദ്ധ്യതയുണ്ടെന്നാണ്. മാധുരിയുടെ സേവനം അവസാനിപ്പിച്ചു എന്നും അതേ റിപ്പോർട്ടിൽ പറയുന്നുണ്ട്. 'കമ്പനിയുടെ ആദ്യകാലത്ത് ധനകാര്യം, മാനവവിഭവശേഷി എന്നിവയുടെ ചുക്കാൻ പിടിച്ചത് മാധുരിയായിരുന്നു. നാഷണൽ ഇൻസ്റ്റിറ്റ്യൂട്ട് ഓഫ് ഫാഷൻ ടെക്നോളജിയിൽ നിന്നുള്ള ബിരുദധാരിയായ മാധുരി ഭാരത്പേയിൽ ചേരുംമുമ്പ് ഫാഷൻ ബൂട്ടീക് നടത്തുകയായിരുന്നു... ചില സമയത്ത് യോഗ്യതയുള്ള ഒരു സിഎഫ്ഒയെ (ചീഫ് ഫിനാൻഷൽ ഓഫീസർ) നിയമിക്കാൻ കമ്പനി ശ്രമിച്ചെങ്കിലും ഗ്രോവർ ആ തീരുമാനത്തെ അട്ടിമറിക്കുകയായിരുന്നു.' വെറുപ്പുളവാക്കുന്നതും തെറ്റായതുമായ ആ റിപ്പോർട്ട് ഇങ്ങനെ പോകുന്നു. ഈ വിഷയത്തിലെ സത്യം എന്താണെന്നുവെച്ചാൽ ഡൽഹി ഐഐടി – കൊൽക്കത്ത ഐഐഎം പൂർവ്വവിദ്യാർത്ഥിയായ ഉയർന്ന കഴിവുകളുള്ള ഒരാളെ സിഎഫ്ഒ സ്ഥാനത്തേക്ക് ബോദ്ധ്യപ്പെട്ടതാണ്. സുഹൈൽ സമീർ തന്നെ അയാൾക്കുള്ള ഓഫർ ലെറ്ററും നൽകി. 'വരാനിരിക്കുന്ന റിപ്പോർട്ടുകളെച്ചൊല്ലി ഊഹാപോഹങ്ങൾ പരത്തരുതെന്നും തെറ്റായ ഉറവിടങ്ങളെ ആശ്രയിച്ച് വിധിയെഴുതരുതെന്നും ഭാരത്പേ മാധ്യമങ്ങളോട് അഭ്യർത്ഥിക്കുന്നു' എന്നൊരു പ്രസ്താവന സുഹൈൽ സമീർ പുറപ്പെടുവിച്ചെന്നു പറയാതെ വയ്യ.

അൽപ്പം വൈകി ഫെബ്രുവരി 9-ന്, റിവ്യൂ കമ്മിറ്റിയെ സഹായിക്കാൻ പിഡബ്ല്യൂസിയെക്കൂടി ചുമതലപ്പെടുത്തിയതായി എനിക്കറിയാൻ കഴിഞ്ഞു. എസ്എച്ച്എ പറയുന്നത് കടുത്ത അശ്രദ്ധയും മനപ്പൂർവ്വമായ പെരുമാറ്റദൂഷ്യവും ആരോപിച്ച് ഒരു സ്ഥാപകനെ പുറത്താക്കണമെങ്കിൽ അത്തരം പെരുമാറ്റം ഈ കമ്പനിയുമായി ബന്ധമില്ലാത്ത ഒരു ബിഗ് 4 കമ്പനി തീരുമാനിക്കണം എന്നാണ്. അതാണ് ഈ വൈകിയവേളയിലെ വെളിപാടിനു പിന്നിലെ രഹസ്യം. ഈ ചതുരത്തിൽ ടിക്കിടാനും ഈ ഉടമ്പടി പാലിക്കാനുമാണ് പിഡബ്ല്യൂസിയെ ധൃതിയിൽ നിയമിച്ചത്. അവർ സൗകര്യപൂർവ്വം ശ്രദ്ധിക്കാതെ പോയ ഒരു കാര്യം പിഡബ്ല്യൂസിക്ക്

ഭാരത്പേയുമായി ദീർഘകാലത്തെ ബന്ധമുണ്ടെന്നുള്ളതാണ്. മറ്റൊരു രസകരമായ കാര്യം, സെക്വോയയുടെ സിഎഫ്ഒ ഹർഷൽ കാംദാർ ഭവിക്കിനു പകരം കാപ് ടേബിളിൽ സ്ഥാനംപിടിച്ചയാളും പിന്നീട് സെക്വോയയിൽ ചേർന്നയാളുമാണ്. കാംദാറും മുൻ പിഡബ്ല്യൂസി ജീവനക്കാരനാണ്. ഇത്തരം വസ്തുതകൾക്ക് അവരെ പിന്തിരിപ്പിക്കാൻ കഴിഞ്ഞില്ല. കാരണം അതെല്ലാം ചെയ്തുകഴിഞ്ഞ കാര്യമാണ്. അവലോകന സമിതി രൂപീകരിച്ചതിന്റെ ലക്ഷ്യം തന്നെ എന്നെ പിരിച്ചുവിടലാണെന്നു ഞാൻ സംശയിക്കുന്നു.

കൊട്ടിഘോഷിച്ച അൽവാരെസ് ആൻഡ് മാർസെൽ റിപ്പോർട്ടിന്റെ കാര്യത്തിൽ, അതു ബോർഡിൽ അവതരിപ്പിക്കുന്നതിനു മുമ്പുതന്നെ ഉള്ളടക്കം മാധ്യമങ്ങൾക്കു കിട്ടിയിരുന്നു. 'ഭാരത്പേയിൽ സാമ്പത്തിക ക്രമക്കേട് കണ്ടെത്തി; നടപടി വരുമെന്നു കമ്പനി'. *ഹിന്ദു ബിസിനസ്സ് ലൈൻ*, 2022 ഫെബ്രുവരി 4. 'കാണാതെപോയ കൺസൾട്ടന്റ്സ്, ദുരൂഹ പണമിടപാടുകൾ, ഇല്ലാത്ത കച്ചവടക്കാർ : ഭാരത്പേ അന്വേഷണം വെളിപ്പെടുത്തിയത്.' മണി കണ്ട്രോൾ ഡോട്ട് കോം, 4 ഫെബ്രുവരി 2022. ബോർഡ് മീറ്റിംഗിൽ എത്താത്തതും ആരോപിതരായ വ്യക്തികൾക്കു നൽകാത്തതുമായ എ ആൻഡ് എം റിപ്പോർട്ട് ഉദ്ധരിച്ചുകൊണ്ട് എത്രയോ മാധ്യമ തലക്കെട്ടുകൾ.

റിപ്പോർട്ടിന്റെ 'ആരോപണവിധേയമായ' ചോർച്ച എങ്ങനെയുണ്ടായി എന്ന് മാധുരി അൽവാരിസ് ആൻഡ് മാർസെലിനോട് എഴുതിച്ചോദിച്ചു. 'അത്തരമൊരു റിപ്പോർട്ട് പുറത്തുപോകുമെന്നു കരുതിയാലും, ഏതെങ്കിലും വ്യക്തിക്കെതിരെ ആരോപണങ്ങൾ ഉന്നയിക്കുന്നതോ അപകീർത്തിപ്പെടുത്തുന്നതോ ആയ ഒരു റിപ്പോർട്ട് ഉണ്ടെങ്കിൽ, അത്തരം വ്യക്തിയുടെ ഐഡന്റിറ്റി രഹസ്യമായി സൂക്ഷിക്കുന്നതാണ് സാധാരണ രീതി' അവൾ തുടർന്നു ചോദിച്ചു. കനത്ത നിശ്ശബ്ദത മാത്രമായിരുന്നു മറുപടി. ബോർഡ് വ്യക്തമായും ആലസ്യം പൂണ്ട അവസ്ഥയാണ് സ്വീകരിച്ചത്. ഞാനിപ്പോൾ ഒരു പൊതുവ്യക്തിയായതിനാൽ അവരെന്നെ പൊതുജനമദ്ധ്യത്തിൽ പിൻതുടരാനാണ് തീരുമാനിച്ചത്. ഇതിന് മാധ്യമങ്ങൾ സന്നദ്ധതയുള്ള സംഘമായി മാറുകയായിരുന്നു.

മാധുരി ബോർഡിന് ഒരു പൊള്ളുന്ന മെയിലയച്ചു. 'ചോർന്ന' റിപ്പോർട്ട് അവൾ പല തെറ്റും ചെയ്തെന്ന് ആരോപിക്കുന്നതിനാൽ, ഇക്കാര്യത്തിൽ സ്വന്തം പേര് ശുദ്ധമാക്കിയിട്ടു മാത്രമേ പുറത്തിറങ്ങൂ എന്ന് മറ്റു പല കാര്യങ്ങൾക്കുമൊപ്പം വ്യക്തമാക്കി. തീർച്ചയായും, അവൾക്ക് ലഭിക്കാതെ പോയ ഒരവസരമായിരുന്നു അത്. കാരണം, അടുത്ത സംഭവങ്ങളുടെ കൂട്ടം ഇതിനകം ഉരുളാൻ തുടങ്ങിയിരുന്നു.

15

സത്യം കെട്ടുകഥയേക്കാൾ വിചിത്രമാണ്

നാലാംഘട്ടം : നമുക്കാദ്യം ആ 'ദുഷ്ടകഥാപാത്ര'ത്തെ വകവരുത്താം

'നിങ്ങൾ നാളെ ശാർദുൽ അമർചന്ദ് മംഗൾദാസ് ആൻഡ് കമ്പനിയുടെ ഓഫീസിൽ എത്തേണ്ടതാണ്' – ഒരു പ്രഭാതത്തിൽ മാധുരിക്ക് ഭാരത്പേയിൽ നിന്നു ലഭിച്ച ഇമെയിൽ പറഞ്ഞു.

ഞങ്ങളുടെ മകൻ അവ്യക്തിന് ടേം പരീക്ഷയായിരുന്നു അപ്പോൾ. അതുകൊണ്ട് അടുത്ത ദിവസം അവൾക്കു സൗകര്യപ്രദമല്ലെന്നു പറഞ്ഞു മാധുരി മറുപടി അയച്ചു. ശ്രീരാം സ്കൂളിലെ പരീക്ഷാ ടൈംടേബിളടക്കം ചേർത്താണ് അടുത്താഴ്ചത്തേക്ക് സമയം ചോദിച്ചത്. വക്കീൽ ഓഫീസിൽ വച്ച് കാണുന്നതിന്റെ ബുദ്ധിമുട്ടും അവൾ വ്യക്തമാക്കി. ഈ സ്ഥലം തെരഞ്ഞെടുത്തതു തന്നെ ഭീഷണിപ്പെടുത്തുന്നതിന് തുല്യമാണ്. മറുപടി ഒട്ടും സൗഹാർദ്ദപരമായിരുന്നില്ല. മെയിലിൽ അസന്ദിഗ്ധമായി പറഞ്ഞത്, ഇതു നിങ്ങളുടെ ഭാഗത്തുനിന്നുള്ള അനുസരണക്കേടാണെന്നും മീറ്റിംഗ് മറ്റെന്നാൾ ഇംപീരിയൽ ഹോട്ടലിൽ നടക്കുമെന്നുമാണ്. ഈ പറഞ്ഞ ദിവസം മീറ്റിംഗിനെത്തിയില്ലെങ്കിൽ അവളുടെ സേവനം അവസാനിപ്പിക്കുമെന്നും മെയിലിൽ പറഞ്ഞു.

അപ്പോഴേക്കും, ഇതൊരു നിയമയുദ്ധത്തിലേ അവസാനിക്കു എന്നു ഞാൻ മനസ്സിലാക്കിയിരുന്നു. ഒരു വക്കീലിനെ ഏർപ്പെടുത്തേണ്ടിയിരിക്കുന്നു. അതുകൊണ്ട്, ഞാൻ സിദ്ധാർഥ് ഭവ്നാനി എന്ന അഭിഭാഷകനെ സമീപിച്ചു. ഗ്രോഫേഴ്സിന്റെ ജനറൽ കൗൺസെലായി പ്രവർത്തിച്ചിരുന്ന അദ്ദേഹം പിന്നീട് സ്വന്തമായി നിയമസ്ഥാപനം നടത്തുകയാണ്. പ്രഫഷണലായി ഞങ്ങൾക്ക് വലിയ പരസ്പര ബഹുമാനം ഉണ്ടായിരുന്നു. ഞാൻ ഭാരത്പേ തുടങ്ങിയപ്പോൾ, സിദ്ധാർഥ് ചെറിയൊരു തുക കമ്പനിയിൽ നിക്ഷേപിക്കുകയും കമ്പനിയുടെ എസ്എച്ച്എ തയ്യാറാക്കാൻ

സഹായിക്കുകയും ചെയ്തു. 'നിങ്ങളോടൊപ്പം സഹകരിക്കുന്നതിലും, ഭാരത്പേയുടെ എല്ലാ ഔദ്യോഗിക ബന്ധങ്ങളിൽ നിന്നും ഒഴിയുന്നതിലും എനിക്കു സന്തോഷമുണ്ട്.' എന്നായിരുന്നു അദ്ദേഹത്തെ സമീപിച്ചപ്പോൾ ആദ്യ പ്രതികരണം. എന്നാൽ ഭാരത്പേ അദ്ദേഹത്തിന് എൻഒസി നൽകാൻ വിസമ്മതിച്ചു. കമ്പനിക്കു വേണ്ടി ചെയ്തിട്ടുള്ള ജോലികൾക്കുള്ള എല്ലാ പ്രതിഫലത്തുകയും തടഞ്ഞുവച്ചു. തീർച്ചയായും, സുമീതായിരുന്നു കളിക്കാരൻ. ഇപ്പോൾ ബില്ലുകൾ അനുവദിക്കാനുള്ള ചുമതല സുമീതിനായിരുന്നു.

എന്റെ സഹോദരി ഭർത്താവ് അഡ്വ. ഷോനക് ശർമ്മ വഴി, പേരും പ്രശസ്തിയുമുള്ള വക്കീലായ അഡ്വ. റായിൻ കരഞ്ജാവാലയുടെ അടുത്തെത്തി. അദ്ദേഹത്തിന്റെ മകൾ ഷോനക്കിനൊപ്പം ലോ സ്കൂളിൽ പഠിച്ചിരുന്നു. ഡൽഹിയിലെ ന്യൂ ഫ്രണ്ട്സ് കോളനിയിലെ കരഞ്ജാവാല ആൻഡ് കമ്പനിയുടെ ഓഫീസിൽ വച്ച് അദ്ദേഹത്തെ കണ്ടപ്പോൾ ഞാൻ എല്ലാ സംഭവവും വിവരിച്ചു. എങ്ങനെയാണ് വലിയൊരു കാലം സജ്ജീകരിച്ചതെന്നും കാണിച്ചുകൊടുത്തു. 'ഞാൻ ഒരു മൂല്യം സൃഷ്ടിക്കാനുള്ള ദൗത്യത്തിലായിരുന്നു. അത്തരത്തിലുള്ള രാഷ്ട്രീയത്തിനൊന്നും സമയമുണ്ടായിരുന്നില്ല.' വിശദീകരണത്തിനിടെ ഞാൻ പറഞ്ഞു. ഇതു പറയുമ്പോൾ ഞാനാകെ ദുഃഖിതനായി.

ഈ ഉത്തരവാദിത്വം ഏറ്റെടുക്കാമെന്ന് പെട്ടെന്നു തന്നെ സമ്മതിച്ച അദ്ദേഹം, ഫോൺപേയിൽ നിന്ന് എൻഒസി ലഭിക്കേണ്ടതുണ്ടെന്നും പറഞ്ഞു. ചില ട്രേഡ് മാർക്ക് പ്രശ്നങ്ങളിൽ കരഞ്ജാവാല അവർക്കു വേണ്ടി പ്രവർത്തിക്കുന്നുണ്ടായിരുന്നു. എൻഒസി ലഭിച്ചു. ഞാനദ്ദേഹത്തിന്റെ ടീമുമായി ബന്ധപ്പെട്ടു. സിവിൽ വിഭാഗത്തിൽ റൂബി അഹൂജയും ക്രിമിനൽ വിഭാഗത്തിൽ സന്ദീപ് കപൂറും. ആര്യൻ ഖാൻ കേസിൽ ഒഴിഞ്ഞുപോയ ജാമ്യം സംഘടിപ്പിച്ചതിന്റെ പേരിൽ പിന്നീട് സന്ദീപ് വാർത്തകളിലിടം പിടിച്ചിരുന്നു.

മാധുരിയെ മീറ്റിംഗിനു വിളിച്ച മെയിൽ വന്നപ്പോൾ, കൂടെ പോകാൻ സന്ദീപ് കപൂർ സന്നദ്ധനായി. എന്റെ പോർഷെയിൽ മാധുരിയെ ഇംപീരിയൽ ഹോട്ടലിലെത്തിച്ച്, മീറ്റിംഗ് നടക്കുന്ന മുറിയുടെ മുമ്പിൽ വരെ അവൾക്കൊപ്പം നടന്നതും, അവിടെ അഭിഭാഷകരും അക്കൗണ്ടിംഗ് ജീവനക്കാരും സ്വീകരിച്ചതും ഓർക്കുന്നു. ഞാൻ മുറിക്കു പുറത്തു കാത്തിരുന്നു. ഇതൊരു നിയമകാര്യമായതിനാൽ തന്റെ വക്കീൽ, സന്ദീപ് കപൂറിനെ കൂടെ അനുവദിക്കണമെന്നു മാധുരി ആവശ്യപ്പെട്ടു. അതവർക്ക് സമ്മതമായിരുന്നില്ല. എന്നെപ്പോലെതന്നെ, ദേശിയും ദൃഢചിത്തനും ആരെയും ഭയക്കാത്തവനുമായ തീപ്പൊരി അഭിഭാഷകനായ സന്ദീപ് കപൂർ, കൂടിക്കാഴ്ചയ്ക്കായി ചില അടിസ്ഥാനനിയമങ്ങൾ വ്യക്തമാക്കി. മീറ്റിംഗിൽ നടക്കുന്നതൊന്നും റിക്കാർഡ് ചെയ്യാൻ പാടില്ലെന്ന് അദ്ദേഹം അസന്ദിഗ്ധമായി വ്യക്തമാക്കി. തന്റെ കക്ഷിയെ കാണിക്കുന്ന എല്ലാ

രേഖകളുടെയും പകർപ്പ് തനിക്കും ലഭ്യമാക്കണം. ഏതെങ്കിലും വിഷയത്തിൽ പെട്ടെന്ന് ഉത്തരം നൽകാതിരിക്കാനുള്ള തന്റെ അവകാശം വിനിയോഗിക്കുന്നതും അതിനു കൂടുതൽ സമയം ചോദിക്കുന്നതും നിസ്സഹ കരണമായി കണക്കാക്കരുതെന്നും വ്യക്തമാക്കി. ഈ തീരുമാനത്തിനു ശേഷം എല്ലാവരും മുറിക്കു പുറത്തിറങ്ങി. കാര്യമെന്തന്നറിയാത്ത ഞാൻ, ഈ തിക്കും തിരക്കും കണ്ടിട്ട്, പതിനഞ്ചു മിനിറ്റിൽ കാര്യം കഴിഞ്ഞോ എന്ന് അത്ഭുതപ്പെട്ടു. റിക്കോർഡിംഗ് നിരോധിച്ചതിനാൽ, ഫോണുകൾ അടുത്ത മുറിയിൽ വയ്ക്കാനായിരുന്നു അവർ പുറത്തുവന്നതെന്ന് പിന്നീട് ഞാൻ മനസ്സിലാക്കി.

അടുത്ത മൂന്നുമണിക്കൂർ ഒരു മിനിറ്റു പോലും ഒഴിവില്ലാതെ മാധുരിയെ ചോദ്യങ്ങൾ കൊണ്ടു കശക്കാനുള്ള ശ്രമമായിരുന്നു. ഒരു കഷണം കടലാസുപോലും നൽകാതെ, ബിസിനസ്സിന്റെ താത്പര്യത്തിനായി എടുത്ത വാണിജ്യപരമായ ദൈനംദിന തീരുമാനങ്ങളെക്കുറിച്ചു ചോദ്യങ്ങൾ ചോദിച്ചു. 'ചോദ്യങ്ങളിൽ പലതും ബാലിശമായിരുന്നു. എന്തിനാണ് ആ കച്ചവടക്കാരനെ നിയമിച്ചത് പോലുള്ള ചോദ്യങ്ങളായിരുന്നു ചോദിച്ചത്. ഒരു കച്ചവടക്കാരനെ നിയമിക്കുന്നതിന്റെ രീതി വിവരിക്കുന്നതിനിടെ, വെറി പിടിച്ച ഞാൻ ഒരവസരത്തിൽ ഭാരത്പേ ബോർഡ് ക്വട്ടേഷൻ എടുത്താണോ എസ്എഎം-നേയും എ ആൻഡ് എം-നേയും എടുത്തതെന്നു ചോദിച്ചു.' പുറത്തുവന്നപ്പോൾ മാധുരി ക്ഷോഭം ഞാനുമായി പങ്കുവച്ചു. കൂടിക്കാഴ്ചയും ന്യായമെന്നു പറയപ്പെട്ട ഹിയറിംഗും വെറും കാപട്യമായിരുന്നു. പിന്നീട് അവൾക്കെതിരെ ഉന്നയിക്കപ്പെട്ട ഒരു വിഷയവും അവിടെ ചർച്ച ചെയ്തില്ല. അവൾ ന്യായമായ മറുപടി പറഞ്ഞെങ്കിലോ എന്ന ആശങ്കയാവും കാരണം. '*തുജെ പതാ ഹെ ക്യാ ഹോഗാ* (എന്താണു സംഭവിക്കുകയെന്നു നിനക്കറിയാമോ)?' മൊത്തം എപ്പിസോഡ് കേട്ടശേഷം എന്റെ പ്രതികരണം ഇതായിരുന്നു. ഒപ്പം ആ കൂടിക്കാഴ്ച ഒരു ചരടുവലി മാത്രമാണെന്ന് സഹജാവബോധത്താൽ അറിയുകയും ചെയ്തു.

'ഫണ്ട് ദുരുപയോഗക്കുറ്റം ചാർത്തി ഭാരത്പേ മാധുരി ജയിനിനെ പുറത്താക്കി; അവരുടെ ഇഎസ്ഒപി റദ്ദാക്കി.' അടുത്ത ദിവസം എല്ലാ മാധ്യമങ്ങളിലും ഇങ്ങനെയായിരുന്നു തലക്കെട്ട്. കൗതുകകരമെന്നു പറയട്ടെ, മാധ്യമങ്ങൾ ഈ വാർത്ത പുറത്തുവിട്ട് ഒരു ദിവസത്തിനു ശേഷമാണ് പിരിച്ചുവിടൽ നോട്ടീസ് ലഭിച്ചത്. പിരിച്ചുവിടൽ നോട്ടീസിൽ സൂചിപ്പിച്ച ആരോപണങ്ങളൊന്നും കൂടിക്കാഴ്ചയിൽ ഉയർത്തിയിരുന്നില്ല.

മാധുരി തകരുന്നത് ഞാനാദ്യമായി കണ്ടു. ഭാരത്പേ ഈ വിവാദം ഇളക്കിവിട്ടതുമുതൽ അവൾ സ്വയം പിടിച്ചുനിന്നിരുന്നു. അവളെ ലക്ഷ്യമിട്ടുള്ള വ്യക്തിപരമായ ദുഷിച്ച പ്രചാരണം അവളുടെ ആത്മാവിനെ തകർത്തു. സൗന്ദര്യ ചികിത്സയ്ക്കായി കമ്പനി ഫണ്ട് ദുരുപയോഗം ചെയ്തു എന്നൊരു കള്ളക്കഥയുണ്ടാക്കാൻ, അവൾ വ്യക്തിപരമായി പണമടച്ച ഒരു ഡെർമറ്റോളജിസ്റ്റ് ബില്ല് ഓഫീസ് ഡ്രോയറിൽ നിന്ന്

പുറത്തെടുക്കുന്നിടത്തോളം കമ്പനി തരംതാണതാണ് അവളെ ഏറ്റവും കൂടുതൽ ബാധിച്ചത്. വളരെ ആഴത്തിലായിരുന്നു അവളുടെ വേദന. കമ്പനി ഈ ബില്ല് റീഇംബേഴ്സ് ചെയ്തുവെന്നോ അല്ലെങ്കിൽ റീഇംബേഴ്സ്മെന്റിനായി ഹാജരാക്കിയെന്നോ തെളിയിക്കാനായാൽ എല്ലാ ആരോപണങ്ങളും സമ്മതിക്കാമെന്ന് അവൾ ബോർഡിനെഴുതി. പ്രതികരണമൊന്നുമുണ്ടായില്ല. കോർപറേറ്റ് ഭരണത്തിന്റെ പ്രധാന പുരോഹിതരെന്ന് അവകാശപ്പെടുന്ന ആളുകൾ തന്നെ, തങ്ങളുടെ ഗൂഢലക്ഷ്യങ്ങൾ നടപ്പാക്കുന്നതിനായി, വാടക ഏജൻസികളെ സ്റ്റാമ്പിംഗ് സ്ഥാപനങ്ങളായി ഉപയോഗിക്കുകയായിരുന്നു.

മാധുരിയെ പിരിച്ചുവിട്ടുകൊണ്ടുള്ള നോട്ടീസ് അയച്ച ദിവസം, എന്റെ അച്ഛനും ഞാനും മാധുരിയും സ്വന്തം കാര്യങ്ങൾക്കായി പുറത്തുപോയിരുന്നു. മാധുരി ഇമെയിൽ നോക്കിയിരുന്നില്ല. ഞങ്ങൾ കാറിലായിരിക്കുമ്പോൾ ഭവിക്കിൽ നിന്ന് എനിക്കൊരു കോൾ വന്നു. അവരുടെ ദുരുദ്ദേശ്യം സംശയിച്ച മാധുരി, കോൾ റെക്കോർഡറിലിട്ട് സംസാരിക്കാൻ ആവശ്യപ്പെട്ടു. 'ഞാൻ രജനീഷ് കുമാറിന്റെ വീട്ടിൽ നിന്നാണ് സംസാരിക്കുന്നത്'. ഭവിക് സംഭാഷണം തുടങ്ങി. പശ്ചാത്തലത്തിൽ എനിക്ക് രജനീഷിന്റെ ശബ്ദം കേൾക്കാമായിരുന്നു. ഒരു കൂടിക്കാഴ്ച ആവശ്യപ്പെട്ടുകൊണ്ട്, ആംബിയൻസ് ഐലന്റിലെ രജനീഷ് കുമാറിന്റെ വീട്ടിലേക്കു വരാമോ എന്നു ചോദിച്ചു. അതിന് വലിയ താത്പര്യമില്ലാതെ, പകരം പഞ്ച്ശില ക്ലബ്ബിൽ വച്ചു കാണാമെന്നു ഞാൻ ഭവിക്കിനോടു പറഞ്ഞു. ഇക്കാര്യം രജനീഷുമായി സംസാരിച്ച ശേഷം തിരിച്ചുവിളിക്കാമെന്നു മറുപടി. *യേ ലോഗ് തുജെ ഫസാനാ ചാഹ്തെ ഹെ, ഇൻസെ മിൽനേ കാ അബ് കോയി മതലബ് നഹി ഹെ* (മറ്റൊരു വിവാദത്തിൽ കുടുക്കാൻ അവർ നിങ്ങളെ പ്രകോപ്പിക്കാൻ ആഗ്രഹിക്കുന്നു, ഇപ്പോൾ അവരെ കാണുന്നതിൽ അർത്ഥമില്ല). ഞാൻ സംസാരം പൂർത്തിയാക്കിയപ്പോൾ എന്റെ അച്ഛന്റെയും മാധുരിയുടെയും ഒരേ മനസ്സോടെയുള്ള അഭിപ്രായം ഇതായിരുന്നു.

അഭിഭാഷകരുമായുള്ള മാധുരിയുടെ കൂടിക്കാഴ്ചയ്ക്കു മുമ്പ്, രജനീഷ് കുമാർ ഞാനുമായൊരു കൂടിക്കാഴ്ചയ്ക്ക് അഭ്യർത്ഥിച്ചിരുന്നു. ലീലാ ഹോട്ടലിൽ വച്ച് എന്നെ കണ്ട അദ്ദേഹം, ഞാൻ തിരിച്ചുവരുമെന്ന് കരുതുന്നില്ലെന്നു പറഞ്ഞു. 'നിങ്ങളുടെ ഓഹരികളുമായി നിങ്ങൾക്കു പോകാം'. അദ്ദേഹം അഭിപ്രായപ്പെട്ടു. 'ഞാൻ നിൽക്കുന്നോ പോകുന്നോ എന്നത് ഞാൻ തീരുമാനിക്കേണ്ടതാണ്. നിങ്ങളാണ് കൂടിക്കാഴ്ചയ്ക്ക് ആവശ്യപ്പെട്ടത്. നിങ്ങൾക്കെന്താണ് വേണ്ടത്?' ഞാൻ തിരിച്ചടിച്ചു, ഭാഗികമായി രസിച്ചു. എനിക്കു പോകാനായി നമുക്കൊരുമിച്ചൊരു വാണിജ്യനിർദ്ദേശം നടപ്പാക്കാമെന്ന് അദ്ദേഹം നിർദ്ദേശിച്ചു. തന്റെ ഫോണിൽ നിർദ്ദേശം ചർച്ച ചെയ്യുകയും ടൈപ്പ് ചെയ്യുകയും ചെയ്തശേഷം, അയയ്ക്കുന്നതിനു മുമ്പ് ഞാനതൊന്ന് കാണണമെന്ന് അദ്ദേഹം ആഗ്രഹിച്ചു. അദ്ദഹത്തിന്റെ ഫോൺ പിടിച്ചു നോക്കവെ, നിർദ്ദേശം സെക്വോയയുടെ ഹർഷ്ജിത് സേഥിക്ക് അയച്ചതായി കണ്ടു. വ്യക്തമായും, അദ്ദേഹം പുതിയ യജമാനന്മാരിൽ നിന്ന് അഥവാ നിക്ഷേപകരിൽ നിന്ന് നിർദ്ദേശങ്ങൾ സ്വീകരി

ക്കുകയായിരുന്നു. ആ നിർദ്ദേശത്തിൽ നിന്നൊന്നും വന്നില്ല. മറ്റൊരു കൂടിക്കാഴ്ചയ്ക്ക് അർത്ഥമൊന്നുമില്ലെന്ന് എനിക്കറിയാമായിരുന്നു.

ഭവിക്ക് പെട്ടെന്നുതന്നെ വിളിച്ച് അവരെന്നെ പഞ്ച്ശിലയിൽ വച്ചു കാണാമെന്നു പറഞ്ഞു. അജണ്ടയെന്തെന്നായി ഞാൻ. '*ബാത് കർനി ഹെ* (ഞങ്ങൾ നിങ്ങളുമായി സംസാരിക്കാൻ ആഗ്രഹിക്കുന്നു)'. എന്നായിരുന്നു മറുപടി. അതിനു ഞാനിങ്ങനെ പ്രതികരിച്ചു, '*പ്രസ് മേം ബാതേം ഹോ തോ രഹി ഹെ* (സംസാരങ്ങൾ പത്രമാധ്യമങ്ങളിൽ നടക്കുന്നുണ്ടല്ലോ).' അതോടെ ഭവിക്കിന്റെ ഭാവം പൂർണ്ണമായും മാറി : *തുജെ ബാത് നഹി കർനി? അബ് തു ദേഖ് മേം തേരി കൈസേ മാർതാ ഹൂം* **@%@% (നീ സംസാരിക്കാനാഗ്രഹിക്കുന്നില്ല? ഇനി നീ കണ്ടോളൂ, ഞാനെന്താണു ചെയ്യുകയെന്ന്).' ഇങ്ങനെ പോയി അവന്റെ ഭീഷണി. പിന്നീട് ഞങ്ങൾ മെയിൽ നോക്കിയപ്പോഴാണ് ഈ കോൾ വരുന്നതിനു തൊട്ടുമുമ്പ് മാധുരിയെ പിരിച്ചുവിട്ടുകൊണ്ടുള്ള നോട്ടീസ് അയച്ചിരുന്നതായി കണ്ടത്. ഒരുപക്ഷേ, അതിലുള്ള എന്റെ പ്രതികരണം കിട്ടാനാവും ഭവിക്ക് വിളിച്ചത്. അല്ലെങ്കിൽ ആദ്യലക്ഷ്യം സാധിച്ച നിലയ്ക്ക് എന്റെ മേൽ കൂടുതൽ സമ്മർദ്ദം ചെലുത്താനുമാകാം.

ഞങ്ങളുടെ അഭിഭാഷകൻ സന്ദീപ് കപൂറുമായി ചർച്ച ചെയ്തശേഷം, ഇതൊരു വ്യക്തമായ വധഭീഷണിയാണ്, പോലീസിൽ ഒരു പരാതി കൊടുക്കണം എന്ന ഉപദേശമാണ് ലഭിച്ചത്. 'ഒരു പരാതി തയ്യാറാക്കു. എന്നിട്ട് ഹൗസ്ഖാസ് പോലീസ് സ്റ്റേഷനിൽ നിങ്ങളുടെ ഓഫീസിൽ നിന്നു വിളിച്ച് കൂടിക്കാഴ്ചയ്ക്കു സമയമെടുക്കു'. ഞാൻ വക്കീലിനോടു നിർദ്ദേശിച്ചു. മാധുരി പക്ഷേ, മറിച്ചാണ് ചിന്തിച്ചത്. '*ഹമേം പോലീസ് കംപ്ളെയ്ന്റ് നഹി കർനി* (നമ്മൾ പോലീസിൽ പരാതിപ്പെടണ്ട)'. നമുക്കവരുടെ നിലയിലേക്കു താഴാൻ വയ്യ; ഈ പരീക്ഷണകാലഘട്ടത്തിൽ നമ്മുടെ അന്തസ്സ് കാത്തുസൂക്ഷിക്കണം. എന്തായാലും, രജനീഷ് എന്റെ ബാച്ച്മേറ്റ് പ്രേർണയുടെ അച്ഛനാണ്.' അവൾ പറഞ്ഞു. ഞാൻ മാധുരിയുടെ വിലയിരുത്തലിനൊപ്പം നിന്നു. ഞങ്ങൾ തയ്യാറാക്കിയ പരാതി രജനീഷിനു വാട്ട്സ്ആപ്പിൽ അയച്ചുകൊടുത്തു. കൂടെ ഒരു കുറിപ്പും : അദ്ദേഹത്തോടുള്ള മാധുരിയുടെ പരിഗണന കൊണ്ടു മാത്രമാണ് ഈ പരാതി ഹൗസ്ഖാസ് സ്റ്റേഷനിലെ കേസ് ഡയറിക്കു പകരം നിങ്ങളുടെ ഫോണിൽ കിടക്കുന്നത്. അവർ ആരെ നശിപ്പിച്ചുവോ അയാൾ തന്നെ അവരെ രക്ഷിച്ചു. അദ്ദേഹത്തിന്റെ വിലാപപൂർണ്ണമായ മറുപടി : *തുംനെ മുജേ യഹാ ഫസാ ദിയാ. മൈം തോ എസ്ബിഐ ജെെസി ഓർഗനൈസേഷൻ കാ ചെയർമാൻ ഹുവാ കർതാ ഥാ* (നിങ്ങളാണെന്നെ ഈ ഭ്രാന്തിലേക്കു വലിച്ചിട്ടത്. എസ്ബിഐ പോലുള്ള സ്ഥലങ്ങളിൽ ചെയർമാൻ സ്ഥാനത്ത് പ്രവർത്തിച്ചവനാണ് ഞാൻ). ഈ സമ്പർക്കത്തിനു ശേഷം രജനീഷിനൊരു വിറയൽ വന്നുകാണും. ആ ദിവസം സുഹൈൽ, ഭവിക്, ശാശ്വത് എന്നിവർ ബിസിനസ്സിന്റെ ഭാവിതന്ത്രത്തെക്കുറിച്ചാലോചിക്കാൻ തന്റെ സ്ഥലത്തുണ്ടായിരുന്നു എന്നും അദ്ദേഹം ഇമെയിൽ ചെയ്തു പറഞ്ഞു.

അഞ്ചാംഘട്ടം: അവസാനത്തെ കളി

അടിയന്തര മധ്യസ്ഥത

ഈ സമയമത്രയും, ഞാൻ മാന്യമായ നിശ്ശബ്ദത പുലർത്തി. ഒരു ഔദ്യോഗിക പ്രസ്താവനയും നടത്തിയില്ല. അവസാന പോരാട്ടത്തിനുള്ള അവസരമെന്ന നിലയിൽ സിംഗപ്പൂർ ഇന്റർനാഷണൽ ആർബിട്രേഷൻ സെന്ററിൽ (എസ്ഐഎസി) അടിയന്തര വ്യവഹാരത്തിന് അപേക്ഷിക്കാനാണ് നിയമോപദേശസംഘം ആവശ്യപ്പെട്ടത്. മുൻകൂട്ടി നിശ്ചയിച്ച കോർപറേറ്റ് ഭരണ റിപ്പോർട്ട് ഭാരത്പേ പ്രസിദ്ധീകരിച്ച് എന്നെ പുറത്താക്കുംവരെ കാത്തിരുന്ന ശേഷം നീതിക്കു വേണ്ടി വർഷങ്ങളോളം പൊരുതുകയോ അടിയന്തര സഹായത്തിനു ശ്രമിക്കുകയോ ആണ് എന്റെ മുന്നിലുണ്ടായിരുന്നു വ്യക്തമായ പരിഹാരങ്ങൾ. എത്ര ചെറുതാണ് സാദ്ധ്യതയെങ്കിലും രണ്ടാമത്തേതിനു പിന്നാലെ പോകാൻ ഞാൻ തീരുമാനിച്ചു.

എസ്ഐഎസിക്കുള്ള എന്റെ അപ്പീലിൽ ബോർഡിന്റെ പെരുമാറ്റത്തെക്കുറിച്ച് വ്യക്തമായി പറഞ്ഞിരുന്നു – അവലോകന സമിതി രൂപീകരിച്ചതു തൊട്ട് ഒരുദിവസത്തെ അന്വേഷണത്തിൽ നിന്നുള്ള അൽവാരെസ് ആൻഡ് മാർസെൽസിന്റെ പ്രാഥമിക കണ്ടെത്തലിനെ ആശ്രയിച്ചതു വരെയും, എന്നെ സ്വമേധയാ അവധിയിൽ പോകാൻ നിർബന്ധിച്ചത്, എന്നെ നിർബന്ധിത അവധിയിൽ വിട്ടത്, മാധ്യമങ്ങൾക്കുള്ള വാർത്താചോർച്ച – എല്ലാം അവരുടെ ദുരുദ്ദേശത്തെക്കുറിച്ച് വ്യക്തമായി പറഞ്ഞിരുന്നു. വിശ്വാസവഞ്ചനയുടെ വ്യക്തമായ ഉദാഹരണമായിരുന്നു അത്.

രസകരമെന്നു പറയട്ടെ, മധ്യസ്ഥതയ്ക്കു നിശ്ചയിച്ചതിന്റെ ഒരു ദിവസം മുമ്പ് അരമനസ്സോടെ മറ്റൊരു ഒത്തുതീർപ്പുശ്രമമെത്തി. സെക്വോയ കരഞ്ജാവാല ആൻഡ് കമ്പനിയെ സമീപിച്ച് എന്നോട് എസെഡ്ബി ടീമിനെ മുംബൈയിൽ കാണാൻ ആവശ്യപ്പെട്ടു. മധ്യസ്ഥതാവ്യവഹാരം തൊട്ടടുത്ത ദിവസമായതിനാൽ ഇതു സംഭവങ്ങളുടെ പാളം തെറ്റിക്കാനുള്ള അവരുടെ ശ്രമമാകാമെന്നു ഞാൻ മനസ്സിലാക്കി. അതുകൊണ്ട് ആ കൂടിക്കാഴ്ച അടുത്ത ആഴ്ചയിലേക്കു മാറ്റി.

17 ഫെബ്രുവരി 2022

വ്യവഹാരപ്രക്രിയ ദിവസം മുഴുവൻ നീണ്ടു. പ്രതിരോധിക്കാൻ മുതിർന്ന അഭിഭാഷകരുമായി എല്ലാ തോക്കുകളിൽ നിന്നും നിറയൊഴിച്ചുകൊണ്ട് ബോർഡെത്തി. എന്റെ ഭാഗത്തുനിന്ന് കേസ് വാദിച്ചത് മുതിർന്ന അഭിഭാഷകൻ ഡാരിയസ് ഖംബട്ടയായിരുന്നു. ഞങ്ങൾക്ക് അടിയന്തര സഹായമൊന്നും അനുവദിച്ചില്ല. കേസ് അതിന്റെ പൂർണ്ണതയിൽ കേൾക്കാൻ വ്യവഹാര ട്രൈബ്യൂണലിലേക്കു കൊണ്ടുപോകാൻ എനിക്കു സ്വാതന്ത്ര്യമുണ്ടായിരുന്നിട്ടും ഞങ്ങൾക്ക് അടിന്തര സഹായമൊന്നും അനുവദിച്ചില്ല.

അങ്ങേയറ്റം അസ്വസ്ഥനായിരുന്നുവെന്ന് ഞാൻ സമ്മതിക്കുന്നു. വ്യവഹാര ട്രൈബ്യൂണൽ രൂപീകരിക്കാൻ തീർച്ചയായും സമയമെടുക്കും. ബോർഡിനു വരും ദിവസങ്ങളിൽ അവരുടെ പദ്ധതികളുമായി മുന്നോട്ടു പോകാം. ഇവിടെ ഞാൻ എന്റെ സ്വന്തം പണത്തിനെതിരെ – കഠിനമായി എല്ലാ പ്രതിബന്ധങ്ങളും തരണം ചെയ്ത് ഞാനുണ്ടാക്കിയ കമ്പനിക്കുവേണ്ടി സ്വരൂപിച്ചത് – സമയവും ഊർജ്ജവും പണവും ചെലവഴിക്കുകയാണ്. എനിക്കെല്ലാം മതിയായെന്നും, രാജിവയ്ക്കാമെന്നും, ഈ പരാജിതർക്ക് എന്നെ നീക്കം ചെയ്യുന്നതിന്റെ സന്തോഷം നൽകില്ലെന്നും ഞാൻ ആ ഒരു നിമിഷത്തിൽ തീരുമാനിച്ചു.

26 ഫെബ്രുവരി 2022

> ഏറെ ഹൃദയഭാരത്തോടെയാണിതെഴുതുന്നത്, എന്തെന്നാൽ ഇന്ന്, ഞാൻ സ്ഥാപകനായ ഒരു കമ്പനിയോടു വിടപറയാൻ നിർബന്ധിതനാകുകയാണ്. ഈ കമ്പനി ഇന്ന് ഫിൻടെക് ലോകത്തെ നായകനായി നിലകൊള്ളുന്നുവെന്ന് എനിക്കു തലയുയർത്തിപ്പിടിച്ച് പറയാനാകും. 2022-ന്റെ തുടക്കം മുതൽ, ദൗർഭാഗ്യവശാൽ, എന്നെയും എന്റെ കുടുംബത്തെയും ലക്ഷ്യമിട്ട് ചില വ്യക്തികൾ നടത്തിവരുന്ന ആക്രമണത്തിൽ ഞാൻ അകപ്പെട്ടിരിക്കുകയാണ്. അവർ എനിക്കും എന്റെ സൽപ്പേരിനും മാത്രമല്ല, അവർ പ്രത്യക്ഷത്തിൽ സംരക്ഷിക്കാൻ ശ്രമിക്കുന്ന കമ്പനിയുടെ തന്നെയും സൽപ്പേരിനും ദോഷം വരുത്തുകയാണ്.
>
> ഇന്ത്യൻ സംരംഭകത്വത്തിന്റെ മുഖമെന്നും സ്വന്തം ബിസിനസ്സ് തുടങ്ങാനാഗ്രഹിക്കുന്ന ഇന്ത്യൻ യുവത്വത്തിന്റെ പ്രചോദനമെന്നും ആഘോഷിക്കപ്പെട്ട ഞാനിപ്പോൾ എന്റെ സ്വന്തം നിക്ഷേപകർക്കും മാനേജ്മെന്റിനുമെതിരെ ഒറ്റയ്ക്കുള്ള, നീണ്ട പോരാട്ടം നടത്തി സ്വയം പാഴാകുകയാണ്. ദൗർഭാഗ്യവശാൽ, ഈ യുദ്ധത്തിൽ, മാനേജ്മെന്റിനു നഷ്ടമായത് യഥാർത്ഥ ഓഹരിയാണ് – ഭാരത്പേ.

കമ്പനിയിൽ നിന്നുള്ള എന്റെ രാജി എഴുതുക എന്ന ഹൃദയഭേദകമായ ദൗത്യം ഞാൻ നിർവ്വഹിച്ചു. ഭാരത്പേയെ എന്റെ കുഞ്ഞായി ഞാൻ വളർത്തിയെടുത്തുവെന്നു പറയാൻ ഞാൻ കത്തിലെന്റെ ഹൃദയം പകർന്നു. ഭാരത്പേയെ നിർമ്മിച്ചെടുക്കുന്നതിലെ വിയർപ്പിൽ നിന്ന് ഏറെ അകലെയായിരുന്നു നിക്ഷേപകർ. നിക്ഷേപകർ സ്ഥാപകരെ അടിമകളെപ്പോലെയാണ് കണക്കാക്കിയതെന്നു ഞാൻ ചൂണ്ടിക്കാട്ടി. ഇഷ്ടാനുസരണം അവരെ ഒഴിവാക്കുന്നു. ഇവിടെ ഞാൻ, വിമത അടിമ, മറ്റൊരാളും എന്നെപ്പോലെയാകാൻ ധൈര്യപ്പെടാതെയിരിക്കാൻ, പൊതുജനമദ്ധ്യത്തിൽ തൂക്കിലേറ്റപ്പെടാനൊരുങ്ങുന്നു. എന്തായാലും, ഇന്നുള്ള ഭാരത്പേ ഇങ്ങനെയായത് ഞാൻ കാരണമാണെന്ന വസ്തുതയും

അതുപോലെ, കമ്പനിയുടെ ഏറ്റവും വലിയ, വ്യക്തിഗത ഓഹരി ഉടമയാണ് ഞാനെന്ന വസ്തുതയും എടുത്തുമാറ്റാൻ ഞാനവരെ വെല്ലുവിളിക്കുന്നു.

'അപ്പോൾ നമ്മളിത് എപ്പോഴാണ് അവസാനിപ്പിക്കുക, നമ്മൾ ഇത് ഇപ്പോൾ അവസാനിപ്പിക്കും'. എന്റെ രാജിക്കത്ത് അവസാനിച്ചു.

ശരിക്കും പറഞ്ഞാൽ, അവസാനത്തെ നാലു വാക്കുകളാണ് ജീവിതത്തിൽ ഞാനെഴുതിയതിൽ ഏറ്റവും കഠിനമായത്. പക്ഷേ, ഈ പരിഹാസ്യമായ അഭിനയത്തിൽ പങ്കെടുക്കാൻ കഴിയില്ലെന്ന് എനിക്കറിയാമായിരുന്നു.

ഇതെന്റെ നെഞ്ചിൽ നിന്നൊഴിഞ്ഞുപോയശേഷം, മാർച്ച് ഒന്നിന് കത്ത് അയക്കാനായി ഞാനൊരുക്കിവച്ചു. എനിക്കു പൂർണ്ണമായും അവകാശപ്പെട്ട എന്റെ നിയന്ത്രിത ഓഹരികളിൽ ഒരു കെട്ട് ഈ മാസാവസാനം വരുമെന്ന് എനിക്കറിയാമായിരുന്നു. ഞാൻ ആരാലും സാമ്പത്തികമായി കബളിപ്പിക്കപ്പെടാൻ പോകുന്നില്ല. വിശേഷിച്ചും, ഏതൊരു സ്ഥാപകനും തന്റെ ഓഹരികൾക്കു നൽകുന്ന ഏറ്റവും ഉയർന്ന വില ഞാൻ ഇതിനകം നൽകിക്കഴിഞ്ഞിരുന്നതിനാൽ.

28 ഫെബ്രുവരി 2022, 10 മണി രാത്രി

കേവൽ ഹാൻഡയുടെ പേര് എന്റെ ഫോണിൽ തെളിഞ്ഞു. 'ഈ ആളുകൾ ഒത്തുതീർപ്പിനു വേണ്ടി താങ്കളുടെ അടുത്തെത്തിയോ?' വലിയ ബഹളമൊന്നുമില്ലാതെ അദ്ദേഹം തുടങ്ങി. അപ്പോഴേക്കും, അവരുടെ പൂച്ചയും എലിയും കളിയിൽ എനിക്കു ക്ഷമ നശിച്ചിരുന്നു. ആർബിട്രേഷനു ശേഷം, അവർ ഒരിക്കൽ കൂടി കൂടിക്കാഴ്ച നിശ്ചയിച്ചിരുന്നു. ഇത്തവണ മുംബൈയിൽ. പക്ഷേ, തലേദിവസം രാത്രി പതിനൊന്നിന് അത് റദ്ദാക്കി. 'നിങ്ങളെല്ലാവരും ചേർന്ന് എന്നെ ചതിക്കുകയാണ്. ഒത്തുതീർപ്പിന്റെ കാരറ്റ് കാണിച്ച് നിങ്ങളെന്നെ പൊതുജന മദ്ധ്യത്തിൽ കരിശിലേറ്റുന്നു. നിങ്ങൾക്ക് പൊതുവേദികളിൽ കഥകൾ വിതറാനാകുമെങ്കിൽ എനിക്കുമാകും. നാളെ വരെ കാത്തിരിക്കൂ.' മുഴുവൻ പ്രക്രിയയും അവർ തമാശയാക്കി മാറ്റിയ അലോസരത്തോടെ ഞാൻ കേവൽ ഹാൻഡയ്ക്കു നേരെ ആഞ്ഞടിച്ചു.

11.36 മണി രാത്രി

പെട്ടെന്ന് വിളിച്ചുചേർക്കുന്ന ബോർഡ് മീറ്റിംഗിനുള്ള കലണ്ടർക്ഷണം അടുത്ത ദിവസം രാവിലെ എന്റെ മെയിൽ ബോക്സിൽ വീണു. അവർ അതയയ്ക്കാൻ അത്രയും തിരക്കിലായതിനാൽ അതിന്റെ കൂടെ അജണ്ട ഉണ്ടായിരുന്നില്ല. ഇപ്പോൾ എനിക്കവരുടെ കളി മുഴുവൻ മനസ്സിലായിരുന്നു; ബോർഡ് മീറ്റിംഗുകളെ അപഹാസ്യമാക്കുന്നത്. ഓരോ വ്യക്തിയും അവരുടെ ആത്മാവിനെ വിറ്റു, വ്യത്യസ്ത വിലയ്ക്കാണെന്നു മാത്രം. കേവൽ

ഹാൻഡയുമായുള്ള എന്റെ സംഭാഷണം ഈ ബോർഡ് മീറ്റിംഗിനുള്ള വേദി ഒരുക്കലായിരുന്നു.

ഞാൻ ഊഹിച്ചതുപോലെ, എന്നെ നീക്കം ചെയ്യുന്നതിനായുള്ള പിഡബ്ല്യുവിയുടെ അന്തിമ റിപ്പോർട്ട് മേശപ്പുറത്തുവച്ചു. 11.55-നു തുടങ്ങിയ അജണ്ട ഇങ്ങനെ പറഞ്ഞു : 'ആഷ്നീർ ഗ്രോവറെ നീക്കം ചെയ്യുന്നതിനായുള്ള പിഡബ്ല്യുസിയുടെ അന്തിമ റിപ്പോർട്ട് മേശപ്പുറത്തു വയ്ക്കൽ.' ആ നിമിഷം വരെ ബോർഡ് എനിക്കെതിരെ ഒരാരോപണവും ഉന്നയിച്ചില്ലെന്നതാണ് രസകരം. സ്വയം പ്രതിരോധിക്കാനുള്ള അവസരം എനിക്കു തന്നതുമില്ല.

വെളുപ്പിന് 12.03

തയ്യാറാക്കിവച്ചിരുന്ന രാജിക്കത്തിന്റെ സെൻഡ് ബട്ടനിൽ ഞാൻ വിരലമർത്തി. ഒപ്പം രാജിക്കത്തിന്റെ പകർപ്പ് മാദ്ധ്യമങ്ങൾക്കും പോയി. നീണ്ട, ഒറ്റയ്ക്കുള്ള, കഴിഞ്ഞ കുറെ മാസത്തെ എന്റെ പോരാട്ടം, ഞാൻ തുടങ്ങിയ കമ്പനിയിൽ നിന്നുള്ള രാജിയിലെത്തിയപ്പോൾ മരവിപ്പാണ് തോന്നിയത്. ദ്രോഹകരമായ പ്രചാരണം തുടങ്ങിയതിനു ശേഷം, *ആംസു നികൽനെ ഭി ബന്ദ് ഹോ ഗയെ ഥെ* (കണ്ണുനീർപോലും വറ്റിപ്പോയിരുന്നു), ഇടവേളയിൽ ഞാനൊരുപാടു തവണ മരിച്ചു. എങ്കിലും, സ്ഥാപനം വിടാനുള്ള തീരുമാനമെടുത്തപ്പോഴും, ഇമെയിൽ അയച്ചപ്പോഴും *അബ് ഇസെ മേം യഹാം ഖതം കർത്താ ഹും*, ഈ എപിസോഡ് ഇവിടെ അവസാനിക്കട്ടെ എന്നാണ് തോന്നിയത്. ഒരു സ്ഥാപകൻ തനിക്കൊപ്പം വഹിക്കുന്ന ഒരു ഭാരമുണ്ട്. പക്ഷേ, എല്ലാത്തിനും ഒരു മൂല്യമുണ്ട്. ഈ അപകീർത്തിപ്പെടുത്തൽ എല്ലാ പരിധിയും വിട്ടുപോയി. മറ്റെല്ലാത്തിലുമുപരി, എനിക്കെതിരെ നടന്ന വെറുപ്പുനിറഞ്ഞ പ്രചാരണത്തിൽ എന്റെ കുടുംബം അനാവശ്യ മാനസികസമ്മർദ്ദത്തിലാവാൻ ഞാൻ ആഗ്രഹിച്ചില്ല.

എന്റെ കുടുംബത്തോട് രാജിയെക്കുറിച്ചു പറഞ്ഞപ്പോൾ മരണനിശ്ശബ്ദതയായിരുന്നു ചുറ്റും. ഈ നാടകത്തിലെ ഓരോ രംഗവും രൂപപ്പെടുന്നതു കണ്ടുനിന്ന എന്റെ അളിയൻ ഷോനക് തകർന്നുപോയി. എനിക്കാകട്ടെ, വിലപിക്കാൻ പോലുമുള്ള മാനസികാവസ്ഥയുണ്ടായിരുന്നില്ല. കട്ടിലിൽ വീഴുകയും ഉറങ്ങുകയും മാത്രമായിരുന്നു എനിക്കു വേണ്ടത്.

അടുത്ത ദിവസം, മാർച്ച് ഒന്നിന്, ഞാൻ രണ്ട് അഭിമുഖങ്ങളിൽ പങ്കെടുത്തു. ഒന്ന് ഇ.ടി.നൗ-വിൽ സമിദ്ധ് ശർമ്മയ്ക്കും തരുഷ് ഭല്ലയ്ക്കുമൊപ്പം. മറ്റൊന്ന്, സിഎൻബിസി-ടിവി18-ലെ ഷെറിൻ ഭാനോടൊപ്പം. നിങ്ങളീ അഭിമുഖങ്ങളൊന്നു കാണണം. വിശേഷിച്ചും, ഷെറിൻ ഭാനുമായുള്ള അഭിമുഖം. അതിൽ ഇയർഫോണിലൂടെ ആരോ പറയുന്നതു കേൾക്കാൻ അവർ ബുദ്ധിമുട്ടുന്നതു കാണാം. 'ചലോ, മറ്റൊരാളുടെ മയ്യത്തിൽ നിന്ന് ഒരാൾകൂടി പണമുണ്ടാക്കുന്നു', ഞാനെന്നോടുതന്നെ പറഞ്ഞു. എന്റെ

നിക്ഷേപകരുമായോ രജനീഷ് കുമാറുമായോ മറ്റേതെങ്കിലും ബോർഡംഗവുമായോ ടിവി അഭിമുഖത്തിനു തയ്യാറാണെന്നു ഞാൻ തുറന്ന വെല്ലുവിളി നടത്തി. ഇതേറ്റെടുക്കാൻ ഒരാളുമുണ്ടായിരുന്നില്ല.

ആറാം ഘട്ടം : അപകീർത്തിപ്പെടുത്തലും മാധ്യമ വിചാരണയും

മാർച്ച് ഒന്നിനു രാത്രിയോടെ ചേർന്ന ബോർഡ് യോഗം എന്റെ രാജി അംഗീകരിച്ചതായി മാർച്ച് രണ്ടിനു വിവരം കിട്ടി. രക്തച്ചൊരിച്ചിലില്ലാതെ എന്നെ വഴിയിൽ നിന്നൊഴിവാക്കിക്കിട്ടിയപ്പോൾ അൽപ്പമെങ്കിലും അന്തസ്സ് ബാക്കിവയ്ക്കുമെന്നു കരുതിയെങ്കിൽ എനിക്കു തെറ്റി. അന്വേഷണ റിപ്പോർട്ട് സമർപ്പിക്കുമെന്ന് അറിയിപ്പു ലഭിച്ചു മിനിറ്റുകൾക്കു ശേഷം ഞാൻ 'ഉത്തരവാദിത്വത്തിൽ നിന്ന്' ഒഴിഞ്ഞുമാറി എന്നും 'ആഡംബര ജീവിതം നയിക്കാൻ ഗ്രോവറും അദ്ദേഹത്തിന്റെ കുടുംബാംഗങ്ങളും വ്യാപകമായി ഫണ്ട് ദുരുപയോഗം ചെയ്യുകയും കമ്പനിയുടെ അക്കൗണ്ടിൽ നിന്നു പണം തട്ടിയെടുക്കുകയും ചെയ്തു' എന്നും കമ്പനിയുടെ ഔദ്യോഗിക പ്രസ്താവനയിൽ പറയുന്നു. ഇത് അവർക്കു നേടാനാകുന്നത്ര വ്യക്തിപരമായ കാര്യമായിരുന്നു. ഇത്തവണ ബിസിനസ്സുമായി ഒരു ബന്ധവുമില്ലാത്ത എന്റെ കുടുംബത്തെ അവരുടെ അപവാദ പ്രചാരണത്തിലേക്കു വലിച്ചിഴച്ചു.

തികച്ചും അവിശ്വസനീയം എന്നായിരുന്നു നടന്ന സംഭവങ്ങളെക്കുറിച്ചുള്ള എന്റെ ആദ്യ പ്രതികരണം. പിന്നീടത് അവരുടെ അപലപനീയമായ പ്രവൃത്തികളിലുള്ള ദേഷ്യവും സങ്കടവുമായി മാറി. ഈ ആഴത്തിലുള്ള ചതിയുമായി പൊരുത്തപ്പെടുക അത്ര എളുപ്പമായിരുന്നില്ല. അവരുടെ ലജ്ജാകരമായ കഥകളെ ചെറുക്കാൻ വൈകാരികമായി ഊർജ്ജം ചെലവഴിക്കാൻ പോലും എന്നിലെ ഒരു ഭാഗം ആഗ്രഹിച്ചില്ലെങ്കിലും എന്റെ കാര്യം പുറത്തുവിടാൻ ശക്തി സംഭരിച്ചു. ഇപ്പോഴെനിക്കു നിയന്ത്രണങ്ങളൊന്നുമില്ല. ലിങ്ക്ഡ് ഇൻ-ൽ ഞാനിട്ട ഒരു പോസ്റ്റിൽ ചില അടിസ്ഥാന ചോദ്യങ്ങൾ ചോദിച്ചിരുന്നു. അതിൽ ആദ്യത്തേത് ഇങ്ങനെയായിരുന്നു : അമർചന്ദ്, പിഡബ്ല്യുസി, എ ആൻഡ് എം എന്നിവയിൽ ഏതാണ് ജീവിതശൈലിയിലെ 'ആഡംബരം' ആദ്യം ഓഡിറ്റ് ചെയ്യാൻ തുടങ്ങിയത്? സീരീസ് സി,ഡി,ഇ എന്നിവയിൽ എന്നിൽ നിന്ന് ഓഹരികൾ വാങ്ങിയത് നിക്ഷേപകർ തന്നെ മറന്നുപോയോ? സീരീസ് ഇ റൗണ്ടിൽ 370 മില്യൺ ഡോളർ സമാഹരിച്ച യുഎസ് യാത്രയിലെ ഒരു ചിത്രം പോലും ഞാൻ പുറത്തുവിട്ടു. ഹൃദയം തുറന്നു സുഹൃത്തുക്കൾ അവരുടെ വീടുകളിലേക്കു ക്ഷണിച്ചപ്പോൾ തറയിൽ കിടന്നുറങ്ങാൻ പോലും എനിക്കു മടിയില്ലായിരുന്നു. എന്റെ സ്വപ്നങ്ങളും, കഠിനാദ്ധ്വാനത്തിലൂടെയും സംരംഭങ്ങളിലൂടെയും അവ നേടിയെടുക്കാനുള്ള കഴിവും മാത്രമാണ് എന്നെ സംബന്ധിച്ചിടത്തോളം ആഡംബരമെന്ന് അവിടെ വ്യക്തമാക്കാൻ ഞാൻ തീരുമാനിച്ചു. ഇപ്പോൾ കമ്പനിയിൽ സ്വതന്ത്രമായി നടക്കുന്ന മൂല്യത്തകർച്ചയിൽ, ഒരു ഓഹരിയുടമ എന്ന

നിലയിൽ ഞാൻ ആശങ്കാകുലനായതിനാൽ ബോർഡ് അതിന്റെ ജോലിയിലേക്ക മടങ്ങുമെന്ന് ഞാൻ പ്രതീക്ഷിച്ചു.

ആ ഒരു ലിങ്ക്ഡ് ഇൻ പോസ്റ്റ് 6.2 ദശലക്ഷം ആളുകൾ വായിച്ചു! കമ്പനി പറയുന്ന കഥ എന്തായാലും, സത്യം ശ്രദ്ധിക്കാൻ ആളുകളുണ്ടാകുമെന്ന് അതെന്നോടു പറഞ്ഞു. ആ അഞ്ച് അടിസ്ഥാന ചോദ്യങ്ങൾ ചോദിക്കുന്ന ആർക്കും കമ്പനി മാധ്യമങ്ങളിലൂടെ പടച്ച കഥയുടെ ദുർബ്ബലമായ പതിപ്പ് വലിച്ചെറിയാൻ സാധിക്കും.

ഈ പോസ്റ്റിനുള്ള പ്രതികാരമെന്ന നിലയിൽ, എന്റെ അതിരുകടന്ന ജീവിതശൈലിയുടെ സാക്ഷ്യമായി ബോർഡ് മറ്റു പല കഥകളും മാധ്യമങ്ങളിലൂടെ ഒഴുക്കി. 'അദ്ദേഹം ഒരു പോർഷേയും വാങ്ങി', പേരു വെളിപ്പെടുത്താത്ത ഒരു സ്രോതസ്സ് മറ്റൊരു വാർത്തയിൽ പറഞ്ഞു. കാർ വാങ്ങിയ പണം നിക്ഷേപകർ എന്റെ ഓഹരി വാങ്ങിയതിലൂടെ ലഭിച്ചതും നിയമപ്രകാരമുള്ളതുമാണെങ്കിൽ ഉപയോഗിച്ച ഒരു ആഡംബര കാർ വാങ്ങുന്നതിൽ എന്താണിത്ര വലിയ കാര്യം എന്നായിരുന്നു ഇതിനോടുള്ള എന്റെ നിയന്ത്രിത പ്രതികരണം. പത്തുകോടി രൂപയുടെ തീൻമേശയുടെ കഥയായിരുന്നു ഏറ്റവും ഗംഭീരം! അതിന്റെ രചനാകൗശലം കണക്കിലെടുത്ത് കുറച്ചുകൂടി വിശദമായി പറയേണ്ടതുണ്ട്.

പത്തുകോടിയുടെ തീൻമേശ

എന്നെക്കുറിച്ചെഴുതിയ പല കാര്യങ്ങളുമുണ്ടെങ്കിലും ഒരു തീൻമേശ അതിൽ ഇടംപിടിക്കുമെന്ന് ഞാൻ കരുതിയിരുന്നില്ല. എന്നിട്ടും പത്തുകോടി രൂപയുടെ തീൻമേശയുടെ പേരിലാണ് എന്നെ പലരും അറിയുന്നത്. ലോകത്തിലെ ഏറ്റവും വിലയുള്ള തീൻമേശയുടെ ഉടമ എന്ന നിലയിൽ *ഗിന്നസ് ബുക്ക് ഓഫ് റെക്കോർഡ്സിൽ* സ്ഥാനം പിടിക്കാൻ ഞാനെപ്പോഴെങ്കിലും ആഗ്രഹിച്ചിരുന്നതായി തോന്നുന്നില്ല.

തീൻമേശക്കഥ ഒരു വശത്ത് ദുഷ്ടലാക്കോടെയുള്ള നീക്കത്തിനും മറുവശത്ത് ഇഷ്ടം പോലെ മസാല ചേർത്തു സ്ഥിരീകരിക്കാത്ത വിവരങ്ങൾ മാധ്യമങ്ങൾ പടച്ചുവിടുന്നതിനും ഉത്തമോദാഹരണമാണ്.

ഒരുദാഹരണം ഇതാ :

> 'ഒരു കോടിയുടെ ഒരു തീൻമേശ? എങ്ങനെയാണ് സ്റ്റാർട്ടപ്പ് രാജാവ് ആഷ്നീർ ഗ്രോവറിന് തന്റെ തിളക്കം നഷ്ടമായത്'' – *ലൈവ് മിന്റ്,* 11 മാർച്ച് 2022
>
> '*ഹോഷ് ഉഡാ ദേഗീ ആഷ്നീർ ഗ്രോവർ കീ റയീസി : ഭാരത്പേ കേ കർമചാരിയോം നേ ഖോലേ രാജ്, ഡായിനിംഗ് ടേബ്ൾ-പോർഷ് പെർ ഖർച് കിയേ ദസ് കരോഡ് റുപയേ' – അമർ ഉജാലാ,* 12 മാർച്ച് 2022

(ആഷ്നീർ ഗ്രോവറിന്റെ ധൂർത്ത് നിങ്ങളുടെ ബോധം കെടുത്തും : രഹസ്യം പരസ്യമാക്കി ഭാരത്പേയിലെ ജോലിക്കാർ, തീൻമേശയിൽ ചെലവാക്കിയത് 10 കോടി)

മുഖ്യധാരയിലുള്ള ഇംഗ്ലീഷ് പത്രത്തിൽ നിന്ന് കൂടുതൽ വായനക്കാരുള്ള ഹിന്ദി പ്രസിദ്ധീകരണത്തിലേക്ക വരുമ്പോൾ പത്തു മടങ്ങ് വർദ്ധന. മാധ്യമങ്ങൾ നീണാൾ വാഴട്ടെ!

ഇനി യഥാർത്ഥ കഥയിലേക്ക്. അതു കേൾക്കുന്നതുപോലെ തന്നെ വിചിത്രമാണ്. 2021-ൽ ഡൽഹിയിലെ പഞ്ച്ശീൽ പാർക്കിൽ പുതിയ വീടൊരുക്കുമ്പോൾ മാധുരിയും ഞാനും ചേർന്ന് വാങ്ങിയതാണ് വിവാദ തീൻമേശ. കല്ലുകൊണ്ടുണ്ടാക്കിയ ആ മേശ വളരെ *ഭാരി* (ഭാരമുള്ളത്) ആയിരുന്നു. 150 കിലോയോളം ഭാരം വരുന്ന ആ മേശ വീട്ടിലേക്ക കയറ്റാൻ വലിയ കപ്പി ഉപയോഗിക്കേണ്ടിവന്ന കാര്യം ഭാരത്പേയിലെ അന്നത്തെ സഹപ്രവർത്തകരോടൊപ്പമുള്ള അത്താഴവേളയിലെ സംഭാഷണത്തിനിടയിൽ ഞാൻ വീമ്പിളക്കിയിരുന്നു. ആരുടെയൊക്കെയോ സർഗാത്മക കഥാരചന സമീപഭാവിയിൽ വേറൊരു തലത്തിലേക്കതിനെ ഉയർത്തുമെന്ന് എനിക്കൊട്ടും ഊഹിക്കാൻ കഴിഞ്ഞില്ല. എന്റെ 'ആഡംബര' ജീവിതശൈലി ചിത്രീകരിക്കാൻ മാധ്യമങ്ങൾക്ക് തീറ്റ നൽകാനുള്ള ഉത്സാഹത്തിൽ *'ഭാരി'* എന്നത് ഭീമൻവിലയുള്ള എന്ന പരിഭാഷപ്പെടുത്തുകയും 150 കിലോ 1,50,000 ഡോളറാകുകയും ചെയ്തു. കമ്പനിക്കായി ദശലക്ഷക്കണക്കിന് ഡോളർ സമാഹരിച്ച നിരവധി ഫണ്ടിംഗ് റൗണ്ടുകൾക്കുള്ള മംഗളഗാനമായി അത്.

ജ്ഞാനിയായ ഒരു മാധ്യമപ്രവർത്തകൻ ഡോളറിന് എഴുപതു രൂപയെന്ന ന്യായമായ കൈമാറ്റനിരക്കിലൂടെ അത് ഒരു കോടി രൂപയുടെ തീൻമേശയാക്കി. എന്റെ ജീവിതശൈലിക്ക് അൽപ്പം കൂടി ആഡംബരം തോന്നാൻ മറ്റാരോ അശ്രദ്ധമായി ഒരു പൂജ്യം കൂടി കൂട്ടിച്ചേർത്തിട്ടുണ്ടാവും. അങ്ങനെ അതിന്റെ മൂല്യം പത്തുകോടിയിലെത്തി. ദിവസങ്ങളോളം മുഖ്യധാരയിലും സാമൂഹിക മാധ്യമങ്ങളിലും നിറഞ്ഞുനിന്നിരുന്ന ഈ ഭ്രാന്തൻ കഥയുടെ ചുരുളഴിഞ്ഞു.

10 കോടി രൂപയ്ക്ക് ഈ ടേബിൾ വാങ്ങാൻ ഒരാളെ കിട്ടുകയാണെങ്കിൽ, 200 മടങ്ങിലധികം നേട്ടത്തോടെ ഈ റൗണ്ട് അവസാനിപ്പിക്കാൻ കഴിയുമെന്നതിൽ ഞാൻ സന്തുഷ്ടനായിരിക്കും. അതേസമയം, എന്റെ കൈവശമുള്ള ആ യഥാർത്ഥ മേശയ്ക്ക് അഞ്ചു ലക്ഷം രൂപ വിലക്കൂടുതലാണെന്നു തന്നെയാണ് എന്റെ അഭിപ്രായം. അതിനുശേഷം അതിൽനിന്നു പ്രചോദനം ഉൾക്കൊണ്ട ഇന്റർനെറ്റ് തമാശകൾ തീർച്ചയായും അമൂല്യമാണ്! കൂടുതൽ ഗൗരവകരമായ കാഴ്ചപ്പാടിൽ, ഞാനാഗ്രഹിക്കുക പത്തുകോടി രൂപ ബിസിനസ്സിൽ മുടക്കി ആയിരത്തോളം പേർക്കു ജോലി നൽകാനാണ്. അതുവഴി സമ്പാദിച്ച് അവർക്ക് അവരുടെ കുടുംബത്തിനായി

അന്തസ്സുള്ള ഭക്ഷണം തീൻമേശയിലൊരുക്കാനാകും. ഞാനൊരു മധ്യവർഗ്ഗ പശ്ചാത്തലത്തിൽനിന്നു വന്നയാളാണ്. അതുകൊണ്ട് ആ വിധത്തിൽ ചിന്തിക്കാനാണ് എന്റെ മസ്തിഷ്കം പരിശീലിക്കപ്പെട്ടിട്ടുള്ളത്.

എനിക്കിപ്പോഴും ഭാരത്പേയിൽ 240 മില്യൺ ഡോളർ മൂല്യമുള്ള 8.43 ശതമാനം ഓഹരികൾ സ്വന്തമായുണ്ട്. ഞാനാണ് കമ്പനിയിൽ ഏറ്റവും വലിയ വ്യക്തിഗത മൂല്യമുള്ള ഓഹരിയുടമ.

ഉപസംഹാരം

ആഷ്നീർ ഗ്രോവറിന്റെ ഉൻമത്തമായ യഥാർത്ഥ ജീവിതകഥയ്ക്കൊപ്പം നിങ്ങൾ ഇവിടെ നിൽക്കുന്നു. നിങ്ങളെല്ലാം കേട്ടുകഴിഞ്ഞു. നായകൻമാരും വില്ലൻമാരും സ്വഭാവ കഥാപാത്രങ്ങളും അതിലേറെയും പങ്കുവഹിച്ച കഥയാണിത്. ജീവിച്ച ഒരു കഥ, എനിക്ക് ഒരുപാട് അനുഭവങ്ങളും, ഒരുപാട് നരച്ച മുടിയും, എന്റെ യഥാർത്ഥ സുഹൃത്തുക്കളും അഭ്യുദയ കാംക്ഷികളും ആരാണെന്നതിനെക്കുറിച്ചുള്ള കൂടുതൽ ഉൾക്കാഴ്ചയും സമ്മാനിച്ച ഒന്ന്. 'ദോഗ്ലാപൻ'-നെ കുറിച്ച് കൂടുതൽ മനസ്സിലാക്കൽ – പരാജയത്തിലെ ജയവും ജയത്തിലെ പരാജയവും; ജീവിതത്തിൽ ശരിക്കും പ്രാധാന്യമുള്ള കാര്യങ്ങളെക്കുറിച്ച് ആഴത്തിലുള്ള ധാരണ; ഒപ്പം, ജീവിതയാത്രയിലെ നിരവധി കൊട്ടുംവളവുകളെ സമചിത്തതയോടെ സ്വീകരിക്കാൻ ഇത് എനിക്കു മതിയായ അവസരങ്ങൾ നൽകി എന്നു പ്രത്യേകം പറയേണ്ടതില്ലല്ലോ. എന്റെ ആയുസ്സ് ഇന്ത്യയിലെ സാങ്കേതിക ആവാസവ്യവസ്ഥയുടെ വളർച്ചയുമായി കൂടിച്ചേരാനിടയായി. കൂടാതെ, ബോധപൂർവ്വമല്ലാതെ ഞാൻ രാജ്യത്തെ സംരംഭകത്വത്തിന്റെ പൊതുമുഖ മായി മാറുന്നതും കണ്ടു.

പക്ഷേ, എന്താണ് ഞാൻ നിങ്ങളോടു പങ്കുവയ്ക്കാൻ ആഗ്രഹിക്കുന്നത്? ഞാൻ സാഹചര്യങ്ങളുടെ ഇരയാണെന്നു നിങ്ങൾ കരുതുന്നുണ്ടോ? കാര്യങ്ങൾ ഇതുവരെയെത്തിച്ചതിന് എന്നെ നിങ്ങൾ ഒരു സൂപ്പർ ഹീറോ ആയി കാണണമെന്നു ഞാൻ ആഗ്രഹിക്കുന്നുണ്ടോ? കാര്യം അതിൽ നിന്നൊക്കെ അകലെയാണ്. സംഭവങ്ങളുടെ യന്ത്ര ഊഞ്ഞാലിലൂടെ നിങ്ങളെ കൊണ്ടുപോകുകയെന്ന എന്റെ ആശയത്തിനു പിന്നിൽ എന്താണ്? എല്ലാത്തിലുമുപരി, എന്റെ ഭൂതകാലത്തിൽ സംഭവിച്ച കാര്യങ്ങൾ നിങ്ങളെ സംബന്ധിച്ച് ഒരു അനന്തരഫലവുമുണ്ടാക്കില്ല. എന്റെ കഥയ്ക്ക് നിങ്ങളുടെ ജീവിതത്തിൽ എന്തു മൂല്യം ചേർക്കാനാകും, അതു നിങ്ങളുടെ ഭാവിയിൽ എന്തു മാറ്റമുണ്ടാക്കും എന്നതുമാത്രമാണിതിന്റെ പരിണിതഫലം. അതിനാണ് ഞാൻ നിങ്ങളോടു കടപ്പെട്ടിരിക്കുന്നത്. കാരണം ഒരു പീസ കഴിക്കാനോ ഏതാനും ഗ്ലാസ് ബിയർ കഴിച്ചുല്ലസി ക്കാനോ ചെലവാക്കാമായിരുന്ന പണമാണ് നിങ്ങളീ പുസ്തകത്തിനുവേണ്ടി ചെലവഴിച്ചത്. നാടകീയമായ പതിനഞ്ച് അദ്ധ്യായങ്ങൾ വായിക്കാൻ

നിങ്ങൾ നിരവധി മണിക്കൂറുകളും ചെലവഴിച്ചെന്നു പ്രത്യേകം പറയേണ്ടതില്ല. എന്റെ കാഴ്ചപ്പാടിൽ, എന്റെ ഇടിമുഴക്കം പോലുള്ള വിജയത്തിൽ പ്രവർത്തിച്ചതും വിനാശകരമായ പരാജയത്തിലേക്കു നയിച്ചതും എന്തെന്ന് നിങ്ങളുമായി പങ്കിടാൻ ഞാൻ ആഗ്രഹിക്കുന്നു. കാരണം, വ്യക്തമായും എന്റെ കഥയിൽ രണ്ടിന്റെയും ഘടകങ്ങളുണ്ട് – തിരമാലകളുടെ ഉയർച്ചതാഴ്ച്ചകൾ പോലെ. എന്റെ തിരിച്ചറിവുകൾ നിങ്ങളുടെ ജീവിതകഥയിൽ മാറ്റങ്ങളുണ്ടാക്കിയാൽ, എന്റെ യാത്ര നിങ്ങളുമായി പങ്കുവയ്ക്കാനെടുത്ത പ്രയത്നം സഫലമായെന്ന് ഞാൻ കരുതും.

അപ്പോഴിതാ : വിജയത്തിലേക്കെന്നെ നയിച്ച അഞ്ചു കാര്യങ്ങളും കാലിനടിയിൽ നിന്നു ചവിട്ടുപായ വലിച്ചെറിഞ്ഞ അഞ്ചു പരാജയങ്ങളും. യഥാർത്ഥ സാമൂഹികമാധ്യമ ശൈലിയിൽ നിങ്ങൾക്കായി പട്ടിക രൂപത്തിൽ അവതരിപ്പിക്കുന്നു.

1. ജയിക്കാനുള്ള ദൃഢനിശ്ചയം

ക്ലീഷെ ആയി തോന്നുമെങ്കിലും, എന്റെ വിജയത്തിന്റെ ആദ്യമന്ത്രം, ജയിക്കാനുള്ള ദൃഢനിശ്ചയം വേണമെന്നുള്ളതാണ്. ഒരു മദ്ധ്യവർഗ്ഗ കുടുംബത്തിൽ ജനിച്ചുവളർന്ന എനിക്ക് എപ്പോഴും ഒരു *ഭൂക്ക്*, വിശപ്പ്, കുടിയേറ്റക്കാർ എന്ന നിലയിൽ എന്റെ പിതാമഹർക്കു നഷ്ടപ്പെട്ടവ തിരിച്ചുപിടിക്കണമെന്ന അടക്കാനാകാത്ത അഭിവാഞ്ചയുണ്ട്. ഞാൻ അതിദാരിദ്ര്യത്തിൽ നിന്നു വന്നതല്ലെങ്കിലും എന്റെ അഭിലാഷങ്ങളും മാർഗ്ഗങ്ങളും തമ്മിൽ എപ്പോഴും ഒരു വിടവുണ്ടായിരുന്നു. തിരിഞ്ഞുനോക്കുമ്പോൾ, ഇതാണ് എന്റെ സ്വപ്നങ്ങളിലെ ജീവിതത്തിനു വേണ്ടി പ്രവർത്തിക്കാൻ എന്നെ പ്രചോദിപ്പിച്ചത്. നിങ്ങളുടെ സുരക്ഷിതമേഖലയിൽ നിങ്ങൾ എത്രയധികം വലയം ചെയ്യപ്പെടുന്നുവോ, എന്തെങ്കിലും നേടാനുള്ള പ്രചോദനം അത്രയധികം കുറയുന്നു. ഈ *'ഭൂക്ക്'* ഇന്നു ഞാൻ കാണുന്നതുപോലെ വൻനഗരങ്ങളിൽ അത്ര ശക്തമല്ല. രണ്ടാംനിര, മൂന്നാംനിര നഗരങ്ങളിലെ കേന്ദ്രീയ വിദ്യാലയ, സർക്കാർ സ്കൂളുകളിലെ കുട്ടികളിലാണ് ഉയരാനും അവരുടെ ജീവിതം തലമുറകൾക്കപ്പുറത്തേക്കു മാറ്റിമറിക്കാനുമുള്ള ആഗ്രഹം കാണുന്നത്. തീർച്ചയായും, എനിക്കു തെറ്റിയെന്നു തെളിയിക്കാൻ നിങ്ങൾക്കു സ്വാഗതം; നിങ്ങൾ അതു ചെയ്യുന്നതാണ് നല്ലതും.

2. *നൗകരി കർകെ കോയി റയീസ് നഹി ബനാ* (ജോലി ചെയ്ത് ആരും തന്നെ ധനികരായിട്ടില്ല)

ആദ്യം പറയേണ്ടത് ആദ്യംതന്നെ. ഞാൻ ഒരു തൊഴിൽ വിരുദ്ധനല്ല. എന്തൊക്കെയായാലും, ഞാനും ഒരു തൊഴിലാളിയായി ഒൻപത് വർഷക്കാലം ചെലവഴിച്ചിട്ടുണ്ട്. എന്റെ അമ്മ ഒരു സർക്കാർ സ്കൂൾ അദ്ധ്യാപികയായിരുന്നു. അച്ഛൻ സി.എക്കാരനും. വലിയൊരു ബിസിനസ്സ് കുടുംബത്തിൽ നിന്നു വന്ന് താഴെ 9-5 സമയക്രമത്തിൽ ജോലിചെയ്യുന്നവരെ

പുച്ഛത്തോടെ നോക്കുകയല്ല. ഒരു ജോലി കൊണ്ടു നിങ്ങൾക്കു പണപ്പെരുപ്പത്തിന്റെ തോത് മറികടക്കാനും ജീവിതശൈലി നിലവിലുള്ളതുപോലെ നിലനിർത്താനുമാകുമെന്നല്ലാതെ, ശരിക്കും 'ജീവിക്കാനാകി'ല്ലെന്ന് എന്റെ അനുഭവത്തിന്റെ വെളിച്ചത്തിൽ പറയാനാകും. വിവിധ ജോലികൾ ചെയ്യുന്ന നിങ്ങളിൽ പലർക്കും ഈ അറിവ് പൂർണ്ണമായും ഉൾക്കൊള്ളാനായെന്നു വരില്ല. പക്ഷേ, മെച്ചപ്പെട്ട ജീവിതശൈലിയാണ് നിങ്ങൾ ആഗ്രഹിക്കുന്നതെങ്കിൽ കൃത്യമായ വരുമാനം എന്ന വശീകരണത്തിൽ നിന്നു മോചിതനായേ തീരൂ എന്നതാണ് വസ്തുത. മാസാവസാനം കിട്ടുന്ന ശമ്പളത്തിൽ ജീവിക്കാതിരിക്കാനുള്ള ക്ഷമയും ആഗ്രഹവും ബിസിനസ്സുകാരൻ എന്ന നിലയിൽ അത്യാവശ്യമാണ്. പകരം, വർഷത്തിലൊരിക്കലേ ഒരു വൻ കൊട്ടുകാറ്റ് (നിങ്ങളിൽ ആഞ്ഞടിക്കൂ എന്ന തിരിച്ചറിവുണ്ടാകണം. അതാകട്ടെ ഒരു ജോലിക്കാരന് സ്വപ്നം കാണാൻ കഴിയുന്നതിലും എത്രയോ അധികമാകും.

3. 'അത്യുൽസാഹം' അഥവാ കൂടുതൽ വിജയിച്ച ഒരാളുടെ ജീവിതം ജീവിക്കാനുള്ള അടങ്ങാത്ത ആഗ്രഹം

നമ്മളേക്കാൾ കൂടുതൽ പണമുള്ളവരുമായി അടുത്തിടപഴകരുതെന്നാണ് സാധാരണയായി നാം കുട്ടികളോടു പറയാറുള്ളത്. കുട്ടികളിൽ അപകർഷതാബോധമുണ്ടായി അതവരെ നശിപ്പിക്കുമെന്ന് കരുതിയിട്ടാണിത് – *ബിഗഡ് ജായേഗാ.* വിരുദ്ധമായ അഭിപ്രായമാണ് എനിക്കുള്ളത്. യഥാർത്ഥത്തിൽ, ജീവിതത്തിൽ നമ്മളേക്കാൾ മികച്ചുനിൽക്കുന്നവർക്കൊപ്പം സമയം ചെലവഴിക്കുക എന്നത് വളരെ പ്രധാനപ്പെട്ടതാണ്. നിങ്ങൾ എന്താണ് ആഗ്രഹിക്കുന്നതെന്നും ആ ജീവിതം എന്താണെന്നും അറിയാൻ കഴിയുന്ന ഒരേയൊരു മാർഗ്ഗമാണിത്. അടുത്ത തവണ, സാമ്പത്തികമായി മെച്ചപ്പെട്ട ആരെങ്കിലും അവരുടെ വീട്ടിലേക്കു നിങ്ങളെ വിളിക്കുമ്പോൾ, എങ്ങനെയും അവിടെ പോകുക. നിരീക്ഷിക്കുകയും ആഗ്രഹിക്കുകയും ചെയ്യുക. നിങ്ങൾ ചെറുതാണെന്നു തോന്നുന്നെങ്കിൽ, ആ ആഗ്രഹമാണ് എന്തെങ്കിലും ചെയ്യാനുള്ള അഭിവാഞ്ജ നിങ്ങളിലുണ്ടാക്കുന്നത്. *'അന്തർ സെ ഏക് ആവാസ് ആ ജായേഗി കി മുജെ ഭി യേ കർ കെ ദിഖാനാ ഹെ'* – ഉള്ളിൽ നിന്നൊരു ശബ്ദം നിങ്ങളോടു പറയും എനിക്കും ഇതു നേടണമെന്ന്. *'അഗർ ഇസ്കെ പാസ് യെ സബ് കുച്ച് ഹെ തൊ മേരേ പാസ് ക്യൂം നഹി'* (ഇയാളുടെ കൈവശം ഇതെല്ലാം ഉണ്ടെങ്കിൽ എന്തുകൊണ്ട് എനിക്കായിക്കൂടാ)?

4. നിയോഗിക്കുക, നിയോഗിക്കുക, നിയോഗിക്കുക

'അകേലെ കോയി കുച്ച് നഹി ഉഖാഡ് സക്താ' (ആർക്കും തനിയെ ഒരു മലയും മറിക്കാനാകില്ല) എന്നതാണു പൊതുതത്വം. നിങ്ങൾക്ക് ഏകാംഗ സൈന്യമാകാനാകില്ല. നിങ്ങൾക്ക് ആളുകളെ ആവശ്യമുണ്ട്. കമ്പനിയുടെ

സ്ഥാപകൻ എന്ന നിലയിൽ ജോലി മറ്റുള്ളവർക്കു വിഭജിച്ചു നൽകാനാകണം. എന്നാലേ വലിയ കാര്യങ്ങളിൽ നിങ്ങൾക്ക് ശ്രദ്ധിക്കാനാകൂ. കേൾക്കുമ്പോൾ എളുപ്പമെന്നു തോന്നുമെങ്കിലും ഇതു ശരിക്കും വലിയ ബുദ്ധിമുട്ടുള്ള മാറ്റമാണ് – ചെയ്യുന്നതിൽ നിന്നും നയിക്കുന്നതിലേക്കുള്ള മാറ്റം. നമ്മുടെ വിദ്യാഭ്യാസ സമ്പ്രദായത്തിൽ സ്വയംപര്യാപ്തമാകാനാണ് പഠിപ്പിക്കുന്നത്. സ്വയം കഠിനാദ്ധ്വാനം ചെയ്യാൻ, നമ്മുടെ കഴിവുകൾ വികസിപ്പിക്കാൻ അങ്ങനെയങ്ങനെ ഒരുപാടുണ്ട്. പക്ഷേ, മറ്റുള്ളവരിൽ നിന്ന് മികച്ചതു നേടിയെടുക്കേണ്ടതുണ്ടെന്ന് ആരും പഠിപ്പിക്കുന്നില്ല. സ്വയം കാര്യങ്ങൾ എങ്ങനെ ചെയ്യാം എന്നറിയുന്നത് നല്ലതുതന്നെ. പക്ഷേ, നേതാവെന്ന നിലയിൽ അതു ചെയ്യേണ്ടത് നിങ്ങളല്ല. ആ ജോലികൾ ചെയ്യാൻ വേറെ ടീമുണ്ട്. ഞാൻ കോഡ് ചെയ്യാത്തപ്പോൾ, എനിക്ക് ടെക്കികൾക്കിടയിൽ ആ ബഹളം സൃഷ്ടിക്കാനും അവർക്കു ബിഎംഡബ്ല്യൂ ബൈക്കുകൾ നൽകി അവരെ എനിക്കായി ജോലി ചെയ്യിപ്പിക്കാനും കഴിയും!

5. ഇടപാടുകാരായി മാത്രം കാണരുത്

എന്റെ കഴിവിൽ നിക്ഷേപകർ ഒരു ബിസിനസ്സിന്റെ വളർച്ചയ്ക്കായി 625 മില്യൺ ഡോളർ തരാൻ തയ്യാറാണെങ്കിൽ, ഞാനവരെ ഇടപാടുകാർ മാത്രമായി കരുതിയില്ല എന്നതാണ് ഈ വിജയത്തിന്റെ പ്രധാന കാരണം. ആ ഇടപാടിൽ അയാൾക്ക് എനിക്കുവേണ്ടി എന്തു ചെയ്യാനാകും എന്ന അർത്ഥത്തിൽ ചിന്തിക്കാറേയില്ല. ഉദാഹരണത്തിന് ഞാൻ സീരീസ് ഡി റൗണ്ടിലാണെങ്കിൽ, സീരീസ് എ റൗണ്ടിൽ സഹകരിക്കാൻ വിസമ്മതിച്ച ആൾക്കാരെ സമീപിക്കാൻ മടിക്കില്ല. ലോകം മുഴുവൻ പരസ്പരബന്ധിതമാണ്. ഒരു പ്രത്യേക വ്യക്തിയോട് ആ പ്രത്യേക സമയത്തു സംസാരിച്ചാൽ കാര്യം നടക്കുമെന്ന് കരുതുന്നത് ദീർഘവീക്ഷണമില്ലാത്ത ചിന്തയാണ്. സ്ഥാപകൻ എന്ന നിലയിൽ നിങ്ങളുടെ കഥയിൽ ജീവിക്കുകയും കഴിയുന്നത്ര ആളുകളുമായി അതു പങ്കുവയ്ക്കുകയും വേണം. അത് പ്യൂണെന്നോ ഒരു കമ്പനിയുടെ സിഇഒ എന്നോ മത്സരമെന്നോ നിക്ഷേപകനെന്നോ ഭരണാധികാരിയെന്നോ വ്യത്യാസമില്ലാതെ. അങ്ങനെയാണ് നിങ്ങളുടെ കഥ വൻതോതിൽ പ്രചരിപ്പിക്കുക. സഹകരണമാണ് മനുഷ്യപുരോഗതിയുടെ ആണിക്കല്ലെന്ന് ഓർക്കേണ്ടത് പ്രധാനമാണ്. ഇടപാടു ബന്ധങ്ങൾക്ക് നിങ്ങളെ അധികദൂരം എത്തിക്കാനാകില്ല

* * *

ഇനി കഠിനമായ ഭാഗത്തേക്ക്: സ്ഥാപകനെന്ന നിലയിൽ പരാജയങ്ങളിൽ നിന്നു ഞാൻ പഠിച്ച പാഠങ്ങൾ! തിരിഞ്ഞുനോക്കുമ്പോൾ, ഒരുപക്ഷേ ഈ

വീഴ്ചകളായിരിക്കും എന്റെ വഴിയിൽ എന്നെ വെട്ടിലാക്കാൻ ഇടയാക്കിയത്. പൂർത്തിയാകാത്ത ബിസിനസ്സ് എന്ന തോന്നൽ എനിക്കുണ്ടായതിനു കാരണം അവയാണ്. അതുകൊണ്ടിതാ എന്റെ അനുഭവത്തിൽ നിന്ന് നിങ്ങൾ ചെയ്യരുതാത്ത അഞ്ചു കാര്യങ്ങളുടെ പട്ടിക. അല്ലെങ്കിൽ ഏറ്റവും കുറഞ്ഞതു വ്യത്യസ്തമായി ചെയ്യേണ്ടത്.

1. ഒരു സ്ഥാപകൻ എന്ന നിലയിൽ, കളി നിങ്ങളും നിങ്ങളുടെ ഉപഭോക്താവും തമ്മിൽ മാത്രമാണെന്ന് മറക്കാതിരിക്കുക

ഒരു ബിസിനസ്സ് നടത്തുന്നതിന്റെ പ്രായോഗിക വിശദാംശങ്ങൾ നിങ്ങളും നിങ്ങളുടെ ഉപഭോക്താവും മാത്രമാണ് പ്രധാന രണ്ടു കളിക്കാരെന്ന തിരിച്ചറിവുമായി ബന്ധപ്പെട്ടിരിക്കുന്നു. ഒരു കാലയളവിൽ ഉപഭോക്താവിന് നിങ്ങളൊരു ഉത്പന്നമോ പരിഹാരമോ വാഗ്ദാനം ചെയ്യുന്നു. ഉപഭോക്താവ് അതിനു നിങ്ങൾക്കു പണം തരുന്നു. ബാക്കിയെല്ലാം – അത് നിങ്ങളുടെ സഹസ്ഥാപകൻ, നിങ്ങളുടെ ജീവനക്കാർ, നിങ്ങളുടെ നിക്ഷേപകർ, നിയന്ത്രണാധികാരികൾ, മൂന്നാമനായ വ്യാപാരി, മത്സരം എന്നിവയെല്ലാം ഇതിൽ ഉൾപ്പെടുന്നു – ഏതെങ്കിലും രൂപത്തിൽ നിങ്ങൾക്കും ഉപഭോക്താവിനും ഇടയിൽ വരുന്നവർ മാത്രം. ഇവരിലോരോരുത്തരും തീർച്ചയായും, എന്തെങ്കിലും നിങ്ങളുടെ കൈയിൽ എത്തുന്നതിനു മുമ്പു തന്നെ നിങ്ങളുടെ സമ്പാദ്യത്തിന്റെ ഒരു കഷണം എടുക്കുന്നു. അതുകൊണ്ട്, ബിസിനസ്സിലേക്ക് എടുത്തുചാടുംമുമ്പ് നിങ്ങൾ സ്വയം നിരവധി ചോദ്യങ്ങൾക്ക് ഉത്തരം കാണേണ്ടതുണ്ട് : അവരെ കൂടെ കൊണ്ടുപോകാൻ നിങ്ങൾ സന്നദ്ധനാണോ? അവരെല്ലാവരും ഓരോ കഷണം വീതം എടുക്കാൻ നിങ്ങൾക്കു സമ്മതമാണോ? അവർ എടുത്തതിനു ശേഷം ബാക്കി വരുന്നതിലും മൊത്തത്തിലുള്ള അനിശ്ചിതത്വത്തിലും നിങ്ങൾ ആവേശഭരിതനാണോ?

യാത്രയിൽ എല്ലാവരും ഒരു ഭാഗം അഭിനയിക്കുന്നുണ്ടെങ്കിലും, യഥാർത്ഥ കഥ നിങ്ങൾക്കും ഉപഭോക്താവിനുമിടയിലാണെന്നതിൽ ഒരു സംശയവുമില്ല. നിങ്ങൾക്കൊരു ബിസിനസ്സ് വിജയകരമായി കൊണ്ടുനടക്കണമെങ്കിൽ, *ഇസ് ബാത് കൊ ഗാന്ത് ബാന്ധ്നാ ഹോഗ*, നിങ്ങളിതു കല്ലിൽ കൊത്തിവയ്ക്കേണ്ടതുണ്ട്.

2. നിക്ഷേപകൻ നിങ്ങൾക്കു മുകളിലല്ല, അയാൾ ഒരു മൂല്യനിർണ്ണയക്കാരനുമല്ല

ഒരു പൈതൃകബിസിനസ്സിൽ, സ്ഥാപകന്റെ കെ.പി.ഐ (കീ പെർഫോമൻസ് ഇൻഡിക്കേറ്റർ) ലാഭവും അവരുടെ ഔകാത്തുമാണ്. സമാനരായ ബിസിനസ്സുകാർക്കിടയിലുള്ള അവരുടെ നില, ലാഭത്തിന്റെ അളവിനെ ആശ്രയിച്ചിരിക്കുന്നു. പുതിയകാല ബിസിനസ്സിലേക്കു വരുമ്പോൾ, കെ.പി.ഐ എന്നത് മൂല്യനിർണ്ണമായി മാറുന്നു. ഒരു

സ്ഥാപകനെന്ന നിലയിൽ, ഒരു പ്രശ്നത്തിന് നിങ്ങൾക്കു കൃത്യമായ അളവിൽ പരിഹാരം നൽകാം, എന്നാൽ അതിന്റെ മൂല്യനിർണ്ണയം നൽകുന്നത് നിക്ഷേപകനാണ്. മൂല്യനിർണ്ണയത്തിനു പിറകെ ഓടാൻ ശ്രമിക്കുമ്പോൾ, നിങ്ങൾ രണ്ടു നിർണ്ണായക തെറ്റുകൾ വരുത്തുന്നു : ഒന്ന്, ഭക്ഷ്യശൃംഖലയിൽ നിങ്ങൾക്കു മുകളിലുള്ള ഒരാളായി നിങ്ങൾ നിക്ഷേപകനെ കരുതുന്നു. രണ്ടാമതായി, കഥ നിങ്ങൾക്കും ഉപഭോക്താവിനും ഇടയിലാണെന്ന കാര്യം കാണാതെ പോകുന്നു. നിക്ഷേപകൻ മറ്റൊരു വ്യാപാരി മാത്രമാണെന്ന കാര്യം ഓർക്കേണ്ടത് പ്രധാനപ്പെട്ട കാര്യമാണ്. ആരെങ്കിലും സാങ്കേതികവിദ്യയോ അധ്വാനമോ വിന്യസിക്കുന്നതുപോലെ മാത്രമാണ് അവൻ മൂലധനം വിന്യസിക്കുന്നത്. *ആപ്നേ ഉസ്കോ ഭഗവാൻ ബനാ ലിയാ ഹെ* (നിങ്ങളവനെ ദൈവത്തേപ്പോലെ കണക്കാക്കുന്നു). ഇത് ഞാൻ ഉണ്ടാക്കിയ ഒരു തെറ്റാണ്, അത് നിങ്ങൾ അത്യാവശ്യമായും ഒഴിവാക്കണം. തീർച്ചയായും, നമ്മൾ മൂലധനക്കമ്മിയുള്ള സമ്പദ് വ്യവസ്ഥയിലാണ് ജീവിക്കുന്നത് എന്നതിനാൽ ഈ ചിന്ത നടപ്പിൽ വരുത്താൻ കൂടുതൽ ബുദ്ധിമുട്ടുണ്ട്. ഒരിക്കലും അതു കാണാതിരിക്കരുത് എന്നതിലാണ് വിജയം കിടക്കുന്നത്.

3. നിങ്ങളുടെ കുടുംബത്തിന് ബോർഡിൽ ഒരിടം നൽകുക – ബന്ധുക്കളുമായി കൈയ്യകലം പാലിക്കുക എന്ന പാശ്ചാത്യ രീതിയുമായി ചേരാതിരിക്കുക

കുട്ടിക്ക് പതിനെട്ട് വയസ്സ് തികയുന്നതോടെ സ്വയം ജീവിക്കാൻ ലോകത്തേക്കെടുത്തെറിയുക എന്നതാണ് വികസിത, പാശ്ചാത്യ രാജ്യങ്ങളിലെ ജീവിതരീതി. അവധിക്കാലത്ത്, തീർച്ചയായും അവർ വീട്ടിൽ വരും. മാതാപിതാക്കൾ സന്തോഷത്തോടെ അവരെ ഊട്ടും. അത്രമാത്രമേ ഉണ്ടാകൂ. സാമ്പത്തികമായി വേർപിരിയും. ഇന്ത്യയിൽ കുടുംബത്തെക്കുറിച്ചുള്ള കാഴ്ചപ്പാട് വ്യത്യസ്തമാണ്. നമ്മുടെ സമഗ്രമായ സംവിധാനത്തിൽ കുടുംബത്തിന് അഭിമാനകരമായ സ്ഥാനമുണ്ട്. ബിസിനസ്സ് ലോകത്തേക്കു വന്നാൽ, ലാഭകരമായി നടക്കുന്ന 99 ശതമാനവും കുടുംബങ്ങൾ നടത്തുന്നതാണ്. പൈതൃക ബിസിനസ്സിനെക്കുറിച്ചു ചിന്തിക്കുമ്പോൾ, അവരുടെ കൊടുക്കൽ-വാങ്ങലിനോട് സത്യസന്ധത പുലർത്തുന്ന, ആഴത്തിലുള്ള ഒരു കുടുംബഖണ്ഡമായി പ്രവർത്തിക്കുന്ന ബനിയ വിഭാഗത്തിനെ കാണാതെ വയ്യ. സ്റ്റാർട്ടപ്പ് ലോകത്തും ലാഭകരമായ, ബൂട്ട്സ്ട്രാപ് ചെയ്ത ബിസിനസ്സുകൾ നടത്തുന്നത് സഹോദരന്മാരോ ഭാര്യാ-ഭർതൃ ദ്വന്ദ്വങ്ങളോ കുടുംബങ്ങളോ ആണ്. നിങ്ങളുടെ ബിസിനസ്സിനുള്ള മൂലധനം യുഎസിൽ നിന്നാണ് വരുന്നത് എന്നതിനാൽ കുടുംബത്തെ കൂടെ ചേർക്കാത്ത അവരുടെ മാനേജ്മെന്റ് രീതികളെ പിന്തുടരേണ്ടതില്ല.

എനിക്കു തോന്നുന്നത് ഇന്ത്യയിലെ, ഒരു അനുബന്ധ കക്ഷി ഇടപാട്

എന്ന ആശയം തികച്ചും അപ്രസക്തമാണെന്നാണ്. ഞാൻ കുടുംബത്തോടൊപ്പമാണ് ജോലി ചെയ്യുന്നതെങ്കിൽ, വിപണിയിലെ അതേ നിരക്ക് ഞാൻ അവർക്കു നൽകുകയും അതേ വിതരണവസ്തുക്കൾ ലഭിക്കുകയും ചെയ്യും. എനിക്കു ലഭിച്ചേക്കാവുന്ന അധികനേട്ടം, ഒരു കുടുംബാംഗം എന്നോടൊപ്പം താഴ്ന്ന എം.ഒ.ക്യു-വിൽ (മിനിമം ഓർഡർ ക്വാണ്ടിറ്റി) ജോലി ചെയ്തേക്കാം, അല്ലെങ്കിൽ അവരെന്നിൽ ക്രെഡിറ്റ് റിസ്ക് എടുത്തേക്കാം എന്നതാണ്. ഇന്ത്യയൊരു മുതലാളിത്ത സമ്പദ് വ്യവസ്ഥയായതിനാൽ, എല്ലാ കാര്യങ്ങളും ഇവിടെ കൈയ്യെത്തും ദൂരത്താണ് സംഭവിക്കുന്നത്. എല്ലാത്തിലുമുപരി, ധന്താ, ധന്താ ഹേ ഓർ രിഷ്തേദാരി, രിഷ്തേദാരി (ബിസിനസ്സ് വേറേ, ബന്ധങ്ങൾ അതിന്റെ വഴിയിലും) : ഒരേ വ്യക്തിക്കു തന്നെ ബിസിനസ്സും ബന്ധങ്ങളും പ്രത്യേകം കൈകാര്യം ചെയ്യാനാകും. നിങ്ങളുതുകൊണ്ടു കുടുംബത്തിനൊപ്പം ജോലി ചെയ്യുന്നതിൽ ഖേദിക്കുകയേ വേണ്ട.

കൂടാതെ, നല്ല സമയത്ത് നിങ്ങൾക്ക് വിശ്വസ്തത ആവശ്യമില്ലെന്നോർക്കണം – അവസരങ്ങൾ അതു നികത്തിക്കൊള്ളും. വിശ്വസ്തത ആവശ്യമാകുകയും പരീക്ഷിക്കപ്പെടുകയും ചെയ്യുന്നത് മോശം സമയത്താണ്. മോശം സമയത്ത് നിങ്ങളുടെ ജീവനക്കാരിൽ നിന്നോ നിക്ഷേപകരിൽ നിന്നോ വിശ്വസ്തത പ്രതീക്ഷിക്കുന്നത് ഹൃദയാഘാതത്തിനു സ്വയം സജ്ജമാക്കുക എന്നതാണ്. എല്ലാത്തിലുമുപരി, അടുത്ത ശമ്പളചെക്കാണ് ആളുകളെ മുന്നോട്ടു നയിക്കുന്നത്. അതായത്, ശരിയായ ആളുകളെ തെരഞ്ഞെടുക്കുന്നതിൽ നിങ്ങൾ അതീവജാഗ്രത പുലർത്തണം – ഇക്കാര്യമാണ് ഞാനെന്റെ കഥയിലുടനീളം എടുത്തുപറയാൻ ശ്രമിച്ചത്. എന്റെ തെറ്റായ ഓരോ നിയമനത്തിനും എനിക്കു വലിയ വില കൊടുക്കേണ്ടിവന്നു.

മോശം സമയത്ത്, നിങ്ങളുടെ കൂടെ നിൽക്കുക കുടുംബം മാത്രമായിരിക്കും. 20 വർഷത്തെ സുഹൃത്തുക്കളെ പോലും വിശ്വാസത്തിലെടുക്കാനാകില്ല. അവർ ചിലപ്പോൾ നിങ്ങളെക്കുറിച്ചു പൂർണ്ണമായും നിശ്ശബ്ദത പാലിക്കും. ജീവിതപങ്കാളിയോടൊപ്പമാണ് നിങ്ങൾ ജോലി ചെയ്യുന്നതെങ്കിൽ, കഴിവിന്റെ അടിസ്ഥാനത്തിൽ മാത്രമല്ല, നിങ്ങളുടെ വിജയത്തിൽ അവരുടെ നിക്ഷേപമുണ്ടെന്നും മറ്റാരേക്കാളും അവർ നിങ്ങളുടെ തോൽവിയുടെ ഇരകളാണെന്നുമുള്ള വസ്തുതയുടേയും അടിസ്ഥാനത്തിൽ അവരെ സഹസ്ഥാപകരാക്കി ബോർഡിൽ സ്ഥാനം നൽകാൻ മടിക്കരുത്.

4. നിങ്ങൾ സ്വയം ഒരു രക്തസാക്ഷിയാകരുത്: സ്ഥാപക ലിക്വിഡിറ്റി ആദ്യം

എപ്പോഴും സ്വയം ഒന്നാമത് വയ്ക്കുക! സ്ഥാപകനെന്ന നിലയിൽ ഓരോ സെക്കൻഡറി വിൽപ്പന അവസരത്തിലും സ്വന്തം ഓഹരി ലിക്വിഡേറ്റ്

ചെയ്യാൻ മടി കാണിക്കരുത്. ബാങ്കിൽ പണമുള്ളത് നിങ്ങളെ കരുത്തരാക്കുകയേ ഉള്ളൂ. തുടർന്നുള്ള റൗണ്ടുകളിൽ ഉയർന്ന മൂല്യനിർണ്ണയത്തിനായി ഓപ്റ്റിമൈസ് ചെയ്യരുത്. പൊതുതത്വമെന്ന നിലയിൽ, സെക്കൻഡറി വിൽപ്പനയിലെ വരവിന്റെ 80 ശതമാനമെങ്കിലും സ്ഥാപകർക്കു കിട്ടണം. സെക്കൻഡറിയുടെ ബാക്കിയുള്ള 20 ശതമാനം ഇഎസ്ഒപി കൈവശക്കാർക്കും എയ്ഞ്ചൽ നിക്ഷേപകർക്കുമായി നൽകണം. ഐ.പി.ഒ-യ്ക്കു മുമ്പുള്ള ഏതെങ്കിലും സെക്കൻഡറിയിൽ ഏതെങ്കിലും എയ്ഞ്ചലിന് അവരുടെ യഥാർത്ഥ നിക്ഷേപ റൗണ്ടിനേക്കാൾ കൂടുതൽ നൽകുന്നത് നല്ലതല്ല. ഇന്ത്യയിലെ മറ്റേതൊരു സ്ഥാപകനെക്കാളും എന്റെ എയ്ഞ്ചൽ നിക്ഷേപകർക്കും ഇഎസ്ഒപി കൈവശക്കാർക്കും കൂടുതൽ പണം നൽകി. എന്നിട്ടും, ഒരാൾക്കുപോലും പരസ്യമായി എന്നെ പിന്തുണയ്ക്കാൻ മാത്രം നന്ദിയുണ്ടായില്ല. ആളുകൾ 80 മുതൽ 250 മടങ്ങുവരെ ആദായമുണ്ടാക്കി വീടും കാറും വാങ്ങി. നേരത്തെയുള്ള റൗണ്ടുകളിൽ അവരുടെ ഓഹരി വിൽക്കാനായി ചില എയ്ഞ്ചൽ നിക്ഷേപകരോട് അക്ഷരാർത്ഥത്തിൽ ഞാൻ കെഞ്ചി – അവർ അത്രയും അത്യാഗ്രഹികളായിരുന്നു.

കൂടാതെ എല്ലാ സെക്കൻഡറി വിൽപ്പനയും നിങ്ങളിലൂടെ മാത്രമേ നടക്കാവൂ എന്ന് ഉറപ്പാക്കുക – അവ തുറന്ന വിപണിയിൽ വിറ്റഴിക്കുകയെന്ന മണ്ടത്തരം ഒരിക്കലും കാണിക്കരുത്.

ജോലിക്കാരുടെ ഒരു വർഷത്തെ ശമ്പളത്തിലധികമുള്ള ലിക്വിഡിറ്റി വാഗ്ദാനം ചെയ്യരുത്. അല്ലെങ്കിൽ അവരുടെ നിക്ഷിപ്ത ഓഹരികളുടെ 50 ശതമാനത്തിന്റെ. ഏതാണോ ചെറുത് അത്.

നിങ്ങളുടെ ബിസിനസ്സിൽ നിക്ഷേപകരുടെ പ്രതീക്ഷകൾക്കപ്പുറത്തെ ഓരോ നേട്ടം കൊയ്യുമ്പോഴും, നിങ്ങൾ കഠിനാദ്ധ്വാനത്തിനു പ്രതിഫലമായി, നിങ്ങളുടെ ഓഹരികളുടെ നേർപ്പിക്കൽ മറികടക്കാൻ, അവരോട് കൂടുതൽ ഓഹരികൾ ആവശ്യപ്പെടാൻ മടിക്കരുത്. അവസാനമായി പറയട്ടെ, നികുതി അടയ്ക്കാൻ ആസൂത്രണം ചെയ്യുക.

5. ചില തൊഴിൽമേഖലകളിൽ ജാഗ്രത പാലിക്കുക

ഇനിയിതാ, എന്നെ കടിച്ചുകുടയാനിടയുള്ള ഒരു നിരീക്ഷണം. പക്ഷേ എനിക്കിതു പങ്കുവയ്ക്കാതിരിക്കാൻ അതൊരു കാരണമാകുന്നില്ല. ഒരു പ്രതിഫലവും നൽകാതെ നിങ്ങളിൽ നിന്നു മൂല്യം വലിച്ചെടുക്കുന്ന ചില തൊഴിൽ മേഖലകളുണ്ട്. മൂല്യം നശിപ്പിക്കുന്ന തൊഴിലുകളുടെ അങ്ങേയറ്റത്തുള്ളത്, എന്റെ അഭിപ്രായത്തിൽ, മയക്കുമരുന്നുകച്ചവടം, വേശ്യാവൃത്തിയും കൂട്ടിക്കൊടുപ്പും, ബാങ്കിംഗ്, പത്രപ്രവർത്തനം, നിയമമേഖല എന്നിവയാണ്. അങ്ങേയറ്റം പോയാൽ, ഈ പ്രഘോഷണലുകളും പ്രഘോഷനും നിങ്ങൾക്കു തെറ്റായ സുഖസൗകര്യങ്ങൾ വാഗ്ദാനം ചെയ്യും; അവർ നിങ്ങളെ താത്കാലികമായി മരവിപ്പിച്ചു കളയുകപോലും ചെയ്യും. എന്നാൽ അടിസ്ഥാനപരമായി, നിങ്ങൾ അവർക്കായി ആനുപാതിക

മല്ലാതെ സമയം ചെലവഴിക്കുകയാണെങ്കിൽ, അവർ നിങ്ങളെ നശിപ്പിക്കും. നിങ്ങളവരോട് അതീവജാഗ്രത പുലർത്തേണ്ടതുണ്ട്.

* * *

പറഞ്ഞതെല്ലാം നിങ്ങൾക്കു വേണ്ടത്ര ശക്തമായി തോന്നുന്നുണ്ടെങ്കിൽ, എല്ലാ വിധത്തിലും നിങ്ങളുടെ സ്വന്തം സംരംഭം കെട്ടിപ്പടുക്കാൻ തീർച്ചയായും നിങ്ങളെ പ്രോത്സാഹിപ്പിക്കും. തെറ്റു സംഭവിക്കാം എന്ന ചിന്ത നിങ്ങളെ പിന്തിരിപ്പിക്കുവാനുള്ള കാരണമേയല്ല. എന്റെ ഒരേയൊരുപദേശം, തെറ്റുകൾ പുതിയതാണെന്നും ഞാൻ ഇരയാവുകയും വലിയ വില കൊടുക്കുകയും ചെയ്യുതല്ലന്ന് ഉറപ്പാക്കുക എന്നതാണ്.

എന്റെ കഥയെ സംബന്ധിച്ചിടത്തോളം, നിങ്ങൾ എന്നെ സ്നേഹിക്കുകയോ വെറുക്കുകയോ ചെയ്യുക. നിങ്ങൾ കഥയോടും അതു നൽകുന്ന നിരവധി പാഠങ്ങളോടും നിസംഗത പുലർത്തുന്നില്ലെങ്കിൽ എന്റെ യാത്ര നിങ്ങളുമായി പങ്കുവയ്ക്കാൻ തീരുമാനിച്ചതിൽ ഞാൻ വിജയിച്ചതായി കരുതുന്നു.

എസ് ജയകൃഷ്ണൻ

കോഴിക്കോട് ജില്ലയിലെ ചാത്തമംഗലം സ്വദേശി. 31 വർഷം വിവിധ മലയാള പത്രങ്ങളിൽ എഡിറ്റോറിയൽ വിഭാഗത്തിൽ ജോലി ചെയ്തു. സാമൂഹിക മാധ്യമങ്ങളിൽ കഥയും കവിതയും എഴുതാറുണ്ട്.

ഭാര്യ : സുജയ. മക്കൾ : ദേവഹർഷൻ, ഹേമാംബരി